AF743078

സ്ത്രീകൾക്കുമേൽ ഒരു യുദ്ധം നടക്കുന്നുണ്ട്

sthreekalkkumel oru yudham nadakkunnundu

•

dr. t n seema

•

first edition
december 2014

•

typesetting & published
chintha publishers, thiruvananthapuram

•

•

cover
ambeesh

•

വിതരണം

ദേശാഭിമാനി ബുക്ക് ഹൗസ്

H O തിരുവനന്തപുരം-695 035
phone: 0471-2303026, 6063026
www.chinthapublishers.com
chinthapublishers@gmail.com

ബ്രാഞ്ചുകൾ

ഹെഡ്ഓഫീസ് ബ്രാഞ്ച് കുന്നുകുഴി • സ്റ്റാച്ച്യു തിരുവനന്തപുരം • കെ എസ് ആർ ടി സി ബസ് സ്റ്റേഷൻ ആലപ്പുഴ • കെ എസ് ആർ ടി സി ബസ് സ്റ്റേഷൻ എറണാകുളം • ചിറ്റൂർ റോഡ് എറണാകുളം • മച്ചിങ്ങൽ ലെയ്ൻ തൃശൂർ • ഐ ജി റോഡ് കോഴിക്കോട് • മാവൂർ റോഡ് കോഴിക്കോട് • എൻ ജി ഒ യൂണിയൻ ബിൽഡിങ് കണ്ണൂർ • സെൻട്രൽ ബസ് ടെർമിനൽ കോംപ്ലക്സ് താവക്കര കണ്ണൂർ

CO - 2141 / 3596

സ്ത്രീകൾക്കുമേൽ
ഒരു യുദ്ധം നടക്കുന്നുണ്ട്

ഡോ. ടി എൻ സീമ

ചിന്ത പബ്ലിഷേഴ്സ്
തിരുവനന്തപുരം-695 035

ഡോ. ടി എൻ സീമ

സി പി ഐ (എം) സംസ്ഥാന കമ്മിറ്റി അംഗം. 2010 മുതൽ കേരളത്തിൽനിന്നുള്ള രാജ്യസഭാംഗമാണ്.

എറണാകുളത്ത് സ്കൂൾ വിദ്യാഭ്യാസം പൂർത്തിയാക്കി. മഹാരാജാസ് കോളേജിൽനിന്നും മലയാളസാഹിത്യത്തിൽ ബിരുദവും തിരുവനന്തപുരത്ത് കേരള സർവ്വകലാശാല മലയാളവിഭാഗത്തിൽനിന്നും എം എ ബിരുദവും നേടി. സി വി രാമൻപിള്ളയുടെ ചരിത്രനോവലുകളെ ആസ്പദമാക്കിയുള്ള ഗവേഷണത്തിന് 1994 ൽ കേരള സർവ്വകലാശാലയിൽനിന്നും പി എച്ച് ഡി ബിരുദം ലഭിച്ചു. 1991 മുതൽ 17 വർഷം കേരളത്തിലെ വിവിധ സർക്കാർ കോളേജുകളിൽ മലയാളം അദ്ധ്യാപികയായിരുന്നു.

1996 മുതൽ അഞ്ചുവർഷം സംസ്ഥാന ആസൂത്രണ ബോർഡിൽ ജനകീയാസൂത്രണ പരിപാടിയുടെയും സ്ത്രീ ശാക്തീകരണ പരിശീലനത്തിന്റെയും കൺസൾട്ടന്റായി പ്രവർത്തിച്ചു. 2003 ൽ നെതർലാൻഡ്സിലെ ഐ എസ് എസിൽനിന്നും 'ദരിദ്രർക്കുള്ള സാർവ്വത്രിക സാമൂഹ്യ സുരക്ഷ'യിൽ ഡിപ്ലോമ നേടി.

2008 ൽ മുഴുവൻസമയ രാഷ്ട്രീയ പ്രവർത്തനത്തിനായി കോളജിൽനിന്നും ജോലി രാജിവച്ചു. 2007 മുതൽ അഖിലേന്ത്യാ ജനാധിപത്യ മഹിളാ അസോസിയേഷന്റെ കേരള സംസ്ഥാന പ്രസിഡന്റ്, 2008 മുതൽ ദേശീയ വൈസ്പ്രസിഡന്റ് എന്നീ നിലകളിൽ പ്രവർത്തിച്ചു വരുന്നു.

അങ്കണവാടികളുടെ പ്രവർത്തനത്തെപ്പറ്റിയും ദേശീയ ഗ്രാമീണ തൊഴിലുറപ്പ് പദ്ധതിയെപ്പറ്റിയും പഠനം നടത്തിയിട്ടുണ്ട്. ലിംഗപദവി പഠനത്തിനുള്ള പരിശീലനപുസ്തകം തയ്യാറാക്കിയിട്ടുണ്ട്. സ്ത്രീശാക്തീകരണം. ലിംഗപദവി, വികസനം, മാധ്യമപഠനം തുടങ്ങിയ വിഷയങ്ങളിൽ നിരവധി ലേഖനങ്ങൾ എഴുതിയിട്ടുണ്ട്. ജനകീയാസൂത്രണപരിപാടിയുടെ ഭാഗമായി സംസ്ഥാന ആസൂത്രണബോർഡ് പ്രസിദ്ധീകരിച്ച വനിതാ പരിശീലനത്തിനായുള്ള പുസ്തകങ്ങൾ എഡിറ്റു ചെയ്തു. 2012 ൽ ആദ്യ കവിതാസമാഹാരം *ഹൃദയഗവേഷണം* പ്രസിദ്ധീകരിച്ചു.

ഉള്ളടക്കം

ലിംഗപദവി ചൂഷണം പോരാട്ടം

പ്രസാധകക്കുറിപ്പ്

പിതൃകേന്ദ്രീകൃത സാമൂഹ്യാവസ്ഥയുടെ മേൽക്കോയ്മയിൽ ദൃഢീകരിക്കപ്പെട്ട സ്ത്രീവിരുദ്ധത പ്രകടമായൊരു ചുറ്റുപാടിലാണ് നാം ജീവിക്കുന്നത്. നാനാതുറകളിൽ സ്ത്രീമുന്നേറ്റം സുസാദ്ധ്യമാകുമ്പോഴും രണ്ടാം തരം പൗരത്വം എന്ന അവമതി സ്ത്രീയെ ചൂഴ്ന്നുനില്ക്കുന്നു. സ്ത്രീവിമോചനം ലക്ഷ്യമാക്കി പ്രവർത്തിക്കുന്ന ചിന്തകയും എഴുത്തുകാരിയും രാഷ്ട്രീയ പ്രവർത്തകയുമാണ് ഡോ. ടി എൻ സീമ. നിരന്തരം സാമൂഹ്യ–സാംസ്കാരിക–രാഷ്ട്രീയ വ്യവഹാരങ്ങളിൽ ഇടപെട്ടുപോരുന്ന ഡോ. ടി എൻ സീമയുടെ ലേഖനങ്ങൾക്ക് അനുഭവങ്ങളുടെ കരുത്തും പ്രത്യയശാസ്ത്ര സ്ഥൈര്യത്തിന്റെ തെളിച്ചവുമുണ്ട്. കേവല സ്ത്രീവാദങ്ങളിൽനിന്നും വേറിട്ടു നില്ക്കുന്നവയാണ് വിപ്ലവാത്മകമായ സ്ത്രീമുന്നേറ്റം. വിപ്ലവ വനിതാ പ്രസ്ഥാനത്തിന്റെ മുൻനിരയിൽ നിന്നുകൊണ്ട് പ്രവർത്തിക്കുന്ന ഡോ. ടി എൻ സീമയുടെ പ്രൗഢമായ ലേഖനങ്ങളാണ് *സ്ത്രീകൾക്കുമേൽ ഒരു യുദ്ധം നടക്കുന്നുണ്ട്* എന്ന ഈ പുസ്തകത്തിൽ ഉൾപ്പെടുത്തിയിട്ടുള്ളത്. ഏതൊരു ജനാധിപത്യവാദിയും കൈയിൽ കരുതേണ്ട ഒരു പുസ്തകമാണിത്.

ചിന്ത പബ്ലിഷേഴ്സ്

ആമുഖം

കേരളം ഒരു പാഠപുസ്തകമാണ്. ഉല്പാദന വളർച്ച കുറവായിരിക്കുമ്പോഴും ആളോഹരിവരുമാനം താരതമ്യേന കുറഞ്ഞിരിക്കുമ്പോഴും കേരളം സാമൂഹ്യക്ഷേമരംഗത്തു നേടിയ വളർച്ചയും അതിന്റെ നേട്ടകോട്ടങ്ങളും ഗവേഷകർക്ക് താല്പര്യമുള്ള ഒരു സാമൂഹ്യശാസ്ത്രപാഠമാണ്. സ്വാതന്ത്ര്യത്തിന് ആറു ദശകങ്ങൾക്കുശേഷവും ജാതി-ജന്മിമേധാവിത്വത്തിന്റെ ചൊല്പടിയിൽ കഴിയുന്ന ഭൂരിപക്ഷം ഇന്ത്യൻ സംസ്ഥാനങ്ങൾക്കിടയിൽ ജനാധിപത്യ ജീവിതത്തിന്റെ തുരുത്താണ് കേരളം; പാവപ്പെട്ടവർക്ക് കുടിവെള്ളവും വെളിച്ചവും വിദ്യാഭ്യാസവും ആരോഗ്യവും നിഷേധിക്കപ്പെട്ട ആയിരക്കണക്കിന് ഇന്ത്യൻ ഗ്രാമങ്ങൾക്കിടയിൽ ഗുണനിലവാരമുള്ള ജീവിതം ഉറപ്പുനല്കുന്ന സാമൂഹ്യക്ഷേമത്തിന്റെ അനുഭവമാണ് കേരളം; ശൈശവവിവാഹവും പെൺഭ്രൂണഹത്യയും അനാരോഗ്യവും അജ്ഞതയും അനാചാരങ്ങളും തടവിലാക്കിയ, ഇന്ത്യയിലെ കോടിക്കണക്കായ സ്ത്രീകൾക്കിടയിൽ വിദ്യാഭ്യാസവും ആരോഗ്യവും മെച്ചപ്പെട്ട സാമൂഹ്യസുരക്ഷയും സ്വന്തമാക്കിയ സ്ത്രീകളുടെ നാടാണ് കേരളം.

കേരളത്തിലെ സ്ത്രീകളുടെ മെച്ചപ്പെട്ട സാമൂഹ്യപദവി സംസ്ഥാനം നേടിയ പൊതുവളർച്ചയുടെ പ്രതിഫലനമാണെന്നു പറയാറുണ്ട്. എന്നാൽ വിദ്യാഭ്യാസം, ആരോഗ്യം, മറ്റ് ക്ഷേമനേട്ടങ്ങൾ എന്നിവയിൽ കേരളത്തിന്റെ പൊതുസമൂഹത്തിനുണ്ടായ വളർച്ചയുടെ ഭാഗമായി മാത്രം ഇവിടത്തെ സ്ത്രീജീവിതത്തിലുണ്ടായ മാറ്റങ്ങളെ പരിമിതപ്പെടുത്തുന്നത് ശരിയായിരിക്കില്ല. കേരളസമൂഹത്തെ രൂപപ്പെടുത്തിയ, ചരിത്രത്തിന്റെ ഏടുകളിൽ കുറിച്ചിട്ടതും അല്ലാത്തതുമായ പോരാട്ടങ്ങളുടെ പെൺവഴികളെ അവഗണിക്കുന്നത് ചരിത്രത്തോടു തന്നെയുള്ള അനീതിയായിരിക്കും.

ചോരയും കണ്ണീരും പോരാട്ടവീര്യവും നിറഞ്ഞ ആ പെൺവഴികൾ പുതിയ തലമുറ ഒരു പാഠപുസ്തകമായി പുനർവായിക്കേണ്ടതുണ്ട്.

ജാതിവിവേചനത്തിന്റെ ആഘാതങ്ങൾ ഏറ്റുവാങ്ങി ജീവിക്കേണ്ടിവന്ന അയിത്ത വിഭാഗങ്ങളുടെ പോരാട്ടങ്ങളിൽ അയ്യങ്കാളിയുടെ നേതൃത്വത്തിൽ സ്ത്രീകളെ മുൻനിർത്തി നടന്ന കല്ലും മാലയും ബഹിഷ്കരണസമരം ശ്രദ്ധേയമായിരുന്നു. സ്ത്രീകൾ അർദ്ധനഗ്നരായിരിക്കുന്നത് അപരിഷ്കൃതമാണ് എന്ന പുതിയ പരിഷ്കരണ ധാരണ മാത്രമല്ല, സ്ത്രീകളുടെ അർദ്ധനഗ്നത വിവേചനത്തിന്റെ ഭാഗമായി അടിച്ചേല്പിച്ചതാണ് എന്നും അത് മറ്റു പല വിധത്തിലുള്ള നീതിനിഷേധങ്ങളുമായി ബന്ധപ്പെട്ടിരിക്കുന്നു എന്നും ഉള്ള രാഷ്ട്രീയബോധമാണ് ഈ സമരത്തിന്റെ പ്രേരണ. വേഷത്തെയും ആഭരണത്തെയും മറ്റും മുൻനിർത്തിയുള്ള മുദ്രാവാക്യങ്ങളെയും സമരങ്ങളെയും സ്ത്രീ വിദ്യാഭ്യാസവും വിവാഹം പോലെയുള്ള ആചാരപരിഷ്കാരങ്ങളുമായും ബന്ധപ്പെടുത്താനുള്ള ശ്രമം അയ്യങ്കാളിയുടെയും ശ്രീനാരായണഗുരുവിന്റെയും എല്ലാം പ്രവർത്തനങ്ങളിൽ കാണാം. സാമൂഹ്യവിവേചനത്തിൽനിന്നുള്ള മോചനത്തോടൊപ്പം സാമുദായിക പരിഷ്കാരങ്ങളുടെ മുദ്രാവാക്യങ്ങളും ഉയർത്തേണ്ടതുണ്ട് എന്ന് ഈ സാമൂഹ്യപരിഷ്കർത്താക്കൾ തിരിച്ചറിഞ്ഞു. എന്നാൽ ജന്മിത്തം അവസാനിപ്പിക്കുന്നതിനും മുതലാളിത്ത ചൂഷണത്തിനെതിരായും നടക്കുന്ന പ്രക്ഷോഭങ്ങളുമായി കൂട്ടിയോജിപ്പിക്കേണ്ടതാണ്. സാമൂഹ്യവിവേചനത്തിനെതിരായ സമരമെന്ന ശാസ്ത്രീയ കാഴ്ചപ്പാട് മുന്നോട്ടുവയ്ക്കുകയെന്ന രാഷ്ട്രീയദൗത്യം കേരളത്തിൽ ഏറ്റെടുത്തത് കമ്യൂണിസ്റ്റു പ്രസ്ഥാനമാണ്. കർഷകസമരങ്ങളും തൊഴിലാളി സമരങ്ങളും ഒരു ജനതയ്ക്ക് ആത്മാഭിമാനം നേടിക്കൊടുത്തുകൊണ്ടാണ് നവോത്ഥാനപ്രക്രിയയുടെ ഭാഗമായി മാറിയത്.

നവോത്ഥാനകാലത്തുയർന്ന സാമൂഹ്യപരിഷ്കരണ മുദ്രാവാക്യങ്ങളുടെ കേന്ദ്രബിന്ദു, അവർണ്ണർക്ക് നിഷേധിക്കപ്പെടുന്ന മനുഷ്യാവകാശങ്ങളായിരുന്നെങ്കിൽ സവർണ്ണർക്കിടയിൽ അത് പാശ്ചാത്യവിദ്യാഭ്യാസത്തിന്റെ വെളിച്ചത്തിൽ സ്വന്തം സമുദായത്തെയും സമൂഹത്തെത്തന്നെയും തിരിച്ചറിഞ്ഞപ്പോൾ ഉണ്ടായ പരിഷ്കാരബോധമായിരുന്നു. ദേശീയസ്വാതന്ത്ര്യസമരത്തിന്റെയും മറ്റു നാടുകളിലെ സാമൂഹ്യപ്രവർത്തനങ്ങളുടെയും സന്ദേശവും ഇരുപതാംനൂറ്റാണ്ടിന്റെ ആദ്യ ദശകങ്ങളിൽ സ്വാധീനം ചെലുത്തി. ഈ ദശകങ്ങളിലാണ് സവർണ്ണ വിഭാഗത്തിലെ സ്ത്രീകൾക്കിടയിൽ കലാപക്കൊടി ഉയരുന്നത്. കീഴാള ജീവിതത്തിലുണ്ടായിരുന്നതിന്റെ എത്രയോ മടങ്ങ് ശക്തവും അലംഘനീയവുമായിരുന്നു സ്വന്തം സമുദായത്തിൽനിന്നും കുടുംബത്തിൽനിന്നും മേലാള സ്ത്രീകൾ പേറേണ്ടിവന്ന പുരുഷാധികാരത്തിന്റെ പീഡനം. കാലഹരണപ്പെട്ട അനാചാരങ്ങൾക്കും പ്രാകൃത അനുഷ്ഠാനങ്ങൾക്കും അന്ധവിശ്വാസങ്ങൾക്കുമിടയിൽ പിടയുന്ന സ്ത്രീകൾ ജാതിവിവേചനം പോലെ തന്നെ അസഹ്യമാണ് ആൺകോയ്മയുടെ അടിച്ചേല്പിക്കലു

കളും എന്നാണ് വിളിച്ചു പറയാൻ ശ്രമിച്ചത്.

നവോത്ഥാനഘട്ടത്തിനുശേഷമുള്ള സ്ത്രീജീവിതം സമകാലിക ചരിത്രമാണ്. സ്വാതന്ത്ര്യലബ്ധിക്കുശേഷം മുതലാളിത്ത സംസ്കാരത്തിന്റെയും ഫ്യൂഡൽ അവശിഷ്ടമൂല്യബോധത്തിന്റെയും ശക്തിപ്രാപിക്കുന്ന ചങ്ങാത്തത്തിനാണ് നവോത്ഥാന കേരളസമൂഹവും സാക്ഷ്യം വഹിച്ചത്. സമുദായസംഘടനകൾ സാമൂഹ്യപരിഷ്കരണത്തിന്റെയും സമുദായപരിഷ്കരണത്തിന്റെയും സാമൂഹ്യപുരോഗതിയുടെയും മുദ്രാവാക്യങ്ങൾ ചരിത്രത്തിൽതന്നെ ഉപേക്ഷിച്ച് രാഷ്ട്രീയ-സാമ്പത്തിക അധികാരത്തിനായുള്ള കുറുക്കുവഴികൾക്കായുള്ള പരിശ്രമത്തിലേർപ്പെട്ടിരിക്കുകയാണ്. ജനകീയ സർക്കാരുകളുടെ ക്ഷേമപ്രവർത്തനങ്ങളെ തകർക്കാൻ മാത്രം സംഹാരശേഷിയുള്ള മുതലാളിത്ത ആർത്തിയാണ് രാജ്യം ഭരിക്കുന്നത്. കമ്പോളത്തിന്റെ താല്പര്യങ്ങൾക്കനുസരിച്ച് രുചിഭേദം വരുത്താൻ മനസ്സുള്ള മദ്ധ്യവർഗ്ഗം കേരളസമൂഹത്തിന്റെ പൊതുസാംസ്കാരികബോധത്തെ നിർണ്ണയിക്കാൻ മാത്രം ശക്തമാണ്. കാലിന്നടിയിൽനിന്ന് മണ്ണൊലിച്ചുപോകുമ്പോഴും വർഗ്ഗസമരം എന്ന വാക്കുതന്നെ അശ്ലീലമാണെന്ന് ഒരു തലമുറയെ പഠിപ്പിക്കാനുള്ള ഗൃഹപാഠമാണ് മാധ്യമകുത്തകകൾ നടത്തുന്നത്.

ഇതിനിടയിൽ നാം നവോത്ഥാനത്തിന്റെ സ്ത്രീമുന്നേറ്റ പാഠങ്ങളെ എങ്ങനെയാണ് ഓർമ്മിച്ചെടുക്കേണ്ടത്? അടുക്കളയിൽനിന്നും അന്തഃപുരത്തിൽനിന്നും ആൺകോയ്മയുടെ അടിച്ചമർത്തലുകളിൽനിന്നും തൊഴിലിന്റെയും രാഷ്ട്രീയത്തിന്റെയും അരങ്ങിലേക്കുള്ള സ്ത്രീപ്രവേശനത്തിന്റെ പ്രതിബന്ധങ്ങൾ സമൂഹമനസ്സിൽ ഇനിയും ബാക്കിനില്ക്കുന്ന വർത്തമാനകാലത്ത് ചരിത്രത്തിലെ പെൺപോരാട്ടത്തിന്റെ അനുഭവങ്ങൾ പുനർവായിക്കേണ്ടതുണ്ട്. കൂലിക്കും ഭൂമിക്കും തൊഴിലവകാശങ്ങൾക്കും വേണ്ടി നടന്ന സമരങ്ങളിൽ ജന്മിത്തത്തിനുനേരെ മൂർച്ചവെപ്പിച്ച അരിവാളുമായി പാഞ്ഞടുത്ത കർഷകത്തൊഴിലാളി സ്ത്രീകളുടെയും കയറിനൊപ്പം ജീവിതവും രാഷ്ട്രീയവും ഇഴചേർത്തുപിരിച്ച് സമര ഇതിഹാസങ്ങൾ സൃഷ്ടിച്ച കയർത്തൊഴിലാളികളുടേയുമെല്ലാം തീവ്രാനുഭവങ്ങളുടെ ചൂരും ചൂടും പുനരാവാഹിക്കേണ്ടതുണ്ട്. മുതലാളിത്ത ഉപഭോഗസംസ്കാരത്തിന്റെ പ്രലോഭനങ്ങൾക്ക് സ്വയം സമർപ്പിച്ച വിധേയരെയും അടിമകളെയും പഴയ പോരാട്ടത്തോറ്റങ്ങൾ പാടി ഉണർത്തേണ്ടതുണ്ട്. ചരിത്രത്തിലെ പെൺവഴികളോട് കേരളത്തിലെ സ്ത്രീകളുടെ പുതിയ തലമുറ നീതി കാട്ടേണ്ടത് ഈ കഠിനമായ രാഷ്ട്രീയദൗത്യം ഏറ്റെടുത്തുകൊണ്ടാണ്.

ഈ ഓർമ്മപ്പെടുത്തലിന്റെ ഭാഗമായി കഴിഞ്ഞ ഏഴെട്ടു വർഷത്തിനിടെ എഴുതിയ ലേഖനങ്ങളാണ് ഈ പുസ്തകത്തിന്റെ ആദ്യഭാഗത്ത് ഉൾപ്പെടുത്തിയിട്ടുള്ളത്. കേരളത്തിലെ നവോത്ഥാന സ്ത്രീസമര ചരിത്രത്തിന്റെ സമഗ്രമായ പഠനമെന്നൊന്നും അവകാശപ്പെടുന്നില്ല. പ്രധാനമായും ഇടതുപക്ഷ പ്രവർത്തകർക്ക് അവരുടെ ദൈനംദിന പ്രവർത്ത

നത്തിനിടയിൽ അഭിമുഖീകരിക്കേണ്ടിവരുന്ന ചോദ്യങ്ങളോടും വെല്ലുവിളികളോടുമുള്ള പ്രതികരണങ്ങളായി എഴുതിയവയാണ് മിക്ക ലേഖനങ്ങളും. പലപ്പോഴായി എഴുതിയവ ആയതിനാൽ ചില ആവർത്തനങ്ങളും ഉണ്ടാകാം.

ഇന്നത്തെ ലോകത്ത് ഏതു രാജ്യമെടുത്താലും ആർക്കും എളുപ്പത്തിൽ തിരിച്ചറിയാൻ പറ്റുന്ന ഒന്നാണ് സ്ത്രീകൾക്കുമേൽ ഒരു വലിയ യുദ്ധം നടക്കുന്നുണ്ടെന്നത്. സ്ത്രീശരീരത്തിന് നേരെ ദൈനംദിനം നടക്കുന്ന ഹിംസ മാത്രമല്ല നാനാവിധത്തിൽ അവളുടെ സാമൂഹികാസ്തിത്വത്തെത്തന്നെ ഇടിച്ചുതാഴ്ത്തുന്ന നടപടികളാണ് ചുറ്റും. ഇതിനോടുള്ള പ്രതികരണങ്ങളിൽ ചിലതാണ് രണ്ടാം ഭാഗത്ത് ഉൾപ്പെടുത്തിയ ലേഖനങ്ങൾ. സൂര്യനെല്ലിയിലെ പെൺകുട്ടി, റജീന, സൗമ്യ, ദൽഹിയിലെ നിർഭയ, മലാല... എല്ലാം പ്രതീകങ്ങളാണ്. പേരറിയുന്നവരും അല്ലാത്തവരുമായ ഒരുപാട് സ്ത്രീജീവിതങ്ങൾക്ക് മുൻപിൽ ഈ പുസ്തകം സമർപ്പിക്കുന്നു.

ഇന്നത്തെ കേരളത്തിലും ഇന്ത്യയിലും സ്ത്രീയുടെ അധമപദവിയെയും അവൾ നേരിടുന്ന ചൂഷണത്തിന്റെയും ദുരിതത്തിന്റെയും ആഴത്തെയും കുറിച്ചുള്ള അന്വേഷണമാണ് മൂന്നാം ഭാഗത്തുള്ളത്. ഇതിനോട് ബന്ധപ്പെട്ടു കഴിഞ്ഞ ഒന്നര പതിറ്റാണ്ടുകാലത്തെ സ്ത്രീശാക്തീകരണത്തിന്റെ അനുഭവചർച്ചകൾ കൂടി ഉൾപ്പെടുത്തണമെന്ന് ഉണ്ടായിരുന്നെങ്കിലും പുസ്തകത്തിന്റെ വലുപ്പം ഏറിപ്പോകുമെന്നതിനാൽ മറ്റൊരവസരത്തിലേക്ക് അവ മാറ്റിവയ്ക്കേണ്ടി വന്നു.

ഈ പുസ്തകം പ്രസിദ്ധീകരിക്കുന്നതിന് നിരന്തരം പ്രേരിപ്പിച്ച വി കെ ജോസഫിനും ലേഖനങ്ങൾ സമാഹരിക്കുന്നതിനു സഹായിച്ച ജയരാജിനും നന്ദി. ഇതു പുസ്തകരൂപത്തിൽ പ്രസിദ്ധീകരിക്കാൻ തയ്യാറായ ചിന്ത പബ്ലിഷേഴ്സിനോടും നന്ദിയുണ്ട്.

ഡോ. ടി എൻ സീമ

I

ചരിത്രം ഇടതുപക്ഷം സ്ത്രീപ്രശ്നം

ഇ എം എസും സ്ത്രീവിമോചന രാഷ്ട്രീയവും

രണ്ടായിരത്തി അഞ്ച് സെപ്തംബർ മാസത്തിൽ ഇ എം എസ് നമ്പൂതിരിപ്പാടിന്റെ മുഖചിത്രത്തോടെ പ്രസിദ്ധീകരിക്കപ്പെട്ട *പച്ചക്കുതി രയിൽ*, കേരളചരിത്രത്തിൽ ഇ എം എസ് നേടിയ ഇടത്തെത്തന്നെ ചോദ്യം ചെയ്യുന്ന നാലു ലേഖനങ്ങളിൽ ഒന്നാണ് ചരിത്രഗവേഷകയായ ജെ ദേവികയുടെ 'ഇ എം എസിന്റെ സ്ത്രീവിമോചനചിന്തകൾ: ഒരു ചോദ്യം.' ഈ ലേഖനത്തിനൊടുവിൽ ഇ എം എസ് നമ്പൂതിരിപ്പാടിന് ദേവിക നല്കുന്ന വിശേഷണം 'കേരളീയ നവപിതൃമേധാവിത്വത്തിന്റെ ചരിത്രപഥത്തിൽ എന്നെന്നും തിളങ്ങിനില്ക്കുന്ന ചുവന്ന നക്ഷത്രം' എന്നതാണ്. ഇ എം എസ് തീർച്ചയായും വിമർശനാതീതനല്ല; കേരളച രിത്രത്തിൽ അദ്ദേഹത്തെപ്പോലൊരാളുടെ സ്ഥാനം എന്തെന്ന് വിലയിരു ത്താൻ ആർക്കും അവകാശമുണ്ട്; ഇ എം എസിന്റെ ജീവിതം കേരള ത്തിന്റെ ആധുനികസമൂഹനിർമ്മിതിയുമായി ബന്ധപ്പെട്ടുകിടക്കുന്നു എന്നതിനാൽ വിശേഷിച്ചും. പക്ഷേ, ഇത്തരം വിലയിരുത്തലുകൾ എത്ര മാത്രം ചരിത്രത്തോട് നീതിപുലർത്തുന്നുണ്ട്? കമ്യൂണിസ്റ്റുവിരോധവും മുൻവിധികളും വിവരക്കേടും ചേർന്നു സൃഷ്ടിക്കുന്ന ചരിത്രപാഠങ്ങൾ കൊണ്ടാടപ്പെടുന്ന വർത്തമാനകാലത്ത് ഇ എ എസിനെ ഇത്തരത്തിൽ അടയാളപ്പെടുത്തുകവഴി ഇവർ ലക്ഷ്യമാക്കുന്നതെന്താണ്?

ഇ എം എസിന്റെ സ്ത്രീവിമോചനചിന്തകളുടെയെന്നല്ല, അദ്ദേഹ ത്തിന്റെ ആകെ ചിന്തയുടെയും പ്രവൃത്തിയുടെയും എല്ലാം അടിത്തറ മാർക്സിസമാണ്. മാർക്സിസം മുന്നോട്ടുവയ്ക്കുന്ന ചരിത്രപരമായ ഭൗതികവാദമാണ് അദ്ദേഹത്തിന്റെ ചരിത്രബോധത്തെ രൂപപ്പെടുത്തിയത്. വൈരുദ്ധ്യാത്മകഭൗതികവാദം നല്കിയ ആശയത്തെളിമയാണ് സമൂ ഹത്തെ വിശകലനം ചെയ്യാൻ ഇ എം എസിനെ പ്രാപ്തനാക്കിയത്.

ലിംഗപരമായ അടിച്ചമർത്തലിന്റെ കാരണങ്ങളും അതിൽ നിന്നുള്ള മോചനവും സംബന്ധിച്ച മാർക്സിസ്റ്റു സ്ത്രീവിമോചനസിദ്ധാന്തമാണ് സ്ത്രീപ്രശ്നവും സ്ത്രീവിമോചനവും ചർച്ച ചെയ്യാൻ ഇ എം എസ് അടിത്തറയായി സ്വീകരിച്ചത്.

മാർക്സിസവും സ്ത്രീവിമോചനവും

മാർക്സിസ്റ്റ് സാമൂഹ്യശാസ്ത്രം സ്ത്രീകൾ നേരിടുന്ന ചൂഷണങ്ങളുടെയും അടിച്ചമർത്തലിന്റെയും അടിവേരുകൾ ശാസ്ത്രീയമായി വിശകലനം ചെയ്യുന്നുണ്ട്. സ്വകാര്യസ്വത്തിന്റെ ആവിർഭാവത്തോടുകൂടി രൂപംകൊള്ളുന്ന വർഗ്ഗസമൂഹവും വർഗ്ഗചൂഷണവുമാണ് സ്ത്രീകൾക്കെതിരായ വിവേചനത്തിന്റെ മൂലകാരണമെന്ന് മാർക്സിസം വിലയിരുത്തുന്നു.

> പ്രാകൃത കമ്യൂണിസ്റ്റുവ്യവസ്ഥയിൽ സ്ത്രീകളുടെ ചുമതലയിലായിരുന്ന ഗൃഹഭരണം പൊതുവെ സാമൂഹ്യമായ ഒരു ആവശ്യമായിരുന്നു. പിതൃമേധാവിത്ത കുടുംബത്തിന്റെയും അതിലുപരിയായി ഏകഭാര്യാത്വ കുടുംബത്തിന്റെയും ആവിർഭാവത്തോടുകൂടി ഇതിനു മാറ്റം വന്നു. ഗൃഹഭരണത്തിന് അതിന്റെ പൊതുസ്വഭാവം നഷ്ടമായി. അത് സമൂഹത്തിന്റെ കാര്യമല്ലെന്നുവന്നു; സ്വകാര്യവൃത്തിയായിത്തീർന്നു. ഭാര്യ, സമൂഹത്തിന്റെ ഉല്പാദനപ്രക്രിയയിൽനിന്നും പുറന്തള്ളപ്പെട്ട് ഒന്നാമത്തെ വീട്ടുവേലക്കാരിയായി. (*കുടുംബം സ്വകാര്യസ്വത്ത് ഭരണകൂടം എന്നിവയുടെ ഉത്ഭവം* – ഫ്രെഡറിക് എംഗൽസ് – പേജ് 41)

> പുരുഷന്റെ സ്വകാര്യസ്വത്തായും വീട്ടടിമയായും ഉള്ള സ്ത്രീയുടെ അവസ്ഥ വർഗ്ഗസമൂഹങ്ങളിലെല്ലാം – അടിമത്തം, നാടുവാഴിത്തം, മുതലാളിത്തം – സ്ത്രീയുടെ അധമപദവിയുടെ മുഖ്യകാരണമായി തുടരുന്നു. ഒറ്റയൊറ്റയായ ആധുനിക കുടുംബത്തിന്റെ അടിത്തറ സ്ത്രീയുടെ പ്രത്യക്ഷമോ പരോക്ഷമോ ആയ ഗാർഹിക പാരതന്ത്ര്യമാണ്; ആധുനികസമൂഹം അത്തരം കുടംബങ്ങളുടെ ഒരു പെരുംകൂട്ടവും (അതേ പുസ്തകം, പേജ് 41).

സാമൂഹ്യ ഉല്പാദനരംഗത്തേക്ക് സ്ത്രീകളെ കൂടുതലായി പ്രവേശിപ്പിക്കലാണ് സ്ത്രീയുടെ വിമോചനത്തിനായുള്ള മുഖ്യ ഉപാധി എങ്കിലും സ്ത്രീയുടെ വീട്ടടിമത്തം അതിനു തടസ്സങ്ങൾ സൃഷ്ടിക്കുന്നു. ആധുനിക വൻകിട വ്യവസായം തൊഴിലാളിവർഗ്ഗത്തിൽപ്പെട്ട സ്ത്രീകളെ കുടുംബത്തിനുള്ളിൽ നിന്ന് സാമൂഹ്യ ഉല്പാദനരംഗത്തേക്ക് വൻതോതിൽ കൊണ്ടുവന്നു. പക്ഷേ, കുടുംബത്തിനകത്തെ അദ്ധ്വാന വിഭജനം സമൂഹത്തിൽ തന്റെ പങ്കാളിയായ പുരുഷനോടൊപ്പം കഴിവു തെളിയിക്കുന്നതിൽ അവൾക്ക് തടസ്സങ്ങൾ സൃഷ്ടിക്കുന്നു.

> വീട്ടുകാര്യങ്ങൾ നോക്കുമ്പോൾ അവൾക്ക് പൊതു ഉല്പാദനത്തിൽ പങ്കുചേരാനും ഉപജീവനത്തിനുള്ള വക സമ്പാദിക്കാനും കഴിയാതെ വരികയും അതുപോലെതന്നെ പൊതു വ്യവസായത്തിൽ പണി ചെയ്യുകയും പ്രതിഫലം നേടുകയും ചെയ്യുമ്പോൾ വീട്ടുകാര്യങ്ങൾ നോക്കാൻ സാധിക്കാതെ വരികയും ചെയ്യുന്നു. തൊഴിൽ ശാലയിൽ പണിയെടുക്കുന്ന സ്ത്രീയുടെ അതേ അവസ്ഥ തന്നെയാണ് വൈദ്യവൃത്തിയും നീതിന്യായവും വരെയുള്ള മറ്റേതൊരു സേവനത്തുറയിൽ ഏർപ്പെട്ടിരിക്കുന്ന സ്ത്രീയുടെയും (അവിടെത്തന്നെ).

അപ്പോൾപ്പിന്നെ സ്ത്രീവിമോചനത്തിന്റെ ഉപാധിയെന്താണ്? വർഗ്ഗസമൂഹത്തിന്റെ ചൂഷണവ്യവസ്ഥ നിലനില്ക്കുന്നിടത്തോളംകാലം സ്ത്രീക്ക് മോചനം നേടാനാവില്ല എന്ന് മാർക്സിസം സിദ്ധാന്തിക്കുന്നു. കാരണം വർഗ്ഗസമൂഹമാണ് പുരുഷാധിപത്യ പ്രത്യയശാസ്ത്രത്തിനും അസമമായ സാമൂഹ്യബന്ധങ്ങൾക്കും ജന്മംകൊടുത്തത്. അതുകൊണ്ട് സ്വകാര്യസ്വത്ത് ഇല്ലാതാക്കിയും നിലനില്ക്കുന്ന അസമമായ ലിംഗതൊഴിൽ വിഭജനം അവസാനിപ്പിച്ചും മാത്രമേ സ്ത്രീവിമോചനം സാദ്ധ്യമാവൂ. ഇതു സാദ്ധ്യമാകണമെങ്കിൽ എല്ലാ വിഭാഗത്തിൽപ്പെട്ട സ്ത്രീകളെയും മാർക്സിസ്റ്റ് സ്ത്രീവിമോചന കാഴ്ചപ്പാടിന്റെ അടിസ്ഥാനത്തിൽ സംഘടിപ്പിക്കേണ്ടതുണ്ട്.

തൊഴിലാളിവർഗ്ഗസമരത്തോട് സ്ത്രീവിമോചനസമരം ഇഴ ചേർക്കേണ്ടത് യാന്ത്രികമായല്ല എന്ന് ലെനിൻ ഓർമ്മിപ്പിക്കുന്നു.

> സ്ത്രീകളുടെ അവകാശങ്ങൾക്കുവേണ്ടിയുള്ള സമരം അധികാരം പിടിച്ചെടുക്കുകയും തൊഴിലാളിവർഗ്ഗ സർവ്വാധിപത്യം സ്ഥാപിക്കുകയും ചെയ്യുകയെന്ന മുഖ്യലക്ഷ്യവുമായി കൂട്ടിയിണക്കിയിരിക്കണമെന്ന് നമ്മൾ ഇനിയും പരസ്പരം ഉറപ്പു നല്കേണ്ടതുണ്ടോ?

എന്നാൽ ഈ രാഷ്ട്രീയ മുദ്രാവാക്യം മാത്രം നിരന്തരം ഉരുവിട്ടുകൊണ്ടിരുന്നാൽ സ്ത്രീകൾ ആവേശത്തോടെ സമരത്തിൽ പങ്കെടുക്കില്ല എന്ന കാര്യവും ലെനിൻ ഓർമ്മിപ്പിക്കുന്നു.

> സ്ത്രീജനങ്ങളുടെ മനസ്സിലും നാം നമ്മുടെ ആഹ്വാനത്തെ പണിയെടുക്കുന്ന സ്ത്രീകളുടെ കഷ്ടപ്പാടുകളും ആവശ്യങ്ങളും അഭിലാഷങ്ങളുമായി രാഷ്ട്രീയമായി കൂട്ടിയോജിപ്പിക്കണം. തൊഴിലാളിവർഗ്ഗസർവ്വാധിപത്യം അവർക്ക് നിയമത്തിൽ മാത്രമല്ല, പ്രയോഗത്തിലും — കുടുംബത്തിലും സ്റ്റേറ്റിലും സമുദായത്തിലും പുരുഷന്മാരോടൊപ്പം പരിപൂർണ്ണമായ അവകാശസമത്വം നല്കുമെന്നും ബൂർഷ്വാസിയുടെ അധികാരത്തിന്റെ അവസാനത്തെയാണ് അതു കുറിക്കുന്നതെന്നും അവർ മനസ്സിലാക്കണം (ക്ലാരാ സെത്കിൻ— *ലെനിനെക്കുറിച്ച് എന്റെ ഓർമ്മ*).

വർഗ്ഗസമരവും പുരുഷാധിപത്യത്തിനെതിരായ സമരവും പരസ്പരം ബന്ധിതമാണെന്നും സ്ത്രീവിമോചനത്തിനായുള്ള സമരം സ്ത്രീകളുടെ മാത്രം കടമയല്ലെന്നും ഉള്ള ഈ മാർക്സിസ്റ്റ് കാഴ്ചപ്പാടിന്റെ അടിസ്ഥാനത്തിലാണ് ഇ എം എസ് കേരളത്തിലെയും ഇന്ത്യയിലെയും സ്ത്രീസമൂഹത്തിന്റെ പ്രശ്നങ്ങളെ സമീപിച്ചത്.

സ്ത്രീ പ്രശ്നം തിരിച്ചറിഞ്ഞു

സി പി ഐ (എം) ന്റെ *പാർട്ടി പരിപാടി* ഇന്ത്യയിലെ സ്ത്രീ പ്രശ്നത്തെ ഇങ്ങനെ കാണുന്നു:

> സ്വാതന്ത്ര്യസമരത്തിലെ തുല്യപങ്കാളികളായ ഇന്ത്യയിലെ സ്ത്രീകൾ ഇന്ത്യ സ്വതന്ത്രയായതോടെ നൂറ്റാണ്ടുകൾ പഴക്കമുള്ള ലിംഗപരമായ അടിച്ചമർത്തലിന്റെ ചങ്ങലക്കെട്ടുകളിൽനിന്ന് മോചനം ലഭിക്കുമെന്ന് ആശിച്ചിരുന്നു. ഇക്കാര്യത്തിൽ പുരോഗതി ഉണ്ടായില്ലെന്നു മാത്രമല്ല, അഞ്ചുദശകം പിന്നിട്ട ബൂർഷ്വാ-ഭൂപ്രഭുവാഴ്ചയ്ക്കു കീഴിൽ ഓരോരംഗത്തും പുരുഷാധിപത്യം നിലനിർത്തപ്പെടുകയാണുണ്ടായത്. സ്ത്രീകൾ, തൊഴിലെടുക്കുന്നവർ, പൗരർ എന്നീ നിലകളിൽ വിവിധ തലങ്ങളിൽ സ്ത്രീകൾ ചൂഷണം ചെയ്യപ്പെടുന്നു. ഉദാരവല്കരണപ്രക്രിയ സാമ്പത്തികവും സാമൂഹ്യവുമായ മണ്ഡലങ്ങളിൽ ലിംഗപരമായ ചൂഷണത്തിന്റെ പുതിയ രൂപങ്ങൾ ഏർപ്പെടുത്തുകയാണ് ചെയ്തത്. സ്ത്രീകൾക്കെതിരെ അതിക്രമങ്ങൾ പെരുകുന്നതിലേക്ക് ഇത് നയിച്ചിരിക്കുന്നു. (പാർട്ടി പരിപാടി 5.13)

ഇന്ത്യയിലെ സ്ത്രീസമൂഹം നേരിടുന്ന അടച്ചമർത്തലിന്റെ വിവിധതലങ്ങളെക്കുറിച്ചുള്ള ഈ വിശകലനം ഇ എം എസിന്റെ നിരവധി ലേഖനങ്ങളിൽ പ്രത്യക്ഷപ്പെടുന്നുണ്ട്.

> ഇവിടെ സ്ത്രീകൾ നേരിട്ടനുഭവിക്കുന്ന പുരുഷമേധാവിത്വം മുതലാളിത്തപൂർവ്വ (ഫ്യൂഡൽ) മേധാവിത്വത്തിന്റെ ഭാഗമാണ്. ബഹുഭാര്യാത്വം, പുരുഷനു തോന്നുമ്പോൾ വിവാഹമോചനം നടത്തൽ, പർദ്ദ മുതലായ പ്രാകൃതാചാരങ്ങൾ, സ്വത്തുസംബന്ധമായ അസമതകൾ എന്നിവയെല്ലാം മുതലാളിത്തപൂർവ്വ (ഫ്യൂഡൽ) വ്യവസ്ഥയുടെ ഭാഗമാണ് (ഇ എം എസ്, *തൊഴിലാളിവർഗ്ഗപ്രസ്ഥാനവും സ്ത്രീകളും* – പേജ് 7).

വർഗ്ഗം, ജാതി, ലിംഗം എന്നിങ്ങനെ മൂന്നുതലത്തിലുള്ള ചൂഷണം ഇന്ത്യയിൽ സ്ത്രീകൾ നേരിടുന്നുണ്ടെന്ന് ഇ എം എസ് ചൂണ്ടിക്കാട്ടി. അന്താരാഷ്ട്ര വനിതാവർഷമായി ലോകമെങ്ങും ആചരിക്കപ്പെട്ട 1975 ൽ എഴുതിയ ലേഖനത്തിൽ യാഥാസ്ഥിതിക പാരമ്പര്യം എത്രമാത്രം

ഇപ്പോഴും ഇന്ത്യയിലെ സ്ത്രീകളെ പീഡിപ്പിക്കുകയും അപമാനിക്കുകയും അടിച്ചമർത്തുകയും ചെയ്യുന്നുണ്ടെന്ന് ഇ എം എസ് വിശകലനം ചെയ്യുന്നുണ്ട്. പൈശാചിക ആചാരമായ സതി നിയമംമൂലം നിരോധിക്കപ്പെട്ട് 146 വർഷത്തിനുശേഷവും, 1975 ൽ തന്നെ ഉത്തരേന്ത്യയിൽ ചുരുങ്ങിയത് രണ്ടു സ്ത്രീകൾ സതിയുടെ പേരിൽ കൊല്ലപ്പെട്ടത് ഇ എം എസ് ചൂണ്ടിക്കാട്ടുന്നു. “ഒരുകൂട്ടം 'ദേശപ്രേമീകൾ പൗരാണിക പാരമ്പര്യത്തെപ്പറ്റി ഊറ്റംകൊള്ളുന്ന ഭാരതത്തിലാണ് സ്ത്രീകൾക്കു നേരെ ഇത്തരം അതിക്രമങ്ങൾ വർദ്ധിച്ചുവരുന്നത്” (*Perspective of the Women's Movement*-EMS. *Selected Writings* പേജ് 248). താൻ ജനിച്ച നമ്പൂതിരി സമുദായത്തിൽ നിലനിന്നിരുന്ന ബഹുഭാര്യാത്വം, ഘോഷാസമ്പ്രദായം, പെൺകുട്ടികളുടെ വിദ്യാഭ്യാസനിഷേധം, വിധവാ വിവാഹം അനുവദിക്കാതിരിക്കൽ തുടങ്ങിയ പ്രാകൃത അനാചാരങ്ങൾക്കെതിരായി ഉയർന്ന പ്രതിഷേധമാണ് തനിക്ക് സാമൂഹ്യപ്രവർത്തനത്തിന് പ്രേരണയായതെന്ന് ഈ ലേഖനത്തിൽ ഇ എം എസ് കുറിക്കുന്നു.

ബ്രിട്ടീഷുകാരുടെ കാലത്തുതന്നെ സതി നിരോധന നിയമമടക്കം നിരവധി നിയമങ്ങൾ സാമൂഹ്യപരിഷ്കരണപ്രസ്ഥാനങ്ങളുടെ സമ്മർദ്ദം മൂലം ഇന്ത്യയിൽ പാസ്സായി. എന്നാൽ രാജ്യം സ്വാതന്ത്ര്യം നേടി നിരവധി വർഷങ്ങൾ കഴിഞ്ഞിട്ടും സ്ത്രീകൾക്ക് സ്വാതന്ത്ര്യം നിഷേധിക്കുന്ന സാമൂഹ്യവ്യവസ്ഥ ഇന്ത്യയിൽ തുടരുന്നതെന്തുകൊണ്ടാണ്? സ്ത്രീസംരക്ഷണ നിയമങ്ങൾ ഫലപ്രദമാകാതെ പോകുന്നതെന്തുകൊണ്ടാണ്? ഈ ചോദ്യങ്ങൾക്ക് ഇ എം എസ് മറുപടി പറയുന്നു;

> ഒന്നാമതായി, സ്വത്തവകാശം, വിവാഹം, വിവാഹമോചനം തുടങ്ങിയ കാര്യങ്ങളിൽ നിയമത്തിൽ ലിംഗതുല്യത ഇനിയും നേടാനായിട്ടില്ല.... രണ്ടാമതായി, നിലവിലുള്ള പരിമിതമായ നിയമം പോലും ഫലപ്രദമായി നടപ്പാക്കുന്നതിന് പാരമ്പര്യഘടകങ്ങൾ തടസ്സം സൃഷ്ടിക്കുന്നുണ്ട് (അതേ ലേഖനം).

സ്ത്രീധന നിരോധനനിയമം വ്യാപകമായി ലംഘിക്കപ്പെടുന്നതിനെ ഉദാഹരിച്ചുകൊണ്ട് ശക്തമായ ജനകീയ പ്രസ്ഥാനങ്ങളുടെ പിന്തുണയില്ലെങ്കിൽ ഇന്ത്യയെപ്പോലൊരു സമൂഹത്തിൽ സാമൂഹ്യപരിഷ്കരണ നിയമങ്ങൾ വിഫലമാണെന്നും ഇ എം എസ് ചൂണ്ടിക്കാട്ടുന്നു.

ഇന്ത്യൻ സമൂഹത്തിന്റെ ആധുനീകരണം സൃഷ്ടിച്ചിട്ടുള്ള പുതിയ അന്തരീക്ഷം വിദ്യാഭ്യാസത്തിനും സാമ്പത്തികസ്വാതന്ത്ര്യത്തിനായി തൊഴിൽ തേടുന്നതിനും ഒക്കെ സ്ത്രീകൾക്ക് അവസരങ്ങൾ സൃഷ്ടിച്ചിട്ടുണ്ട്. എന്നാൽ ഇന്ത്യ സ്വീകരിച്ച മുതലാളിത്ത വികസനപാത ഭാഗികമായി മാത്രം തകർന്ന യാഥാസ്ഥിതിക പാരമ്പര്യത്തിന്റെ പഴയ ചങ്ങലകൾക്കൊപ്പം ചൂഷണത്തിന്റെ പുതിയ ചങ്ങലകൾ സ്ത്രീകൾക്കുമേൽ അടിച്ചേല്പ്പിച്ചിരിക്കുന്നുവെന്ന് ഇ എം എസ് ചൂണ്ടിക്കാട്ടുന്നു. തൊഴിൽ,

കൂലി, തൊഴിൽ സാഹചര്യം, കടം, നികുതി, മറ്റ് ബാദ്ധ്യതകൾ, കുതിച്ചുയരുന്ന ജീവിതച്ചെലവ് തുടങ്ങി തൊഴിലാളിവർഗ്ഗത്തെ ബാധിക്കുന്ന എല്ലാ പ്രശ്നങ്ങളുടെയും പ്രത്യാഘാതം പുരുഷന്മാരേക്കാൾ തൊഴിലാളി സ്ത്രീകളാണ് കൂടുതൽ അനുഭവിക്കുന്നത്.

> അവസാനം മാത്രം ജോലിക്കായി പരിഗണിക്കപ്പെടുന്നതും ആദ്യം ജോലിയിൽ നിന്ന് പിരിച്ചയയ്ക്കപ്പെടുന്നതും സ്ത്രീകളാണ്. ഒരേ തൊഴിലിന് പുരുഷന്മാരെക്കാൾ കുറഞ്ഞ കൂലിക്ക് അവർ പണിയെടുക്കേണ്ടിവരുന്നു. പകൽ ഫാക്ടറിയിലും ഓഫീസിലും പാടത്തും പണിയെടുത്തശേഷം വീട്ടിലെത്തി അവിടത്തെ നടുവൊടിക്കുന്ന ജോലികളെല്ലാം അവർക്ക് തന്നെ നിർവ്വഹിക്കേണ്ടിവരുന്നു. നല്ലൊരു പങ്ക് സ്ത്രീകൾക്കും തൊഴിലിടങ്ങളിൽ പോകുമ്പോഴും വരുമ്പോഴും ആക്ഷേപം നേരിടേണ്ടി വരികയും തെരുവുകളിൽ റൗഡികളുടെ ലൈംഗികപീഡനങ്ങൾക്കെതിരെ ഭയന്ന് ജീവിക്കേണ്ടിവരികയും ചെയ്യുന്നു; അവർ സ്ത്രീകളായതുകൊണ്ടുമാത്രം (*Perspective of the Women's Movement* - Selected writings പേജ് 251).

പുരുഷാധിപത്യത്തിനെതിരെ

പിതൃമേധാവിത്ത അധികാരബന്ധത്തിന്റെ പ്രായോഗികാനുഭവമെന്ന നിലയിലാണ് സമൂഹത്തിന്റെ സകലമേഖലകളിലും ബന്ധങ്ങളിലും പുരുഷാധിപത്യം നിലനില്ക്കുന്നത്. സമ്പത്തിനുമേൽ, അധികാരത്തിൽ, സംസ്കാരത്തിൽ, രാഷ്ട്രീയത്തിൽ, ലൈംഗികതയിൽ, കുടുംബത്തിൽ എല്ലാം പുരുഷാധിപത്യം പ്രവർത്തിക്കുന്നുണ്ട്. സ്ത്രീവിമോചനത്തിനായുള്ള ഏതു പ്രവർത്തനവും ചിന്തയും അതുകൊണ്ടുതന്നെ പുരുഷാധിപത്യത്തിനെതിരായ പ്രതികരണം കൂടിയായേ മതിയാവൂ. മാർക്സിസ്റ്റ് സ്ത്രീവിമോചന കാഴ്ചപ്പാടുകളെ ചോദ്യം ചെയ്യുന്നവരുടെ പതിവ് വിമർശനം മാർക്സിസം വർഗ്ഗപരമായ വിശകലനത്തിന് പ്രാധാന്യം കൊടുക്കുകയും ലിംഗപരമായ വിവേചനങ്ങളെ അവഗണിക്കുകയും ചെയ്യുന്നു എന്നുള്ളതാണ്. പുരുഷാധിപത്യത്തിനെതിരായ പോരാട്ടങ്ങളെ മാർക്സിസ്റ്റ് സിദ്ധാന്തവും അതിന്റടിസ്ഥാനത്തിൽ പ്രവർത്തിക്കുന്ന രാഷ്ട്രീയപ്പാർട്ടികളും പൂർണ്ണമായും അവഗണിക്കുന്നു എന്ന, ബൂർഷാ ഫെമിനിസ്റ്റുകളുടെ മുനയൊടിഞ്ഞ വിമർശനത്തിന്റെ തണൽപറ്റിയാണ് ഇ എം എസിന്റെ സ്ത്രീവിമോചനചിന്തകളെ ദേവിക ചോദ്യം ചെയ്യുന്നത്.

സ്ത്രീയുടെ അധമപദവിയും വർഗ്ഗചൂഷണവും തമ്മിലുള്ള വൈരുദ്ധ്യാത്മകബന്ധത്തെക്കുറിച്ച് മാർക്സിസത്തിന് ഉറച്ച ധാരണയുണ്ട്. എംഗൽസിനെ ഉപജീവിച്ചുകൊണ്ട് ഇ എം എസ് വ്യക്തമാക്കുന്നു.

> ചൂഷക–ചൂഷിതവിഭജനം വ്യക്തമായ രൂപം കൈക്കൊള്ളുന്നതിനു

> മുമ്പുതന്നെ, സ്ത്രീസമൂഹം പുരുഷമേധാവിത്വത്തിന് കീഴ്പ്പെടാൻ തുടങ്ങിയിരുന്നു. വർഗ്ഗസമൂഹത്തിന്റെ ഓരോ ഘട്ടത്തിലും – അടിമത്തം, അടിയായ്മ, മുതലാളിത്തം എന്നിവയിലൊക്കെ – ചൂഷിതജനവിഭാഗങ്ങളാകെ ചൂഷകരാൽ അടിച്ചമർത്തപ്പെട്ടിരുന്നെങ്കിൽ, ചൂഷകരിലും ചൂഷിതരിലുംപെട്ട സ്ത്രീവിഭാഗം അതാത് വർഗ്ഗങ്ങളിൽപ്പെട്ട പുരുഷവിഭാഗത്തിന്റെ മേൽക്കോയ്മയ്ക്കും ഇരയായിരുന്നു. മുതലാളിത്തസമൂഹത്തിലും ഇത് തുടരുകയാണ് (*തൊഴിലാളിവർഗ്ഗപ്രസ്ഥാനവും സ്ത്രീകളും*, പേജ് 6).

പുരുഷാധിപത്യം എന്നത് സാമൂഹ്യ – സാമ്പത്തിക ഘടകങ്ങളുമായി ഒരു ബന്ധവുമില്ലാതെ സമൂഹത്തിൽ സ്വതന്ത്രമായി പ്രവർത്തിക്കുന്ന അധികാരബന്ധമായി കാണുന്ന ഫെമിനിസ്റ്റ് നിലപാടിനെ മാർക്സിസം നിരാകരിക്കുന്നു. സാമൂഹ്യ–സാമ്പത്തികബന്ധങ്ങൾ, സംസ്കാരം, കാലം, ദേശം, ഭരണകൂടത്തിന്റെ സ്വഭാവം, മതം തുടങ്ങി നിരവധി ഘടകങ്ങൾ ചേർന്നാണ് പുരുഷാധിപത്യത്തിന്റെ സ്വഭാവം നിർണ്ണയിക്കുന്നത്.

കേരളസമൂഹത്തിൽ നിർണ്ണായകസ്വാധീനം ചെലുത്തുന്ന യാഥാസ്ഥിതിക മൂല്യസങ്കല്പങ്ങളിൽ, സ്ത്രീപുരുഷബന്ധത്തിൽ, കുടുംബത്തിൽ, രാഷ്ട്രീയപ്പാർട്ടികളിൽ എന്നിങ്ങനെ നിരവധിതലങ്ങളിൽ പുരുഷാധിപത്യം എങ്ങനെ പ്രവർത്തിക്കുന്നുവെന്ന് ഇ എം എസ് നിരീക്ഷിക്കുകയും പ്രതികരിക്കുകയും ചെയ്തിട്ടുണ്ട്. മഹാകവി വള്ളത്തോളിന്റെ *സ്ത്രീ* എന്ന കവിതാസമാഹാരത്തിന് 1944 ൽ ഇ എം എസ് എഴുതിയ അവതാരിക മലയാളത്തിലെ ആദ്യ മാർക്സിസ്റ്റ് ഫെമിനിസ്റ്റ് നിരൂപണമായി കാണാം. സമകാലിക കേരളസമൂഹത്തെ വിലയിരുത്തിക്കൊണ്ട് സ്ത്രീ പുരുഷപ്രണയത്തെ നിർണ്ണയിക്കുന്നത് വ്യക്തിപ്രേമമല്ല, പുരുഷാധിപത്യപരമായ സങ്കല്പങ്ങളും ജാതിമേധാവിത്വവും ആണെന്ന് ഈ സമാഹാരത്തിലെ 'രാധയുടെ കൃതാർത്ഥത, 'ജാതിപ്രഭാവം' എന്നീ കവിതകളെ മുൻനിർത്തി ഇ എം എസ് വിമർശിക്കുന്നു.

> പ്രേമത്തെക്കുറിച്ചും ദാമ്പത്യത്തെക്കുറിച്ചും മറ്റുമുള്ള നീണ്ട നീണ്ട പ്രസംഗങ്ങളൊന്നും തന്നെ ഇന്നത്തെ സമുദായത്തിൽ സ്ത്രീയെ സഹായിക്കുന്നില്ല; അവളെ ഇഷ്ടംപോലെ വെടിയാനും കൈക്കൊള്ളാനും ആഗ്രഹിക്കുന്ന പുരുഷനുമാത്രമാണതുകൊണ്ട് പ്രയോജനമുള്ളത് എന്ന വാസ്തവമാണ് ഈ കവിതകൾ നമുക്കു കാണിച്ചു തരുന്നത് (*ഇ എം എസിന്റെ സമ്പൂർണ്ണകൃതികൾ* – സഞ്ചിക 4 പേജ് 305).

മഹാകവി വള്ളത്തോളിന്റെ *ഒടുക്കത്തെക്കുറിപ്പ്* എന്ന കവിതയിൽ കാമുകനാൽ വഞ്ചിക്കപ്പെട്ട ഭാമ കാമുകന്റെ ഭാര്യയോട് പറയുന്നു;

"എൻപ്രിയാവരജനീ സുഭദ്രേ; തവകാന്ത–

നെന്റെയീവയറ്റിലെപ്പൈതലിൻ പിതാവത്രെ.
എന്തിതിൽത്തെറ്റദ്ധീരന്നംഗനമാരെ സ്വൈരം
ഹന്ത! കൈക്കൊള്ളാം തള്ളാം-സ്വതന്ത്രനല്ലോ പുമാൻ."

ഈ കവിതയിൽ തനിക്കേറ്റവും ഹൃദയംഗമമായി തോന്നിയത് ഈ വരികളാണെന്നു പറഞ്ഞുകൊണ്ട് പ്രേമത്തെയും ദാമ്പത്യത്തെയും നിയന്ത്രിക്കുന്ന ആൺകോയ്മയെക്കുറിച്ചുള്ള മാർക്സിസ്റ്റ് വീക്ഷണം ഇ എം എസ് ഓർമ്മിപ്പിക്കുന്നു;

> അംഗനമാരെ സ്വൈരം ഹന്ത കൈക്കൊള്ളാം തള്ളാം സ്വതന്ത്രനല്ലോ പുമാൻ എന്നു ഭാമയെക്കൊണ്ടു പറയിക്കുന്ന മഹാകവി, എംഗൽസിന്റെ ഈ അഭിപ്രായത്തെയാണ് നമുക്കു പറഞ്ഞുതരുന്നത്: ഒരു പുരുഷന് ഒരു ഭാര്യ മാത്രമേ പാടുള്ളൂ എന്ന നിയമം മനുഷ്യസമുദായത്തിന്റെ ചരിത്രത്തിൽ വന്നത് പുരുഷനും സ്ത്രീയും തമ്മിൽ യോജിച്ചതിനാലല്ല; സ്ത്രീപുരുഷന്മാരുടെ ഐക്യത്തിന്റെ ഉൽക്കൃഷ്ടരൂപമായ ഏകപത്നീനിയമം നടപ്പിൽ വന്നത്, പുരുഷൻ സ്ത്രീയെ അടിമയാക്കി വയ്ക്കുകയെന്നതിന്റെ പ്രത്യക്ഷരൂപമായാണ്. പുരുഷനും സ്ത്രീയും തമ്മിൽ ഇതേവരെ നടന്നിട്ടില്ലാത്തത്ര വമ്പിച്ച ഒരു സമരത്തെയാണിതു കുറിക്കുന്നത്. (അതേ പുസ്തകം പേജ് 309)

എംഗൽസിന്റെ വാക്കുകൾ ഉദ്ധരിച്ചതിനുശേഷം ഇ എം എസ് കൂട്ടിച്ചേർക്കുന്നു;

> ഒരു കമ്യൂണിസ്റ്റായ ഞാൻ എന്റെ വർഗ്ഗസമരസിദ്ധാന്തം മഹാകവിയുടെ കവിതകൾക്കകത്തു കുത്തിത്തിരുകുകയാണ് ചെയ്യുന്നതെന്നു പറയുന്നവരുണ്ടാകാം; പുരുഷനും സ്ത്രീയും തമ്മിലുണ്ടാവേണ്ടതായ സ്നേഹബന്ധത്തിനകത്ത് പരസ്പരവിദ്വേഷത്തിന്റെ വിഷം കുത്തിവയ്ക്കുകയാണെന്ന് ആക്ഷേപിക്കുന്നവരുണ്ടാകാം. അവരോട് എനിക്കൊന്നേ പറയാനുള്ളൂ. ഇതിലുള്ള *മദിരാശി കടപ്പുറവും ബഹിഷ്കൃതയായ അന്തർജ്ജനവും* ഒന്നു വായിച്ചുനോക്കുക. അതു രണ്ടും വായിച്ചിട്ടു പിന്നെയും ഇന്നത്തെ പുരുഷമേധാവിത്വത്തിനെതിരെ ദേഷ്യം തോന്നാത്തവരായിട്ടാരെങ്കിലും ഉണ്ടെങ്കിൽ, അവരുടെ സഹൃദയത്വാഭിമാനത്തോട് എനിക്ക് അനുകമ്പയാണുള്ളത് (അവിടെത്തന്നെ).

ഇവിടെ ഇ എം എസ് ഉദാഹരിക്കുന്ന *മദിരാശികടപ്പുറവും ബഹിഷ്കൃതയായ അന്തർജ്ജനവും* സമൂഹത്തിലും സമുദായത്തിനുള്ളിലും സ്ത്രീയെ അടിച്ചമർത്തുന്ന പുരുഷാധിപത്യപ്രവണതകളെക്കുറിച്ചുള്ള കവിതകളാണ്. ഭർത്താവു മരിച്ചാൽ സ്ത്രീക്കു മരണതുല്യമായ വൈധവ്യജീവിതവും ഭാര്യയുണ്ടെങ്കിലും മരിച്ചാലും ഇഷ്ടംപോലെ വിവാഹം

കഴിക്കാമെന്ന് പുരുഷന് സ്വതന്ത്ര ജീവിതവും വിധിക്കുന്ന ആചാരങ്ങളെ ചോദ്യം ചെയ്യുന്ന വള്ളത്തോളിന്റെ വരികളിൽ ഇ എം എസ് കണ്ടെത്തുന്നത് സ്ത്രീയുടെ വീട്ടടിമത്തത്തെക്കുറിച്ചുള്ള എംഗൽസിന്റെ നിരീക്ഷണങ്ങൾ തന്നെയാണ്.

പുരുഷാധിപത്യത്തെ സ്ത്രീപുരുഷബന്ധത്തിൽ മാത്രം പ്രവർത്തിക്കുന്ന ഒരു അധികാരവ്യവസ്ഥയായി ഇ എം എസ് ചുരുക്കിക്കാണുന്നില്ല. സമൂഹത്തിന്റെ എല്ലാ മണ്ഡലങ്ങളിലും ഈ അധികാരവ്യവസ്ഥയാണ് നിലനില്ക്കുന്നത്. ഇതിന്റെ പ്രത്യാഘാതമാണ് നമ്പൂതിരി സമുദായത്തിൽ സ്ത്രീകൾ അനുഭവിക്കുന്ന നരകതുല്യമായ ജീവിതമെന്ന് ഇ എം എസ് ചൂണ്ടിക്കാട്ടുന്നു. "ദേശീയസ്വാതന്ത്ര്യസമരത്തിലും കർഷക-തൊഴിലാളി സമരങ്ങളിലും സ്ത്രീകൾ നിർണ്ണായക പങ്കുവഹിച്ചിട്ടുണ്ട്. എന്നാൽ ജനസംഖ്യയിൽ പകുതിയോളം വരുന്ന സ്ത്രീകൾ ഇന്നു നിർവ്വഹിക്കുന്ന സാമൂഹ്യാദ്ധ്വാനത്തിന് തുല്യമായ പദവി രാഷ്ട്രീയരംഗത്തോ സാമൂഹ്യസാംസ്കാരികരംഗങ്ങളിലോ അവർക്ക് ലഭിക്കുന്നില്ല. പൂർണ്ണമായ സ്ത്രീപുരുഷ തുല്യത നേടുന്നതിനായുള്ള ആത്മാർത്ഥ ശ്രമങ്ങളോട് നിഷ്ക്രിയത്വം പാലിക്കുന്ന നിരവധിപേരെ പുരോഗമന വിപ്ലവ പാർട്ടികളിലും സംഘടനകളിലും കാണാനാവു"മെന്ന് ഇ എം എസ് ജാഗ്രതപ്പെടുത്തുന്നുണ്ട്. (*Perspective of the women's Movement, Selected Writings* പേജ് 253)

സ്ത്രീവിമോചനത്തെക്കുറിച്ച് അനുകൂലമായി സംസാരിക്കുകയും പ്രവർത്തിക്കുകയും ചെയ്യുന്നവരുടെ പോലും ഉപബോധമനസ്സിൽ വേരുറച്ചിട്ടുള്ള ആൺകോയ്മയെക്കുറിച്ച് മുന്നറിയിപ്പു തരുന്ന ഇ എം എസ്, ലെനിന്റെ വാക്കുകളാണ് ഓർമ്മിപ്പിക്കുന്നത്. ജർമ്മൻ കമ്യൂണിസ്റ്റു നേതാവായിരുന്ന ക്ലാരസെത്കിനുമായുള്ള അഭിമുഖത്തിൽ ലെനിൻ പറയുന്നു:

> ഒരു കമ്യൂണിസ്റ്റുകാരനെ ചൊറിഞ്ഞാൽ ഒരു ഫിലിസ്റ്റൈനെ (സങ്കുചിതമനഃസ്ഥിതിക്കാരൻ, അപരിഷ്കൃതൻ എന്നൊക്കെ തർജ്ജമ ചെയ്യാം) കണ്ടെത്താമെന്ന് നിർഭാഗ്യവശാൽ നമ്മുടെ പല സഖാക്കളെക്കുറിച്ചും തീർത്തു പറയാവുന്നതാണ്. സൂക്ഷ്മവേദിയായ ഒരിടത്തായിരിക്കണം ചൊറിയുന്നതെന്നു മാത്രം; സ്ത്രീകളോടുള്ള മനശ്ശാസ്ത്രപരമായ പ്രതികരണമാണത്.

കുടുംബത്തിനുള്ളിലെ സ്ത്രീപുരുഷ അദ്ധ്വാനവിഭജനത്തിലെ അനീതി ഏതു വർഗ്ഗത്തിലെയും സ്ത്രീകൾ വീടിനുള്ളിൽ അനുഭവിക്കുന്ന പുരുഷാധിപത്യത്തിന്റെ സൃഷ്ടിയാണെന്ന് ലെനിൻ ചൂണ്ടിക്കാട്ടുന്നു. പ്രത്യുല്പാദനവും ഉല്പാദനവും കൂടിക്കുഴഞ്ഞുകിടക്കുന്ന കുടുംബധർമ്മങ്ങളുടെ ഭാരം പേറേണ്ടിവരുന്ന സ്ത്രീയെ 'വീട്ടടിമ' എന്നു വിളിച്ചത് ഒന്നര നൂറ്റാണ്ടുമുമ്പ് എംഗൽസാണ്. പുരുഷാധിപത്യം സ്ത്രീയുടെ സ്വതന്ത്രവ്യക്തിത്വത്തിനും ലൈംഗികതയ്ക്കും മേലുള്ള പുരുഷന്റെ ആധിപത്യം മാത്രമായി പരിമിതപ്പെടുത്തുകയും അങ്ങനെ കേവലം പുരു

ഷനെ ശത്രുപക്ഷത്ത് നിർത്തുകയും ചെയ്യുന്നതിലൂടെ സ്ത്രീപ്രശ്ന ത്തിന്റെ സാമൂഹിക സാമ്പത്തിക ഘടകങ്ങളെ അവഗണിക്കുകയും സ്ത്രീവിമോചനപ്പോരാട്ടങ്ങളെ വഴിതെറ്റിക്കുകയുമാണ് സ്വതന്ത്രസ്ത്രീ രാഷ്ട്രീയവാദക്കാർ എന്ന് സ്വയം അവകാശപ്പെടുന്നവർ ചെയ്യുന്നത്. ഇതിന് ലോകബാങ്കിന്റെയടക്കം ആഗോളസാമ്പത്തിക ഏജൻസികളു ടെയും ഫണ്ടിങ് സംഘടനകളുടെയും അനുഗ്രഹാശിസ്സുകൾ വേണ്ടു വോളം ലഭിക്കുകയും ചെയ്യും. ആഗോളവത്ക്കരണത്തിനും സാമ്രാജ്യ ത്വത്തിനും എതിരായി ലോകത്ത് വിവിധ രാജ്യങ്ങളിൽ നടക്കുന്ന സമര ങ്ങളിൽ ഇടതുപക്ഷത്തോടൊപ്പം നിലപാടെടുക്കാൻ ഇന്ന് പല സ്വതന്ത്രവനിതാസംഘടനകളും തയ്യാറാകുന്നത് സ്ത്രീപ്രശ്നത്തിന്റെ സാമ്പത്തിക- രാഷ്ട്രീയ ബന്ധം തിരിച്ചറിഞ്ഞുകൊണ്ടുതന്നെയാണ്. ഇന്ത്യൻ സമൂഹത്തിൽ സ്ത്രീ ലിംഗം, വർഗ്ഗം, ജാതി എന്നിങ്ങനെ മൂന്നു തരത്തിലുള്ള ചൂഷണത്തിന് വിധേയയാകുന്നുവെന്ന് സി പി ഐ എമ്മിന്റെ പാർട്ടി പരിപാടി ചൂണ്ടിക്കാട്ടുമ്പോൾ പുരുഷാധിപത്യ അധി കാരവ്യവസ്ഥയുടെ സങ്കീർണ്ണതയെയാണ് സൂചിപ്പിക്കുന്നത്.

ഇ എം എസ് ജനറൽ സെക്രട്ടറിയായിരുന്ന കാലയളവിൽ നടന്ന പാർട്ടി കോൺഗ്രസുകളുടെ രേഖകളിലും *ചിന്ത* വാരികയിൽ അദ്ദേഹം കൈകാര്യം ചെയ്ത ചോദ്യോത്തര പംക്തിയിലും സി പി ഐ (എം)ന്റെ മെമ്പർഷിപ്പിൽ സ്ത്രീകളുടെ എണ്ണം കുറഞ്ഞിരിക്കുന്നതിനെക്കുറിച്ച് വിമർശനാത്മകമായി പരിശോധിക്കുന്നുണ്ട്. ഇടതുപക്ഷപ്പാർട്ടികളിൽ, വിശേഷിച്ച് സി പി ഐ (എം) ൽ പുരുഷാധിപത്യം നിലനില്ക്കുന്നു വെന്നും ഇടതുപക്ഷ രാഷ്ട്രീയം സ്ത്രീകളെയും സ്ത്രീപ്രശ്നങ്ങളെയും അവഗണിക്കുന്നുവെന്നും നിരന്തരം വിമർശിക്കുന്നവരാണ് കേരളത്തിലെ സ്വതന്ത്രബുദ്ധിജീവികൾ. (എന്തുകൊണ്ടവർ വലതുപക്ഷ പാർട്ടികളെ സ്പർശിക്കുന്നതേയില്ല എന്ന് ചോദിക്കരുത്. ഇടതുപക്ഷത്തെ വിമർശി ക്കുന്നതിലൂടെ 'യഥാർത്ഥ' ഇടതുപക്ഷമാകുമെന്ന് ഇവർ എങ്ങനെയോ ധരിച്ചുവച്ചിരിക്കുന്നു!) സി പി ഐ (എം) അടക്കമുള്ള രാഷ്ട്രീയപ്പാർട്ടി കൾ ഈ സമൂഹത്തിന്റെ ഭാഗമാണ്. ഇന്ത്യൻ സമൂഹത്തിൽ പ്രവർത്തി ക്കുന്ന പുരുഷാധിപത്യ അധികാരവ്യവസ്ഥ രാഷ്ട്രീയ പാർട്ടികളിലും ബഹുജനസംഘടനകളിലും ട്രേഡ്യൂണിയനുകൾക്കുള്ളിലും പ്രത്യക്ഷ പ്പെടുക എന്നത് സ്വാഭാവികമാണ്. അത് സ്വതന്ത്രസ്ത്രീവാദ ബുദ്ധിജീവി കളുടെ ഒരു കണ്ടുപിടിത്തമായി അവതരിപ്പിക്കുന്നതാണ് അപഹാസ്യം. കാരണം ഇത്തരം പ്രശ്നങ്ങൾ തിരിച്ചറിയാനോ ചർച്ചചെയ്യാനോ പോലും ബുദ്ധിയോ ആർജ്ജവമോ ഇല്ലാത്തവരായി ഇടതുപക്ഷപ്പാർട്ടികളിലെ പുരുഷന്മാരെയും സ്ത്രീകളെയും കാണുന്നതിലൂടെ സർവ്വതല സ്പർശി യായ പുരുഷാധിപത്യ പ്രവണതകൾക്കെതിരെ രാഷ്ട്രീയപ്പാർട്ടികളില ടക്കം നടക്കുന്ന പോരാട്ടങ്ങളെ രേഖപ്പെടുത്താനുള്ള സത്യസന്ധത നഷ്ട പ്പെട്ടവരായി നമ്മുടെ സ്വതന്ത്രബുദ്ധിജീവികൾ മാറുന്നു.

എന്നാൽ തന്റെ പാർട്ടിയിലടക്കം നിലനില്ക്കുന്ന പുരുഷാധിപത്യ

പ്രവണതകൾ അക്കമിട്ടു ചൂണ്ടിക്കാട്ടാനുള്ള സത്യസന്ധത ഇ എം എസ് കാണിക്കുന്നുണ്ട്. അദ്ദേഹം പറയുന്നു;

> ..ഇവിടെ ഒരു കാര്യം എടുത്തു പറയേണ്ടതുണ്ട്; തൊഴിലാളി-കർഷകാദി ബഹുജനങ്ങളുടെ സംഘടിത പ്രസ്ഥാനങ്ങളിലും സംഘടനകളിലും തന്നെ പുരുഷമേധാവിത്വത്തിന്റെ അംശങ്ങൾ കാണാം. ട്രേഡ് യൂണിയൻ തൊട്ടുള്ള വർഗ്ഗബഹുജന സംഘടനകളിലും സോഷ്യലിസ്റ്റ് -കമ്യൂണിസ്റ്റു പാർട്ടികളിലും സ്ത്രീകളെ അംഗങ്ങളാക്കാനും അംഗങ്ങളുടെ ഇടയിടയിൽ നിന്ന് നേതാക്കന്മാരെ തെരഞ്ഞെടുക്കാനുമുള്ള ബോധപൂർവ്വമായ ശ്രമം വേണ്ടത്ര ഉണ്ടാവുന്നില്ല. സി പി ഐ (എം)ന്റെ സംഘടനാ രേഖകളിൽ ഈ ദൗർബല്യം രൂക്ഷമായി വിമർശിക്കപ്പെടാറുണ്ട്.
>
> എങ്കിലും, പാർട്ടിയിലും വർഗ്ഗബഹുജനസംഘടനകളിലും സ്ത്രീകൾക്കുള്ള സ്ഥാനം വളരെ കുറവാണ്. ഇത് സ്വയം വിമർശനപരമായി പരിശോധിച്ചു സ്ത്രീകളുടെ എണ്ണവും ശതമാനവും വർദ്ധിപ്പിക്കാൻ ബോധപൂർവ്വമായ ശ്രമം നടത്തണം.
>
> ഇതിനു തടസ്സം നില്ക്കുന്ന രണ്ടുശക്തികൾ വർഗ്ഗബഹുജന സംഘടനകളിലും സോഷ്യലിസ്റ്റ്—കമ്യൂണിസ്റ്റ് പാർട്ടികളിലും ഉണ്ടെന്ന യാഥാർത്ഥ്യം മനസ്സിലാക്കണം.
>
> ഒന്നാമത്, വർഗ്ഗബഹുജന സംഘടനകളുടെയും പാർട്ടികളുടെയും പ്രവർത്തനത്തിൽ പുരുഷന്മാരെപ്പോലെ സജീവമായി പ്രവർത്തിക്കുന്നതിൽ സ്ത്രീകൾക്ക് ചില പരിമിതികൾ ഉണ്ടെന്ന വസ്തുനിഷ്ഠ സാഹചര്യം.
>
> പുരുഷന്മാരിൽ നിന്നു വ്യത്യസ്തമായ സ്ത്രീകൾക്കുള്ള ഈ പരിമിതികളെ ബോധപൂർവ്വം തരണം ചെയ്യാൻ വർഗ്ഗ ബഹുജന സംഘടനകളുടെയും പാർട്ടിയുടെയും നേതാക്കന്മാർ—അവരിൽ പുരുഷന്മാരായവർ തികച്ചും ബോധപൂർവ്വം പ്രവർത്തിച്ചാലേ പ്രശ്നത്തിന് പരിഹാരമാവുകയുള്ളൂ (സമാപന സമ്മേളന പ്രസംഗം- *കേരളത്തിലെ സ്ത്രീകൾ ഇന്നലെ ഇന്ന്* - സെമിനാർ 1995).

ഇവിടെ ഒരുപക്ഷേ, സ്വതന്ത്ര സ്ത്രീവാദബുദ്ധിജീവികളെ ചൊടിപ്പിക്കാൻ സാദ്ധ്യതയുള്ള ഒരു പ്രയോഗമുണ്ട്: "...അവരിൽ പുരുഷന്മാരായവർ വിശേഷിച്ചും ബോധപൂർവ്വം പ്രവർത്തിച്ചാലേ പ്രശ്നത്തിന് പരിഹാരമാവുകയുള്ളൂ." ഇ എം എസിന് നവപിതൃമേധാവിത്തത്തിന്റെ കിരീടം ചാർത്തിക്കൊടുക്കാൻ തയ്യാറായ ദേവികയെ അസ്വസ്ഥപ്പെടുത്തുന്നതും സ്ത്രീവിമോചന സമരത്തിലെ പുരുഷന്മാരുടെ പങ്കാണ്. സ്ത്രീകളുടെ വിമോചനം പരിഷ്കൃതാശയന്മാരായ പുരുഷന്മാരുടെ കൈയിലാണെന്ന പരിചിതസമുദായപരിഷ്കരണതത്ത്വത്തെ ഇ എം

എസ് പിന്താങ്ങുന്നുവെന്നതാണ് പ്രധാന ആരോപണം (*പച്ചക്കുതിര*, സെപ്തംബർ -2005). ഇത് പരിശോധിക്കപ്പെടേണ്ട ഒന്നാണ്. സാമൂഹ്യപരിഷ്കരണത്തിലും സ്ത്രീവിമോചന സമരത്തിലുമുള്ള പുരുഷന്മാരുടെയും സ്ത്രീകളുടെയും പങ്കിനെ ഇ എം എസ് എങ്ങനെയാണ് കണ്ടത്?

സാമൂഹ്യപരിഷ്കരണവും സ്ത്രീവിമോചനവും

കേരളത്തിലെ സ്ത്രീവിമോചന പ്രസ്ഥാനത്തിന്റെ ഒന്നാം ഘട്ടമായി ഇ എം എസ് അടയാളപ്പെടുത്തുന്നത് സാമൂഹ്യവും സാംസ്കാരികവുമായ നവോത്ഥാനത്തിന്റെ ഉള്ളടക്കമുണ്ടായിരുന്ന 1920 കളിലും 1930 കളിലും രൂപംകൊണ്ട സ്ത്രീവിമോചന പ്രവർത്തനങ്ങളാണ്. അതിനുമുമ്പ് ജാതിവിവേചനത്തിനെതിരെ നടന്ന പല സമരങ്ങളിലെയും സാമൂഹ്യപരിഷ്കരണ മുദ്രാവാക്യങ്ങൾ നേരിട്ടുതന്നെ സ്ത്രീജീവിതത്തെ ബാധിക്കുന്നവയായിരുന്നെങ്കിലും (മാറുമറയ്ക്കൽ സമരം, കല്ലയും മാലയും ബഹിഷ്കരണം, തിരണ്ടുകുളി, കെട്ടുകല്യാണം പോലുള്ള അനാചാരങ്ങൾക്കെതിരെ നടന്ന പ്രചരണങ്ങൾ, വിദ്യാഭ്യാസാവകാശങ്ങൾക്കു വേണ്ടിയുള്ള സമരം തുടങ്ങിയവ) നമ്പൂതിരി സമുദായത്തിൽ സ്ത്രീകളനുഭവിക്കുന്ന ദുരിതങ്ങൾക്കെതിരെ 1920 കളിൽ സമുദായത്തിനുള്ളിൽ ആരംഭിച്ച പ്രക്ഷോഭ സമരങ്ങളാണ് പുരുഷാധിപത്യത്തിനെതിരായ മുദ്രാവാക്യങ്ങൾ ആദ്യമായി സംഘടിതമായി ഉയർത്തുന്നത്. ഇത് നമ്പൂതിരി സമുദായത്തിലെ കർക്കശമായ പിതൃമേധാവിത്ത പ്രത്യയശാസ്ത്ര ചട്ടക്കൂടിനെ ചോദ്യം ചെയ്യുകയും അതുവഴി ബ്രാഹ്മണമേധാവിത്വത്തെത്തന്നെ ചോദ്യം ചെയ്യാൻ സാഹചര്യമൊരുക്കുകയും ചെയ്തു.

തന്നെപ്പോലെ നിരവധി രാഷ്ട്രീയ- സാംസ്കാരിക പ്രവർത്തകരുടെ പൊതുരംഗപ്രവേശനം നമ്പൂതിരി സമുദായത്തിൽ നടന്ന സാമൂഹിക പരിഷ്കരണപ്രവർത്തനങ്ങളിലൂടെയായിരുന്നുവെന്ന് ഇ എം എസ് തന്നെ കുറിക്കുന്നുണ്ട്. നമ്പൂതിരി സമുദായത്തിൽ നടന്ന സാമൂഹ്യ പരിഷ്കരണ പ്രവർത്തനങ്ങളുടെ ലക്ഷ്യം അന്തർജ്ജനങ്ങളെ മോചിപ്പിക്കുക മാത്രമല്ല നമ്പൂതിരി പുരുഷന്മാരെത്തന്നെ യാഥാസ്ഥിതികതയുടെ ചങ്ങലക്കെട്ടിൽനിന്ന് വിടർത്തുകയായിരുന്നുവെന്ന് ഇ എം എസ് ചൂണ്ടിക്കാട്ടുന്നു (സമാപന പ്രസംഗം- കേരളത്തിലെ സ്ത്രീകൾ-ഇന്നലെ ഇന്ന്- സെമിനാർ). 20-ാം നൂറ്റാണ്ടിന്റെ ആദ്യദശകങ്ങളിൽ കേരളത്തിലുടനീളം ചലനം സൃഷ്ടിച്ച, ജാതി വിവേചനത്തിനെതിരായ സമരങ്ങളും ഭൂപരിഷ്കരണത്തിനു വേണ്ടിയുള്ള കർഷകസമരങ്ങളും നമ്പൂതിരിമാരോട് അടുത്ത ബന്ധം പുലർത്തിയിരുന്ന നായർ സമുദായത്തിൽ ഉയർന്ന പരിഷ്കരണ പ്രവർത്തനങ്ങളും സാമ്പത്തികമായും സാംസ്കാരികമായും നമ്പൂതിരി സമുദായം കയ്യടക്കിവെച്ചിരുന്ന ആധിപത്യത്തെ ചോദ്യം ചെയ്യുന്ന ഘട്ടത്തിലാണ് നമ്പൂതിരി സമുദായത്തിനുള്ളിലും

മാറ്റത്തിനായുള്ള പ്രക്ഷോഭം നടക്കുന്നത്. വൈവാഹിക ബന്ധങ്ങൾ, അനാചാരങ്ങൾ, വേഷഭൂഷാദികളിലെ ആചാരസമ്പ്രദായങ്ങൾ എന്നിവയ്ക്കെതിരെ നടന്ന നിരവധി പ്രതിഷേധങ്ങളുടെയും പ്രത്യക്ഷസമരങ്ങളുടെയും വേലിയേറ്റം 1920 കൾ മുതൽ 1940 കൾ വരെയുള്ള കാലയളവിൽ നമ്പൂതിരി സമുദായത്തിലുണ്ടായി. കൂടുതൽ അധികാരാവകാശങ്ങൾ അനുഭവിക്കുന്ന നമ്പൂതിരി യുവാക്കൾക്ക് ആധുനിക വിദ്യാഭ്യാസം നേടുന്നതിനും പുറംലോകം പരിചയപ്പെടുന്നതിനും ആ കാലത്ത് ലഭിച്ച അവസരം അന്തർജ്ജനങ്ങൾക്ക് ലഭിക്കുന്നത് സ്വാഭാവികമായും വളരെ പതുക്കെയാണ്. അതുകൊണ്ടുതന്നെ വിവാഹം, വിദ്യാഭ്യാസം, ആചാരനിഷേധം തുടങ്ങിയ കാര്യങ്ങളിൽ പരിഷ്കൃത ചിന്താഗതിക്കാരായ നമ്പൂതിരി പുരുഷന്മാരുടെ നിലപാട് പരിഷ്കരണത്തിൽ നിർണ്ണായകപങ്ക് വഹിച്ചിട്ടുണ്ട്.

ദേവകിനിലയങ്ങോടിന്റെ ആത്മകഥയായ *നഷ്ടബോധങ്ങളില്ലാതെ*യിൽ വിദ്യാഭ്യാസം ലഭിച്ച ഏട്ടന്മാരുടെ സഹായത്തോടെ പുസ്തകങ്ങളുടെ ലോകത്തേക്ക് പ്രവേശിക്കാൻ തനിക്കും ഏട്ടത്തിന്മാർക്കും കഴിഞ്ഞതിനെക്കുറിച്ച് ഓർക്കുന്നുണ്ട്. 'പുരുഷന്മാരുടെകൂടി സഹായത്തോടെയാണ് അന്തർജ്ജനസമാജം രൂപീകരിച്ചത്' എന്നു പറയുന്നതിൽ അതിൽ പ്രവർത്തിച്ച ദേവകിനിലയങ്ങോടിന് അപമാനം തോന്നാത്തത് അതൊരു സാമൂഹ്യയാഥാർത്ഥ്യമായിരുന്നു എന്നതുകൊണ്ടാണ് (*നഷ്ട ബോധങ്ങളില്ലാതെ*- പേജ് 56). നമ്പൂതിരി സമുദായത്തിൽ, സ്ത്രീജന ജീവിതത്തെത്തന്നെ പരിഷ്കരിക്കാൻ നടന്ന പ്രവർത്തനങ്ങളിൽ യോഗക്ഷേമ സഭയ്ക്കുള്ള പങ്ക്, *ഉണ്ണിനമ്പൂതിരി* പത്രം നിർവ്വഹിച്ച പങ്ക്, *അടുക്കളയിൽ നിന്ന് അരങ്ങത്തേക്ക്, ഋതുമതി, മറക്കുടയ്ക്കുള്ളിലെ മഹാനരകം, അപ്ഫന്റെ മകൾ, സാവിത്രിക്കുട്ടി* തുടങ്ങിയ നാടകങ്ങളുടെ പങ്ക് എന്നിവ വിസ്മരിക്കുന്നത് ചരിത്രബോധത്തിന് നിരക്കുന്നതാണോ? ഇതിന്റെ തുടർച്ചയായ വികസിതരൂപമാണ് 1948 ൽ സ്ത്രീകൾ തന്നെ രചിച്ച് സ്ത്രീകൾ തന്നെ രംഗത്തവതരിപ്പിച്ച *തൊഴിൽ കേന്ദ്രത്തിലേക്ക്* എന്ന നാടകവും ഒൻപതു മാസത്തോളം സ്ത്രീകളുടെ നേതൃത്വത്തിൽ നടന്ന തൊഴിൽ കേന്ദ്രവും എന്ന് തിരിച്ചറിയാനാകാത്തത് ചരിത്രത്തെത്തന്നെ നിഷേധിക്കലല്ലേ? സാമൂഹിക പരിഷ്കരണ പ്രവർത്തനങ്ങളുടെ നേട്ടം സ്ത്രീകൾക്ക് അനുഭവിക്കാൻ കഴിഞ്ഞത് പുരുഷാധിപത്യത്തിന്റെ ഭാഗമായ ഔദാര്യമാണെന്നും പിതൃമേധാവിത്തമാണെന്നും സ്ഥാപിക്കാൻ ശ്രമിക്കുന്നത് ബാലിശമാണ്. ഇ എം എസിനെ നിരാകരിക്കാനുള്ള ആവേശത്തിൽ വി ടി ഭട്ടതിരിപ്പാട്, എം ആർ ബി, പ്രേംജി, ആര്യാപള്ളം, പാർവ്വതി നെന്മേനിമംഗലം, ദേവകി നിലയങ്ങോട് തുടങ്ങി സാമൂഹ്യപരിഷ്കരണത്തിന് പ്രതിജ്ഞാബദ്ധരായിരുന്ന നിരവധി പേരുടെ സാമൂഹ്യപ്രസക്തി കൂടിയാണ് ദേവിക ചോദ്യം ചെയ്യുന്നത്.

സാമൂഹ്യപരിഷ്കരണം പോലും പൂർണ്ണമാകണമെങ്കിൽ അതിൽ പങ്കെടുക്കുന്നവർ യാഥാസ്ഥിതിക മൂല്യബോധത്തിന്റെ തടവറകളിൽ

നിന്ന് മോചനം നേടേണ്ടതുണ്ട്. ഇത് പുറത്തു നിന്നുള്ള സഹായംകൊണ്ടുമാത്രം സാദ്ധ്യമല്ല, സ്വയം മോചിപ്പിക്കാനുള്ള ബോധവും പ്രാപ്തിയും നേടുക പ്രധാനമാണ്. ഇത് നമ്പൂതിരി സമുദായത്തിലെ പുരുഷന്മാർക്കിടയിൽ അന്തർജ്ജനങ്ങൾക്കിടയിൽ ഉണ്ടായ അത്ര പോലും നടന്നില്ല എന്നാണ് ഇ എം എസ് വിമർശനമുന്നയിക്കുന്നത്.

> അന്ന് കൈവിരലിലെണ്ണാവുന്നത്രമാത്രം നമ്പൂതിരിസ്ത്രീകൾ നടത്തിയ ഘോഷാ ബഹിഷ്കരണം ഞങ്ങളിൽ ചിലർ ഒരുദിവസം പ്രകടനപരമായി നടത്തിയ പുണൂൽ പൊട്ടിക്കലിനെക്കാൾ ഫലപ്രദമായാണ് കലാശിച്ചത്. എന്തുകൊണ്ടെന്നാൽ, അന്ന് പൂണൂൽ പൊട്ടിച്ചവർ പിന്നെയും അതിട്ടു നടന്നു; ഘോഷ ബഹിഷ്കരിച്ചവരാകട്ടെ, പിന്നീടൊരിക്കലും ഘോഷാസമ്പ്രദായത്തിലേക്ക് തിരികെപോയില്ല. അതുകഴിഞ്ഞ് മൂന്നു വ്യാഴവട്ടത്തിനു ശേഷം ഇന്നാകട്ടെ, സ്വന്തം നാട്ടിലിരിക്കുമ്പോൾ പൂണൂലിടാത്ത നമ്പൂതിരി കുറവാണ്; ഘോഷയില്ലാതെ നടക്കുന്ന നമ്പൂതിരി സ്ത്രീകൾ ധാരാളവും (*ആത്മകഥ*– പേജ് 137).

ആചാരങ്ങൾ പ്രബലമാകുന്നതും സമുദായങ്ങൾ കർക്കശമാകുന്നതും, ഇ എം എസ് സൂചിപ്പിക്കുന്ന മൂന്നു വ്യാഴവട്ടക്കാലത്തിനിടയിലും അതുകഴിഞ്ഞുമുള്ള കാലത്തുമായി കേരളസമൂഹത്തിൽ ശക്തിപ്രാപിക്കുന്ന ജാതി- സമുദായ സംഘടനകളുടെ വളർച്ചയും കമ്പോളശക്തികളുമായി ഇവയ്ക്കുള്ള ബന്ധവും എല്ലാം ചേർത്തുവെച്ചു വായിക്കേണ്ട വിഷയങ്ങളാണ്. ഇ എം എസിനെയും സഹപ്രവർത്തകരെയും സംബന്ധിച്ചിടത്തോളം സമുദായ പരിഷ്കരണം ബ്രാഹ്മണാധിപത്യത്തിനും ജന്മിത്തത്തിനുമെതിരായ സമരത്തിന്റെ ഭാഗം തന്നെയായിരുന്നു. സമുദായങ്ങൾക്കുള്ളിൽ സ്ത്രീകളനുഭവിക്കുവിച്ചിരുന്ന അടിമത്തം പുരുഷാധികാരത്തിന്റെ മാത്രമല്ല, ബ്രാഹ്മണാധിപത്യത്തിന്റെയും ജന്മിത്വത്തിന്റെയും കൂടി ഫലമാണ്. സ്ത്രീവിമോചനത്തിനായുള്ള സമരത്തെ പുരുഷാധിപത്യത്തിനും ബ്രാഹ്മണാധിപത്യത്തിനും ജന്മിത്വത്തിനും എതിരായിട്ടുള്ള സമരമായിട്ടുകൂടിയാണ് ഇ എം എസ് ഉൾക്കൊണ്ടത്. ഈ സമരത്തിന് സ്ത്രീകളെ സജ്ജരാക്കുന്നതിനുള്ള ആദ്യഘട്ടമാണ് സാമൂഹ്യ പരിഷ്ക്കരണം.

സ്ത്രീകളെക്കൂടാതെ യഥാർത്ഥത്തിൽ ഒരു ബഹുജനപ്രസ്ഥാനം സാദ്ധ്യമല്ല എന്ന് ചൂണ്ടിക്കാട്ടുന്ന ലെനിൻ എങ്ങനെയാണ് തൊഴിലാളി സ്ത്രീകളെയും കർഷക സ്ത്രീകളെയും ഇടത്തരക്കാരിൽപ്പെട്ട സ്ത്രീകളുമെല്ലാം സാമൂഹ്യമാറ്റത്തിനായി സംഘടിപ്പിക്കേണ്ടത് എന്ന പ്രശ്നം വിപ്ലവാനന്തര റഷ്യയിലെ അനുഭവത്തിന്റെ പശ്ചാത്തലത്തിൽ ചർച്ച ചെയ്യുന്നുണ്ട്.

> ..സ്ത്രീകളുടെ നന്മയ്ക്കുള്ള ആവശ്യങ്ങൾ നാം മുന്നോട്ടു വയ്ക്കു

ന്നത് തികച്ചും ശരിയാണ്....... പരിഷ്കരണ നടപടികൾകൊണ്ട് സ്ത്രീജനങ്ങളെ സാന്ത്വനപ്പെടുത്താനും വിപ്ലവ സമരത്തിന്റെ പാതയിൽ നിന്നും അവരുടെ ശ്രദ്ധ തിരിക്കാനുമുള്ള ഒരു ശ്രമവുമല്ല ഇത്. ഇതിന് പരിഷ്കരണവാദപരമായ തട്ടിപ്പുമായി യാതൊരുബന്ധവുമില്ല. ബൂർഷ്വാ വ്യവസ്ഥയിൻ കീഴിൽ ദുർബ്ബലരും അവകാശഹിതരുമായ സ്ത്രീകൾക്ക് അനുഭവിക്കേണ്ടിവരുന്ന ഭയങ്കര കഷ്ടപ്പാടിൽ നിന്നും ലജ്ജാകരമായ അപമാനത്തിൽ നിന്നും പ്രായോഗികമായി ഉളവാകുന്നതുമാത്രമാണ് നമ്മുടെ ആവശ്യങ്ങൾ. ഈ ആവശ്യങ്ങൾ നമുക്കറിയാമെന്നും സ്ത്രീകളനുഭവിക്കുന്ന മർദ്ദനവും പുരുഷന്മാരനുഭവിക്കുന്ന വിശേഷാവകാശങ്ങളും നമുക്കനുഭവപ്പെടുന്നുണ്ടെന്നും, പണിയെടുക്കുന്ന സ്ത്രീകളെയും തൊഴിലാളികളുടെ ഭാര്യമാരെയും കർഷക സ്ത്രീകളെയും ചെറുകിട ജീവനക്കാരുടെ ഭാര്യമാരെയും മാത്രമല്ല, പലകാര്യങ്ങളിലും ധനികവർഗ്ഗങ്ങളിൽപ്പെട്ട സ്ത്രീകളെപ്പോലും മർദ്ദിക്കുകയും ബുദ്ധിമുട്ടിക്കുകയും ചെയ്യുന്ന സർവ്വതിനെയും നാം വെറുക്കുകയും തുടച്ചു നീക്കുവാൻ ആഗ്രഹിക്കുകയും ചെയ്യുന്നുണ്ടെന്നുമുള്ളതിന്റെ തെളിവാണിത്. സ്ത്രീകളുടെ താല്പര്യങ്ങൾ നമുക്ക് മനസ്സിലാകുന്നുണ്ടെന്നും തൊഴിലാളിവർഗ്ഗ സർവ്വാധിപത്യത്തിൽ കീഴിൽ നാമവ ശ്രദ്ധിക്കുമെന്നുള്ളതിന്റെ തെളിവാണ് ബൂർഷ്വാ വ്യവസ്ഥിതിയിൽ നിന്ന് സ്ത്രീകൾക്കു വേണ്ടി നാം ആവശ്യപ്പെടുന്ന അവകാശങ്ങളും സാമൂഹ്യ നടപടികളും. പക്ഷേ, അവ ശ്രദ്ധിക്കുന്നത് തീർച്ചയായും രക്ഷാധികാരത്തിന്റെ മയക്കുമരുന്നുകൾ കൊടുത്തുകൊണ്ടായിരിക്കില്ല, വിപ്ലവകാരികളെപ്പോലെയായിരിക്കും. സമ്പദ്ഘടനയും ആശയപരമായ ഉപരിഹർമ്മ്യവും പുതുക്കിപ്പണിയുന്നതിൽ തുല്യപങ്കാളികളായി പങ്കെടുക്കാൻ സ്ത്രീകളെ ഉദ്ബോധിപ്പിച്ചു കൊണ്ടായിരിക്കും (*ലെനിനെക്കുറിച്ചുള്ള എന്റെ ഓർമ്മകൾ* – ക്ലാരസെത്കിൻ).

സാമൂഹ്യപരിഷ്കരണത്തിലേർപ്പെട്ടു തുടങ്ങുന്ന കാലത്ത് ഇ എം എസിന് കമ്യൂണിസ്റ്റ് പാർട്ടി ബന്ധമുണ്ടായിരുന്നില്ല എങ്കിൽകൂടി അന്നത്തേയും പിന്നത്തേയും നിലപാടുകളിൽ അടിസ്ഥാനപരമായ മാറ്റങ്ങൾ കാണുന്നില്ല. ലെനിൻ സൂചിപ്പിക്കുന്നതുപോലെ സ്ത്രീകളെ പുരുഷനൊപ്പം സാമൂഹ്യനിർമ്മിതിയിൽ തുല്യപങ്കാളികളാക്കുക എന്നതിനർത്ഥം പുരുഷന്മാർ ഒന്നടങ്കം വിപ്ലവകാരികളായി മാറിയെന്നും സ്ത്രീസമൂഹം ഒന്നാകെ അടിമത്തത്തിൽ നിന്നു കരകയറാൻ അവരുടെ ഔദാര്യത്തിനായി കാത്തുനില്ക്കുന്നു എന്നൊന്നുമല്ല. നമ്പൂതിരിമാരുടെ സാമൂഹ്യപരിഷ്കരണത്തെ ഉൾക്കൊള്ളാൻ വലിയൊരു വിഭാഗം നമ്പൂതിരിമാർ തയ്യാറാകാതിരുന്നതും സാമൂഹ്യപരിഷ്കർത്താക്കളായ നമ്പൂതിരിമാരുടെ ഇടയിൽത്തന്നെ 'യഥാർത്ഥ'മായ ബ്രാഹ്മണസംസ്കാര

ത്തിന്റെ കാതലായ ഭാഗം നിലനിന്നു കാണാനാഗ്രഹിച്ചവർ ഉണ്ടായിരുന്നു എന്നതും *ആത്മകഥ*യിൽ ഇ എം എസ് ചൂണ്ടിക്കാട്ടുന്നുണ്ട് (പേജ് 133).

സമൂഹത്തിൽ ചൂഷണവും അടിച്ചമർത്തലും നേരിടുന്ന സ്ത്രീകളുടെ മാത്രമല്ല, പുരുഷന്മാരുടെയും വിമോചനത്തിന് നേതൃത്വം കൊടുക്കുകയെന്ന ഉത്തരവാദിത്വം ഏറ്റെടുക്കലാണ് ഒരു വിപ്ലവകാരിയുടെ കടമയെന്ന് ഇ എം എസിനെ പഠിപ്പിച്ചത് കമ്യൂണിസ്റ്റ് രാഷ്ട്രീയ ബോധമാണ്. എന്നാൽ സ്ത്രീകൾ അനുഭവിച്ചുവരുന്ന പുരുഷാധിപത്യത്തിന്റെയും ജാതിമേധാവിത്തത്തിന്റെയും ജന്മിത്തത്തിന്റെയും അടിച്ചമർത്തലുകളിൽനിന്ന് അവരെ മോചിപ്പിക്കാൻ നടന്ന സാമൂഹ്യപരിഷ്കരണ പ്രവർത്തനങ്ങളിലൂടെ സ്ത്രീവിമോചനം എന്ന ആത്യന്തിക ലക്ഷ്യം നേടാനായി എന്ന അബദ്ധധാരണ ഇ എം എസിനുണ്ടായിരുന്നില്ല, കമ്യൂണിസ്റ്റു രാഷ്ട്രീയത്തിൽ വിശ്വസിക്കുന്ന ഒരാൾക്കും അതുണ്ടാവുകയില്ല. ലെനിൻ ചൂണ്ടിക്കാട്ടിയതുപോലെ സ്ത്രീകളുടെ കഷ്ടപ്പാടുകളിൽനിന്നുള്ള മോചനം വിപ്ലവപ്രസ്ഥാനങ്ങളിലേക്ക് സ്ത്രീകളെ ആകർഷിക്കുന്നതിനുള്ള സാഹചര്യമൊരുക്കുക മാത്രമാണ് ചെയ്യുന്നത്. സാമൂഹ്യപരിഷ്കണം ബൂർഷ്വാജനാധിപത്യത്തിന്റെ ആവശ്യങ്ങളാണ് നിറവേറ്റുന്നത്. പക്ഷേ, ഈ ആവശ്യങ്ങൾ പ്രധാനമാണ്. വിവാഹമോചനത്തെക്കുറിച്ചുള്ള ചർച്ചയിൽ ലെനിൻ പറയുന്നു;

> പരിപൂർണ്ണമായ വിവാഹമോചന സ്വാതന്ത്ര്യം ആവശ്യപ്പെടാതെ ഒരാൾക്ക് ജനാധിപത്യവാദിയും സോഷ്യലിസ്റ്റുമാകാൻ സാദ്ധ്യമല്ല. കാരണം, ആ സ്വാതന്ത്ര്യമില്ലെങ്കിൽ മർദ്ദിതരായ സ്ത്രീജാതി കൂടുതൽ മർദ്ദനമനുഭവിക്കുന്നു എന്നാണർത്ഥം....... ജനാധിപത്യം വർഗ്ഗമർദ്ദനനിർമ്മാർജ്ജനം ചെയ്യുന്നില്ലെന്ന് മാർക്സിസ്റ്റുകൾക്കറിയാം. അത് വർഗ്ഗസമരത്തെ കൂടുതൽ കലർപ്പറ്റതും വ്യാപകവും പരസ്യവും നിശിതവുമാക്കുക മാത്രമാണ് ചെയ്യുന്നത് (*ലെനിൻ, സ്ത്രീകളുടെ സ്ത്രീവിമോചനത്തെപ്പറ്റി*, പേജ് 47).

സാമൂഹ്യപരിഷ്കരണ അജണ്ടയിൽനിന്ന് സ്ത്രീവിമോചനത്തിന്റെ അജണ്ടയിലേക്കുള്ള മാറ്റത്തെ ഇ എം എസ് ഇങ്ങനെ കാണുന്നു;

> കേരളത്തിൽ നടന്ന സാമൂഹ്യപരിഷ്കരണ പ്രസ്ഥാനങ്ങളും ദേശീയ സ്വാതന്ത്ര്യസമരവുമായി ബന്ധപ്പെട്ടു വളർന്ന സ്ത്രീവിമോചനപ്രസ്ഥാനവും ബൂർഷ്വാജനാധിപത്യത്തിന്റെ നാലതിരുകൾക്കകത്ത് നില്ക്കുകയായിരുന്നു. ഇതിനെ തൊഴിലാളിവർഗ്ഗ ജനാധിപത്യത്തിന്റെ പാതയിലേക്ക് നയിക്കാനാണ് ഞാനടക്കം 1930 കളിലേയും 1940 കളിലേയും യുവകേരളീയർ ശ്രമിച്ചത്. ഫ്യൂഡൽ–ബൂർഷ്വാ സമൂഹത്തിൽ ജീവിക്കുന്ന സ്ത്രീകൾ എന്ന നിലയ്ക്കും ദേശസ്നേഹികളായ ഇന്ത്യാക്കാർ എന്ന നിലയ്ക്കും

> അദ്ധ്വാനിക്കുന്ന ബഹുജനങ്ങളിൽ പകുതിയോ കൂടുതലോ വരുന്ന ഒരു ജനവിഭാഗം എന്ന നിലയ്ക്കും നേടിയെടുക്കാനുള്ള അവകാശങ്ങൾക്കുവേണ്ടി പോരാടുന്ന ഒരു ജനവിഭാഗമായി സ്ത്രീകളെ ഞങ്ങൾ കണ്ടു... പൗര, തൊഴിലാളി, സ്ത്രീ എന്നീ മൂന്നു തരത്തിൽ സ്ത്രീകൾ നേരിടുന്ന പ്രശ്നങ്ങൾക്ക് പരിഹാരം കാണാൻ ശ്രമിക്കുന്നതാണ് യഥാർത്ഥ സ്ത്രീവിമോചനപ്രസ്ഥാനം എന്ന് തൊഴിലാളിവർഗ്ഗ രാഷ്ട്രീയക്കാർ കാണുന്നു (*കേരളത്തിലെ സ്ത്രീകൾ-ഇന്നലെ, ഇന്ന്*-സെമിനാർ).

ഇന്ത്യയിൽ ഫ്യൂഡൽ ജാതിവർഗ്ഗീയ പ്രവണതകൾക്കെതിരെയും മുതലാളിത്ത ചൂഷണത്തിനെതിരെയും സന്ധിയില്ലാത്ത പോരാട്ടം സ്ത്രീ വിമോചനത്തിന് അനിവാര്യമാണെന്നു പറയുമ്പോൾത്തന്നെ ഇ എം എസ് കൂട്ടിച്ചേർക്കുന്നു;

> സ്ത്രീ വിമോചനം വർഗ്ഗസമരത്തിന്റെ ഭാഗമാണെന്ന കമ്യൂണിസ്റ്റ് ബോധം പുരുഷാധിപത്യത്തിനെതിരെ, ലിംഗതുല്യത നേടുന്നതിനായി സ്ത്രീകൾ നടത്തുന്ന സമരത്തിന് ഒരിക്കലും തടസ്സമാകരുത് (*Perspective of the Women's Movement*-പേജ് 254).

ഒന്നുകൂടി ഇ എം എസ് ജാഗ്രതപ്പെടുത്തുന്നു; "സ്ത്രീവിമോചനത്തിനായി പോരാടുന്ന ഏതു വ്യക്തിയും പ്രസ്ഥാനവും ആൺകോയ്മയുടെ ഏറ്റവും സൂക്ഷ്മമായ അംശങ്ങൾക്കെതിരെ ബോധപൂർവ്വമായ, നിരന്തര സമരം നടത്തണം."(അവിടെത്തന്നെ) 'ഇടതുപക്ഷം സ്ത്രീപ്രശ്നത്തെ ഉപജീവനപ്രശ്നമാക്കി ചുരുക്കിക്കളയുന്നു' എന്ന് ആക്ഷേപിക്കുന്നവർ തങ്ങൾക്കാക്രമിക്കാൻ പാകത്തിന് ഇ എം എസ് അടക്കമുള്ള ഇടതുപക്ഷക്കാരുടെ വാക്കുകൾ സന്ദർഭത്തിൽ നിന്നടർത്തിമാറ്റിയാണ് വിമർശിക്കുന്നത്. സ്ത്രീകളുടെ വിമോചനത്തിന് സ്ത്രീകൾ മാത്രം, ദളിതരുടെ മോചനത്തിന് ദളിതർ മാത്രം എന്നൊക്കെയുള്ള അരാഷ്ട്രീയ നിലപാടുകൾ സ്വീകരിക്കാൻ ആർക്കും അവകാശമുണ്ട്. എന്നാൽ തന്റെ കമ്യൂണിസ്റ്റ് രാഷ്ട്രീയബോധത്തിന്റെ അടിസ്ഥാനത്തിൽ ഇ എം എസ് സ്വീകരിച്ച നിലപാടുകളെ വിമർശിക്കാൻ തത്രപ്പെടുന്നവർ ഇ എം എസിനെപ്പോലും പൂർണ്ണമായി വായിക്കാൻ മെനക്കെടുന്നില്ലെന്നതാണ് വസ്തുത.

കുടുംബത്തിന്റെ ജനാധിപത്യവല്ക്കരണം

സ്ത്രീവിമോചനത്തെക്കുറിച്ചുള്ള ചർച്ചയിൽ കുടുംബം എന്ന സംവിധാനത്തെക്കുറിച്ചുള്ള നിലപാടുകളും പ്രധാനമാണ്. കുടുംബത്തെക്കുറിച്ചു പറയുമ്പോൾ രണ്ടു സങ്കല്പങ്ങളാണ് ഇ എം എസ് ചർച്ച ചെയ്യുന്നത്. ഒന്ന്, കേരളസമൂഹത്തിൽ നിലവിലുള്ള കുടുംബസംവിധാനം. ഈ പരാമർശം വരുന്നത് 1940 കളുടെ ആദ്യത്തിൽ കമ്യൂണിസ്റ്റുകാ

രുടെ ജീവിതരീതിയെക്കുറിച്ച് പരാമർശിക്കുമ്പോഴാണ്. തികച്ചും അസാധാരണമായ സംഭാഷണ–പെരുമാറ്റ രീതികളും ജീവിതശൈലിയും പ്രവൃത്തികളും കമ്യൂണിസ്റ്റുകാരെ സാധാരണക്കാരിൽ നിന്ന് അകറ്റുമെന്ന് മുന്നറിയിപ്പു നല്കുന്ന അവസരത്തിലാണ് ഇ എം എസ് കമ്യൂണിസ്റ്റുകാരൻ മറ്റുള്ളവരെപ്പോലെതന്നെ സാമൂഹ്യജീവിതവും കുടുംബജീവിതവും നയിക്കണമെന്നു പറയുന്നത്. സാധാരണ കുടുംബജീവിതത്തിൽ സ്ത്രീയെ കെട്ടിയിടുന്നതിനുള്ള തന്ത്രമാണ് ഇ എം എസ് ഇങ്ങനെ ആവിഷ്കരിച്ചതെന്ന വിചിത്രമായ വാദം വാസ്തവത്തിൽ മറുപടി അർഹിക്കുന്നില്ല (*പച്ചക്കുതിര* പേജ് 23). കാരണം ബഹുജനങ്ങളെ സംഘടിപ്പിക്കുന്ന ഒരു കമ്യൂണിസ്റ്റുകാരൻ സമൂഹത്തിൽ എങ്ങനെയാണ് ജീവിക്കേണ്ടതെന്നും പ്രവർത്തിക്കേണ്ടതെന്നും ഉള്ള രാഷ്ട്രീയ ധാരണ ഇ എം എസിന്റെ സംഭാവനയല്ല. വൈരുദ്ധ്യാത്മക ഭൗതികദർശനമാണ് സമൂഹ്യസാഹചര്യങ്ങളെ വിശകലനം ചെയ്യുവാനും തങ്ങളുടെ പ്രതികരണങ്ങൾ രൂപപ്പെടുത്താനും കമ്യൂണിസ്റ്റുകാരന് മാർഗ്ഗദർശകമായിട്ടുള്ളത്. കൂട്ടുകുടുംബവ്യവസ്ഥയിൽനിന്ന് അണുകുടുംബത്തിലേക്കുള്ള പരിവർത്തനംപോലും പൂർത്തിയാകാത്ത ഒരു സമൂഹത്തിൽ കമ്യൂണിസ്റ്റുകാർ എന്തുകൊണ്ട് കമ്യൂണുകളായി ജീവിച്ചില്ല എന്ന വിമർശനമുയർത്തുന്നത് അപഹാസ്യമാണ്. 1940 കളിലെ കാര്യം പോകട്ടെ, ഇപ്പോഴും സി പി ഐ (എം) കരുതുന്നത് ഇന്നത്തെ കുടുംബവ്യവസ്ഥ കൂടുതൽ ജനാധിപത്യവത്കരിക്കുകയാണ് ആദ്യം ചെയ്യേണ്ടത് എന്നാണ്. അതുകൊണ്ടാണ് *പാർട്ടി പരിപാടി*യിൽ ജനകീയജനാധിപത്യ വിപ്ലവത്തിന്റെ പരിപാടിയിൽ കുടുംബം ജനാധിപത്യവല്ക്കരിക്കും എന്ന് പ്രഖ്യാപിച്ചിരിക്കുന്നത്.

എന്നാൽ സോഷ്യലിസം സ്ഥാപിച്ചു കഴിഞ്ഞാലുള്ള കുടുംബത്തെക്കുറിച്ച് പറയുമ്പോൾ ഈ സാധാരണ കുടുംബത്തെക്കുറിച്ചല്ല ഇ എം എസ് പറയുന്നത്. ഒരു വർഗ്ഗരഹിത സമൂഹത്തിൽ എന്തായിരിക്കും കുടുംബബന്ധം എന്ന ചോദ്യത്തിന് എംഗൽസിന്റെ മറുപടിയാണ് ഇ എം എസ് ഉദ്ധരിക്കുന്നത്;

> പുതുതായി വന്നുചേരുന്ന സവിശേഷതകൾ എന്തെല്ലാമായിരിക്കും? അതു തീരുമാനിക്കണമെങ്കിൽ പുതിയൊരു തലമുറ, ജീവിതത്തിലൊരിക്കലും ഒരു സ്ത്രീയെ പണത്തിന്റെയോ മറ്റെന്തെങ്കിലും സാമൂഹ്യശക്തിയുടെയോ സ്വാധീനമുപയോഗിച്ച് വിധേയയാക്കാൻ അവസരം കിട്ടിയിട്ടില്ലാത്ത പുരുഷന്മാരുടെയും അതുപോലെ തന്നെ യഥാർത്ഥ പ്രേമമല്ലാതെ മറ്റെന്തെങ്കിലും പരിഗണനകൾ വെച്ചുകൊണ്ട് യാതൊരു പുരുഷനും വിധേയരാകാത്ത സ്ത്രീകളുടെയും ഒരു തലമുറ, വളർന്നതിനു ശേഷം മാത്രമേ സാധിക്കൂ. (Perspective of the Women's Movement-പേജ് 225)

ഇത്തരം ബന്ധങ്ങൾ സാദ്ധ്യമാകണമെങ്കിൽ ചൂഷകർ ചൂഷിത

രെയോ പുരുഷന്മാർ സ്ത്രീകളെയോ അമർത്തിവയ്ക്കാത്ത സ്വാതന്ത്ര്യവും ജനാധിപത്യപരവും സമത്വപൂർണ്ണവുമായ ഒരു സമൂഹം സൃഷ്ടിക്കപ്പെടേണ്ടതുണ്ടെന്നതിൽ കമ്യൂണിസ്റ്റുകാർക്ക് സംശയമില്ല. പക്ഷേ, അത്തരം ഒരു സമൂഹം സൃഷ്ടിക്കപ്പെടുന്നതുവരെ അലസമായ അധികാരഘടനയോടുകൂടി കുടുംബബന്ധങ്ങൾ ഇങ്ങനെതന്നെ തുടരട്ടെ എന്നല്ല. 'ഭർത്താവിന്റെ പരമ്പരാഗത അവകാശങ്ങളും അന്തസ്സും കാത്തു സൂക്ഷിക്കുന്ന തരത്തിലുള്ള കുടുംബത്തിനകത്തെ അദ്ധ്വാന വിഭജനത്തെക്കുറിച്ച് ലെനിനും ആധുനികകുടുംബത്തിന്റെപോലും അടിത്തറയായി വർത്തിക്കുന്ന സ്ത്രീയുടെ വീട്ടടിമത്തത്തെക്കുറിച്ച് എംഗൽസും തൊഴിലാളിയെന്ന നിലയിലും സ്ത്രീയെന്ന നിലയിലും വഹിക്കേണ്ടിവരുന്ന ഇരട്ടഭാരത്തെ ഇന്ത്യൻ സാഹചര്യത്തിൽ പരിശോധിക്കുന്ന ഇ എം എസും അസമമായ കുടുംബബന്ധങ്ങളെത്തന്നെയാണ് വിമർശനവിധേയമാക്കുന്നത്. എന്നാൽ ഈ അസമത്വം കുടുംബത്തിനുള്ളിൽ മാത്രമായി സൃഷ്ടിക്കപ്പെടുന്നതോ നിലനില്ക്കുന്നതോ അല്ല എന്നതുകൊണ്ട് ഇന്നത്തെ സാമൂഹ്യവ്യവസ്ഥയിൽ കുടുംബമെന്ന സംവിധാനത്തെ നിരാകരിക്കുന്നതുകൊണ്ട് സ്ത്രീക്ക് കൂടുതൽ സ്വാതന്ത്ര്യമോ മെച്ചപ്പെട്ട പദവിയോ ഉറപ്പാക്കാനാവില്ല. ആണിനും പെണ്ണിനും സാമ്പത്തിക സ്ഥിരതയും വൈകാരിക സുരക്ഷിതത്വവും നല്കാൻ കഴിയുന്ന ഒരു സംവിധാനമെന്ന നിലയിൽ കുടുംബത്തെ കൂടുതൽ ജനാധിപത്യവത്ക്കരിക്കുക എന്നതാണ് ഇ എം എസിന്റെ പാർട്ടിയുടെ കാഴ്ചപ്പാട്. ഇതിനായി പ്രവർത്തിക്കുമ്പോൾ അതിക്രമങ്ങളടക്കമുള്ള പ്രശ്നങ്ങൾ തന്നെയാണ് മുൻഗണനകൊടുത്ത് കൈകാര്യം ചെയ്യേണ്ടത്. ഒരു സ്ത്രീയുടെ വ്യക്തിജീവിതത്തെക്കുറിച്ച് പറയുമ്പോൾ അത് അനിവാര്യമായും വിവാഹവും കുടുംബജീവിതവുമായി ബന്ധപ്പെടണമെന്നില്ല എന്ന നിലപാട് പതിറ്റാണ്ടുകൾക്കു മുമ്പ് തന്നെ സ്വീകരിക്കാൻ ഇ എം എസിന് കഴിഞ്ഞു എന്നതാണ് ശ്രദ്ധേയം.

പിതൃമേധാവിത്തം, പുരുഷാധിപത്യം തുടങ്ങിയ സംജ്ഞകളും അവ പ്രധിനിധീകരിക്കുന്ന ആശയങ്ങളും മാർക്സിസത്തിന് അജ്ഞാതമോ അന്യമോ ആണ് എന്ന തെറ്റിദ്ധാരണ പരത്തിക്കൊണ്ടാണ് സ്ത്രീ വിമോചനത്തിന്റെ തീവ്രനിലപാടുകൾ സ്ഥാപിക്കാൻ റാഡിക്കൽ ഫെമിനിസ്റ്റുകൾ ശ്രമിക്കുന്നത്. ഈ സംജ്ഞകൾ അർത്ഥമാക്കുന്ന അധികാരബന്ധത്തെ ആദ്യമായി സാമൂഹ്യസാമ്പത്തിക വിശകലനത്തിനു വിധേയമാക്കിയതും മാർക്സും എംഗൽസും ലെനിനുമാണ്. മാർക്സിസം ചലനാത്മകമായ സമൂഹത്തെ പഠിക്കാനുള്ള ശാസ്ത്രമാണ്. സമൂഹത്തിൽ വരുന്ന മാറ്റങ്ങൾക്കനുസൃതമായി, അറിവിന്റെ വികാസത്തിനനുസൃതമായി സമൂഹത്തെ പഠിക്കാനുള്ള രീതികളും വിപുലപ്പെടുത്തുന്നതിന് മാർക്സിസത്തിനു കഴിഞ്ഞിട്ടുണ്ട്. സമൂഹത്തിലെ അസമത്വത്തിന്റെ അടരുകളെ മാർക്സിസത്തിന്റെ കാഴ്ചപ്പാടിൽ വിശകലനം ചെയ്തതിന്റെ ഭാഗമായിട്ടാണ് സ്ത്രീപ്രശ്നവും ആദ്യകാല കമ്യൂണിസ്റ്റ് നേതാക്കൾ

ചർച്ച ചെയ്തത്. സ്ത്രീലൈംഗികതയ്ക്കും സ്ത്രീശരീരത്തിനും മേലുള്ള പുരുഷന്റെ ആധിപത്യം സൃഷ്ടിക്കുന്ന അധികാരബന്ധത്തിന്റെ സ്വഭാവവും അതെത്രമാത്രം സ്ത്രീയുടെ പദവിയെ നിർണ്ണയിക്കുന്നുവെന്നതും വിപുലമായി ചർച്ചചെയ്യപ്പെടുന്നതും അത്തരം ചർച്ചകൾക്ക് രാഷ്ട്രീയവും സംഘടിതവുമായ രൂപങ്ങൾ ഉണ്ടായിവരുന്നതും 1960 കളോടെയാണ്.ജൂലിയസ് മിച്ചലിനെപ്പോലുള്ള ഇടതുപക്ഷ സ്ത്രീചിന്തകർ മാർക്സിസ്റ്റു സ്ത്രീവാദചിന്തകളെ സമകാലിക ചർച്ചകളുടെയും അറിവുകളുടെയും അനുഭവങ്ങളുടെയും അടിസ്ഥാനത്തിൽ വിപുലപ്പെടുത്താൻ ശ്രമിക്കുന്നുണ്ട്. മാർക്സിസം ജീവനുള്ള പ്രത്യയശാസ്ത്രമായതുകൊണ്ടുതന്നെ ഇത്തരം കൂട്ടിച്ചേർക്കലുകൾ സ്വാഭാവികമായും അനിവാര്യവുമാണ്.

സ്ത്രീവിമോചനത്തെക്കുറിച്ചെന്നല്ല എന്തിനെയെങ്കിലും കുറിച്ച് അവസാനവാക്ക് താൻ പറഞ്ഞെന്ന നാട്യം ഇ എം എസിൽ നിന്ന് ഒരിക്കലും ഉണ്ടായിട്ടില്ല. ഇ എം എസ് മുന്നോട്ടുവച്ച ചിന്തകളെ കാലത്തിനും സാഹചര്യത്തിനും അനുസൃതമായി വികസിപ്പിക്കുകയാണ് ഇടതുപക്ഷം ചെയ്യേണ്ടത്. ഇ എം എസ് ശ്രമിച്ചത് തന്റെ രാഷ്ട്രീയദർശനത്തിന്റെ അടിസ്ഥാനത്തിൽ സമൂഹത്തെ പഠിക്കാനും പ്രവർത്തിക്കാനുമാണ്. ഇന്ത്യയിലെ സ്ത്രീകൾ നേരിടുന്ന ലിംഗ, വർഗ്ഗ, ജാതിചൂഷണത്തിന്റെ അടിവേരുകൾ മാർക്സിസ്റ്റ് കാഴ്ചപ്പാടിൽ വിശകലനം ചെയ്യുകമാത്രമല്ല ഇ എം എസ് ചെയ്തത്; ചരിത്രനിർമ്മിതിയിൽ ഇടപെട്ടുകൊണ്ട് കേരളത്തിലെ സ്ത്രീസമൂഹത്തിന്റെ വിമോചനപോരാട്ടത്തിൽ ഒരു കമ്യൂണിസ്റ്റിന്റെ പങ്ക് അദ്ദേഹം നിർവ്വഹിക്കുകയും ചെയ്തു.

(ഈ ലേഖനം കാലിക്കറ്റ് സർവ്വകലാശാല ഇ എം എസ് ചെയറിന്റെ ജേർണ്ണലായ 'മാർക്സിയൻ ദർശന'ത്തിന്റെ 2007 ആഗസ്റ്റ് ലക്കം സ്പെഷ്യൽ പതിപ്പിൽ പ്രസിദ്ധീകരിച്ചതാണ്)

കേരള നവോത്ഥാനത്തിന്റെ സ്ത്രീചരിത്രവും വർത്തമാനവും

ലോക ചരിത്രത്തിൽ മരിയാനേയ്ക്കും ലിബർട്ടയ്ക്കും സാദൃശ്യങ്ങളേറെയാണ്. രണ്ടും സ്ത്രീരൂപങ്ങൾ; രണ്ടുപേരും സ്വാതന്ത്ര്യത്തിന്റെ പ്രതീകങ്ങളായി കൊണ്ടാടപ്പെടുന്നവർ. ഫ്രഞ്ച് വിപ്ലവത്തെ തുടർന്ന് രൂപം കൊണ്ട റിപ്പബ്ലിക്കിന്റെ മഹത്തായ പ്രഖ്യാപനങ്ങളിൽ സ്വാതന്ത്ര്യം, സമത്വം, സാഹോദര്യം എന്നിവയുടെ പ്രതീകങ്ങളായി ഭരണകേന്ദ്രങ്ങളിലും ഔദ്യോഗിക മുദ്രകളിലും സ്റ്റാമ്പുകളിലും ചുവർചിത്രങ്ങളിലും ആത്മവിശ്വാസത്തിന്റെയും പ്രതീക്ഷയുടെയും അധികാരത്തിന്റെയും പ്രതീകമായി തലയുയർത്തി നില്ക്കുന്ന മരിയാനെ പ്രത്യക്ഷപ്പെട്ടു. ആധുനിക ഫ്രാൻസിലും രൂപവും ഭാവവും മാറിയെങ്കിലും മരിയാനെ എന്ന പ്രതീകം അവശേഷിക്കുന്നുണ്ട്. റിപ്പബ്ലിക്കിനായി രൂപംനല്കിയ സങ്കല്പമായിരുന്നു മരിയാനെങ്കിൽ അമേരിക്കൻ ഐക്യനാടുകൾ രൂപംകൊണ്ടപ്പോൾ സ്വാതന്ത്ര്യത്തിന്റെ പ്രതീകമായി ഉയർത്തപ്പെട്ട സ്ത്രീരൂപത്തിന് ആധാരമാക്കിയത് ഗ്രീക്കു പുരാണത്തിലെ സ്വാതന്ത്ര്യത്തിന്റെ ദേവതയായ ലിബെർട്ടയെ തന്നെയാണ്.

ആശയങ്ങളുടെയും ആദർശങ്ങളുടെയും പ്രതീകങ്ങളായുള്ള ദേവതാ സങ്കല്പ്പങ്ങൾ ഗ്രീക്കു പാരമ്പര്യത്തിന്റെ സവിശേഷതയാണ്. ആശയങ്ങളെ ഇങ്ങനെ ആൾരൂപത്തിൽ പ്രതീകവല്ക്കരിക്കുന്നതിന് ഗ്രീസിന്റെ ചരിത്രവും സംസ്കാരവുമൊക്കെ സവിശേഷസ്വാധീനം ചെലുത്തിയിട്ടുണ്ടാവാം. എന്നാൽ സ്വാതന്ത്ര്യം, സമത്വം, സഹോദര്യം എന്നിവ നവോത്ഥാനത്തിന്റെ ഉല്പന്നമായ പുതിയ ജനാധിപത്യബോധത്തിന്റെ ഭാഗമാണ്. ഈ മൂല്യങ്ങളെ പ്രതിനിധീകരിക്കാൻ എന്തുകൊണ്ട് സ്ത്രീരൂപം എന്നതിനെക്കുറിച്ച് അന്വേഷണങ്ങളേറെ നടന്നിട്ടുണ്ട്. ആധിപത്യത്തിന്റേതായ പഴയ സാമൂഹ്യക്രമത്തിൽനിന്ന് ജനാധിപത്യത്തിന്റെ പുതിയ കാലത്തേക്കുള്ള മാറ്റത്തിൽ നാടുവാഴിത്തത്തോടൊപ്പം പരമ്പ

രാഗത ആൺകോയ്മയും ചോദ്യം ചെയ്യപ്പെട്ടതിന്റെ പ്രതിഫലനമാണിത് എന്ന് ചിലർ നിരീക്ഷിച്ചിട്ടുണ്ട്. എന്നാൽ സ്വാതന്ത്ര്യത്തിന്റെ പ്രതീകവത്കരിക്കപ്പെട്ട സ്ത്രീരൂപവും യഥാർത്ഥ സ്ത്രീജീവിതവും തമ്മിൽ വർത്തമാനകാലത്തും തുടരുന്ന വൈരുദ്ധ്യം ഈ സാമൂഹ്യമാറ്റങ്ങളുടെ ആന്തരിക പ്രക്രിയയെ കുറിച്ചുള്ള കൂടുതൽ പരിശോധന ആവശ്യപ്പെടുന്നുണ്ട്.

ജനസമൂഹത്തിൽ സ്ത്രീജീവിതം നിർണ്ണയിക്കപ്പെടുന്നതെങ്ങനെയാണ്? അവിടെ നിലനില്ക്കുന്ന ഉല്പാദനബന്ധങ്ങൾ, സാമൂഹ്യഘടനയിലെ അധികാരബന്ധങ്ങൾ, ഇവയൊക്കെ പിന്തുണയ്ക്കുന്ന സാമൂഹ്യ-സാംസ്കാരിക സാഹചര്യം തുടങ്ങിയവ സ്ത്രീജീവിതത്തിന്റെ അവസ്ഥയും പദവിയും ഓരോ കാലത്തും നിർണ്ണയിക്കുന്നു. ഇതിലോരോന്നിലും ഉണ്ടാകുന്ന അഥവാ പരസ്പരം ബന്ധപ്പെട്ടുണ്ടാകുന്ന ഏതുമാറ്റവും സമൂഹത്തെയാകെ ബാധിക്കുമെന്നത് കൊണ്ടുതന്നെ സ്ത്രീജീവിതത്തെയും സ്വാധീനിക്കും. ലോകചരിത്രത്തിൽ നിർണ്ണായകഘട്ടങ്ങൾ കുറിച്ചിട്ടുള്ള സാമൂഹികമാറ്റങ്ങളിൽ, വിപ്ലവങ്ങളിൽ സ്ത്രീകൾ നേരിടുന്ന നാനാവിധ ചൂഷണങ്ങൾ സാമൂഹികപ്രശ്നങ്ങളെന്ന നിലയിൽ ഉയർത്തപ്പെടുകയും മാറ്റത്തിനായി നടന്ന പോരാട്ടങ്ങളിൽ സ്ത്രീകളുടെ കർത്തൃത്വപരമായ പങ്ക് രേഖപ്പെടുത്തുകയും ചെയ്തിട്ടുണ്ട്. ഇതിന് പ്രധാനമായും രണ്ടു കാരണങ്ങൾ ചൂണ്ടിക്കാണിക്കാനാകും. ഒന്ന്: സാമൂഹ്യ-സാമ്പത്തിക വിവേചനങ്ങളും ചൂഷകരുടെ അതിക്രമങ്ങളും ഏതു കാലത്തും ഏറ്റവും തീവ്രതയിൽ ഏറ്റുവാങ്ങേണ്ടി വന്നിട്ടുള്ളത് സ്ത്രീകൾക്കാണ്. അറിയപ്പെടുന്ന മാനവചരിത്രത്തിൽ എന്നും വർഗ്ഗാധിപത്യത്തോടൊപ്പം പുരുഷാധിപത്യത്തിന്റേയും ഇരട്ട ചൂഷണത്തിന് വിധേയരായിരുന്നു സ്ത്രീകൾ. സമൂഹത്തിൽ നിലനില്ക്കുന്ന വിവേചനങ്ങൾ ഏറ്റവും നാടകീയമായി പ്രതിഫലിക്കുന്ന അടിച്ചമർത്തലിന്റെ പ്രതീകമെന്ന നിലയിൽ സാമൂഹ്യപരിവർത്തന ചർച്ചകളുടെയും ക്രിയകളുടെയും ശ്രദ്ധാകേന്ദ്രമായി സ്ത്രീ മാറുന്നതിന് ചരിത്രത്തിൽ നിരവധി ഉദാഹരണങ്ങളുണ്ട്.

രണ്ടാമത്തെ കാരണം അധികാരഘടനയുടെ മേൽത്തട്ടുകളിൽ അദൃശ്യരും താഴ്ന്ന പദവിയുള്ളവരും ആയിരുന്നെങ്കിലും സാമൂഹിക ജീവിതത്തിൽ ചരിത്രത്തിലിന്നേവരെ സ്ത്രീ വഹിച്ചു വന്നിട്ടുള്ള പങ്ക് സുപ്രധാനമാണ് എന്നതാണ്. സാമൂഹ്യ ഉല്പാദനത്തിലും അദ്ധ്വാനശക്തിയുടെ പുനരുല്പാദനത്തിലും നിർണ്ണായകപങ്കാണ് സ്ത്രീകൾ നിർവ്വഹിച്ചിട്ടുള്ളത്. ഫ്രഞ്ച് വിപ്ലവമടക്കമുള്ള സാമൂഹ്യമാറ്റങ്ങളും ദേശീയ സ്വാതന്ത്ര്യത്തിനായുള്ള ജനാധിപത്യപോരാട്ടങ്ങളും ചൂഷണവ്യവസ്ഥിതിക്കെതിരായ തൊഴിലാളിവർഗ്ഗ വിപ്ലവവും ആയുധം മാത്രം ഉപയോഗിച്ച് നേടാവുന്ന ഭരണമാറ്റങ്ങളല്ല, സമൂഹം മുഴുവൻ പങ്കെടുക്കേണ്ട ഘടനാപരമായ മാറ്റം കൂടി ലക്ഷ്യമാക്കുന്ന പ്രക്രിയകളാണ്. സ്ത്രീകളെ ആശയപരമായി സജ്ജരാക്കുന്നതിനും പോരാട്ടത്തിന് അണിനിരത്തു

ന്നതിനും യാഥാസ്ഥിതികവും ആൺകോയ്മയിൽ അധിഷ്ഠിതവുമായ സമൂഹം തന്നെ മുൻകൈയെടുക്കുന്ന നിരവധി അനുഭവങ്ങൾ ചരിത്രത്തിലുണ്ട്.

കേരളത്തിന്റെ ആധുനിക സമൂഹസൃഷ്ടിയുടെ ചാലക ശക്തിയായി വർത്തിച്ച നവോത്ഥാന പ്രക്രിയയിൽ മലയാളി സ്ത്രീ വഹിച്ച കർത്തൃത്വപരമായ പങ്കെന്താണ്? ഇവിടെ നിലനിന്നിരുന്ന ഉല്പാദനബന്ധങ്ങളിൽ, സാമൂഹ്യബന്ധങ്ങളിൽ, കുടുംബമടക്കമുള്ള സാമൂഹികസ്ഥാപനങ്ങളിൽ വമ്പിച്ച മാറ്റങ്ങളുണ്ടാക്കിയ പരിവർത്തന പ്രക്രിയ സ്ത്രീകളുടെ ജീവിതത്തിൽ എന്ത് ചലനങ്ങളാണ് സഷ്ടിച്ചത്? സമൂഹത്തെ മാറ്റിമറിച്ച നവോത്ഥാനപ്രക്രിയയിലെ പരിഷ്കരണ മുദ്രാവാക്യങ്ങളുടെ കേന്ദ്രബിന്ദുവായി കേരളത്തിലെ സ്ത്രീജീവിതം അടയാളപ്പെടുത്തപ്പെടാറുണ്ട്. എന്നാൽ ഇതിന്റെ തുടർച്ചയായി സൃഷ്ടിക്കപ്പെട്ട ആധുനിക സമൂഹത്തിൽ ഗുരുതരമായ സ്ത്രീപ്രശ്നങ്ങൾ പോലും പൊതുചർച്ചയ്ക്ക് വിധേയമാകാത്തതെന്തുകൊണ്ട്? അടിച്ചമർത്തലിന്റെയും ലിംഗവിവേചനത്തിന്റെയും പ്രകടരൂപങ്ങളായി സാമൂഹ്യപരിഷ്കരണ കാലഘട്ടത്തിൽ തിരസ്കരിക്കപ്പെട്ട അന്ധവിശ്വാസങ്ങളും അനാചാരങ്ങളും സാമൂഹികനിയന്ത്രണങ്ങളും ആധുനിക കാലത്തും മലയാളിസ്ത്രീ നേരിടേണ്ടിവരുന്നതെന്തുകൊണ്ടാണ്? നവോത്ഥാന പ്രക്രിയയുടെ പരമ്പരാഗത ചരിത്രം സുവിദിതമാണ്. എന്നാൽ അവസാന രണ്ട് ചോദ്യങ്ങൾക്കുത്തരം കണ്ടെത്തേണ്ടത് കേരളത്തിന്റെ ആധുനിക സമൂഹസൃഷ്ടിയുടെ ആന്തരിക വൈരുദ്ധ്യങ്ങളിൽ നിന്നും വർത്തമാന കേരളത്തെ സ്വാധീനിക്കുന്ന സാമൂഹ്യ-സാമ്പത്തിക-രാഷ്ട്രീയ പ്രക്രിയകളിൽ നിന്നുമാണ്.

നവോത്ഥാന പ്രക്രിയയുടെ ചാലകശക്തി മനുഷ്യർക്ക് തുല്യഅവകാശങ്ങളുള്ള പുതിയ സമൂഹത്തെക്കുറിച്ചുള്ള ചിന്തയാണ്. മിഷണറിമാരുടെ വിദ്യാഭ്യാസ പ്രവർത്തനവും മതപരിവർത്തനവും അച്ചടിയിലൂടെയും പുതിയ വിദ്യാഭ്യാസത്തിലൂടെയും ലോകത്തെ മറ്റ് സമൂഹങ്ങളെക്കുറിച്ച് നേടിയ അറിവും ബ്രിട്ടീഷ് മേൽക്കോയ്മ നടപ്പിലാക്കാൻ ശ്രമിച്ച വിക്ടോറിയൻ സദാചാരമൂല്യബോധവും ആധുനിക നീതിന്യായവ്യവസ്ഥയുമൊക്കെ കേരളത്തിൽ മാറുന്ന ചിന്തയ്ക്ക് പ്രചോദനമായെന്ന് ചൂണ്ടിക്കാണിക്കപ്പെടാറുണ്ട്. ജാതിമേധാവിത്തത്തെ ചോദ്യം ചെയ്യാനും വിദ്യാഭ്യാസമടക്കമുള്ള അവകാശങ്ങൾക്കു വേണ്ടി ശബ്ദമുയർത്താനും സംഘടിതവും ആദർശപ്രചോദിതവുമായ മുന്നേറ്റങ്ങൾക്കാണ് 19–20 നൂറ്റാണ്ടുകളുടെ സംക്രമണഘട്ടം സാക്ഷ്യം വഹിച്ചത്.

വസ്ത്രവും ആഭരണവും തലമുടിയും ഭാഷയും ശരീരഭാഷയാകെ തന്നെയും സാമൂഹ്യാധികാര ശ്രേണീ ബന്ധത്തിന്റെ അടയാളങ്ങളായി, കീഴ്നടപ്പുകളായി അംഗീകരിക്കപ്പെട്ടിരുന്നതാണ് കേരളത്തിന്റെ പൂർവ്വ ചരിത്രം. ജാതി – ജന്മി മേധാവിത്തത്തിന്റെയും പുരുഷാധിപത്യത്തി

ന്റെയും അടിച്ചമർത്തലുകൾ തങ്ങളുടെ നോക്കിലും വാക്കിലും ഉടലിലും ചിന്തയിലുമൊക്കെ ഏറ്റുവാങ്ങേണ്ടിവന്ന സ്ത്രീജീവിതത്തിന്റെ കൂടി ചരിത്രമാണിത്. അതുകൊണ്ടുതന്നെ കേരളചരിത്രത്തിലെ ജാതി-നാടുവാഴി മേധാവിത്തത്തിനെതിരായ പോരാട്ടങ്ങളിൽ സ്ത്രീകളുടെ മേലുള്ള അടിമത്ത ചിഹ്നങ്ങളെയും ആചാരാനുഷ്ഠാനങ്ങളെയും മുൻനിറുത്തിയുള്ള പ്രതിഷേധങ്ങൾ ഉയർന്നത് സ്വാഭാവികമാണ്. അത്രമേൽ പ്രകടവും തീവ്രവുമായിരുന്നു ചൂഷണത്തിന്റെ ആ പെണ്ണനുഭവങ്ങൾ.

നവോത്ഥാനകാലത്ത് കേരളത്തിൽ സ്ത്രീകളുടെ ചൂഷണാനുഭവങ്ങളെ മുൻനിർത്തി ഉയർന്ന പ്രതിഷേധങ്ങളും പരിഷ്കരണ മുദ്രാവാക്യങ്ങളും പ്രധാനമായും മൂന്ന് സ്വഭാവത്തിലുള്ളതായിരുന്നു. സാമൂഹ്യ വിവേചനങ്ങൾക്കെതിരെ, സാമുദായിക പരിഷ്കരണത്തിനു വേണ്ടി, സ്ത്രീ സ്വാതന്ത്ര്യത്തിനു വേണ്ടി. വിമോചനാത്മകമായ ഉള്ളടക്കം കൊണ്ട് ഈ മുദ്രാവാക്യങ്ങൾ പരസ്പരം ബന്ധിതമെങ്കിലും ഈ പോരാട്ടങ്ങൾ കേരള സമൂഹത്തെ ഒന്നാകെ മാറ്റാനുള്ള സംഘടിത ശ്രമമായിരുന്നില്ല. ഇവിടെ നിലനിന്നിരുന്ന ജാതി-മത-വർഗ്ഗവിഭാഗങ്ങളുടെ വിവിധ അടരുകൾക്കുള്ളിൽ രൂപംകൊണ്ട സാമൂഹ്യചലനങ്ങളാണിവ. ഇവയുടെ സ്വാധീനവും പിൽക്കാല സ്ത്രീ ജീവിതത്തിൽ ഒരു പോലെയായിരുന്നില്ല. എങ്കിലും മറ്റ് ഇന്ത്യൻ സംസ്ഥാനങ്ങളിൽ നിന്ന് വ്യത്യസ്തമായ ആധുനിക മുഖം കേരളത്തിന് സംഭാവന ചെയ്ത നവോത്ഥാന പ്രക്രിയയ്ക്ക് പുരോഗമനാത്മകമായ ഒരു സ്ത്രീമുഖം കൂടി നൽകാൻ മാത്രം നിർണ്ണായകമായിരുന്നു ഈ മുദ്രാവാക്യങ്ങൾ.

സാമൂഹ്യവിവേചനങ്ങൾക്കെതിരെ

കേരളത്തിൽ നിലനിന്നിരുന്ന നാടുവാഴിത്തത്തിന്റെ അധികാരബന്ധങ്ങളെ ഒരു മറയുമില്ലാതെ പ്രതിഫലിപ്പിച്ചിരുന്ന ചിഹ്നമായിരുന്നു വേഷത്തെ സംബന്ധിച്ചത്. എന്നാൽ അരയ്ക്കു മുകളിൽ നഗ്നത മറയ്ക്കരുത് എന്നത് ഏതാണ്ടെല്ലാവിഭാഗം സ്ത്രീകൾക്കും ബാധകമായിരുന്നു. (പൊതുവെ ആണിനും പെണ്ണിനും വസ്ത്രധാരണം വളരെ മിതമായ രീതിയിൽ മാത്രമാണ് ഉണ്ടായിരുന്നത്). ജാതി അധികാരശ്രേണിക്ക് അനുസൃതമായി അവർണ്ണ സ്ത്രീകൾ എല്ലാവർക്കും മുന്നിലും നായർ സ്ത്രീകൾ ബ്രാഹ്മണർക്ക് മുന്നിലും നമ്പൂതിരി സ്ത്രീകൾ ദൈവത്തിനു മുന്നിലും അരയ്ക്കു മീതെ നഗ്നത മറയ്ക്കരുത് എന്ന വിചിത്രമായ നിഷ്കർഷയാണ് നിലനിന്നിരുന്നത്. സവർണ്ണർക്കിടയിൽ അധികാരബന്ധത്തിന്റെ കീഴ്നടപ്പായ ഈ ആചാര മര്യാദയൊക്കെ ഇരുപതാം നൂറ്റാണ്ടിന്റെ മദ്ധ്യം വരെ തുടരാൻ യാഥാസ്ഥിതികർ ശാഠ്യം പിടിച്ചപ്പോൾ അവർണ്ണർക്കിടയിൽ ഇത് സ്ത്രീകളെ അടിച്ചമർത്തുന്നതിന്റെ അടയാളമായി 19-ാം നൂറ്റാണ്ടിൽ തന്നെ തിരിച്ചറിഞ്ഞുവെന്നതാണ് വ്യത്യാസം.

പത്തൊമ്പതാം നൂറ്റാണ്ടിന്റെ ആദ്യദശകങ്ങളിൽ തെക്കൻ തിരുവിതാംകൂറിൽ ക്രിസ്ത്യാനികളായി മതപരിവർത്തനം ചെയ്യപ്പെട്ട ചാന്നാർ

സ്ത്രീകൾ കുപ്പായം ധരിക്കുകയും സവർണ്ണസ്ത്രീകളെപ്പോലെ മേൽമുണ്ട് ധരിക്കുകയും ചെയ്തത് സവർണ്ണമേധാവിത്തത്തെ വിറളി പിടിപ്പിച്ചതിനെ തുടർന്നാണ് *ചാന്നാർ കലാപം* പൊട്ടിപ്പുറപ്പെട്ടത്. സ്ത്രീകൾ അരയ്ക്ക് മുകളിലും മുട്ടിനു താഴെയും നഗ്നരായിരിക്കുക എന്ന അവസ്ഥ തികച്ചും അപരിഷ്കൃതമാണെന്നും അത് ജാതിവിവേചനത്തിന്റെ ഭാഗമാണ് എന്നതിനാൽ വസ്ത്രധാരണമടക്കമുള്ള പല അവകാശങ്ങളും മതപരിവർത്തനത്തിലൂടെ നേടാനാകുമെന്നുള്ള സന്ദേശമാണ് ക്രിസ്ത്യൻ മിഷണറിമാർ നല്കിയത്. 19 ാം നൂറ്റാണ്ടിന്റെ മുക്കാൽ പങ്കും വ്യാപിച്ചു കിടക്കുന്ന *ചാന്നാർ കലാപം* അഥവാ റവുക്ക സമരത്തിൽ നൂറുകണക്കിന് ചാന്നാർ പുരുഷന്മാർക്കും സ്ത്രീകൾക്കും ജാതിപ്രമാണിമാരുടെയും ഗുണ്ടകളുടെയും മർദ്ദനമുറകൾ ഏറ്റുവാങ്ങേണ്ടി വന്നു. മതപരിവർത്തനം ചെയ്യപ്പെട്ട സ്ത്രീകളുടെ മാത്രം പ്രശ്നമെന്നതിൽ നിന്ന് ഒരു ജനവിഭാഗത്തിന്റെ പൗരാവകാശ പോരാട്ടമെന്ന നിലയിലേക്ക് ഈ സമരത്തെ പ്രസക്തമാക്കാനും വ്യാപിപ്പിക്കാനും അയ്യാവൈകുണ്ഠസ്വാമി സുപ്രധാന പങ്ക് വഹിച്ചു.

1859 ൽ തിരുവിതാംകൂർ മഹാരാജാവ് ചാന്നാട്ടികൾക്ക് കുപ്പായവും മേൽമുണ്ടും ധരിക്കുന്നതിന് അനുവാദം നല്കിക്കൊണ്ടുള്ള വിജ്ഞാപനം പുറപ്പെടുവിച്ചു. ബ്രിട്ടീഷ് ഗവൺമെന്റും മദ്രാസ് ഗവൺമെന്റും തിരുവിതാംകൂർ രാജാവിന്റെ മേൽ ഈ വിജ്ഞാപനത്തിനുവേണ്ടി സമ്മർദ്ദം ചെലുത്തിയിരുന്നു. അങ്ങനെ *ചാന്നാർ കലാപം* പതിറ്റാണ്ടുകൾ നീണ്ട മർദ്ദനങ്ങൾക്കും ദുരിതങ്ങൾക്കും ശേഷം വിജയം കണ്ടു. ഈ പതിറ്റാണ്ടുകളിൽ ജാതിമേധാവിത്തത്തിനെതിരെ, ജാതി–ജന്മി മേധാവിത്തം അധഃസ്ഥിതരുടെ മേൽ അടിച്ചേല്പ്പിക്കുന്ന വിവേചനങ്ങൾക്കെതിരെ സംഘടിക്കുന്നതിനും പോരാടുന്നതിനുമുള്ള പൗരാവകാശബോധത്തിന് വിത്തിട്ടു എന്നതാണ് സ്ത്രീകളുടെ വസ്ത്രധാരണാവകാശം സംബന്ധിച്ചു നടന്ന ഈ സമരത്തിന്റെ പ്രാധാന്യം. ചാന്നാട്ടികൾക്ക് വസ്ത്രധാരണത്തിന് അവകാശം ഉറപ്പാക്കുന്നതിൽ അവസാനിച്ചില്ല ഈ കലാപത്തിന്റെ സ്വാധീനം. 1865 ൽ ഈഴവ സ്ത്രീകൾക്ക് മാറുമറയ്ക്കാൻ ആദ്യമായി അവകാശം ലഭിച്ചു. 1859 നും ഏതാണ്ട് എഴുപത് വർഷങ്ങൾക്ക് ശേഷവും നമ്പൂതിരി – നായർ സമുദായത്തിലെ സ്ത്രീകൾക്ക് വീട്ടിനുള്ളിൽ മാറുമറയ്ക്കാൻ യാഥാസ്ഥിതികത്വത്തോട് ഏറെ കലഹിക്കേണ്ടി വന്നു. റവുക്കയും മേൽമുണ്ടും പത്തൊമ്പതാം നൂറ്റാണ്ടിൽ ജാതി–ജന്മിമേധാവിത്തത്തിനെതിരായ പോരാട്ടത്തിന്റെ പ്രതീകമായിരുന്നു. പിന്നീടത് നവോത്ഥാന പ്രക്രിയയിൽ സ്ത്രീജീവിതത്തിന്റെ പരിഷ്കാരവും ആധുനികവല്ക്കരണവും സംബന്ധിച്ച ചർച്ചകളിലൊന്നായി മാറി. *ചാന്നാർ കലാപം* ഒരു പ്രദേശത്തെ, ഒരു പ്രത്യേക സമുദായമുയർത്തിയ മുദ്രാവാക്യവും സമരവുമായിരിക്കുമ്പോൾ തന്നെ സമുദായങ്ങൾക്കതീതമായി സ്ത്രീശരീര കാഴ്ചയെക്കുറിച്ച് ഒരു യാഥാസ്ഥിതിക സമൂഹത്തിന് അമ്പരപ്പുണ്ടാക്കുന്ന തരത്തിലുള്ള ചർച്ചകൾക്കും പൊട്ടി

ത്തെറികൾക്കും തിരി കൊളുത്തിയെന്നതാണ് പ്രധാനം.

20-ാം നൂറ്റാണ്ടിന്റെ ആദ്യദശകത്തിൽ അയ്യങ്കാളിയുടെ നേതൃത്വത്തിൽ നടന്ന കല്ലയും മാലയും ബഹിഷ്കരണസമരവും കീഴാളസ്ത്രീയുടെ മേൽ കെട്ടിവച്ചിരുന്ന ജാതി അടയാളത്തെയാണ് പ്രചരണവിഷയമാക്കിയത്. പുലയ സ്ത്രീകൾക്ക് മാറുമറയ്ക്കുന്നതിനായി അനുവദിച്ചിരുന്ന കല്ലുമാലകൾ പൊട്ടിച്ചെറിയുക എന്നത് സവർണ്ണമേധാവിത്തത്തിൽ നിന്ന് കീഴാളരുടെ മനസ്സിനെയും ശരീരത്തെയും സ്വതന്ത്രമാക്കുന്നതിനുള്ള സമരത്തിന്റെ ഒരു രൂപമായിരുന്നു. സ്ത്രീകൾ അർദ്ധനഗ്നരായിരിക്കുന്നത് അപരിഷ്കൃതമാണ് എന്നും അത് മറ്റെല്ലാ വിവേചനങ്ങളുമായും ബന്ധപ്പെട്ടിരിക്കുന്നു എന്നുമുള്ള തിരിച്ചറിവാണ് ഈ സമരത്തിന്റെ ഊർജ്ജം. തിരുവനന്തപുരത്ത് ഊരൂട്ടമ്പലം മുതൽ കൊല്ലത്ത് പെരിനാട് വരെയുള്ള പ്രദേശങ്ങളിൽ നടന്ന കല്ലുമാല ബഹിഷ്കരണ സമരത്തിന്റെ വിജയം കുറിച്ചുകൊണ്ട് 1912 ൽ പെരിനാട് നടന്ന യോഗവേദിയിൽ അയ്യങ്കാളിക്കൊപ്പം നായർ സർവ്വീസ് സൊസൈറ്റിയുടെ നേതാക്കൾ കൂടെയുണ്ടായിരുന്നു. ഇത് ജാതിവിവേചനത്തിന്റെ ഭാഗമായുള്ള അപരിഷ്കൃതരീതികൾ അതനുഭവിക്കുന്ന കീഴാളരുടെ പ്രശ്നമെന്ന നിലയിൽനിന്നും പരിഷ്കാരങ്ങൾക്ക് വിധേയമാകുന്ന ഒരു സമൂഹം തിരസ്കരിക്കേണ്ട സാമൂഹ്യതിന്മ എന്ന നിലയിൽ കാണുന്നതിലേക്ക് കേരളത്തിന്റെ പൊതുബോധം വളരുന്നതിന്റെ തെളിവാണ്.

സ്ത്രീകൾക്ക് വിദ്യാഭ്യാസ അവകാശം വേണമെന്നത് ദളിതർക്ക് നിഷേധിക്കപ്പെട്ട വിദ്യാഭ്യാസ അവകാശങ്ങൾക്കായി ഉയർന്ന മുദ്രാവാക്യത്തിന്റെ ഭാഗം തന്നെയായിരുന്നു. അയ്യങ്കാളിയും ശ്രീനാരായണഗുരുവും സ്ത്രീകളെ വിദ്യാഭ്യാസം ചെയ്യിക്കുന്നതിനെ കുറിച്ച് പറയുമ്പോൾ അത് പാർശ്വവൽക്കരിക്കപ്പെട്ട ജനവിഭാഗങ്ങളിൽ ഏറ്റവും അടിത്തട്ടിലുള്ളവർക്കുകൂടി കിട്ടേണ്ട നീതിയെക്കുറിച്ചുള്ള ഊന്നലായിട്ടാണ് മാറിയത്. പഞ്ചമിയെന്ന കൊച്ചുപെൺകുട്ടിയുടെ കൈയും പിടിച്ച് അയ്യങ്കാളി തിരുവനന്തപുരത്ത് ഊരൂട്ടമ്പലത്തെ സ്കൂളിൽ കയറിച്ചെന്നതും പുലയിപ്പെണ്ണിനെ ചേർത്തതിന്റെ പേരിൽ ജാതിഭ്രാന്തർ സ്കൂൾഷെഡ് വെണ്ണീറാക്കിയതും കീഴാളവിദ്യാഭ്യാസ അവകാശത്തിനുവേണ്ടി നടന്ന പോരാട്ടത്തിന്റെ തീവ്രത ബോദ്ധ്യപ്പെടുത്തുന്നുണ്ട്. ഇവിടെ സ്ത്രീയും ദളിതയുമായ പഞ്ചമി ഒരേ സമയം ചരിത്രവും പ്രതീകവുമായി മാറുന്നത് നമുക്ക് കാണാം.

ചാന്നാർ കലാപത്തിലും കല്ലയും മാലയും ബഹിഷ്കരണ സമരത്തിലും സ്ത്രീകൾ തങ്ങളുടെ വിഷയമെന്ന നിലയിൽ മാത്രമല്ല, സമരസേനാനികൾ എന്ന നിലയിൽ തന്നെ പങ്കെടുത്തതായാണ് ചരിത്രം രേഖപ്പെടുത്തുന്നത്. ജാതിവിവേചനത്തിന്റെ ഭാഗമായുള്ള തൊട്ടുകൂടായ്മയ്ക്കും തീണ്ടിക്കൂടായ്മയ്ക്കും എതിരെയും വഴിനടക്കാനും അമ്പലത്തിൽ കയറാനും ഒരു പന്തിയിൽ ഭക്ഷണം കഴിക്കാനും എല്ലാ മനുഷ്യർക്കും ഉള്ള തുല്യാവകാശം നേടിയെടുക്കാനും എല്ലാം വേണ്ടി നടന്ന

സമരങ്ങൾ ദേശീയ സ്വാതന്ത്ര്യസമരവുമായി ചേർന്നാണ് പിന്നീട് സംഘടിക്കപ്പെട്ടത്. ഈ സമരങ്ങളിലെല്ലാം സ്ത്രീകൾ സജീവമായി പങ്കെടുത്ത് പൊതുപ്രവർത്തനത്തിൽ സാന്നിദ്ധ്യം കുറിച്ചു. കേരളത്തിലെ സ്ത്രീകളുടെ രാഷ്ട്രീവത്കരണത്തിന്റെ ഭൂമികയായിട്ടാണ് ഈ സമരങ്ങൾ മാറിയത്. പിന്നീട് കമ്യൂണിസ്റ്റ് പ്രസ്ഥാനത്തിന്റെയും കോൺഗ്രസിന്റെയുമെല്ലാം സജീവപ്രവർത്തകരായി സ്ത്രീകൾ വളരുന്ന രാഷ്ട്രീയപ്രക്രിയ സാമൂഹ്യവിവേചനങ്ങൾക്കെതിരെ നടന്ന പോരാട്ടങ്ങളുടെ കൂടി തുടർച്ചയാണ്.

സാമുദായിക പരിഷ്ക്കരണത്തിനുവേണ്ടി

നവോത്ഥാനപ്രക്രിയയിലെ പ്രധാന ഊന്നൽ സാമുദായിക പരിഷ്കാരങ്ങളിലായിരുന്നു. ആധുനിക വിദ്യാഭ്യാസവും ലോകജ്ഞാനവും നേടിയ ചില വ്യക്തികളുടെയോ പ്രസ്ഥാനങ്ങളുടെയോ പ്രത്യേക ജനവിഭാഗങ്ങളുടെയോ നേതൃത്വത്തിൽ സമൂഹത്തിലെ തിന്മകൾക്കും അനീതികൾക്കും വിവേചനങ്ങൾക്കുമെതിരെ പ്രക്ഷോഭങ്ങളും പ്രചരണങ്ങളും ഒരു ചരിത്രഘട്ടത്തിൽ ഉയർന്നുവരികയും ഇതിൽ നിന്നുണ്ടാകുന്ന മാറ്റങ്ങളുടെ ഗുണഫലം മറ്റുള്ളവർക്കുകൂടി കിട്ടുകയും ചെയ്യുന്നതാണ് 19-ാം നൂറ്റാണ്ടിൽ കൽക്കത്തയിലും മഹാരാഷ്ട്രയിലും നടന്ന സാമൂഹ്യപരിഷ്കരണപ്രവർത്തനങ്ങളുടെ അനുഭവം. രാജാറാം മോഹൻറായിയും ജ്യോതിറാവുഫൂലെയും സ്ത്രീജീവിതം പരിഷ്കരിക്കുന്നതിനായുള്ള നവോത്ഥാന ആശയങ്ങൾ കൂടി മുന്നോട്ട് വയ്ക്കുകയും അതിനായി പ്രവർത്തിക്കുകയും ചെയ്തു. എന്നാൽ എല്ലാ ജാതി-മതവിഭാഗത്തിൽപ്പെട്ട സമുദായങ്ങളും ആധുനിക വിദ്യാഭ്യാസത്തിന്റെയും പുതിയ അവകാശ ബോധത്തിന്റെയും വെളിച്ചത്തിൽ സ്വയം പരിശോധിക്കാനും പരിഷ്കരിക്കാനും തയ്യാറായതാണ് കേരളത്തിൽ നവോത്ഥാനത്തിന്റെ വ്യാപ്തി വർദ്ധിപ്പിച്ചത്. ആശയതലത്തിൽ നടന്ന പ്രചരണം കൊണ്ടു മാത്രമല്ല ഉല്പാദനബന്ധങ്ങളിൽ വന്ന മാറ്റവും കൂടിയാണ് പരിവർത്തനത്തിന്റെ ആവശ്യകതയും ആക്കവും കൂട്ടിയത്.

സമൂഹത്തിലെ ഏറ്റവും പ്രാചീന സ്ഥാപനമായ കുടുംബവും അതുമായി ബന്ധപ്പെട്ട വ്യവഹാരങ്ങളുമാണ് നവോത്ഥാനത്തിന്റെ വേലിയേറ്റത്തിൽ ഏറ്റവും അധികം ആക്രമിക്കപ്പെട്ടത്. ഇതേറ്റവും സ്വാഭാവികമാണുതാനും. കാരണം, ആചാരാനുഷ്ഠാനങ്ങളുടെയും സാമൂഹ്യമര്യാദകളുടെയും പേരിൽ നൂറ്റാണ്ടുകളായി നിലനിർത്തി വന്ന അപരിഷ്കൃതവും വിവേചനപൂർണ്ണവുമായ രീതി സമ്പ്രദായങ്ങളാണ് വിവിധ സമുദായങ്ങളിൽ കുടുംബവുമായി ബന്ധപ്പെട്ടുണ്ടായിരുന്നത്. സ്ത്രീ-പുരുഷ ബന്ധം, വിവാഹം, സ്വത്തുടമാ സമ്പ്രദായം, ഈശ്വര ആരാധന എന്നിവയുമായി ബന്ധപ്പെട്ട് നിലനിന്നിരുന്ന ആചാരങ്ങളും കീഴ്നടപ്പുകളും ജാതി-ജന്മി മേധാവിത്തത്തിന്റെ പൊതു അധികാരബന്ധത്തിനും അതിന്റെ സുഗമമായ നിലനില്പിനും അനുസൃതമായിരുന്നു.

കുടുംബവുമായി ബന്ധപ്പെട്ട ലിംഗ അധികാരബന്ധം അടിമത്ത വ്യവസ്ഥയ്ക്കും മുമ്പ് രൂപംകൊള്ളുന്നതായി എംഗൽസ് ചൂണ്ടിക്കാട്ടുന്നുണ്ട് (*കുടുംബം, സ്വകാര്യസ്വത്ത്, ഭരണകൂടം എന്നിവയുടെ ഉത്ഭവം*). അടിമത്ത, നാടുവാഴിത്ത വ്യവസ്ഥകളിലൂടെ ആൺകോയ്മയിൽ അധിഷ്ഠിതമായ ലിംഗപദവി ബന്ധം കുടുംബത്തിനകത്തും പുറത്തും കൂടുതൽ സാംസ്കാരികബദ്ധവും മതാനുഷ്ഠാനങ്ങളാൽ വ്യവസ്ഥാപിതവുമായി മാറി. 'അലംഘനീയവും അനിവാര്യവുമായ ധർമ്മങ്ങളുടെ' പേരിൽ സ്ത്രീകളെ കുടുംബത്തിനുള്ളിൽ പ്രതിഷ്ഠിക്കുകയും പൊതുസമൂഹത്തിൽ നിന്നും മാറ്റിനിർത്തുകയും ചെയ്യുന്നതിന്റെ ഭാഗമായി പിന്തുടർന്നുവന്ന നിരവധി സങ്കല്പങ്ങളും ആചാരങ്ങളുമുണ്ട്. ആധുനിക ജീവിതവീക്ഷണത്തിൽ ഏറ്റവും പ്രാകൃതമെന്ന് ഒറ്റനോട്ടത്തിൽ ബോദ്ധ്യം വരുന്ന ഇത്തരം അനാചാരങ്ങൾക്കെതിരെ നവോത്ഥാനകാലത്ത് എല്ലാ സമുദായങ്ങളിൽ നിന്നും പരിഷ്കരണ ആവശ്യമുയർന്നു. കുടുംബവുമായി ബന്ധപ്പെട്ട ആചാരങ്ങൾ പരിഷ്കരിക്കപ്പെടുകയെന്നാൽ അത് നേരിട്ട് സ്ത്രീജീവിതത്തെ തന്നെ സ്പർശിക്കുന്ന മാറ്റമായി ഭവിക്കാം. കാരണം സ്ത്രീയുടെ ലൈംഗിക ജീവിതത്തെ, ചലനങ്ങളെ, ചിന്തയെ എല്ലാം നിയന്ത്രണവിധേയമാക്കുന്നതിനുള്ള ആസൂത്രിത പദ്ധതികൾ തന്നെയായിരുന്നു മിക്ക ആചാരങ്ങളും.

വിദ്യാഭ്യാസം, വിവാഹം, സ്വത്തുടമാ സമ്പ്രദായം, മറ്റ് സാമുദായികാചാരങ്ങൾ എന്നിവ സംബന്ധിച്ച് വമ്പിച്ച മാറ്റങ്ങളാണ് നവോത്ഥാനകാലത്ത് കേരളത്തിലുണ്ടായത്. സ്വയം പരിഷ്കരിക്കാനും തകർന്നു തുടങ്ങിയ പഴയ സാമൂഹ്യ വ്യവസ്ഥിതിയുടെ മതിൽക്കെട്ടിൽ നിന്ന് പുറത്ത് കടക്കാനുമുള്ള ആഗ്രഹം ഈഴവ-നായർ-ക്രിസ്ത്യൻ ജനവിഭാഗത്തിനിടയിൽ വിദ്യാഭ്യാസത്തിനുള്ള ശക്തമായ പ്രേരണയാണ് സൃഷ്ടിച്ചത്. വിദ്യാഭ്യാസ സ്ഥാപനങ്ങൾ തുടങ്ങാൻ ഈ വിഭാഗങ്ങളിലെ സമുദായ സംഘടനകളെ പ്രേരിപ്പിച്ച പശ്ചാത്തലം ഇതാണ്. വാസ്തവത്തിൽ സ്വത്തവകാശവുമായി ബന്ധപ്പെട്ട ആവശ്യങ്ങൾക്കും കുടുംബ ഘടനയുടെ പൊളിച്ചെഴുത്തിനും വേണ്ടി തിരിയാൻ നായർ സമുദായത്തിലെ ചെറുപ്പക്കാർക്ക് മുഖ്യപ്രേരണയായത് വിദ്യാഭ്യാസത്തിനും വ്യക്തിപരമായ ആവശ്യങ്ങൾക്കും മാറിവരുന്ന ജീവിതരീതികൾക്കും വേണ്ട പണം കണ്ടെത്താൻ സ്വത്ത് വില്ക്കുകയല്ലാതെ മറ്റ് ധനാഗമമാർഗ്ഗമില്ലാതെ വന്ന സാഹചര്യമാണ്. കാരണവർക്ക് മാത്രം സ്വത്തിൽ നിയന്ത്രണാധികാരം നല്കുന്ന മരുമക്കത്തായവും അതിന്റെ ഭാഗമായുള്ള സ്ത്രീകളുടെ നമ്പൂതിരി സംബന്ധവുമൊക്കെ പരിഷ്കരിക്കപ്പെടേണ്ടതുണ്ടായിരുന്നു. നമ്പൂതിരിമാർക്കിടയിലും മൂത്ത മകൻ മാത്രം വേളി കഴിക്കുകയും അനുജന്മാർ മറ്റു ജാതിക്കാരായ സ്ത്രീകളെ സംബന്ധം കൂടുകയും ചെയ്യുന്നത് നമ്പൂതിരിമാരുടെ കുടുംബസ്വത്തിന്മേലുള്ള അധികാരം കാരണവന്മാരിൽ നിക്ഷിപ്തമാക്കുന്നതിനുള്ള രീതിയായിരുന്നു.

20-ാം നൂറ്റാണ്ടിന്റെ ആദ്യദശകങ്ങളിൽ മലബാർ-കൊച്ചി-തിരുവി

താംകൂർ പ്രദേശങ്ങളിൽ ആകെ ജനസംഖ്യയുടെ 56 ശതമാനവും മരുമക്കത്തായികളായിരുന്നു. ഇതിൽ നായർക്കു പുറമെ മുസ്ലീം, ഈഴവ, ക്ഷത്രിയ, നാഞ്ചിനാട്ടു വെള്ളാള വിഭാഗങ്ങളും ഉൾപ്പെട്ടിരുന്നു. 1896 നും 1976 നും ഇടയ്ക്ക് 20 നിയമങ്ങളാണ് വിവാഹവും പിന്തുടർച്ചാ അവകാശവുമായി ബന്ധപ്പെട്ട് കേരളത്തിൽ കൈകാര്യം ചെയ്യപ്പെട്ടത്. ഇതിൽ 16 എണ്ണവും സ്വാതന്ത്ര്യത്തിന് മുമ്പ് മലബാർ പ്രവിശ്യയിലും കൊച്ചി-- തിരുവിതാംകൂർ രാജ്യങ്ങളിലും രൂപം നല്കിയതാണ്. സംബന്ധം രജിസ്റ്റർ ചെയ്യാനും സ്വാർജ്ജിത സ്വത്തിന്റെ പകുതി ഭാര്യക്കും മക്കൾക്കും നൽകാൻ അവകാശം നല്കുന്നതുമായ 1896 ലെ മലബാർ മാര്യേജ് ആക്ട് ആണ് ഇതിലൊന്നാമത്തേത്. പിന്നിട് നായർ, മാപ്പിള, ഈഴവ, ക്ഷത്രിയ എന്നിങ്ങനെ വിവിധ വിഭാഗങ്ങളുമായി ബന്ധപ്പെട്ട വിവാഹ നിയമങ്ങളും പിന്തുടർച്ചാവകാശ നിയമങ്ങളും രൂപംകൊണ്ടു. സുറിയാനി ക്രിസ്ത്യാനികളുടെ പിന്തുടർച്ചാവകാശവുമായി ബന്ധപ്പെട്ട് തിരുവിതാംകൂർ ക്രിസ്ത്യൻ നിയമവും(1916) കൊച്ചിൻ ക്രിസ്ത്യൻ നിയമവും (1921) നിലവിൽ വന്നു.

കുടുംബപരിഷ്കരണത്തിന് അടിത്തറയായ വിവാഹ നിയമങ്ങളും മാറിയ പിന്തുടർച്ചാവകാശ നിയമങ്ങളും വലിയ മാറ്റങ്ങളാണ് സ്ത്രീ ജീവിതത്തിലുണ്ടാക്കിയത്. മരുമക്കത്തായത്തിൽ നിന്ന് മക്കത്തായത്തിലേക്കുള്ള സാങ്കേതിക മാറ്റമോ കൂട്ടുകുടുംബത്തിൽ നിന്ന് അണുകുടുംബത്തിലേക്കുള്ള വൈകാരികമായ പറിച്ചു നടലോ മാത്രമായിരുന്നില്ല അത്. പരമ്പരാഗതമായ സ്വത്തിന്മേൽ സ്ത്രീകളുടെ അധികാരമില്ലായ്മ ഊട്ടിയുറപ്പിക്കുന്ന മാറ്റങ്ങളാണ് പല സമുദായങ്ങളിലും ഉണ്ടായത്. മരുമക്കത്തായത്തിൽ സ്വത്തിൽ ഉടമസ്ഥാവകാശമല്ലാതെ നിയന്ത്രണാധികാരം അനുഭവിച്ചിരുന്നില്ലെങ്കിലും താമസിക്കുന്ന വീടുൾപ്പെടെ ജീവിക്കുന്ന ചുറ്റുപാടുകൾക്കുമേൽ അവകാശവും അത് നല്കുന്ന സുരക്ഷിതത്വവും സ്ത്രീകൾക്കുണ്ടായിരുന്നു. എന്നാൽ മക്കത്തായം സ്ത്രീക്ക് വീടിനും സ്വത്തിനും മേലുള്ള അവകാശവും സുരക്ഷിതത്വബോധവും പൂർണ്ണമായും കവർന്നെടുക്കുകയും സ്വന്തം കുടുംബത്തിനുള്ളിലേക്ക് സ്ത്രീയുടെ ഉത്തരവാദിത്വം കൂടുതൽ ഉറപ്പിക്കുകയും ചെയ്തു. കൂട്ടുകുടുംബത്തിൽ നിന്ന് അണുകുടുംബത്തിലേക്കുള്ള മാറ്റം അനിവാര്യവും പുരോഗമനപരവും ആയിരുന്നെങ്കിലും ഈ പരിഷ്കരണത്തിൽ സ്ത്രീക്ക് നഷ്ടപ്പെട്ട അവകാശങ്ങൾ സ്ത്രീജീവിതത്തെ മുൻനിർത്തി സാമൂഹ്യ പരിഷ്കരണ മുദ്രാവാക്യങ്ങളുയർത്തിയവർ പോലും വിസ്മരിച്ചു.

ഇന്ത്യൻ റിപ്പബ്ലിക്കിന്റെ ഒന്നാമത്തെ പാർലമെന്റ് രൂപം നല്കിയ, വിവാഹത്തെയും വിവാഹമോചനത്തെയും സ്വത്തവകാശത്തെയും പരിഷ്കരിക്കുന്നതിനുള്ള ഹിന്ദു മാര്യേജ് കോഡും ഹിന്ദു പിന്തുടർച്ചാവകാശ നിയമവും ഹിന്ദുസ്ത്രീകൾക്ക് കൂടുതൽ അവകാശങ്ങളുറപ്പിക്കുന്നതായിരുന്നു. ബഹുഭാര്യാത്വവും ബഹുഭർത്തൃത്വവും നിരോധിച്ചതും സ്വന്തം ഇഷ്ടപ്രകാരം വിവാഹം രജിസ്റ്റർ ചെയ്യാൻ അംഗീകാരം ലഭി

ച്ചതും പുരോഗമനപരമായ നീക്കങ്ങൾ തന്നെയായിരുന്നു. മിതാക്ഷരം, ദായഭാഗം, മരുമക്കത്തായം തുടങ്ങിയ വിവിധതരം പിന്തുർച്ചാവകാശ സമ്പ്രദായങ്ങളെ പരിഷ്കരിക്കാനും പിതൃസ്വത്തിന് മകനും മകൾക്കും തുല്യാവകാശം അനുവദിക്കാനും പുതിയ നിയമങ്ങൾ അവസരമൊരുക്കി. എന്നാൽ വിവാഹത്തെ കേവലം സാമ്പത്തികകാര്യം മാത്രമായി കാണുന്ന പഴയ വീക്ഷണം ഇല്ലാതാക്കുന്നതിനോ സ്ത്രീധനവും വിവാഹവുമായി ബന്ധപ്പെട്ട മറ്റ് പല അനാചാരങ്ങളെയും തിരുത്തുന്നതിനോ ഈ പരിഷ്കാരങ്ങൾക്കൊന്നും കഴിഞ്ഞില്ല. കാരണം മക്കത്തായ സ്വത്തവകാശ സമ്പ്രദായത്തിലൂടെ കുടുതൽ ശക്തിയാർജ്ജിച്ച പിതാധിപത്യ കുടുംബഘടന കേവലം നിയമങ്ങൾ കൊണ്ട് മാത്രം മാറ്റാനാവില്ല എന്നതാണ് വാസ്തവം. സമുദായത്തെയും കുടുംബത്തെയും വ്യക്തികളെയും കൂടുതൽ പരിഷ്കൃതവും വികസിച്ചുവരുന്ന മുതലാളിത്ത സമൂഹത്തിന് അനുസൃതവും ആക്കുകയെന്നതിനപ്പുറം നിലവിലുള്ള സൗകര്യപ്രദമായ ആൺകോയ്മ കുടുംബ ഘടനയെ തകർക്കുകയെന്നത് നവോത്ഥാന പ്രക്രിയയിൽ ഒരു സാമൂഹ്യപരിഷ്കരണത്തിന്റെയും മുഖ്യ അജണ്ടയായിരുന്നില്ല.

നവോത്ഥാന പ്രക്രിയ ഏറ്റവുമധികം ആഘാതമുണ്ടാക്കിയത് ജാതി –ജന്മി മോധാവിത്വത്തിന്റെ മേൽത്തട്ടിലുള്ള നമ്പൂതിരി സമുദായത്തിൽ തന്നെയാണ്. മറ്റ് സമുദായങ്ങൾ സ്വയം പരിഷ്കരിക്കാനും വിദ്യാഭ്യാസവും തൊഴിലും നേടി ആധുനിക ജീവിതത്തിന് സജ്ജരാകാൻ തയ്യാറെടുക്കുകയും ചെയ്യുന്ന സാഹചര്യത്തിലും പഴമയ്ക്ക് അടിപ്പെട്ട് പരിഷ്കാരത്തിന് മുഖം തിരിച്ചുനിന്ന നമ്പൂതിരിമാരെ മനുഷ്യരാക്കുകയെന്ന ആഹ്വാനമാണ് ഇ എം എസും വി ടി ഭട്ടതിരിപ്പാടും എം ആർ ബിയും ആര്യാപള്ളവും, പാർവ്വതിനെന്മിനിമംഗലവും എല്ലാ ഉയർത്തിയത്. യോഗക്ഷേമസഭയുടെയും *ഉണ്ണി നമ്പൂതിരി*യുടെയും പ്രവർത്തനങ്ങളുടെ പ്രധാന ഊന്നൽ പുതിയ വിദ്യാഭ്യാസവും നമ്പൂതിരി ഇല്ലങ്ങൾക്കകത്തുള്ള ജീവിതങ്ങളുടെ പരിഷ്കരണവുമായിരുന്നു. വസ്ത്രം, ആഭരണം, വിവാഹം, മറ്റ് ചടങ്ങുകൾ എന്നിവയിലൊക്കെ സമുദായത്തെ പാരമ്പര്യത്തിന്റെ കെട്ടുപാടുകളിൽ നിന്ന് മോചിപ്പിക്കുന്നതിനുള്ള പ്രവർത്തനമാണ് നമ്പൂതിരി പരിഷ്കർത്താക്കൾ നടത്തിയത്. വേഷം, ആഭരണം, വൈവാഹിക രീതി, കുടുമ, പൂണൂൽ തുടങ്ങിയവയെ സംബന്ധിച്ച് നമ്പൂതിരി സമുദായത്തിൽ നടന്ന പ്രക്ഷോഭങ്ങളും സംവാദങ്ങളും പരിവർത്തനവും വിലയിരുത്തിക്കൊണ്ട് ഇ എം എസ് ആത്മകഥയിൽ എഴുതുന്നു: "പുരുഷന്മാരും സ്ത്രീകളും അന്ന് നടത്തിയതും നിസാരമാണെന്ന് തോന്നാവുന്നതുമായ വേഷ പരിഷ്കാരം പരമ്പരാനുസൃതമായ ബ്രാഹ്മണ്യത്തിന്റെ കടപുഴക്കി. പഴയ നമ്പൂതിരി പുതിയൊരു മനുഷ്യനും പഴയ അന്തർജ്ജനം പുതിയൊരു മനുഷ്യസ്ത്രീയുമാവാൻ തുടങ്ങി" സ്ത്രീസ്വാതന്ത്ര്യത്തിന്റെയും വിമോചനത്തിന്റെയും ആശയങ്ങൾ സംഘടിതമായി ഉയർത്തിയത് 1930–40 കളിൽ നമ്പൂതിരി സമുദായത്തിലാണ്

എന്നത് അവിടെ നടന്ന പരിവർത്തനത്തിന്റെ വ്യാപ്തി ബോദ്ധ്യപ്പെടുത്തുന്നതാണ്.

സ്ത്രീ സ്വാതന്ത്ര്യത്തിനും വിമോചനത്തിനുംവേണ്ടി

> പ്രിയ സോദരീ...
>
> ഇന്നത്തെ നിങ്ങളുടെ നില എന്താണ്! അമ്മാത്തെ അമ്പലക്കുളത്തിനപ്പുറം ഒരു ലോകമുണ്ടെന്ന് നിങ്ങളിൽ എത്രപേർ അറിഞ്ഞിട്ടുണ്ട്! കുളത്തിൽ നിന്നും വലിച്ച ഈറൻ ചണ്ടിപോലെ ദുർഗ്ഗന്ധപൂരിതമായ നിങ്ങളുടെ തലമുടിക്കെട്ട് ആ നേരത്തെങ്കിലും ഒന്നു വിടർത്തി വകഞ്ഞിടുവാൻ നിങ്ങൾക്ക് സ്വാതന്ത്ര്യം ഉണ്ടോ! നിങ്ങളുടെ വിദ്യാഭ്യാസത്തിന്റെ സ്ഥിതിയോ?... പ്രിയ സഹോദരി, നല്ലവണ്ണം ആലോചിച്ചു നോക്കൂ... സ്ഥിതിക്കൊത്ത് പരിഷ്കാരങ്ങളിൽ പ്രവേശിക്കൂ. അന്തപ്പുരത്തിലും ഒന്നു വെളിച്ചം വയ്ക്കട്ടെ, ആ 'ഈർച്ചവാളുകൊണ്ട് ഈർന്നാലും ഒരിഞ്ചുപോലും മുറിഞ്ഞു പോകാത്ത' മാമൂൽക്കോട്ടയിലെ ഒറ്റക്കല്ലെങ്കിലും ഒന്ന് പുഴങ്ങിയാൽ അതായില്ലേ?..

നമ്പൂതിരി പെൺകിടാങ്ങൾക്ക് വായിക്കാൻ വി ടി ഭട്ടതിരിപ്പാട് എഴുതിയ ഈ കത്ത് അന്തഃപുരത്തിലെ പെൺകുട്ടികളുടെ വിയർപ്പേറ്റ് ദ്രവിച്ചുപോയെങ്കിലും അതിലെ വിപ്ലവാഹ്വാനം അന്തഃപുരത്തിനുള്ളിൽ അഗ്നിപർവ്വതങ്ങൾ സൃഷ്ടിച്ചു. ഈ സ്ഫോടനത്തെക്കുറിച്ച് ലളിതാംബിക അന്തർജ്ജനം സ്വന്തം അനുഭവം പകർത്തുന്നു.

> കണ്ണുനീർത്തുള്ളികളുടെ വീർത്തു പൊട്ടൽ ആറ്റം ബോംബിനേക്കാൾ ഭയങ്കരമാണ്...ഇരുമ്പു കോട്ടയേക്കാൾ ബലവത്തരമെന്ന് കരുതപ്പെട്ടതും അലംഘ്യമെന്ന് വിധിക്കപ്പെട്ടതുമായ ആ വാതിൽപ്പഴുതിൽ തൊട്ടപ്പോഴത്തെപ്പോലെ മറ്റൊരിക്കലും എന്റെ ഹൃദയം വിറച്ചിട്ടില്ല. നൂറ്റാണ്ടുകളുടെ പഴക്കമുള്ള ആ നിരപ്പലകകൾ ചിതൽ കുത്തേറ്റ് തകർന്നതായിരുന്നുവെന്നോ പുറമേ നിന്നടിച്ച കൊടുങ്കാറ്റിന്റെ ശക്തിയാൽ ആടിയാടി നിന്നതായിരുന്നുവെന്നോ അന്ന് ഞാനറിഞ്ഞിരുന്നില്ല (*ആത്മകഥകൾക്കൊരാമുഖം*).

ആര്യാപള്ളവും പാർവ്വതി നെന്മേനിമംഗലവും ദേവകി നിലയങ്ങോടും മറ്റും നേതൃത്വം കൊടുത്ത 'അന്തഃപുരവിപ്ലവം' നവോത്ഥാന കാലത്ത് മറ്റൊരു സമുദായത്തിലും ഉയരാത്ത തരത്തിൽ സ്ത്രീസ്വാതന്ത്ര്യത്തെക്കുറിച്ചും ലിംഗപദവി ബന്ധത്തെക്കുറിച്ചും സ്ത്രീവിമോചനത്തെക്കുറിച്ചുമുള്ള ചർച്ചകൾ ഉയർത്തി. വി ടിയുടെ *അടുക്കളയിൽനിന്ന് അരങ്ങത്തേക്ക്*, എം ആർ ബിയുടെ *മറക്കുടയ്ക്കുള്ളിലെ മഹാനരകം*,

എം പി ഭട്ടതിരിപ്പാടിന്റെ *ഋതുമതി* എന്നിങ്ങനെയുള്ള നാടകങ്ങൾ നമ്പൂതിരി പരിഷ്കരണ പ്രവർത്തനങ്ങൾക്ക് പ്രചരണോപാധികളായി അവതരിപ്പിക്കപ്പെട്ട നാടകങ്ങളാണ്. *അടുക്കളയിൽനിന്ന് അരങ്ങത്തേക്ക്* നമ്പൂതിരി സ്ത്രീയുടെ നിശ്ശബ്ദതയും നിസ്സഹായതയും ദുരിതങ്ങളും ആദ്യമായി പരസ്യ ചർച്ചയ്ക്ക് വിധേയമാക്കിയ സമരരൂപം തന്നെയായിരുന്നു. ഇതിൽ കൈകാര്യം ചെയ്യുന്ന ഘോഷയുടെ തിരസ്കാരവും വൃദ്ധവിവാഹത്തിനെതിരായ പ്രതിഷേധവും സ്വന്തം ഇഷ്ടപ്രകാരം വിവാഹവും ഒക്കെ യാഥാസ്ഥിതികത്വത്തിന് നേരെയുള്ള കടുത്ത വെല്ലുവിളികളായിരുന്നു.

യഥാർത്ഥത്തിൽ മറ്റൊരു സമുദായപരിഷ്കരണത്തിലും ഇത്രയേറെ ആഭ്യന്തര സംഘർഷം നവോത്ഥാന പ്രക്രിയയിൽ ഉണ്ടായിട്ടുണ്ടാവില്ല. ഒരേസമയം ജാതിമേധാവിത്വവും പുരുഷമേധാവിത്വവും ചോദ്യം ചെയ്യപ്പെടുകയെന്ന സംഘർഷമാണ് നമ്പൂതിരി സമുദായത്തിൽ രൂപം കൊണ്ടത്.

എന്നാൽ ഇത് വ്യക്തിവാദത്തിലും സ്വാതന്ത്ര്യബോധത്തിലും ആധുനിക ജീവിത വീക്ഷണത്തിലും ഊന്നുന്ന ബൂർഷ്വാ ജനാധിപത്യബോധത്തിനപ്പുറത്തേക്ക് പ്രവേശിക്കാതിരുന്നതിന്റെ പോരായ്മ ഒരിക്കൽ പൊട്ടിച്ചെറിഞ്ഞ പുണൂലിന്റെ പുനഃപ്രവേശം ചൂണ്ടിക്കാണിച്ചുകൊണ്ട് ഇ എം എസ് വിലയിരുത്തുന്നുണ്ട് (ആത്മകഥ)

എന്നാൽ പുരുഷന്മാർ ഉൾക്കൊണ്ടതിനപ്പുറം പരിവർത്തനത്തിന്റെ സാദ്ധ്യതകൾ തിരിച്ചറിയാനും അതേറ്റെടുക്കാനും നമ്പൂതിരി സ്ത്രീകൾ തയ്യാറായി എന്നതിന്റെ തെളിവാണ് അന്തർജ്ജന സമാജവും സ്ത്രീ കൂട്ടായ്മ സ്വയം രചിച്ച് അവതരിപ്പിച്ച *തൊഴിൽ കേന്ദ്രത്തിലേക്ക്* എന്ന നാടകവും. വിധവാ വിവാഹമോ വൃദ്ധവിവാഹ നിരോധനമോ ഘോഷ ബഹിഷ്കരണമോ വേഷപരിഷ്കരണമോ കൊണ്ട്മാത്രം സ്ത്രീയുടെ സ്വാതന്ത്ര്യബോധത്തെ തൃപ്തിപ്പെടുത്താനാകില്ലെന്ന ആഹ്വാനമാണ് ഈ പ്രവർത്തനങ്ങൾ ഉയർത്തിയത്. ലളിതാംബിക അന്തർജ്ജനത്തിന്റെ *സാവിത്രി അഥവാ വിധവാ വിവാഹം* എന്ന നാടകവും (1935), *തൊഴിൽകേന്ദ്രത്തിലേക്ക്* എന്ന നാടകവും (1948) നമ്പൂതിരി സ്ത്രീകളുടെയെന്നല്ല പുതിയ കാലത്തെ സ്ത്രീയുടെ മാനസിക സംഘർഷങ്ങളെ, ആശയങ്ങളുടെ ഏറ്റുമുട്ടലുകളെ നന്നായി പ്രതിനിധീകരിക്കുന്നവയായിരുന്നു. കൊളോണിയൽ അധിനിവേശത്തിന്റെ സംഭാവനയായ മാതൃകാ കുടുംബത്തിന്റെ സങ്കല്പം ആദർശമായി സ്വീകരിച്ച നവോത്ഥാന മൂല്യബോധത്തിൽനിന്ന് പ്രകടമായ വ്യതിയാനമാണ് അന്തർജ്ജന സമാജവും ആര്യാപള്ളവും, പാർവ്വതി നെന്മേനിമംഗലം, ദേവകി നിലയങ്ങോട് തുടങ്ങിയവരും നേതൃത്വം കൊടുത്ത സ്ത്രീകൂട്ടായ്മ ഉയർത്തിയ സ്ത്രീ സ്വത്വം.

1948 ൽ *തൊഴിൽകേന്ദ്രത്തിലേക്ക്* എന്ന നാടകം അവതരിപ്പിക്കുക മാത്രമല്ല, പുരോഗമന വാദികളുടെ പിന്തുണയോടെ സ്ത്രീകളെ

തൊഴിൽ പരിശീലിപ്പിക്കുന്നതിനുള്ള ഒരു കേന്ദ്രവും അന്തർജ്ജനസമാജം ആരംഭിച്ചു. അശരണരായ 40–50 സ്ത്രീകൾ ഒരുമിച്ച് താമസിച്ച് തൊഴിൽ പരിശീലിക്കുന്ന ആ കേന്ദ്രത്തിനെതിരെ യാഥാസ്ഥിതികരിൽനിന്ന് അതിരൂക്ഷമായ എതിർപ്പാണ് ഉണ്ടായത്. പരിഷ്കരിക്കപ്പെട്ട ആചാരങ്ങൾ കൊണ്ടും ആധുനിക വിദ്യാഭ്യാസംകൊണ്ടും മാത്രം സ്ത്രീകൾക്ക് വേണ്ടതെല്ലാം ആയി എന്ന് ധരിക്കരുതെന്ന് ഉൽപതിഷ്ണുക്കളും വിദ്യാസമ്പന്നരുമായ സ്ത്രീകളും പുരുഷന്മാരും പത്രമാസികകളിലെ ചർച്ചകളിലൂടെ ഓർമ്മിപ്പിച്ചത് സംഘടിത പ്രവർത്തനത്തിലൂടെ പ്രാവർത്തികമാക്കാനാണ് ആര്യാപള്ളവും മറ്റും ശ്രമിച്ചത്. തൊഴിൽ കേന്ദ്രത്തിലേക്കല്ല വ്യഭിചാരശാലയിലേക്കാണ് പോകുന്നത് എന്ന് ദേവകിയോട് അസഭ്യം പറയുന്ന ഭർത്താവിനോട് അവർ ചോദിക്കുന്നു; "സ്വാതന്ത്ര്യം പുരുഷന്മാരുടേയും അടിമത്തം സ്ത്രീകളുടെയും കുത്തകയാണല്ലോ?" കുടുംബത്തിനകത്തെ അധികാരബന്ധത്തെക്കുറിച്ച് ആറുദശകങ്ങൾക്കു മുമ്പ് ദേവകി ചോദിച്ചു;

"നിങ്ങളും ഞാനും തമ്മിലുള്ള ബന്ധം എന്താണെന്നറിയാമോ? ഭാര്യേം ഭർത്താവും തമ്മിലുള്ള ബന്ധമാണ്. അടിമേം യജമാനനും തമ്മിലുള്ള ബന്ധമല്ല."

ഈ ചോദ്യം ആറുദശകത്തിന് ഇപ്പുറമുള്ള കേരള സമൂഹത്തിൽ ഉയർത്താൻ ദേവകിക്ക് ഏറെ പിൻഗാമികളുണ്ടാകുന്നില്ല എന്ന് കൂട്ടിച്ചേർക്കേണ്ടിവരും.

അവകാശ സമരങ്ങളുടെ ധാരകൾ

കേരളത്തിലെ നവോത്ഥാന പ്രക്രിയ കേവലം സാമൂഹ്യപരിഷ്കരണ പ്രവർത്തനങ്ങൾ മാത്രമല്ല എന്ന് വിലയിരുത്തപ്പെട്ടിട്ടുണ്ട്. ദേശീയ സ്വാതന്ത്ര്യസമരവും ജാതിവിവേചനത്തിനും സാമൂഹ്യ അനീതിക്കുമെതിരായ സമരങ്ങളും ചൂഷണവ്യവസ്ഥയ്ക്ക് അടിസ്ഥാനമായുള്ള ജന്മിത്തത്തിനെതിരെ നടക്കേണ്ട സുപ്രധാന പോരാട്ടത്തിന്റെ ഭാഗമാണെന്ന തിരിച്ചറിവും അതിന്റെ അടിസ്ഥാനത്തിലുള്ള വർഗ്ഗസമരവുമാണ് കേരളത്തിലെ ആധുനിക സമൂഹത്തിന് അടിത്തറ പാകിയ രാഷ്ട്രീയ വഴിത്തിരിവ്. ജന്മിത്തത്തിനെതിരായ ഉശിരൻ കർഷക സമരങ്ങളില്ലായിരുന്നെങ്കിൽ സാമുദായിക പരിഷ്കരണത്തിലും സാമൂഹ്യ പരിവർത്തനത്തിന്റെ ചില താല്ക്കാലിക നേട്ടങ്ങളിലുമായി കേരള നവോത്ഥാനം പരിമിതപ്പെട്ടേനെ.

കേരളത്തിലെ സ്ത്രീജീവിതത്തെ നിർണ്ണയിക്കുന്നതിൽ ഈ പോരാട്ടങ്ങൾ നിർവഹിച്ച പങ്ക് ചെറുതൊന്നുമല്ല. സാമൂഹ്യപരിഷ്കരണ പ്രവർത്തനങ്ങളുടെ ഭാഗമായി വിദ്യാഭ്യാസം നേടാൻ കഴിഞ്ഞ കുറെ സ്ത്രീകളെങ്കിലും ദേശീയ സ്വാതന്ത്ര്യസമര പോരാട്ടത്തിൽ ആകൃഷ്ടരായി സമരരംഗത്തിറങ്ങിയിരുന്നു. കുട്ടിമാളുഅമ്മ, അക്കാമ്മ ചെറിയാൻ, ഗ്രേസി ആറോൺ പോലുള്ള നിരവധി സ്ത്രീകൾ വിദേശ വസ്ത്രപിക്ക

റ്റിങ്ങിലും തീണ്ടലിനും അയിത്താചാരത്തിനുമെതിരെയുള്ള സമരങ്ങളിലും നേതൃത്വപരമായ പങ്ക് നിർവ്വഹിക്കുകയും നൂറുകണക്കിന് സ്ത്രീകളെ ഇതിലൊക്കെ പങ്കെടുപ്പിക്കുകയും ചെയ്തു. താരതമ്യേന അഭ്യസ്തവിദ്യരും സമ്പന്നരും ഇടത്തരക്കാരും ആയിരുന്ന സ്ത്രീകളായിരുന്നു ദേശീയ സ്വാതന്ത്ര്യ സമരത്തിലൂടെ ഉയർന്നുവന്ന ഇന്ത്യൻ നാഷണൽ കോൺഗ്രസിലും തിരുവിതാംകൂർ സ്റ്റേറ്റ് കോൺഗ്രസ്സിലും പെട്ട സ്ത്രീ നേതാക്കളിൽ ഒരു വിഭാഗം.

എന്നാൽ 1930 കളിൽ കോൺഗ്രസിൽനിന്ന് ഇടതുപക്ഷ ആശയക്കാർ പുറത്തുവരികയും കോൺഗ്രസ് സോഷ്യലിസ്റ്റ് പാർട്ടിയും കമ്യൂണിസ്റ്റ് പാർട്ടിയും രൂപംകൊള്ളുകയും ചെയ്തതോടെ കർഷകത്തൊഴിലാളികളിൽ നിന്നും ദരിദ്രകൃഷിക്കാരിൽ നിന്നും തൊഴിലാളികളിൽ നിന്നുമായി ദേശീയ സ്വാതന്ത്ര്യസമരധാരയിലേക്ക് വന്ന സ്ത്രീകൾ വർഗ്ഗചൂഷണത്തിനെതിരായ ഉജ്ജ്വല സമരങ്ങളിലെ മുന്നണിപ്പോരാളികളായിമാറി.

കെ ദേവയാനി അമ്പലപ്പുഴ കയർപിരി യൂണിയന്റെ സെക്രട്ടറിയും പിന്നീട് കയ്യൂർ സമരമുഖത്തെ സ്ത്രീ നേതൃത്വവും ആയതും അദ്ധ്യാപികയായിരുന്ന യശോദ ടീച്ചർ സ്വാതന്ത്ര്യസമര പോരാളിയും പിന്നീട് *ദേശാഭിമാനി* റിപ്പോർട്ടറും ധീരയായ കമ്യൂണിസ്റ്റ് പ്രവർത്തകയായതുമെല്ലാം ജന്മിവിരുദ്ധ സമരത്തിലെ ഉജ്ജ്വല സ്ത്രീ ചരിത്രമാണ്. സ്ത്രീവിമോചനത്തിന്റെ അനിവാര്യമായ ഉപാധിയാണ് വർഗ്ഗചൂഷണത്തിൽ നിന്നുള്ള മോചനം എന്ന സൈദ്ധാന്തിക ചിന്ത പഠിച്ചെടുക്കുന്നതിന് മുമ്പ് തന്നെ സമൂഹം അനുഭവിക്കുന്ന ചൂഷണവ്യവസ്ഥക്കെതിരെ പുരുഷനൊപ്പം നിന്നുകൊണ്ട് പോരാടുക എന്ന ദൗത്യം ഏറ്റെടുക്കുന്നതിലൂടെ പൂർണ്ണമായും രാഷ്ട്രീയവല്ക്കരിക്കപ്പെടുന്ന സ്ത്രീകളുടെ തലമുറയാണ് ജന്മിവിരുദ്ധ കർഷസമരങ്ങളിലൂടെ കേരളത്തിൽ രൂപംകൊണ്ടത്. മുതലാളിത്ത ചൂഷണത്തിനും ഫ്യൂഡലിസ്റ്റ് മൂല്യബോധത്തിനും പുരുഷാധിപത്യത്തിനും എതിരെ പോരാടുന്ന കേരളത്തിലെ സ്വാതന്ത്ര്യാനന്തര സ്ത്രീസമരപ്രസ്ഥാനം ഈ പരമ്പരയുടെ പിൻതുർച്ചക്കാരാണ്.

കേരള നവോത്ഥാനപ്രക്രിയ എവിടെയാണ് അവസാനിക്കുന്നത് എന്നത് കൃത്യമായി അടയാളപ്പെടുത്താനാകില്ലെങ്കിലും ഇന്ത്യയുടെ സ്വാതന്ത്ര്യലബ്ധിയെന്നത് രാജ്യത്തെ എല്ലാ സംസ്ഥാനങ്ങളിലെയും ജനജീവിതത്തെ സംബന്ധിച്ചിടത്തോളം നിർണ്ണായകഘട്ടമാണ്. സ്വാതന്ത്ര്യലബ്ധിയോടെ അവകാശ തുല്യത വാഗ്ദാനം ചെയ്യുന്ന ഭരണഘടനയുമായി ജനാധിപത്യ ഭരണം നിലവിൽ വന്നു. ഇവിടെ വെച്ചാണോ നവോത്ഥാനത്തിന്റെ ചർച്ച നമുക്ക് അവസാനിപ്പിക്കേണ്ടത്? എന്നാൽ അങ്ങനെ അവസാനിപ്പിച്ചാൽ വർത്തമാനകാല സമൂഹത്തിലെ സ്ത്രീ പദവി സംബന്ധിച്ച ആശങ്കകൾക്കും വൈരുദ്ധ്യങ്ങൾക്കും മറുപടി എവിടെ നിന്നുകണ്ടെത്തും?

സ്വാതന്ത്ര്യത്തിനുശേഷമുള്ള ഇന്ത്യൻ സ്ത്രീ സമൂഹത്തിന്റെ അവ വസ്ഥ സി പി ഐ (എം)ന്റെ പാർട്ടി പരിപാടി ഇങ്ങനെ വിലയിരുത്തുന്നു:

> സ്വാതന്ത്ര്യസമരത്തിലെ തുല്യപങ്കാളികളായ ഇന്ത്യയിലെ സ്ത്രീകൾ ഇന്ത്യ സ്വതന്ത്രയായതോടെ നൂറ്റാണ്ടുകൾ പഴക്കമുള്ള ലിംഗപരമായ അടിച്ചമർത്തലിന്റെ ചങ്ങലക്കെട്ടുകളിൽ നിന്ന് മോചനം ലഭിക്കുമെന്ന് ആശിച്ചിരുന്നു. ഇക്കാര്യത്തിൽ പുരോഗതി ഉണ്ടായില്ലെന്ന് മാത്രമല്ല, അഞ്ചു ദശകം പിന്നിട്ട ബൂർഷ്വാ-ഭൂപ്രഭു വാഴ്ചയ്ക്ക് കീഴിൽ ഓരോ രംഗത്തും പുരുഷ്യാധിപത്യം നില നിർത്തപ്പെടുകയാണുണ്ടായത്. സ്ത്രീകൾ, തൊഴിലെടുക്കുന്നവർ, പൗരർ എന്നീ നിലകളിൽ വിവിധ തലങ്ങളിൽ സ്ത്രീകൾ ചൂഷണം ചെയ്യപ്പെടുന്നു. ഉദാരവല്ക്കരണപ്രക്രിയ സാമ്പത്തി കവും സാമൂഹ്യവുമായ മണ്ഡലങ്ങളിൽ ലിംഗപരമായ ചൂഷണ ത്തിന്റെ പുതിയ രൂപങ്ങൾ ഏർപ്പെടുത്തുകയാണുണ്ടായത് (*പാർട്ടി പരിപാടി* 5-13)

സ്വാതന്ത്ര്യത്തിന് 63 വർഷങ്ങൾക്കുശേഷവും പെൺഭ്രൂണഹ ത്യയും ദളിത് കൂട്ടക്കൊലകളും സമുദായ ദുരഭിമാനത്തിനായുള്ള കൊല പാതകങ്ങളും നിരക്ഷരതയും അനാരോഗ്യവുമാണ് ശരാശരി ഇന്ത്യൻ സ്ത്രീയുടെ വർത്തമാന ജീവിത അനുഭവം. കേവലം സംരക്ഷണനിയ മങ്ങൾ കൊണ്ട് മാത്രം ഇന്നത്തെ ചൂഷണവ്യവസ്ഥയിൽ സ്ത്രീജീവി തത്തെ സംരക്ഷിക്കാനാകില്ല എന്ന് ഇ എം എസ് 1956 ൽ തന്നെ ചൂണ്ടി ക്കാണിച്ചു.

> ഈ രാജ്യത്തിൽ നിലവിലുള്ള സാമ്പത്തിക-സാമൂഹ്യ ബന്ധങ്ങ ളിൽ നിന്നുറവെടുക്കുന്ന യാതനകളിൽ നിന്നും സ്ത്രീകളെ രക്ഷി ക്കുവാൻ വിവാഹം, വിവാഹമോചനം, സ്വത്തവകാശം തുടങ്ങിയ നിയമങ്ങളെ മാത്രം വിപുലീകരിച്ചാലും സാധിക്കുകയില്ല.
>
> കാരണം, ഈ ബന്ധങ്ങളുടെ ഫലമായി(എ)തൊഴിലാളികൾക്കി ടയിൽ പൊതുവായും സ്ത്രീകൾക്കിടയിൽ പ്രത്യേകിച്ചും തൊഴി ലില്ലായ്മ പടർന്നു പിടിക്കുകയാണ്; (ബി) സ്ത്രീ തൊഴിലാളി കൾക്ക് കുറഞ്ഞ കൂലി കൊടുക്കുകയെന്ന സമ്പ്രദായം നില നില്ക്കുന്നു; (സി)അമ്മ, ഭാര്യ, പൗര എന്നീ വിവിധ തുറകളിൽ തങ്ങൾക്ക് പങ്കുവഹിക്കാൻ വേണ്ട വിദ്യാഭ്യാസപരവും ആരോ ഗ്യപരവുമായ സൗകര്യങ്ങൾ സ്ത്രീകൾക്ക് നിഷേധിക്കപ്പെട്ടിരി ക്കുകയാണ് (*സ്ത്രീകളെപ്പറ്റി*, ഇ എം എസ്, പേജ് 69)

ഇതാണ് സ്വതന്ത്ര ഇന്ത്യയുടെ അനുഭവത്തിൽ ആറു ദശകങ്ങളി ലേറെയായി രാജ്യത്ത് സ്ത്രീകൾ പൊതുവെ അനുഭവിക്കുന്ന ദുരിത ങ്ങളും താഴ്ന്ന ജീവിത നിലവാരവും എങ്കിൽ ഇതു കേരളത്തിലെ

സ്ത്രീജീവിതത്തിലും പ്രതിഫലിക്കേണ്ടതാണ്. എന്നാൽ ഇന്ത്യയിൽ ഏറ്റവും ഉയർന്ന സാക്ഷരതയും ആരോഗ്യനിലവാരവും ക്ഷേമസൂചികകളുമായി കേരളത്തിലെ സ്ത്രീകൾ മുന്നിൽ നില്ക്കുന്നു. ഇതിനുകാരണം നവോത്ഥാന പ്രക്രിയയിലെ സാമൂഹ്യപരിഷ്കരണത്തിന്റെ സ്വാധീനം മാത്രമാണോ? ഇരുപതാം നൂറ്റാണ്ടിന്റെ ആദ്യാർദ്ധത്തിൽ പൂർത്തിയാകുന്ന നവോത്ഥാനപ്രക്രിയ സൃഷ്ടിച്ച അന്തരീക്ഷത്തിൽ പുതിയ സാമൂഹ്യസൃഷ്ടിക്കായി കേരളത്തെ മാറ്റുന്നതിനുള്ള രാഷ്ട്രീയ ഉത്തരവാദിത്വം ഏറ്റെടുത്ത് ബാലറ്റ് പെട്ടിയിലൂടെ ആദ്യമായി അധികാരത്തിലെത്തിയ 1957 ലെ കമ്യൂണിസ്റ്റ് ഭരണമാണ് ഇതിന് തുടക്കം കുറിച്ചത്. അന്നുമുതൽ ഇടവിട്ടാണെങ്കിലും തുടർന്നുവന്ന ഇടതുഭരണമാണ് കേരളത്തിലെ മുഴുവൻ സ്ത്രീകൾക്കും വിദ്യാഭ്യാസവും ആരോഗ്യവും ആത്മവിശ്വാസവും നേടുന്നതിനുള്ള സാഹചര്യമൊരുക്കിയത്.

ഇടതുഭരണം പൊതു വിദ്യാഭ്യാസത്തിലും ആരോഗ്യസംരക്ഷണത്തിലും നല്കിയ ഊന്നൽ സ്ത്രീവിദ്യാഭ്യാസത്തെയും സ്ത്രീകളുടെ പൊതു ആരോഗ്യനിലയെയും വളരെയധികം സ്വാധീനിച്ചിട്ടുണ്ട്. അഡ്വ. അന്നചാണ്ടി ഉൾപ്പെടെയുള്ളവർ 1930 കളിൽ തന്നെ ജനന നിയന്ത്രണത്തിലും മറ്റും സ്വീകരിക്കേണ്ട പ്രചരണ പരിപാടികളെ കുറിച്ചും കുടുംബാസൂത്രണ ക്ലിനിക്കുകളെക്കുറിച്ചും ചർച്ച ഉയർത്തുന്നുണ്ട്. കത്തോലിക്കാ സഭയെയും മറ്റ് യഥാസ്ഥിതികരെയും വല്ലാതെ ചൊടിപ്പിച്ച ഉല്പതിഷ്ണുക്കളായ സ്ത്രീകളുടെ ഇത്തരം അഭിപ്രായങ്ങൾ ഭരണപരമായി നടപ്പിലാക്കാൻ ആദ്യമായി നടപടി സ്വീകരിച്ചത് 1957 ലെ ഇ എം എസ് സർക്കാരാണ്. 1957–59 കാലത്ത് ഇന്ത്യയിൽ ആദ്യമായി സംസ്ഥാനത്ത് 75 മാതൃശിശു സംരക്ഷണകേന്ദ്രങ്ങൾ സ്ഥാപിക്കാൻ ആ സർക്കാരിനു കഴിഞ്ഞു. വിറ്റാമിൻ ഗുളികകളും പാലും മറ്റ് പോഷകാഹാരവും ഗർഭിണികൾക്കും കുഞ്ഞുങ്ങൾക്കും ഈ കേന്ദ്രങ്ങളിലൂടെ സംസ്ഥാന സർക്കാർ നല്കി.

ഭൂപരിഷ്കരണവും സാക്ഷരതാ പ്രസ്ഥാനവും അധികാരവികേന്ദ്രീകരണവും വെറും ഭരണപരിഷ്കാരങ്ങളോ സർക്കാർ പദ്ധതികളോ മാത്രമായിരുന്നില്ല. കേരളത്തിൽ തുടർച്ചയുള്ള സാമൂഹ്യ–സാമ്പത്തിക–സാംസ്കാരിക പ്രക്രിയയായി മാറിയ ഇത്തരം ഇടപെടലുകളിൽ കേരളത്തിലെ സ്ത്രീകൾ വെറും ഗുണഭോക്താക്കളോ ദൃക്സാക്ഷികളോ മാത്രമായി ഒരിക്കലും മാറിനിന്നിട്ടില്ല. കേരളത്തിലെ പൊതുരംഗത്തെ സ്ത്രീയുടെ അദൃശ്യതയെക്കുറിച്ച് വിമർശനാത്മകമായി ചൂണ്ടിക്കാണിക്കുമ്പോൾ തന്നെ താഴെ തട്ടിൽ നടന്നിട്ടുള്ള മിച്ചഭൂമി സമരങ്ങളിലും സാക്ഷരത പ്രവർത്തനങ്ങളിലും വികസനപ്രവർത്തനങ്ങളിലും പങ്കാളികളായിട്ടുള്ള സ്ത്രീകളുടെ സജീവ സാന്നിദ്ധ്യം ചരിത്രത്തിൽ രേഖപ്പെടുത്താതെ പോകരുത്. ഇടയ്ക്കിടെ വന്ന വലതുപക്ഷ ഭരണങ്ങൾക്കുപോലും ഇടതുസർക്കാരുകൾ തുടങ്ങിയ നയപരിപാടികൾ ചിലതെങ്കിലും തുടരേണ്ടി വന്നത് സ്ത്രീകളുൾപ്പെടെ നടത്തിയ ജനകീയ സമരങ്ങ

ളുടെ സമ്മർദ്ദം കൊണ്ടാണ്.

എന്നാൽ കേരളത്തിലെ സമകാലിക സ്ത്രീപദവി സംബന്ധിച്ച ചില വൈരുദ്ധ്യങ്ങളുടെ കെട്ടഴിക്കാതെ നവോത്ഥാന സ്ത്രീചരിത്രം സംബന്ധിച്ച വിലയിരുത്തൽ പൂർണ്ണമാകില്ല. സ്ത്രീകൾക്കു നേരെ നടക്കുന്ന വിവിധങ്ങളായ അതിക്രമങ്ങൾ, ആധുനിക മാദ്ധ്യമങ്ങളിലുൾപ്പെടെ നിലനില്ക്കുന്ന സ്ത്രീ വിരുദ്ധത, പൊതു പ്രസ്ഥാനങ്ങളിൽ നേതൃസ്ഥാനങ്ങളിലെ സ്ത്രീകളുടെ കുറവ്, അന്ധവിശ്വാസങ്ങളുടെയും അനാചാരങ്ങളുടെയും സ്ത്രീവിരുദ്ധമായ അനുഷ്ഠാനങ്ങളുടെയും തിരിച്ചുവരവ്, 20–ാം നൂറ്റാണ്ടിന്റെ ആദ്യദശകം മുതൽ നഴ്സും അദ്ധ്യാപികയുമൊക്കെയായി തൊഴിലെടുക്കാൻ സ്ത്രീകൾ മുന്നോട്ട് വന്നിട്ടും സാമ്പത്തിക സ്വാശ്രയത്വത്തിന്റെ കാര്യത്തിൽ തുടരുന്ന പിന്നോക്കാവസ്ഥ എന്നിങ്ങനെ നിരവധി പ്രശ്നങ്ങൾ ചൂണ്ടിക്കാണിച്ചുകൊണ്ട് പലരും വേവലാതിയോടെ ചോദിക്കുന്നത് നവോത്ഥാന പാരമ്പര്യമുള്ള കേരളത്തിൽ എന്തുകൊണ്ട് ഇത് സംഭവിക്കുന്നു എന്നാണ്. ആധുനിക കേരള സൃഷ്ടിയിൽ മുഖ്യപങ്ക് വഹിച്ചത് കമ്യൂണിസ്റ്റ് പ്രസ്ഥാനമാണ് എന്ന ചരിത്രസത്യത്തെ തള്ളിപ്പറയാൻ പറ്റാത്തതുകൊണ്ട് ചില ബുദ്ധിജീവികൾ കഴിഞ്ഞ 50 വർഷത്തിനിടയിൽ കേരളസമൂഹത്തിലുണ്ടായ എല്ലാ പ്രശ്നങ്ങളുടെയും ഉത്തരവാദിത്വം കൂടി കമ്യൂണിസ്റ്റ് പ്രസ്ഥാനത്തിനുമേൽ കെട്ടിവെച്ച് തങ്ങളുടെ കമ്യൂണിസ്റ്റ് വിരോധം (വിശേഷിച്ച് സി പി ഐ (എം) നോട്) തീർക്കാറുണ്ട്. വാസ്തവത്തിൽ സമുദായ പരിഷ്കരണശ്രമങ്ങളുടെ ആദ്യഘട്ടത്തിനു ശേഷം സംസ്ഥാനത്തെ വിവിധ സമുദായങ്ങളിലും സ്വാതന്ത്ര്യ ലബ്ധിക്കുശേഷമുള്ള ഇന്ത്യൻ ഭരണവർഗ്ഗ രാഷ്ട്രീയത്തിന്റെ ഫലമായി സമൂഹത്തിലും വന്നിട്ടുള്ള പ്രതിലോമകരങ്ങളായ പ്രവണതകളെയും സ്വാധീനങ്ങളെയും മാറ്റങ്ങളെയും വിശകലനം ചെയ്യാനുള്ള സത്യസന്ധത ഇവരിൽ പലരും കാണിക്കുന്നില്ല.

സാമൂഹ്യപരിഷ്കരണഘട്ടത്തിൽ തന്നെ കാണുന്ന ഒരു വൈരുദ്ധ്യം പരിഷ്കരിക്കപ്പെടുന്ന സമൂഹത്തിലും കുടുംബത്തിലും സ്ത്രീയുടെ റോളിനെ സംബന്ധിച്ചുള്ള ആശയക്കുഴപ്പമാണ്. സ്വന്തം സമുദായത്തെ കൂടുതൽ പരിഷ്കൃതവും സുസംഘടിതവുമാക്കുക എന്ന ലക്ഷ്യം മുന്നോട്ട് വെച്ചവർ തന്നെ സ്ത്രീധനം, സ്ത്രീയുടെ സാമ്പത്തിക സ്വാതന്ത്ര്യം, വിഭവങ്ങളിന്മേലുള്ള അവകാശം, പൊതുരംഗത്തേക്കുള്ള പ്രവേശം തുടങ്ങിയവ ചർച്ച ചെയ്യാൻ തയ്യാറായിട്ടില്ല. *ലക്ഷ്മീഭായി, ശ്രീമതി* പോലുള്ള വനിതാ മാസികകളിൽ 1920 കളിലും 1930 കളിലുമൊക്കെ വന്ന ചർച്ചകളിൽ സ്ത്രീധർമ്മത്തെക്കുറിച്ച് പുരുഷന്മാരും സ്ത്രീകളുമൊക്കെ അഭിപ്രായങ്ങൾ ഉന്നയിച്ചിട്ടുണ്ട്. സ്ത്രീക്ക് വിദ്യാഭ്യാസം നല്കുന്നതുതന്നെ ആദർശാത്മകമായ കുടുംബജീവിതം നയിക്കാൻ അവളെ പ്രാപ്തയാക്കുന്നതിനാണ് എന്ന മട്ടിൽ ഒരു വിഭാഗവും സ്ത്രീകളെ പുരുഷനൊപ്പം സ്വതന്ത്രമായി പ്രവർത്തിക്കാൻ പ്രാപ്തയാക്കുന്നതാകണം വിദ്യാഭ്യാസം എന്ന് മറുകൂട്ടരും നടത്തുന്ന ചർച്ചകൾ

സാമൂഹ്യപരിഷ്കർത്താക്കളൊന്നും ഏറ്റെടുത്തിട്ടില്ല. എന്നു മാത്രമല്ല, അണുകുടുംബങ്ങളിലേക്കും ശമ്പളപ്പണികളിലേക്കും മാറുന്ന ആളുകൾ സ്വയം മദ്ധ്യവർഗ്ഗ സംസ്കാരത്തെ സ്വാംശീകരിക്കുന്ന പ്രവണത ശക്തമായി നിലനിർത്തുന്നുവെന്നതാണ് നിർഭാഗ്യകരം.

വിവാഹരീതികളിലെ പ്രാകൃതത്വം ഉപേക്ഷിക്കാൻ ആഹ്വാനം ചെയ്തവർ സ്ത്രീധന സമ്പ്രദായമോ വിവാഹവുമോ ആയി ബന്ധപ്പെട്ട് വധുവിന്റെ വീട്ടുകാർക്കുണ്ടാകുന്ന ബാദ്ധ്യതകൾ ഇല്ലാതാക്കുന്ന തരത്തിലുള്ള ഒരു പരിഷ്കരണവും നിർദ്ദേശിച്ചില്ലെന്ന് മാത്രമല്ല, പഴയ തറവാടിത്തത്തിന്റെയും ഭൂസ്വത്തിന്റെയും സ്ഥാനത്ത് ആഡംബരപൂർണ്ണമായ വിവാഹച്ചടങ്ങും പകിട്ടും സ്ത്രീധനവും ആഭരണങ്ങളും എല്ലാം പദവി ചിഹ്നങ്ങളായി എല്ലാ സമുദായങ്ങളിലും ആഘോഷിക്കപ്പെടുന്നുമുണ്ട്. വിവാഹ ചെലവു കുറയ്ക്കണമെന്നുള്ള എൻ എസ് എസിന്റെയും മറ്റും ഭാഗത്തുനിന്നുണ്ടായ ചില നടപ്പാക്കാത്ത പ്രസ്താവനകളല്ലാതെ ചടങ്ങുകളിലെ സ്ത്രീവിരുദ്ധത ഇല്ലാതാക്കുന്നതിനുള്ള ഫലപ്രദമായ ഇടപെടൽ സമുദായ സംഘടനകളിൽ നിന്നുമുണ്ടാകുന്നില്ല. സ്ത്രീജീവിതത്തിൽ പ്രതിഫലിച്ചിരുന്ന വസ്ത്രവും ആഭരണങ്ങളും സംബന്ധിച്ച അടയാളങ്ങളെ സമുദായത്തെ അപമാനിക്കുന്ന അടിമത്ത ചിഹ്നങ്ങളായി നിരാകരിച്ചവർ പഴയതും പുതിയതുമായ ജാതി-മത ചിഹ്നങ്ങളെ സമുദായത്തിന്റെ അഭിമാനമായി വാഴ്ത്തി സ്ത്രീ ജീവിതത്തിൽ പുനഃസ്ഥാപിക്കാനുള്ള ശ്രമങ്ങളാണ് നടത്തുന്നത്. സാമൂഹ്യപരിഷ്കരണത്തിന്റെ പുതിയ ഉത്തരവാദിത്വങ്ങളെ വിസ്മരിച്ച് രാഷ്ട്രീയ-സാമ്പത്തിക ബലാബലത്തിൽ കേന്ദ്രീകരിച്ച് മത-സമുദായ ചിഹ്നങ്ങളെ വർത്തമാന സ്ത്രീജീവിതത്തിൽ അടിച്ചേല്പ്പിക്കുന്നത് അപരിഷ്കൃതത്വം തന്നെയാണെന്നും സ്ത്രീപദവി നേരിടുന്ന ഒരു മുഖ്യവെല്ലുവിളിയാണ് അതെന്നും മത-സമുദായ സംഘടനകൾ അംഗീകരിക്കണം. എല്ലാ മനുഷ്യബന്ധങ്ങളെയും രൊക്കം പണത്തിന്റെ അടിസ്ഥാനത്തിൽ മാത്രം കാണുന്ന, ദാക്ഷിണ്യമില്ലാത്ത മുതലാളിത്ത ചൂഷണ വ്യവസ്ഥയിൽ ഈ ചൂഷണത്തിനെതിരായ പോരാട്ടം സ്ത്രീ വിമോചന സമരത്തിന്റെ അവിഭാജ്യഘടകമാണ് എന്ന് സ്ത്രീവാദികൾ തിരിച്ചറിയണം. എല്ലാ ആധിപത്യങ്ങൾക്കുമെതിരായ പോരാട്ടം ഒരു രാഷ്ട്രീയ പ്രക്രിയയാണ്. സംവാദം മാത്രമല്ല, വർത്തമാന സമൂഹത്തിലെ അവസരങ്ങൾ എത്രമാത്രം ഈ പോരാട്ടത്തിന് പ്രയോജനപ്പെടുത്താനാകുമെന്ന കൂട്ടായ ചിന്തയും പ്രായോഗിക പ്രവർത്തനവും ആവശ്യമാണ്.

അനുബന്ധം

പതിനായിരക്കണക്കിന് സ്ത്രീകൾ പങ്കെടുത്ത 1792 ലെ ഫ്രഞ്ച് വിപ്ലവത്തിന് ഒരു വർഷം കഴിഞ്ഞപ്പോൾ റിപ്പബ്ലിക്കിന്റെ കമ്യൂൺ പ്രസിഡന്റായ പിയെറെ ഗാസ് പാർഡ് ഷോമെറ്റ് രാജ്യത്തെ സ്ത്രീകളുടെ ക്ലബുകളും സംഘടനകളുമെല്ലാം നിരോധിക്കാൻ ഉത്തരവിട്ടു. അദ്ദേഹം അതിനുകാരണമായി പറഞ്ഞത്; "രാഷ്ട്രീയ പ്രവർത്തകരായ ആളുകൾ

പൊതുപ്രവർത്തനത്തിൽ പങ്കെടുക്കുമ്പോൾ തന്റെ ഭാര്യ വീട്ടിൽ എല്ലാ ധർമ്മങ്ങളും കൃത്യമായി നിർവ്വഹിക്കുന്നുണ്ടെന്ന് അയാൾക്ക് ഉറപ്പു ലഭിക്കേണ്ടതുണ്ട്. അത് സ്ത്രീകളുടെ പൗരധർമ്മത്തിന്റെ ഭാഗം തന്നെയാണ്" എന്നാണ്. ബൂർഷ്വാ ജനാധിപത്യ വിപ്ലവത്തിന്റെ കൊടിക്കൂറ പായിച്ച ഫ്രഞ്ച് വിപ്ലവത്തിന്റെ സ്ത്രീ ഉള്ളടക്കത്തെക്കുറിച്ച് പിന്നീടുയർന്ന ആക്ഷേപം വിപ്ലവത്തിന് സ്ത്രീമുഖമുണ്ടായിരുന്നു, എന്നാൽ റിപ്പബ്ലിക് പൂർണ്ണമായും പുരുഷനായിരുന്നു എന്നാണ്. പരിഷ്കരിക്കപ്പെട്ട സ്ത്രീകളെ കുടുംബത്തിലേക്ക് തളയ്ക്കുന്ന തരത്തിലുള്ള സദാചാര ബോധനങ്ങളുടെ കാലമാണ് (റൂസ്സോ അടക്കം) പിന്നീട് കാണുന്നത്. സ്വതന്ത്രയാക്കപ്പെടുന്ന സ്ത്രീ പുരുഷാധിപത്യ സമൂഹത്തിന് ഭീഷണിയാണ്. ഒരു ബൂർഷ്വാ ജനാധിപത്യറിപ്പബ്ലിക്കും സ്ത്രീപുരുഷ തുല്യത പൂർണ്ണമായും ഉറപ്പുവരുത്തില്ല എന്ന് ചൂണ്ടിക്കാണിച്ചുകൊണ്ട് ലെനിൻ പറയുന്നു;

> എവിടെ മുതലാളിത്തമുണ്ടോ, എവിടെ ഭൂമിയിലും ഫാക്ടറികളിലും സ്വകാര്യ ഉടമസ്ഥതയുണ്ടോ, എവിടെ മൂലധനത്തിന്റെ അധികാരത്തെ നിലനിർത്തുന്നോ അവിടെ പുരുഷന്മാർ അവരുടെ പ്രത്യേകാനുകൂല്യങ്ങൾ വെച്ചു പുലർത്തുന്നു. (*സ്ത്രീ വിമോചനത്തെപ്പറ്റി*–ലെനിൻ)

എന്നാൽ 1917 ലെ ബോൾഷെവിക് വിപ്ലവം രാഷ്ട്രീയ ഇച്ഛാശക്തിയിലൂടെ സ്ത്രീപുരുഷ തുല്യത ഉറപ്പുവരുത്താൻ പറ്റുന്ന ഇടപെടൽ നടത്തുന്ന ഒരു സോഷ്യലിസ്റ്റ് ഭരണത്തെ ലോകത്തിന് കാട്ടിത്തന്നു. കുടുംബഘടനയെത്തന്നെ പരിഷ്കരിച്ചുകൊണ്ടും തൊഴിലിലും ഭരണത്തിലും ലിംഗനീതി ഉറപ്പുവരുത്തിക്കൊണ്ടും നടപ്പാക്കിയ സോവിയറ്റ് ഭരണമാതൃകയുടെ ഏറ്റവും വലിയ സവിശേഷത സ്ത്രീയെ പൂർണ്ണമായും സാമൂഹ്യ ഉല്പാദനത്തിലേക്ക് പ്രവേശിപ്പിച്ചു എന്നതാണ്. ചൂഷണാധിഷ്ഠിതമായ ഉല്പാദന ബന്ധങ്ങൾ തകർക്കപ്പെടുമ്പോൾ മാത്രമേ സ്ത്രീകൾക്ക് സാമൂഹ്യഉല്പാദനത്തിൽ മുഖ്യപങ്ക് നിർവ്വഹിക്കാനും ലിംഗനീതി ഉറപ്പുവരുത്താനുമാകൂ.

ലിംഗനീതി ഉറപ്പുവരുത്താനുള്ള കമ്യൂണിസ്റ്റ് രാഷ്ട്രീയ ഇച്ഛാശക്തി തന്നെയാണ് കേരളത്തിലും സ്ത്രീജീവിതത്തിൽ രാജ്യത്തെ പൊതുസ്ഥിതിയിൽ നിന്ന് വ്യത്യസ്തമായ ഗുണനിലവാരം ഉറപ്പാക്കുന്നതിൽ മുഖ്യപങ്ക് വഹിച്ചിട്ടുള്ളത്. എന്നാൽ ഇന്ത്യയിലാകെ നിർണ്ണായക ശക്തിയായിട്ടുള്ള കമ്പോള വ്യവസ്ഥയുടെയും ഫ്യൂഡൽ അവശിഷ്ട മൂല്യബോധത്തിന്റെയും സാമ്പത്തിക-രാഷ്ട്രീയ-സാംസ്കാരിക വെല്ലുവിളികളോട് എതിരിട്ടു മാത്രമേ ലിംഗനീതിക്കായുള്ള പരിശ്രമങ്ങൾ കേരളത്തിലടക്കം മുന്നോട്ട് കൊണ്ടുപോകാനാകൂ. സാമ്പത്തിക-രാഷ്ട്രീയ ശക്തികളോടു മാത്രമല്ല സമരം ചെയ്യാനുള്ളത്. നവോത്ഥാന പ്രക്രിയയിലും തിരുത്തപ്പെടാതെ പോയ ആൺകോയ്മയുടെയും യാഥാസ്ഥിതികത്വത്തിന്റെയും ആധിപത്യത്തിനും ഈ ആധിപത്യത്തെ സ്വാംശീ

കരിക്കുന്ന മനോഭാവത്തിനും എതിരായി സമൂഹത്തിന്റെ മനോഭാവ മാറ്റത്തിനായുള്ള സാംസ്കാരിക സമരവും അടിയന്തരാവശ്യമാണ്. "ഇതൊരു നീണ്ട സമരമായിരിക്കും. സാമൂഹ്യ സങ്കേതങ്ങളുടെയും സദാചാര ബോധങ്ങളുടെയും സമൂലമായ അഴിച്ചുപണി അതിനാവശ്യമായി വരും." സോവിയറ്റ് യൂണിയനിൽ കമ്യൂണിസ്റ്റ് സമൂഹം കെട്ടിപ്പടുക്കുന്നതിനെക്കുറിച്ച് ലെനിൻ പറഞ്ഞ വാക്കുകൾ ലിംഗനീതിക്കായുള്ള പോരാട്ടങ്ങളെ സംബന്ധിച്ചും പ്രസക്തമാണ്.

(2010)

കേരളത്തിലെ സ്ത്രീപ്രശ്നവും ഇടതുപക്ഷവും

കേരളസമൂഹം വിവിധ പ്രശ്നങ്ങളാൽ വിചാരണ ചെയ്യപ്പെടുന്നുണ്ട്. കൊണ്ടാടപ്പെടുന്ന കേരളവികസന മാതൃകയുടെ ദൗർബല്യങ്ങളിൽ, ഇവിടെ ഇന്നും സങ്കീർണ്ണമായി തുടരുന്ന ലിംഗ അസമത്വം സാമൂഹ്യശാസ്ത്രജ്ഞർക്കും ചരിത്രഗവേഷകർക്കും അനന്ത സാദ്ധ്യതകളുള്ള ചർച്ചാവിഷയമാണ്. മുൻതലമുറകളിൽ നിന്ന് കൈമാറിക്കിട്ടിയ പോരാട്ടവീര്യത്തെയും നേട്ടങ്ങളെയും കൈവിട്ട് കളഞ്ഞവരെന്ന് വർത്തമാന സ്ത്രീസമൂഹത്തെ ചിലർ കുറ്റപ്പെടുത്തുന്നു. സമൂഹത്തിൽ നൂറ്റാണ്ടുകളായി സംഭവിച്ചുകൊണ്ടിരിക്കുന്ന സാമൂഹ്യ സാമ്പത്തിക പ്രക്രിയയിലെ നിഷ്ക്രിയരായ ഇരകളോ ഗുണഭോക്താക്കളോ മാത്രമായി സ്ത്രീകളെ കണ്ട് അവരെ കർത്തൃസ്ഥാനത്ത് നിന്നുതന്നെ മാറ്റിനിർത്തുന്നവർക്ക് സാമൂഹ്യ വിശകലനത്തിന്റെ കരുക്കൾ മാത്രമാണ് സ്ത്രീയനുഭവങ്ങൾ. എന്നാൽ അനീതിയുടെ വൈവിദ്ധ്യമാർന്ന ജീവിതാനുഭവങ്ങളിലൂടെ കടന്നുപോകുന്ന, കേരളത്തിലെ ഒന്നരക്കോടിയിലധികം വരുന്ന സ്ത്രീകൾ വർത്തമാന സമൂഹത്തിൽ എവിടെയാണ് തങ്ങളെ അടയാളപ്പെടുത്തുന്നത്? കേരള വികസനത്തിലെ വൈരുദ്ധ്യമായി ചൂണ്ടിക്കാണിക്കപ്പെടുന്ന സ്ത്രീപ്രശ്നത്തെ ഇടതുപക്ഷരാഷ്ട്രീയം എങ്ങനെയാണ് സമീപിക്കുന്നത്?

കേരളത്തിലെ സ്ത്രീസമൂഹത്തിൽ നിർണ്ണായകചലനങ്ങളുണ്ടാക്കിയ കഴിഞ്ഞ ഒരു നൂറ്റാണ്ടിന്റെ ചരിത്രം പരിശോധിക്കുക ഈ ലേഖനത്തിന്റെ ലക്ഷ്യമല്ല. പക്ഷേ, 21-ാം നൂറ്റാണ്ടിന്റെ ആദ്യപാദത്തിൽ നിന്നുകൊണ്ട് കേരളത്തിലെ സ്ത്രീജീവിതത്തിന് എന്തുസംഭവിച്ചു എന്ന് ചോദിക്കുമ്പോൾ കടന്നുവന്ന ചരിത്രവഴികൾ അടയാളപ്പെടുത്തേണ്ടതുണ്ട് എന്നുമാത്രം. 19 ഉം 20 ഉം നൂറ്റാണ്ടുകളിലെ സാമൂഹ്യപരിഷ്ക്ക

രണപ്രവർത്തനങ്ങൾ കേരളത്തിന്റെ സാമൂഹ്യജീവിതത്തെ അടിമുടി ബാധിച്ചുവെന്നത് ആവർത്തിച്ചുറപ്പിച്ച വസ്തുതയാണ്. ജാതി മേധാവിത്വത്തിനും ഭൂപ്രഭുത്വത്തിനും കീഴിൽ അടിച്ചമർത്തപ്പെട്ടവരുടെ പോരാട്ടങ്ങളിൽ, സമൂഹത്തിലെ വ്യവസ്ഥാപിത അധികാരഘടനയെ പിടിച്ചുലച്ച സംവാദങ്ങളിൽ സമൂഹത്തിൽ പ്രബലമായിരുന്ന സ്ത്രീകേന്ദ്രീകൃത അനാചാരങ്ങളും ചോദ്യം ചെയ്യപ്പെട്ടു. അടിച്ചമർത്തലിന്റെ പ്രകടരൂപങ്ങൾ കൂടുതൽ തെളിഞ്ഞു കാണാനാകുന്നത് ഏത് സമുദായത്തിലെയും സ്ത്രീജീവിതത്തിലാണ് എന്നതുകൊണ്ട് തന്നെ ഇവ സമരങ്ങളുടെയും സംവാദങ്ങളുടെയും കേന്ദ്ര ബിന്ദുക്കളാകുന്നത് സ്വാഭാവികം. ചാന്നാർലഹളയെന്നറിയപ്പെടുന്ന മാറുമറയ്ക്കൽ സമരമായാലും കല്ലയും മാലയും ബഹിഷ്കരണമായാലും ജാതി അടിമത്തത്തിന്റെ അടയാളങ്ങൾക്കെതിരെ നടന്നതാണ്. സ്വന്തം സമുദായത്തിലെ സ്ത്രീകളുടെ പിന്നോക്കാവസ്ഥയും അടിമ തുല്യമായ ജീവിതചുറ്റുപാടുകളും സമൂദായത്തിന്റെ തന്നെ അഭിമാനപ്രശ്നങ്ങളായിട്ടാണ് എല്ലാ സമുദായസംഘടനകളും ഉയർത്തിയത്. വിവിധ സമുദായ സംഘടനകൾ മുന്നോട്ടു വെച്ച സാമൂഹ്യപരിഷ്കരണ മുദ്രാവാക്യങ്ങളുടെ ഉള്ളടക്കം സ്വന്തം സമുദായാംഗങ്ങളെ ജാതി അധികാരത്തിന്റെയും പ്രാകൃത അനാചാരങ്ങളുടെയും പിടിയിൽനിന്ന് സ്വതന്ത്രമാക്കുക എന്നതുതന്നെയായിരുന്നു. കൊളോണിയൽ വിദ്യാഭ്യാസത്തിന്റെയും ബ്രിട്ടീഷ് ഭരണത്തിന്റെയും ഫലമായി സമൂഹത്തിൽ പ്രചരിച്ച പുതിയ മൂല്യബോധത്തിന്റെ വെളിച്ചത്തിൽ, തങ്ങൾക്ക് സാമൂഹ്യ സമത്വം ലഭിക്കുന്നതിന് പ്രതിബന്ധമായി നില്ക്കുന്ന ഘടകങ്ങളെ ഇല്ലായ്മ ചെയ്യുക എന്നതായിരുന്നു ഈ മുന്നേറ്റത്തിനു പിന്നിലുള്ള പ്രേരണ. ജാതി അടിമത്തത്തിന്റെ എല്ലാ അടയാളങ്ങളെയും തുടച്ചുമാറ്റുക, പുതിയ ജനാധിപത്യ മൂല്യബോധത്തിന്റെ അടിസ്ഥാനത്തിൽ അപരിഷ്കൃതമെന്നു തോന്നുന്ന സാമൂഹ്യബന്ധങ്ങളെയും അനാചാരങ്ങളെയും (സംബന്ധവിവാഹം, കെട്ടുകല്യാണം തുടങ്ങി നിരവധി സമ്പ്രദായങ്ങൾ) പുതിയ കാലത്തിനനുസൃതമായി പരിഷ്കരിക്കുകയോ നിരാകരിക്കുകയോ ചെയ്യുക തുടങ്ങി കേരളത്തിന്റെ സാമൂഹ്യഘടനയെ അടിമുടി പിടിച്ചുലച്ച സാമൂഹ്യ സാമ്പത്തിക പ്രക്രിയകൾ വിവിധ മതസമുദായങ്ങളിൽപ്പെട്ട സ്ത്രീജീവിതത്തിലും മാറ്റങ്ങൾ സൃഷ്ടിച്ചു. ഇതിന്റെ സദ്ഫലങ്ങൾ അനുഭവിക്കുന്നവർ എന്നനിലയിൽ മാത്രമല്ല, ഇത്തരം പരിഷ്കാരപ്രവർത്തനങ്ങൾക്കും മാറ്റങ്ങൾക്കും നേതൃത്വപരമായ പങ്കുവഹിക്കുന്നവർ എന്ന നിലയിലും സ്ത്രീകൾ നവോത്ഥാന പ്രക്രിയയിൽ പങ്കാളികളായി.

ഇന്ത്യയിലെ നാടുവാഴിത്ത വ്യവസ്ഥയുടെ സവിശേഷതയായ ജാതി അധികാരശ്രേണിയെ ഒരു നൂറ്റാണ്ടിനുമുമ്പ് തന്നെ ചോദ്യം ചെയ്ത കേരളത്തിലെ സാമൂഹ്യ നവോത്ഥാനപ്രക്രിയയ്ക്ക് ദേശീയ സ്വാതന്ത്ര്യസമരത്തിന്റേതായ മറ്റൊരു രാഷ്ട്രീയ മുഖമുണ്ടായിരുന്നു. ജാതിവ്യത്യാസമില്ലാതെ വഴിനടക്കാനും ക്ഷേത്ര പ്രവേശനത്തിനും ജാതികൃതമായ

അസമത്വങ്ങളും അനീതികളും അവസാനിപ്പിക്കാനും വേണ്ടിയുള്ള സാമൂഹ്യ സാഹചര്യം സൃഷ്ടിക്കാനുള്ള ദേശീയപ്രസ്ഥാനത്തിന്റെ ആഹ്വാനവും അതിനായുള്ള പ്രവർത്തനങ്ങളും കേരളത്തിലെ വിദ്യാഭ്യാസ സമ്പന്നരായ ഒട്ടേറെ സ്ത്രീകളെ രാഷ്ട്രീയ രംഗത്തെത്തിച്ചു. നവോത്ഥാന ആശയങ്ങൾ ഏറ്റുവാങ്ങിയ സ്ത്രീകൾ 20-ാം നൂറ്റാണ്ടിന്റെ ആദ്യ ദശകങ്ങളിൽ തന്നെ വീടിനുപുറത്ത് നാടിന്റെ സ്വാതന്ത്ര്യത്തിനായുള്ള പ്രക്ഷോഭങ്ങളിൽ പങ്കെടുക്കാൻ തയ്യാറായി. പേരറിയുന്നവരും അറിയാത്തവരുമായ നിരവധി സ്ത്രീകളുടെ ആത്മത്യാഗം പക്ഷേ, ദേശീയപ്രസ്ഥാന ചരിത്രത്തിൽ ഇടം നേടിയിട്ടില്ല.

ജാതി അധികാരശ്രേണിയും സാമ്പത്തികാധികാരശ്രേണിയും പരസ്പരം നിർണ്ണയിച്ചിരുന്നുവെന്നതുകൊണ്ട് തന്നെ ജന്മിത്വത്തിനെതിരായ മുദ്രാവാക്യങ്ങൾ ഉയർത്താതെ അടിച്ചമർത്തപ്പെട്ടവരുടെ വിമോചനം സാദ്ധ്യമല്ലെന്ന രാഷ്ട്രീയബോധമാണ് കേരളത്തിലെ ജന്മിത്വവിരുദ്ധ സമരങ്ങളുടെ ഊർജ്ജം. ജന്മിത്തത്തിന് എതിരായ പോരാട്ടത്തിൽ പുരുഷന്മാർക്കൊപ്പം അണിനിരന്ന സ്ത്രീകളാണ് കേരളത്തിലെ സ്ത്രീമുന്നേറ്റത്തിന്റെ മറ്റൊരു മുഖം. ജന്മി ചൂഷണത്തിന്റെയും ജാതി അടിമത്തത്തിന്റെയും കൊടുംക്രൂരതകൾക്കെതിരായ മുദ്രാവാക്യങ്ങളോടൊപ്പം കൂലിവർദ്ധനയ്ക്കും മറ്റ് തൊഴിലവകാശങ്ങൾക്കും വേണ്ടിയുള്ള ആവശ്യങ്ങളും പ്രാധാന്യം നേടി. ഇങ്ങനെ കർഷകസംഘടനകളിലും തൊഴിലാളി യൂണിയനുകളിലും ദേശീയ പ്രസ്ഥാനത്തിലും നേതൃത്വപരമായ പങ്കുതന്നെ വഹിച്ചുകൊണ്ട് അധികാരവർഗ്ഗത്തിന്റെ ലൈംഗിക പീഡനമടക്കമുള്ള മർദ്ദനം ഏറ്റുവാങ്ങി നാടിനുവേണ്ടി പോരാടിയ ആയിരക്കണക്കിന് സ്ത്രീകളാണ് സ്ത്രീയുടെ സ്വാതന്ത്ര്യവും വിമോചനവും ഒരു രാഷ്ട്രീയപ്രക്രിയതന്നെയാണെന്ന സന്ദേശം കേരളചരിത്രത്തിൽ രേഖപ്പെടുത്തിയത്. ലൈംഗിക ചൂഷണങ്ങളും സ്ത്രീകളുടെ അവകാശ നിഷേധങ്ങളും ഈ പോരാട്ടങ്ങളിൽ മുദ്രാവാക്യങ്ങളായി ഉയർത്താൻ തൊഴിലാളി സ്ത്രീകൾക്ക് കഴിഞ്ഞു. ജാതിമത സമുദായസ്ഥാപനങ്ങൾക്കു പുറത്ത് സ്ത്രീകൾക്ക് സംഘടിക്കാനും പ്രവർത്തിക്കാനുമുള്ള മതേതര ജനാധിപത്യമണ്ഡലങ്ങൾ കേരള സമൂഹത്തിൽ രൂപംകൊണ്ടത് സ്ത്രീമുന്നേറ്റ ചരിത്രത്തിൽ നിർണ്ണായകമായ ഘട്ടമാണ്.

20-ാം നൂറ്റാണ്ടിന്റെ ആദ്യദശകങ്ങളിൽ തന്നെ ബൂർഷ്വാ ജനാധിപത്യ ബോധത്തിന്റെ അടിസ്ഥാനത്തിൽനിന്നുകൊണ്ട് സ്ത്രീസ്വാതന്ത്ര്യത്തിന്റെയും പിതൃമേധാവിത്തവിരുദ്ധ ചിന്തകളുടെയും സംവാദങ്ങൾ കേരളസമൂഹത്തിലുയർത്തുന്നുവെന്നതിന് ആ കാലഘട്ടത്തിൽ പ്രസിദ്ധീകരിക്കപ്പെട്ട വനിതാ മാസികകളിലും മറ്റ് മാസികകളിലും സാഹിത്യകൃതികളിലും പ്രത്യക്ഷപ്പെട്ട ചർച്ചകൾ തെളിവാണ്. ഒരുപക്ഷേ, സാമൂഹ്യപരിഷ്കരണത്തിന്റെ മുദ്രാവാക്യങ്ങളുയർത്തുമ്പോൾ സമുദായ പരിഷ്കർത്താക്കൾ ലക്ഷ്യമാക്കിയ പൊതു സാമൂഹ്യ ഉന്നമനത്തിനപ്പുറത്തേക്ക് ലിംഗസമത്വത്തിന്റെ മുദ്രാവാക്യം കൂടി ഉയർത്താനുള്ള ധീരപരി

ശ്രമം ഈ പ്രവർത്തനങ്ങളിൽ കാണാം. സ്വാഭാവികമായും വിദ്യാസമ്പന്നരായ ഇടത്തരം വിഭാഗത്തിൽപ്പെട്ട സ്ത്രീകളാണ് ഇത്തരം സംവാദങ്ങളിൽ ഏർപ്പെടാൻ അന്ന് പ്രാപ്തരായിരുന്നത്. അനാചാരങ്ങൾക്കെതിരായുള്ള പോരാട്ടത്തിൽ, അലിഖിതമായി തുടരുന്ന പാരമ്പര്യ പുരുഷമേധാവിത്തവും എതിർക്കപ്പെടേണ്ടതുണ്ട് എന്നു പറയാൻ ശ്രമിക്കുകയായിരുന്നു സ്ത്രീകൾ. ഇവരുടെ സംഭാവനകൾ സമൂഹത്തിന്റെ ബൗദ്ധികതലത്തിൽ ജനാധിപത്യത്തിന്റെ മേഖലകളെ വിപുലീകരിക്കുകയും ലിംഗസമത്വത്തിന്റെ ധാരണകൾ അവതരിപ്പിക്കുകയും ചെയ്തു. എന്നാൽ പലപ്പോഴും ആ ചർച്ചകളിൽ പുരുഷന്മാരും സ്ത്രീകളും ചേരിതിരിഞ്ഞുള്ള പോർവിളിയാണ് കാണുന്നത്. സ്ത്രീസ്വാതന്ത്ര്യസമരമെന്നാൽ ഇതാണെന്ന നിലയിലുള്ള ലളിതവല്ക്കരണത്തിലേക്ക് ഈ സംവാദങ്ങളെ ചുരുക്കുന്നതിൽ ഇതിൽ പങ്കെടുത്ത പുരുഷന്മാരും സ്ത്രീകളും തുല്യപങ്കുവഹിച്ചു. മാത്രമല്ല, കേരളത്തിലെ പൊതുരാഷ്ട്രീയ സാമൂഹ്യപ്രക്രിയയുമായി ഇഴചേർന്നുകൊണ്ട് ഈ ധാരണകളെ മുന്നോട്ടു നയിക്കാനുള്ള പരിശ്രമം ഉണ്ടായതുമില്ല.

ഇനി ആ ചോദ്യത്തിന് മറുപടി തേടാം. കേരളത്തിലെ സ്ത്രീജീവിതത്തിന് പിന്നീട് എന്താണ് സംഭവിച്ചത്? പക്ഷേ, ഈ ചോദ്യത്തിന് ഒരു അപകടമുണ്ട്. കേരളത്തിലെ സ്ത്രീകൾക്ക് കുറച്ചുകാലം മുൻപുവരെ പ്രശ്നങ്ങളൊന്നുമില്ലായിരുന്നുവെന്ന ധാരണ ഈ ചോദ്യം സൃഷ്ടിക്കുന്നുണ്ട്. കേരളത്തിലെ സ്ത്രീകൾ മറ്റ് സംസ്ഥാനങ്ങളിലെ സ്ത്രീകളെ അപേക്ഷിച്ച് മെച്ചപ്പെട്ട ജീവിത ഗുണനിലവാരം പുലർത്തുന്നവരാണ്; പക്ഷെ, കേരളത്തെ വനിതാ വികസനത്തിന്റെ ഉദാത്ത മാതൃകയെന്ന് ഉദ്ഘോഷിക്കുന്നവരുടെ അവകാശവാദങ്ങൾ ഇന്നാരും വെള്ളം ചേർക്കാതെ വിഴുങ്ങില്ല. എന്നാൽ അതുകൊണ്ട് നാം നേടിയ നേട്ടങ്ങൾ നേട്ടങ്ങളല്ലാതാകുന്നില്ല. വിദ്യാഭ്യാസ ആരോഗ്യരംഗത്ത് അവശേഷിക്കുന്ന സ്ത്രീവിരുദ്ധതയെ എതിർത്തുകൊണ്ട് തന്നെ ആ രംഗങ്ങളിൽ കേരളത്തിൽ പൊതുസമൂഹം നേടിയ നേട്ടങ്ങളും സ്ത്രീജീവിതത്തിൽ ആ നേട്ടങ്ങളുടെ പ്രതിഫലനങ്ങളും അംഗീകരിക്കേണ്ടതുണ്ട്. 1957 ൽ അധികാരത്തിൽവന്ന ഇ എം എസ് മന്ത്രിസഭ മുതൽ 2006 ലെ വി എസ് മന്ത്രിസഭ വരെ തുടർന്ന വികസനം മുൻനിർത്തിയിട്ടുള്ള ഇടതുപക്ഷ രാഷ്ട്രീയ ഇടപെടലുകളുടെ പങ്കാണ് ഈ നേട്ടങ്ങൾ തെളിയിക്കുന്നത്. എന്നാൽ സർക്കാരിന്റെ ഇടപെടലിലൂടെ മാത്രം ഒരു സമൂഹത്തിൽ നിലനില്ക്കുന്ന സദാചാര സങ്കല്പങ്ങളുടെയും പാരമ്പര്യബോധത്തിന്റെയും അഴിച്ചുപണി സാദ്ധ്യമാണെന്ന് കരുതുന്നത് എത്രമാത്രം ശാസ്ത്രീയമാണ്? ലിംഗസമത്വത്തിന്റെ കേവല ധാരണകളെത്തന്നെ നിഷേധിക്കുന്ന പുരുഷാധിപത്യബോധം ഏറിയും കുറഞ്ഞും ഇന്നും കേരളത്തിലെ എല്ലാ മണ്ഡലങ്ങളിലും സ്വാധീനം ചെലുത്തുന്നുണ്ടെന്നതിൽ ആർക്കും തർക്കമില്ല. നവോത്ഥാന പ്രക്രിയയിൽ നിന്നുള്ള തിരിച്ചുപോക്കിന്റെ ഒരു പ്രതീകമായി എടുത്തു കാട്ടാനാകുന്ന തരത്തിൽ കേരളസമൂഹത്തിൽ

സ്ത്രീ വിരുദ്ധത ശക്തമാകുന്നതെന്തുകൊണ്ട്?

നവോത്ഥാനം മുന്നോട്ടുവെച്ച, സ്വതന്ത്ര വ്യക്തിത്വമുള്ള സ്ത്രീയെന്ന സങ്കല്പനത്തെ ഉൾക്കൊള്ളാൻ തീരെ കഴിയാതിരുന്ന ഒരു കൂട്ടർ നവോത്ഥാന പ്രക്രിയയിൽ പങ്കാളികളായിരുന്ന സമുദായ ശക്തികളുടെ പുതിയ അവകാശികൾ തന്നെയാണ്. സ്വാതന്ത്ര്യം, സമത്വം, സാഹോദര്യം എന്നീ ബൂർഷ്വാ ജനാധിപത്യ മുദ്രാവാക്യങ്ങൾ സ്ത്രീസമൂഹത്തിന് പൂർണ്ണമായി സാർത്ഥകമാകാതിരുന്നതിന് ഒരു മുഖ്യ കാരണം സ്വന്തം ജാതി–മതസ്വത്വത്തിനും അതിന്റെ പ്രകടരൂപമായ, സാമുദായിക ആചാരങ്ങൾക്കും വലിയ പ്രാധാന്യം നല്കിയ സമുദായസംഘടനകളെ രാഷ്ട്രീയ സാമ്പത്തിക നേട്ടങ്ങൾ കൊയ്യാൻ പറ്റുന്ന തരത്തിൽ വിലപേശൽ ശക്തികളായി മാറ്റാൻ വേണ്ടി നടന്ന ശ്രമങ്ങളാണ്. ജാതിമേധാവിത്തത്തിനെതിരായ സമരത്തിനൊടുവിൽ കുലീനതയെയും കുടുംഹമഹിമയെയും സമുദായമാനത്തെയും കുറിച്ചുള്ള നാട്യങ്ങളിലേക്കും വിവാഹവും മറ്റ് സവിശേഷ സന്ദർഭങ്ങളുമായി ബന്ധപ്പെട്ട് വിപുലമാക്കപ്പെടുന്ന ആചാരാനുഷ്ഠാനങ്ങളിലേക്കും കടന്നുപോയ മദ്ധ്യവർഗ്ഗ ബോധം സ്ത്രീയെ അണുകുടുംബത്തിലെ കാവൽക്കാരിയാക്കിമാറ്റി. ജാതി–മത വ്യതിരിക്തതയുടെ ചിഹ്നങ്ങളും അനുശീലങ്ങളും സ്ത്രീജീവിതത്തിനുമേൽ കൂടുതൽ കൂടുതൽ അടിച്ചേൽപ്പിക്കുന്നതാണ് കഴിഞ്ഞ അരനൂറ്റാണ്ടിലധികമായി കേരളത്തിൽ കാണുന്നത്. മറ്റൊരു നിവൃത്തിയുമില്ലെങ്കിൽ മാത്രം സ്ത്രീ തൊഴിലിനു പോയാൽമതിയെന്നതാണ് സ്ത്രീയുടെ റോൾ സംബന്ധിച്ച് പ്രബലമാക്കപ്പെട്ട ധാരണ. കുലീനതയെ കൈവരിക്കാൻ തങ്ങളുടെ സ്ത്രീകളുടെ സഞ്ചാരസ്വാതന്ത്ര്യവും വീടിനുപുറത്തെ പ്രവർത്തന സ്വാതന്ത്ര്യവും നിഷേധിച്ച് വീട്ടിലിരുത്തുകയാണ് വേണ്ടത് എന്നതും ജാതി–മത സമുദായ താല്പര്യങ്ങൾ സംരക്ഷിക്കുന്ന തരത്തിൽ മാത്രം സ്വാതന്ത്ര്യം അനുവദിക്കാമെന്നതും പരസ്പരം പൊരുത്തപ്പെട്ടുപോകുന്ന ധാരണകളായി സ്ത്രീജീവിതത്തെ നിയന്ത്രിക്കുന്നുണ്ട്. മതസ്ഥാപനങ്ങളുടെയും സമുദായസംഘടനകളുടെയും ആഭിമുഖ്യത്തിൽ സ്ത്രീകളെ കേന്ദ്രീകരിച്ച് കാലഹരണപ്പെട്ട ആചാരങ്ങളുടെയും അനാചാരങ്ങളുടെയും പുനരുദ്ധാരണം നടത്തുന്നതിന് വർത്തമാന കേരളം സാക്ഷ്യം വഹിക്കുന്നു.

ഇന്ത്യൻ ഭരണകൂടം പിന്തുടരുന്ന മുതലാളിത്ത വികസനപാതയ്ക്ക് ഇവിടെ നിലനില്ക്കുന്ന സാമൂഹ്യ അസമത്വം ചൂഷണത്തിനനുയോജ്യമായ സാഹചര്യമാണൊരുക്കുന്നത്. എളുപ്പത്തിൽ ചൂഷണം ചെയ്യാവുന്ന മനുഷ്യ അദ്ധ്വാനമാണ് ലിംഗവിവേചനത്തിന്റെയും ജാതിവിവേചനത്തിന്റെയും ഫലമായി ഇന്ത്യയിൽ ലഭിക്കുന്നത്. ആഗോളവല്ക്കരണമാകട്ടെ ചൂഷണത്തിന് കൂടുതൽ സൗകര്യപ്രദമായ പുതിയ രൂപങ്ങളും ആവിഷ്കരിച്ചിട്ടുണ്ട്. മുതലാളിത്തത്തെ സംബന്ധിച്ചിടത്തോളം ആധുനിക വ്യക്തിഗത കുടുംബങ്ങളും അവിടെ സ്ത്രീ നിർവ്വഹിക്കുന്ന 'ധർമ്മങ്ങളും' മുതലാളിയുടെ നിരവധി ചുമതലകളിൽ നിന്ന് അയാളെ മുക്ത

നാക്കുന്നുണ്ട്. ആധുനിക വ്യക്തിഗത കുടുംബത്തിന്റെ ആദർശവല്ക്കരണവും ഇതേറ്റവും മാതൃകാപരമാണെന്ന ധാരണയും സമൂഹത്തിൽ പ്രബലമാകേണ്ടത് മുതലാളിത്തത്തിന്റെ കൂടി ആവശ്യമാണ്. കുടുംബത്തിനുള്ളിൽ നടക്കുന്നത് സ്വകാര്യവും വ്യക്തിപരവുമാണെന്ന ധാരണ ശക്തമാക്കിക്കൊണ്ട് അതിനുള്ളിൽ നടക്കുന്ന കയ്യേറ്റങ്ങളേയും ജനാധിപത്യ നിഷേധങ്ങളേയും നിഗൂഢമാക്കിവെയ്ക്കുന്നതിൽ മുതലാളിത്തവും ഇന്ത്യയിലെ ഫ്യൂഡൽ പിതൃമേധാവിത്വ ബോധത്തിന്റെ പുത്തൻ പ്രയോഗക്കാരും കൈകോർത്തുപിടിച്ചിരിക്കുന്നു.

രാഷ്ട്രീയ അധികാരത്തിനായി മത-സമുദായസംഘടനകളെ കൂട്ടുപിടിച്ച് 1959 ൽ നടത്തിയ വിമോചനസമരത്തിലൂടെ കേരളസമൂഹത്തിന്റെ വളർച്ചയ്ക്ക് ചരിത്രപരമായ തിരിച്ചടി സമ്മാനിച്ച കോൺഗ്രസിന്റെ നേതൃത്വത്തിലുള്ള ബൂർഷ്വാ രാഷ്ട്രീയം കേരളത്തിലെ ലിംഗ വിവേചനത്തിന്റെയും മറ്റ് സാമൂഹ്യ അസമത്വങ്ങളുടെയും പ്രശ്നങ്ങളെ പൂർണ്ണമായും തമസ്കരിക്കുകയാണ്. നവോത്ഥാനത്തിന്റെ ഭാഗമായി ഉയർത്തപ്പെട്ട ആധുനികാശയങ്ങൾ കുഴിച്ചുമൂടപ്പെടുകയും പുത്തൻ മുതലാളിത്തകമ്പോള താല്പര്യങ്ങളും അധികാരരാഷ്ട്രീയ ദുരയും കൈകോർത്തുപിടിക്കുകയും ചെയ്തതിന്റെ ദുരന്തമാണ് അരനൂറ്റാണ്ടായി കേരളം നേരിടുന്നത്.

ഈ സങ്കീർണ്ണ രാഷ്ട്രീയ സാമൂഹ്യ സാഹചര്യത്തെ അപഗ്രഥിച്ചുകൊണ്ടുതന്നെ വേണം സ്ത്രീപ്രശ്നമുൾപ്പെടെയുള്ള കേരളസമൂഹത്തിന്റെ പ്രശ്നങ്ങളെ നേരിടാൻ എന്നതാണ് ഇടതുപക്ഷത്തിന്റെ നിലപാട്. എന്നാൽ സങ്കീർണ്ണമായ രാഷ്ട്രീയ സാമൂഹ്യ പ്രശ്നങ്ങളെ ലളിതവല്ക്കരിക്കുന്ന സമ്പ്രദായത്തിൽ കേരളത്തിലെ സ്ത്രീപ്രശ്നത്തിന്റെ സാഹചര്യങ്ങളെയും പരിശോധിക്കുന്ന പ്രവണത ഇന്നുണ്ട്. ശരിയായ സ്ത്രീവിമോചനത്തിനായുള്ള സ്ത്രീ പ്രസ്ഥാനം ഇനിയും രൂപം കൊണ്ടിട്ടില്ല എന്ന് ഖേദിക്കുകയും അതിനു തടസ്സം ഇടതുപക്ഷ പ്രസ്ഥാനം-വിശേഷിച്ച് സി പി ഐ (എം)—ആണെന്ന് ആരോപിക്കുകയും ചെയ്യുന്ന വിചിത്രമായ വാദഗതിയാണത്. എന്നുമാത്രമല്ല, കേരളത്തിലെ നവോത്ഥാന പ്രക്രിയയുടെ ഇടർച്ചയ്ക്ക്, കൂട്ടുകുടുംബ വ്യവസ്ഥയുടെ തകർച്ചയെ തുടർന്ന് രൂപം കൊണ്ട ആധുനിക കുടുംബങ്ങളെ ഇന്നും നിയന്ത്രിക്കുന്ന പിതൃമേധാവിത്വ മൂല്യബോധത്തിന്, വീട്ടിനകത്തും പുറത്തും തുടരുകയോ ശക്തമാകുകയോ ചെയ്തിട്ടുള്ള സ്ത്രീകൾക്കുനേരെ നടക്കുന്ന അതിക്രമങ്ങൾക്ക്, സമൂഹത്തിലെ എല്ലാ മണ്ഡലങ്ങളിലും ദൃശ്യമാകുന്ന പുരുഷമേധാവിത്വ പ്രവണതകൾക്ക്, പിന്നെ നാട്ടിൽ എന്തെല്ലാം പ്രശ്നങ്ങളാണോ അതിനെല്ലാം ഉത്തരവാദികളായി ഇടതുപക്ഷ രാഷ്ട്രീയ പ്രസ്ഥാനത്തെ കാണുന്ന വിചിത്രവും അങ്ങേയറ്റം പ്രതിലോമകരവുമായ സാമൂഹ്യ വിശകലനങ്ങൾ യഥാർത്ഥത്തിൽ സ്ത്രീപ്രശ്നത്തിന്റെ രാഷ്ട്രീയത്തെ തമസ്ക്കരിക്കുകയാണ് ചെയ്യുന്നത്. ഇത് സർവതന്ത്ര സ്വതന്ത്രരായ ചിലരുടെ സ്ത്രീവാദ ചിന്ത

കളാണ് എങ്കിലും അവരുടെ വികലമായ സാമൂഹ്യ വിശകലനത്തിന്റെ സൃഷ്ടി മാത്രമല്ല, വർഗ്ഗപരവും രാഷ്ട്രീയവുമായ നിലപാടുകളുടെ പ്രഖ്യാപനങ്ങൾ കൂടിയാണ്.

നവോത്ഥാനത്തിന്റെ ഭാഗമായി സമൂഹഘടനയിൽ വന്നമാറ്റങ്ങൾ നമ്മുടെ കുടുംബഘടനയെയും ബാധിച്ചുവെന്നതിനെ ഏറ്റവും പുരോഗമനപരമായ ഒന്നായി കമ്യൂണിസ്റ്റുകാർ കാണുന്നില്ല. കൂട്ടുകുടുംബത്തിന്റെ തകർച്ചയും മക്കത്തായത്തിന്റെ സ്ഥാപനവും അണുകുടുംബത്തിന്റെ രൂപീകരണവും ഫ്യൂഡൽ വ്യവസ്ഥിതിയുടെ തകർച്ചയും മുതലാളിത്തത്തിന്റെ കടന്നുവരവുമായി ബന്ധപ്പെട്ടിരിക്കുന്നതാണ്. ആ അർത്ഥത്തിൽ സാമ്പത്തികഘടനയിൽ വന്ന മാറ്റങ്ങളെ, ബൂർഷ്വാ ജനാധിപത്യ മൂല്യങ്ങളുടെകൂടി സ്വാധീനഫലമായി കുടുംബഘടനയിൽ ഉണ്ടായ മാറ്റത്തെ അനിവാര്യവും സമൂഹത്തിന്റെ വളർച്ചയെ പ്രതിഫലിപ്പിക്കുന്നതുമായിട്ടാണ് കമ്യൂണിസ്റ്റുകാർ വിലയിരുത്തുന്നത്. എന്നാൽ പ്രത്യക്ഷമായോ പരോക്ഷമായോ സ്ത്രീകളെ വീട്ടടിമകളാക്കി താഴ്ത്തുന്ന തരത്തിലുള്ളതാണ് ആധുനിക വ്യക്തിഗത കുടുംബമെന്ന് ഒരു നൂറ്റാണ്ടിനും മുൻപു തന്നെ എംഗൽസ് ചൂണ്ടിക്കാണിച്ചിട്ടുണ്ടല്ലോ. ലോകത്ത് മുതലാളിത്തസമൂഹത്തിലെ വ്യക്തിഗത കുടുംബത്തിന് മുന്നൂറു വർഷമെങ്കിലും പഴക്കമുണ്ടാകും. ഈ കുടുംബം ഏതെങ്കിലും തരത്തിൽ സ്ത്രീയുടെ വിമോചനത്തിനോ സ്വാതന്ത്ര്യത്തിനോ പോലുമുള്ള അന്തിമ ഉപാധിയായി കമ്യൂണിസ്റ്റുകാർ പരിഗണിക്കുന്നില്ല. *കമ്യൂണിസ്റ്റ് മാനിഫെസ്റ്റോ* ബൂർഷ്വാ കുടുംബത്തിന്റെ പുരുഷമേധാവിത്വപരമായ അധികാരഘടനയെക്കുറിച്ച് സംശയമില്ലാതെ വിമർശിക്കുന്നുണ്ട്. കുടുംബഘടനയെയും അതിലെ പുരുഷമേധാവിത്വപരമായ അധികാര ബന്ധങ്ങളേയും കുറിച്ചുള്ള നിരവധി ചോദ്യങ്ങൾക്ക് മറുപടി പറഞ്ഞുകൊണ്ട് കേരളത്തിലെ കുടുംബഘടനയെ സംബന്ധിച്ചും അതിൽ വരേണ്ട മാറ്റങ്ങൾ സംബന്ധിച്ചുമുള്ള കമ്യൂണിസ്റ്റു ധാരണ ഇ എം എസ് പലതവണ വിശദീകരിച്ചിട്ടുണ്ട്.

കേരളത്തിൽ കർഷകരെയും തൊഴിലാളികളെയും വർഗ്ഗപോരാട്ടത്തിൽ അണിനിരത്തിക്കൊണ്ട് രൂപംകൊണ്ട കമ്യൂണിസ്റ്റ് പ്രസ്ഥാനം ഇന്ന് ലക്ഷക്കണക്കായ ബഹുജനങ്ങളുടെ പ്രസ്ഥാനമാണ്. സാധാരണ ജനങ്ങൾ നേരിടുന്ന നിരവധി വെല്ലുവിളികൾക്ക് പരിഹാരം കാണാനായിട്ടാണ് ഇന്ത്യയിലാകെ കമ്യൂണിസ്റ്റ് പാർട്ടികളും മറ്റ് ഇടതുപക്ഷ പാർട്ടികളും പരിശ്രമിക്കുന്നത്. സ്വാതന്ത്ര്യം കിട്ടിയിട്ട് 6 ദശകങ്ങൾ കഴിഞ്ഞെങ്കിലും ജനങ്ങളിൽ ഭൂരിഭാഗവും വൻകിട മുതലാളിത്ത ജന്മിത്തകൂട്ടുകെട്ടിന്റെയും ജാതിമേധാവിത്തത്തിന്റെയും അടിച്ചമർത്തലിന്റെ ഇരകളാണ്. ഇന്ത്യൻ ഭരണകൂടം സ്വീകരിച്ചിട്ടുള്ള സാമ്പത്തികനയങ്ങൾ ജനങ്ങളെ നാനാവിധമായ ചൂഷണത്തിനിരകളാക്കുന്നു. കേരളത്തിൽ പൊതുവെ സാമൂഹ്യ ക്ഷേമരംഗത്ത് നേട്ടങ്ങൾ ഉണ്ടാക്കാൻ കഴിഞ്ഞെങ്കിലും ദളിത്, ആദിവാസി വിഭാഗങ്ങൾ സാമൂഹ്യവും സാമ്പത്തികവു

മായ അസമത്വങ്ങൾ നേരിടുന്നുണ്ട്. ലിംഗവിവേചനത്തിന്റെ പ്രശ്നങ്ങൾ രൂക്ഷമായിത്തന്നെ തുടരുന്നു...... ഇതെല്ലാം അധികാരത്തിൽ ഇരുന്നു കൊണ്ടുമാത്രം പരിഹരിക്കാൻ പറ്റുന്ന പ്രശ്നങ്ങളാണെന്ന് ഇടതുപക്ഷം ചുരുക്കിക്കാണുന്നില്ല. ബഹുജനങ്ങളുടെ ദുരിതങ്ങൾക്ക് പരിഹാരം കാണാൻ ഇന്ത്യയിലെ ബൂർഷ്വാ ജനാധിപത്യ വ്യവസ്ഥയുടെ സാദ്ധ്യതകൾ പരമാവധി ഉപയോഗിച്ചുകൊണ്ട് ഭരണത്തിൽ ഇടപെടുക, ഒപ്പം സാമ്രാജ്യത്വത്തിനും മുതലാളിത്ത ചൂഷണത്തിനും വർഗ്ഗീയതയ്ക്കും ജാതിമേധാവിത്തത്തിനും ലിംഗവിവേചനത്തിനും എതിരായി ബഹുജനങ്ങളെ സംഘടിപ്പിച്ച് പോരാടുക എന്നീ പരസ്പര ബന്ധിതമായ പ്രവർത്തനങ്ങളിലാണ് ഇന്ത്യയിലെ ഇടതുപക്ഷ പ്രസ്ഥാനത്തിലെ മുഖ്യ രാഷ്ട്രീയ പാർട്ടിയായ സി പി ഐ (എം) ഏർപ്പെട്ടിരിക്കുന്നത്. ഇതിലേതെങ്കിലും ഒരു വിഷയം മറ്റൊന്നിനേക്കാൾ പ്രാധാന്യം കുറഞ്ഞതാണെന്ന ധാരണ പാർട്ടിക്കില്ല.

തൊഴിലാളിസ്ത്രീകളെ സംഘടിപ്പിക്കുന്നതും ഉപജീവനത്തിന്റെ പ്രശ്നങ്ങൾ സ്ത്രീകളുടെ അവകാശപ്പോരാട്ടങ്ങളിൽ പ്രാധാന്യം നേടുന്നതും ബോധപൂർവ്വം ലൈംഗികതയുടെ പ്രശ്നങ്ങളെ ലഘൂകരിക്കാനോ തമസ്കരിക്കാനോ ആണെന്ന ആക്ഷേപം ചില സ്ത്രീവാദികൾ ഉന്നയിക്കാറുണ്ട്. സി പി ഐ (എം) ന്റെ പാർട്ടി രേഖകളിലും ഇ എം എസ്, രണദിവെ തുടങ്ങിയവരുടെ ലേഖനങ്ങളിലും ഇടതുപക്ഷ സ്ത്രീസംഘടനകളുടെ, വിശേഷിച്ച് അഖിലേന്ത്യാ ജനാധിപത്യ മഹിളാ അസോസിയേഷന്റെ സമ്മേളന രേഖകളിലും വിമല രണദിവെ, കനക് മുഖർജി, ബൃന്ദ കാരാട്ട് തുടങ്ങിയ നേതാക്കളുടെ ലേഖനങ്ങളിലും നിരവധി തവണ ഇത് ചർച്ച ചെയ്യപ്പെട്ടിട്ടുള്ളതാണ്. സ്ത്രീപ്രശ്നത്തിന്റെ രാഷ്ട്രീയത്തിൽ പിതൃമേധാവിത്വ മൂല്യങ്ങൾക്കെതിരെയുള്ള പോരാട്ടത്തിന്റെ പ്രാധാന്യം ഇവരെല്ലാം തന്നെ ഊന്നിപ്പറഞ്ഞിട്ടുണ്ട്. എന്നാൽ, സമൂഹത്തിൽ ആശയതലത്തിൽ മാത്രം നടത്തേണ്ട ഒന്നായിട്ടല്ല അവരാരും തന്നെ ഈ പ്രശ്നത്തെ സമീപിച്ചത്. ചൂഷണവ്യവസ്ഥിതിയുടെ സൃഷ്ടിയായ പുരുഷാധിപത്യത്തിനെതിരായ സമരം ആ ചൂഷണവ്യവസ്ഥിതിക്കെതിരെയുള്ള സമരത്തിന്റെ ഭാഗം തന്നെയാണ് എന്നത് കമ്യൂണിസ്റ്റ് ധാരണയാണ്. എന്നാൽ സ്ത്രീവിമോചനം ചൂഷണവ്യവസ്ഥിതി അവസാനിച്ചതിനുശേഷം മാത്രം നേടാനാകുന്നതാണ് എന്ന ധാരണയിൽ പുരുഷാധിപത്യ പ്രവണതകൾക്കെതിരെ നിശ്ശബ്ദത പാലിക്കുകയാണ് കമ്യൂണിസ്റ്റുകാരും ഇടതുപക്ഷ സ്ത്രീസംഘടനകളും ചെയ്യുന്നത് എന്ന ചിലരുടെ ആക്ഷേപം വാസ്തവ വിരുദ്ധമാണ്. കമ്യൂണിസ്റ്റു വിരോധത്തിന്റെ മഞ്ഞക്കണ്ണാടിയിലൂടെയുള്ള കാഴ്ചമാത്രമാണിത്. ഇന്ത്യയിലെ ബൂർഷ്വാ ജനാധിപത്യ വ്യവസ്ഥിതി വാഗ്ദാനം ചെയ്യുന്ന ഔപചാരിക സമത്വത്തിന്റെ നാലയൽപക്കത്തുപോലും ഇനിയുമെത്താൻ കഴിയാത്ത കോടിക്കണക്കിന് സ്ത്രീകൾക്ക് സ്ത്രീയെന്ന നിലയിലും തൊഴിലാളികളെന്ന നിലയിലും പൗരയെന്ന നിലയിലും ഉള്ള അവകാശങ്ങൾ നേടിക്കൊടു

ക്കാനുള്ള പോരാട്ടമാണ് ഇടതുപക്ഷ മഹിളാപ്രസ്ഥാനങ്ങൾ നടത്തുന്നത്. പുരുഷമേധാവിത്തത്തിനെതിരായ സമരം ഇതിൽനിന്നും വേറിട്ടു നിൽക്കേണ്ടതാണെന്ന ധാരണ ഇടതുപക്ഷത്തിനില്ല.

സി പി ഐ (എം) ൽ പുരുഷാധിപത്യ പ്രവണതകളുണ്ട് (മറ്റ് പാർട്ടികളെക്കുറിച്ചുകൂടി വല്ലപ്പോഴും വേവലാതിപ്പെടുന്നത് അതിലുള്ള സ്ത്രീകൾക്കുകൂടി നല്ലതാണ്) എന്നത് ഏതെങ്കിലും സ്ത്രീവാദികളുടെ കണ്ടുപിടിത്തമല്ല. ഇ എം എസ് ഉൾപ്പെടെയുള്ള പാർട്ടിനേതാക്കളും വനിതാനേതാക്കളും പലഘട്ടങ്ങളിലും പാർട്ടിയിലും തൊഴിലാളി സംഘടനകളിലും നിലനില്ക്കുന്ന ശക്തമായ പുരുഷാധിപത്യ ബോധം എങ്ങനെ സ്ത്രീകളെ ബാധിക്കുന്നുവെന്ന് വിമർശനമുന്നയിച്ചിട്ടുണ്ട്. സ്ത്രീപ്രശ്നത്തിൽ സി പി ഐ (എം) ന്റെ കാഴ്ചപ്പാട് വ്യക്തമാക്കുന്ന 2007 ലെ കേന്ദ്രകമ്മിറ്റി രേഖ പുരുഷാധിപത്യ പ്രവണതകൾക്കെതിരായി പാർട്ടിതന്നെ നടത്തുന്ന സമരത്തിന്റെ ആയുധമാണ്. ഈ സമൂഹത്തിൽ പ്രവർത്തിക്കുന്ന രാഷ്ട്രീയപാർട്ടിയിലെ അംഗങ്ങളിൽ സമൂഹത്തിൽ ദൃശ്യമാകുന്ന എല്ലാ പ്രവണതകളും കടന്നു കൂടാനിടയുണ്ടെന്നും എന്നാൽ അത് തിരുത്താനാവശ്യമുള്ള കമ്യൂണിസ്റ്റ് ധാരണയുടെ അടിസ്ഥാനത്തിലാണ് പുരുഷാധിപത്യ മൂല്യബോധത്തിനെതിരായ സമരവും പാർട്ടിയിലെ പുരുഷന്മാരും സ്ത്രീകളും ചേർന്നു നടത്തുന്നത് എന്നും ഈ രേഖ വ്യക്തമാക്കുന്നു.

ഒറ്റപ്പെട്ട സംഭവങ്ങളെടുത്ത് സ്ത്രീപ്രശ്നങ്ങളോടുള്ള ഇടതുപക്ഷ പ്രസ്ഥാനങ്ങളുടെ സമീപനത്തെ വിലയിരുത്തി അവരാണ് മുഖ്യപ്രതികളെന്ന് വളച്ചൊടിക്കുന്ന തരത്തിലുള്ള സംവാദങ്ങൾ യഥാർത്ഥത്തിൽ ആരെയാണ് സഹായിക്കുക? ലൈംഗികാതിക്രമങ്ങൾ, സ്ത്രീധനം, പെൺഭ്രൂണഹത്യപോലുള്ള ശക്തമായിക്കൊണ്ടിരിക്കുന്ന സ്ത്രീവിരുദ്ധ സമ്പ്രദായങ്ങൾ, വീടിനകത്തും തൊഴിലിടത്തും പൊതുരംഗത്തും എല്ലാം ശക്തമായി തുടരുന്ന ആൺകോയ്മയുടെ പ്രശ്നങ്ങൾ എന്നിങ്ങനെ നിരവധി പ്രശ്നങ്ങളിൽ ഇടപെടുന്നവരാണ് കേരളത്തിലെ വലുതും ചെറുതുമായ വനിതാ സംഘടനകളും സ്ത്രീവാദി ഗ്രൂപ്പുകളുമെല്ലാം. വർത്തമാന കേരളത്തിൽ സ്ത്രീകൾ നേരിടുന്ന വെല്ലുവിളികൾക്കുനേരെ ശക്തമായ പോരാട്ടം സംഘടിപ്പിക്കേണ്ട സന്ദർഭങ്ങളിൽ പ്രതിരോധങ്ങളെ ദുർബ്ബലമാക്കുന്ന തരത്തിൽ വിഘടിച്ചുനില്ക്കാനാണ് ചിലർ ശ്രമിക്കുന്നത്. വിവിധ പ്രശ്നങ്ങളെ സമീപിക്കുന്നതിൽ അഭിപ്രായ വ്യത്യാസങ്ങളും ദൗർബ്ബല്യങ്ങളുമുണ്ടാകാം. വലിയ സംഘടനകളാവുമ്പോൾ അവിടെ ഉരുത്തിരിഞ്ഞു വരുന്ന ആശയങ്ങളും ധാരണകളും വിപുലമായൊരു ജനാധിപത്യ പ്രക്രിയയുടെ ഭാഗമായി രൂപംകൊള്ളുന്നതാണ്. മഹിളാ അസോസിയേഷനെ സംബന്ധിച്ചിടത്തോളം ലിംഗനീതിയേയും ലിംഗ സമത്വത്തെയും സ്ത്രീ വിമോചനത്തെയും കുറിച്ച് വ്യക്തമായ രാഷ്ട്രീയ ധാരണയുടെ അടിസ്ഥാനത്തിൽ സ്ത്രീപ്രശ്നത്തെ സമീപിക്കാനാണ് ശ്രമിക്കുന്നത്. സ്ത്രീയെ അടിച്ചമർത്തുന്ന, സ്ത്രീ വിമോച

നത്തിന് പ്രതിബന്ധം സൃഷ്ടിക്കുന്ന ഏതു വെല്ലുവിളിക്കെതിരെയും പോരാടണമെന്നും അതിന് മുഴുവൻ സ്ത്രീകളെയും സമൂഹത്തെയാകെ ത്തന്നെയും അണിനിരത്തണമെന്നുള്ള ധാരണയാണ് മഹിളാ അസോ സിയേഷനെ നയിക്കുന്നത്. കാരണം സ്ത്രീകൾ യുദ്ധം ചെയ്യേണ്ടത് നിഴലുകളോടല്ല, സ്ത്രീകളെ സാമൂഹ്യമായും സാമ്പത്തികമായും ലിംഗ പരമായും അടിച്ചമർത്തുന്ന വസ്തുനിഷ്ഠ യാഥാർത്ഥ്യങ്ങളോടാണ്. ആശയപരമായും രാഷ്ട്രീയപരമായും സംഘടിക്കാതെ ഇതു സാദ്ധ്യ മല്ല. സ്ത്രീ വിമോചനത്തിനായി ചിന്തിക്കുകയും പ്രവർത്തിക്കുകയും ചെയ്യുന്ന എല്ലാവർക്കും പങ്കുവെയ്ക്കാവുന്ന പ്രതിരോധത്തിന്റെ പൊതു വേദികൾ സാദ്ധ്യമാക്കി ശത്രുവിനെതിരെ സംഘടിതമായി പോരാ ടാനാകുമോ എന്നാണ് ചിന്തിക്കേണ്ടത്. സ്ത്രീപ്രശ്നത്തിന്റെ രാഷ്ട്രീ യത്തെ തുറന്ന് എതിർക്കാതെ എങ്ങനെയാണ് സ്ത്രീ വിമോചനത്തെ ക്കുറിച്ച് സംസാരിക്കാൻ പോലുമാവുക!

ഇ എം എസും
സാമൂഹ്യനീതിയുടെ രാഷ്ട്രീയവും

> **നാ**ളിതുവരെ നിലനിന്നിട്ടുള്ള എല്ലാ സമുദായങ്ങളുടെയും ചരിത്രം (അതായത് ലിഖിത ചരിത്രം) വർഗ്ഗസമരങ്ങളുടെ ചരിത്രമാണ് (*കമ്യൂണിസ്റ്റ് മാനിഫെസ്റ്റോ*).

വർഗ്ഗസമരങ്ങളെക്കുറിച്ചുള്ള *മാനിഫെസ്റ്റോ*വിലെ പ്രസ്താവന ഇന്ത്യക്ക് ബാധകമാണോ? കാരണം ഹിന്ദുസമൂഹത്തിലെ അസംഖ്യം ജാതികളും ഉപജാതികളും ആദിവാസികളും ഹിന്ദു–മുസ്ലീം–സിഖ്–ക്രിസ്ത്യൻ തുടങ്ങിയ മതസമുദായങ്ങളും അടങ്ങിയ ഇന്ത്യൻ യാഥാർത്ഥ്യത്തെ വർഗ്ഗങ്ങളും വർഗ്ഗസമരവുമെന്ന മാർക്സ്–എംഗൽസ് കാഴ്ചപ്പാടുമായി ബന്ധപ്പെടുത്താൻ കഴിയുമോ? ഈ ചോദ്യം ഉന്നയിച്ചുകൊണ്ട് ഇ എം എസ് ഇന്ത്യൻ സമൂഹഘടനയെ സംബന്ധിച്ച മാർക്സിസ്റ്റ് വിശകലനം മുന്നോട്ട് വയ്ക്കുന്നു. “വർഗ്ഗങ്ങളും വർഗ്ഗസമരങ്ങളുമാണ് ചരിത്രത്തിന്റെ പ്രേരകശക്തി എന്നിരിക്കെ, മറ്റ് ഏതൊരു രാജ്യത്തിലുമെന്നപോലെ ഇന്ത്യക്കും അവ ബാധകമാണ്.” (*ജാതിയും സമുദായവും രാഷ്ട്രീയവും യുഗങ്ങളിലൂടെ* പേജ് 13) എന്നാൽ വർഗ്ഗങ്ങളെയും വർഗ്ഗസമരത്തെയും സങ്കുചിതമായ അർത്ഥത്തിലല്ല മനസ്സിലാക്കേണ്ടത് എന്ന് ഇ എം എസ് ഓർമ്മിപ്പിക്കുന്നു. സാമൂഹ്യ–സാംസ്കാരിക ജീവിതത്തിന്റെ ഓരോ വശത്തെയും ഇത് ബാധിക്കുന്നു.

ഇന്ത്യൻ സമൂഹഘടന രൂപംകൊണ്ടത് മാർക്സും എംഗൽസും ചൂണ്ടിക്കാട്ടുന്ന യൂറോപ്യൻ മാതൃകയിൽ നിന്നു വ്യത്യസ്തമായ രീതിയിലായിരുന്നു. വിവിധ ജാതികളും ഉപജാതികളുമായി വിഭജിക്കപ്പെട്ട സാമൂഹ്യഘടനയോടുകൂടിയ വർഗ്ഗ സമൂഹമാണ് ഇന്ത്യയുടെ സവിശേഷത. അടിമത്തത്തിൽനിന്ന് ഭൂപ്രഭുത്വത്തിലേക്കുള്ള വികാസത്തെ വ്യവസ്ഥാപിതമാക്കുന്നതിൽ ഒരു നിർണ്ണായകപങ്ക് ജാതിവ്യവസ്ഥ വഹിച്ചി

ട്ടുണ്ട്. ഇന്ത്യൻ സവിശേഷതകളോടുകൂടിയ ഭൂപ്രഭുത്വം വികസിച്ച് ഇന്ത്യൻ ജാതിവ്യവസ്ഥയുടെ അഭേദ്യഭാഗമായി എന്ന് ഇ എം എസ് ചൂണ്ടിക്കാട്ടുന്നു. ബ്രിട്ടീഷ് ആധിപത്യത്തിന് മുമ്പുള്ള ഇന്ത്യൻ സമൂഹത്തിന്റെയും അതിലെ വർഗ്ഗങ്ങളുടെയും വർഗ്ഗസമരത്തിന്റെയും മൂർത്തരൂപം ഇ എം എസ് വരച്ചു കാട്ടുന്നതിങ്ങനെ: "ഹിന്ദുസമൂഹം അസംഖ്യം ജാതികളും ഉപജാതികളുമായി വിഭജിക്കപ്പെടൽ, വിവിധ മതസമുദായങ്ങളുടെ സഹവർത്തിത്തം – അവയ്ക്ക് ഓരോന്നിനും ചൂഷകരും ചൂഷിതരുമായ രണ്ടുവിഭാഗങ്ങൾ" (അവിടെത്തന്നെ). അലംഘനീയമെന്നരീതിയിൽ അടിച്ചേല്പ്പിക്കപ്പെട്ട ജാതിവിഭജനത്താൽ വ്യവസ്ഥാപിതമായതും സ്വത്തുടമാ അധികാരത്താൽ ആ ജാതിവിഭജനത്തെ തന്നെ നിലനിർത്തുന്നതുമായ ഇന്ത്യൻ നാടുവാഴിത്തത്തിന് ദീർഘമായ ചരിത്രമുണ്ട്. ഇന്ത്യൻ സമൂഹത്തിൽ നിലനിന്നുവരുന്ന ജാതിപരവും ലിംഗപരവുമായ അസമത്വത്തിന്റെ ചരിത്രം കൂടിയാണത്. ഇന്ത്യൻ സാഹചര്യത്തിൽ സാമൂഹ്യനീതിയെക്കുറിച്ചുള്ള ചർച്ചയിൽ ജാതിവിവേചനവും ലിംഗവിവേചനവും കേന്ദ്രബിന്ദുക്കളാകുന്നത് അതുകൊണ്ടാണ്.

ജാതിവ്യവസ്ഥയും വർഗ്ഗസമൂഹവും

ഇന്ത്യയിലെ ജാതിവ്യവസ്ഥ അധികാരശ്രേണീ ബന്ധത്തിന്റെ അടിസ്ഥാനത്തിൽ നിലനിന്നുവരുന്നതാണ്. ജാതിവ്യവസ്ഥ ഒരു വർഗ്ഗം മറ്റൊരു വർഗ്ഗത്തെ കീഴടക്കുന്നതിനായി ഉപയോഗിച്ച ആയുധം തന്നെയായിരുന്നു.

> ഇന്ത്യയിൽ ആവിർഭവിക്കുകയും വികസിക്കുകയും ചെയ്ത വർഗ്ഗസമരത്തിന്റെ മൂർത്ത രൂപമായിരുന്നു ജാതിവ്യവസ്ഥയുടെ ആവിർഭാവവും തുടർന്നുള്ള പരിണാമവും. അതോടൊപ്പം മതപരമായ സാമുദായികതയുടെ പ്രത്യയശാസ്ത്രവും ആചാരങ്ങളും ഇന്ത്യയിലെ പ്രാചീനവർണ്ണവ്യവസ്ഥയും പിന്നീട് ജാതികളും ഉപജാതികളുമായി വ്യാപിപ്പിച്ചതും അതോടൊപ്പം സാമൂഹ്യ-സാമ്പത്തിക ഘടനയിൽ ആധിപത്യം കയ്യടക്കിയ ജന്മി നാടുവാഴിത്തത്തിന്റെ ആവിർഭാവവും വർഗ്ഗങ്ങളും വർഗ്ഗസമരങ്ങളും വളർന്നുവന്നതിന്റെ ഇന്ത്യൻ രീതിയായിരുന്നു (*ജാതിയും സമുദായവും രാഷ്ട്രീയവും യുഗങ്ങളിലൂടെ* – ഇ എം എസ് – പേജ് 16).

കേരളത്തിലെ ഫ്യൂഡൽ വർഗ്ഗാധിപത്യത്തിന്റെ സ്വഭാവവിശേഷം വിലയിരുത്തുമ്പോൾ ജാതിമേധാവിത്വത്തിന്റെ പങ്ക് നിർണ്ണായകമാണെന്ന് ഇ എം എസ് കൂട്ടിച്ചേർക്കുന്നു. അതായത്,

> ഇന്ത്യയിലെ ജാതിവ്യവസ്ഥയെന്നത് വിവിധ വർഗ്ഗങ്ങൾ രൂപപ്പെട്ടതിന്റെ സവിശേഷരീതിയാണ്... ജാതിവ്യവസ്ഥയും അതിൽനിന്നുളവാകുന്ന സാമൂഹ്യപ്രശ്നങ്ങളും വർഗ്ഗസമരത്തിന്റെയും

രാഷ്ട്രീയത്തിന്റേതുമായ പ്രശ്നങ്ങളിൽ നിന്നും ഒഴിഞ്ഞുനില്ക്കുന്നില്ല (*ഇ എം എസ് സമ്പൂർണ്ണകൃതികൾ* – സഞ്ചിക 42).

നാടുവാഴിത്തത്തെ താങ്ങി നിർത്തിയ സാമൂഹ്യഘടനയ്ക്ക് ഇന്ത്യയിലെ മുതലാളിത്ത വികാസത്തിൽ വലിയ ഇടർച്ചയൊന്നും ഉണ്ടായിട്ടില്ല എന്നത് ഇന്ത്യൻ സമൂഹത്തിലെ മുതലാളിത്ത സ്ഥാപനത്തിന്റെ തന്നെ സവിശേഷതയായിട്ടാണ് സി പി ഐ (എം) വിലയിരുത്തുന്നത്. ജാതികൾക്കുള്ളിൽ തന്നെ വിവിധ വർഗ്ഗങ്ങൾ രൂപംകൊള്ളുന്ന തരത്തിൽ സാമ്പത്തിക അസമത്വം നിർണ്ണായകമാകുമ്പോഴും ജാതിവ്യവസ്ഥയെ തിരുത്താൻ തയ്യാറാകാത്തവിധം മുതലാളിത്തം ജാതിവ്യവസ്ഥയും ജന്മിത്തവുമായി സന്ധിയിലാണ്.

> ജാതിവ്യവസ്ഥയടക്കം പല പ്രാങ് മുതലാളിത്ത സ്ഥാപനങ്ങളോടും സന്ധി ചെയ്തുകൊണ്ടാണ് ഇന്ത്യയിൽ മുതലാളിത്തം വളർത്തിക്കൊണ്ടിരിക്കുന്നത്. ജാതിയടക്കമുള്ള പ്രാങ് മുതലാളിത്ത വ്യവസ്ഥയുടെ അവശിഷ്ടങ്ങളും വളർന്നുവരുന്ന മുതലാളിത്തവും ഇടകലർന്ന സമ്മിശ്രമായ ഒരു സാമൂഹ്യവ്യവസ്ഥയാണ് ഇവിടെ നിലവിലുള്ളതെന്നർത്ഥം (*ഇ എം എസ്-സമ്പൂർണ്ണകൃതികൾ*-സഞ്ചിക 42, പേജ്-143).

ജാതിവിരുദ്ധസമരവും വർഗ്ഗസമരവും

ഇന്ത്യൻ സാഹചര്യങ്ങളെ സി പി ഐ (എം) ന്റെ *പാർട്ടി പരിപാടി* ഇങ്ങനെ വിലയിരുത്തുന്നു.

> ജാതീയമർദ്ദനം അവസാനിപ്പിക്കുന്നതിലും ബൂർഷ്വാ-ഭൂപ്രഭുവ്യവസ്ഥ പരാജയപ്പെട്ടിരിക്കുകയാണ്. പട്ടികജാതിക്കാരാണ് ഏറ്റവുമധികം കെടുതികൾ അനുഭവിക്കുന്നത്. അയിത്താചാരവും വിവേചനത്തിന്റെ മറ്റു രൂപങ്ങളും നിയമവിരുദ്ധമായി പ്രഖ്യാപിക്കപ്പെട്ടിട്ടും ദളിതർ അവയ്ക്ക് വിധേയമാവുകയാണ്. വിമോചനത്തിനായുള്ള ദളിതരുടെ വളർന്നുവരുന്ന ബോധത്തെ മൃഗീയമർദ്ദനങ്ങളും അതിക്രമങ്ങളും കൊണ്ടുനേരിടാനാണ് തുനിയുന്നത് (*പാർട്ടി പരിപാടി* – 5.10).

ഇന്ത്യയിൽ വിവിധ ജാതിവിഭാഗങ്ങൾക്കുള്ളിലും സാമ്പത്തികാസമത്വത്തിന്റേതായ പലതട്ടുകൾ കാണാമെങ്കിലും ചൂഷകവർഗ്ഗത്തിൽ മുൻകൈ ഉന്നതജാതിക്കാർക്ക് തന്നെയാണ്. അതുകൊണ്ട് ഒരേ സമയം സാമൂഹ്യവും സാമ്പത്തികവുമായ ഇരട്ട ചൂഷണത്തിനാണ് ഇന്ത്യയിൽ ദളിതർ വിധേയരാകുന്നത്. ഇത് ഭൂരിപക്ഷം മറ്റ് പിന്നാക്ക ജാതികൾക്കും ബാധകമാണ്. "സ്വന്തം ജാതി-മതാദി വിഭാഗത്തിൽപ്പെട്ട ചൂഷിതർ തമ്മിലാണ് ഐക്യം" എന്ന് ഇ എം എസ് ഓർമ്മിപ്പിക്കുന്നു. (*ഇ എം എസ് സമ്പൂർണ്ണകൃതികൾ* സഞ്ചിക 42 – പേജ് 144)

എന്നാൽ ഇതിനർത്ഥം ദളിതരടക്കമുള്ള, സാമൂഹ്യമായി അടിച്ച മർത്തപ്പെടുന്നവരുടെ സവിശേഷപ്രശ്നങ്ങൾക്കും ജനാധിപത്യ അവകാശങ്ങൾക്കുവേണ്ടി ഉയരുന്ന മുദ്രാവാക്യങ്ങൾക്കും പ്രാധാന്യമില്ല എന്നല്ല; സാമൂഹ്യവിവേചനത്തിനെതിരായ സമരത്തിന്റെ സ്ഥാനത്ത് സാമ്പത്തിക സമരത്തെ യാന്ത്രികമായി പ്രതിഷ്ഠിക്കാനാവില്ല എന്ന് ഇ എം എസ് പറയുന്നു.

> മർദ്ദിത സമുദായങ്ങൾ നേരിടുന്ന നിർണ്ണായകപ്രശ്നങ്ങൾക്ക് പരിഹാരം കാണുകയും, അതോടൊപ്പം എല്ലാ ജാതികളിലും മതസമുദായങ്ങളിലും പെട്ട അദ്ധ്വാനിക്കുന്ന ജനങ്ങളെ അണിനിരത്തിയിട്ടുള്ള വർഗ്ഗസമരം ചിട്ടയായി സംഘടിപ്പിക്കുകയും ചെയ്യുന്ന ഉദ്ഗ്രഥിത പരിപാടികൊണ്ടുമാത്രമേ പ്രശ്നം പരിഹരിക്കാൻ കഴിയൂ (*ജാതിയും സമുദായവും രാഷ്ട്രീയവും യുഗങ്ങളിലൂടെ*–ഇ എം എസ് – പേജ് 18).

അടിച്ചമർത്തലിന്റേതായ ഇന്നത്തെ ജാതിവ്യവസ്ഥ തന്നെ ഇല്ലാതാക്കുന്നതിനുള്ള സമരം നിലനില്ക്കുന്ന പ്രാങ് മുതലാളിത്ത വ്യവസ്ഥയെ ഇല്ലായ്മ ചെയ്യുന്നതിനുള്ള സമരത്തിന്റെ ഭാഗമാണ്. കാർഷിക വിപ്ലവം നടക്കാതെ, മുഴുവനാളുകൾക്കും ഭൂമിയിൽ അവകാശം ലഭിക്കാതെ ജാതിമർദ്ദനത്തിൽ നിന്ന് ദളിതർക്ക് മോചനം നേടാനാവില്ല. ജാതി വിവേചനത്തിനെതിരായ പോരാട്ടം വർഗ്ഗസമരത്തിന്റെ ഭാഗം തന്നെയാണ് എന്നതാണ് സി പി ഐ (എം) ന്റെ നിലപാട്.

> വർഗ്ഗസമരത്തിന്റെ ഭാഗമാകാതെ ഒറ്റപ്പെട്ടു നടന്നിട്ടുള്ള ജാതിവിരുദ്ധ സമരങ്ങൾ യഥാർത്ഥഫലം നേടാനാവാതെ പരാജയപ്പെടുന്ന കാഴ്ചയാണ് കാണുന്നത്. ജാതിവിരുദ്ധസമരം ജനാധിപത്യസമരങ്ങളുടേയും വർഗ്ഗസമരത്തിന്റെയും ഭാഗമാണെന്ന് വീണ്ടും വീണ്ടും തെളിയിക്കപ്പെട്ടിരിക്കുന്നു. ജാതി അസമത്വവും വിവേചനവും ആധുനിക വർഗ്ഗവിവേചനത്തിന്റെ അവിഭാജ്യഘടകമാണിന്ന്. ഇതവസാനിപ്പിക്കണമെങ്കിൽ ഏത് ജാതിയിൽപ്പെട്ടവരായാലും ചൂഷിതരുടെ പൊതുപോരാട്ടത്തിന്റെ ഭാഗമായി അവർ മാറണം (ബി ടി രണദിവെ – *Caste, class and property relation,* പേജ് 23)

സ്വത്വരാഷ്ട്രീയവും കമ്യൂണിസ്റ്റുകാരും

1980 കൾക്കുശേഷം ലോകമെങ്ങും കാണുന്ന സ്വത്വരാഷ്ട്രീയത്തിന്റെ അതിവേഗത്തിലുള്ള വ്യാപനത്തിന് രാഷ്ട്രീയവും സാംസ്കാരികവുമായ പ്രേരണകൾ നിരവധിയാണ്. സോഷ്യലിസത്തിന്റെ തകർച്ചയും സാമ്രാജ്യത്വത്തിന്റെ അക്രമാസക്തമായ കയ്യേറ്റങ്ങളും വിനാ

ശകാരിയായ യുദ്ധങ്ങളും വർദ്ധിക്കുന്ന മനുഷ്യാവകാശ ലംഘനങ്ങളും സൃഷ്ടിച്ച ആശങ്കകൾ, മത്സരത്തിന്റെ ലോകത്ത് ശിഥിലീകരിക്കപ്പെടുകയും അന്യവല്ക്കരിക്കപ്പെടുകയും ചെയ്യുന്ന ആധുനിക മനുഷ്യരുടെ വേവലാതികൾ, ഒപ്പം സാങ്കേതികവിദ്യയുടെ പിന്തുണയോടെ വിപുലമാക്കപ്പെട്ട വൈജ്ഞാനികവ്യാപനം നല്കിയ പുതിയ ധാരണകൾ... ഇവയെല്ലാം സ്വത്വരാഷ്ട്രീയത്തിന് ഊർജ്ജമായി. വംശീയവും ജാതീയവുമായ നിരവധി സ്വത്വങ്ങളുടെ രാഷ്ട്രീയവും സാംസ്കാരികവുമായ സംഘടനാ രൂപങ്ങളുടെ വളർച്ചയാണ് ആഗോളവല്ക്കരണ സാമ്പത്തിക പ്രക്രിയക്കൊപ്പം ലോകം കണ്ടത്. ബഹുവിധ സ്വത്വബോധത്തിന്റെ അടിസ്ഥാനത്തിൽ വിഘടിക്കപ്പെട്ട സമൂഹം കൈയേറ്റങ്ങൾക്ക് ഏറ്റവും അനുഗുണമാണെന്ന പഴയ കോളനി കയ്യേറ്റത്തിന്റെ അതേ സാഹചര്യമാണ് പുതിയ ലോകക്രമത്തിൽ ഇതിലൂടെ സൃഷ്ടിക്കപ്പെടുന്നത്.

ദേശീയ സ്വാതന്ത്ര്യ സമരപ്രസ്ഥാനത്തിനുള്ളിൽ രൂപംകൊണ്ട വിഭാഗീയ പ്രസ്ഥാനങ്ങൾ ബ്രിട്ടീഷ് സാമ്രാജ്യത്വത്തിന് എത്രമാത്രം ഗുണം ചെയ്തുവെന്ന് ഇ എം എസ് ചൂണ്ടിക്കാട്ടുന്നുണ്ട്.

> തങ്ങൾക്ക് വളരെയേറെ പ്രയോജനകരമായ ഒന്നായി ബ്രിട്ടീഷ് ഭരണാധികാരികൾ ഈ സംഭവവികാസത്തെ കണ്ടു. അതിനാൽ അവർ ഈ ജാതി-സമുദായ സംഘടനകളെ മതനിരപേക്ഷവും ജനാധിപത്യപരവുമായ സ്വാതന്ത്ര്യ പ്രസ്ഥാനത്തിനെതിരെ തിരിച്ചുവിട്ടു. മുസ്ലീം ഭൂരിപക്ഷമുള്ള പാകിസ്ഥാനും ഹിന്ദു ഭൂരിപക്ഷമായ ഇന്ത്യൻ യൂണിയനുമായി ഇന്ത്യ ഒടുവിൽ വിഭജിക്കപ്പെടുന്നതിലേക്കു നയിച്ചതിതാണ്.

സ്വാതന്ത്ര്യം കിട്ടി ആറു ദശകങ്ങൾക്കുശേഷവും മനുഷ്യത്വരഹിതമായ അടിച്ചമർത്തലുകളാണ് ഇന്ത്യയിൽ ദളിതരും പിന്നാക്ക ജാതിക്കാരും ആദിവാസികളും നേരിടുന്നത്. ആധുനിക കാലത്തും യഥേഷ്ടം നടക്കുന്ന ജാതിവിവേചനവും ജന്മിത്വചൂഷണവും മനുഷ്യാവകാശലംഘനങ്ങളാണെന്ന ബോധം അടിച്ചമർത്തപ്പെടുന്നവരിൽ സൃഷ്ടിക്കാൻ ദലിത്-പിന്നാക്ക-ജാതി സംഘടനകളുടെ പ്രവർത്തനങ്ങളിലൂടെ കഴിയുന്നുണ്ട്. എന്നാൽ ഇത്തരം ആളുകളെ അവർക്ക് മാത്രമായി നേരിടേണ്ടിവരുന്ന അടിച്ചമർത്തലുകളുടെയും ജാതിബോധത്തിന്റെയും അടിസ്ഥാനത്തിലാണ് ജാതി സംഘടനകൾ അണിനിരത്തുന്നത്. സ്വത്വരാഷ്ട്രീയത്തിന്റെ പരിമിതിയെ സി പി ഐ (എം) ജനറൽ സെക്രട്ടറി പ്രകാശ് കാരാട്ട് ഇങ്ങനെ ചൂണ്ടിക്കാട്ടുന്നു;

> വംശത്തെയോ ലിംഗഭേദത്തെയോ അടിസ്ഥാനമാക്കിയുള്ള ചില തരത്തിൽപെട്ട അടിസ്ഥാനപ്രശ്നങ്ങൾക്ക് പരിഹാരം കാണാനോ ചില പരിഷ്കാരങ്ങൾ നടപ്പിലാക്കാനോ കഴിഞ്ഞാൽ പോലും മുതലാളിത്ത വ്യവസ്ഥിതി മാറ്റമില്ലാതെ തുടരുന്നിടത്തോളം കാലം

ചൂഷണത്തിന് അറുതിയാകുമെന്ന് അതുകൊണ്ട് അർത്ഥമാകുന്നില്ല എന്ന വസ്തുത സ്വത്വരാഷ്ട്രീയം മൂടി വെക്കുകയാണ്. ഭരണകൂടത്തിന്റെ വർഗ്ഗസ്വഭാവം അംഗീകരിക്കാൻ സ്വത്വരാഷ്ട്രീയം തയ്യാറല്ല.

തെരഞ്ഞെടുപ്പു പോലെയുള്ള സന്ദർഭങ്ങളിൽ സ്വത്വരാഷ്ട്രീയത്തിന്റെ പേരിൽ സംഘടിപ്പിക്കപ്പെട്ടിട്ടുള്ള മിക്ക ജാതി–മത സംഘടനകളും അധികാരവുമായുള്ള വിലപേശലിനായി സ്വയം സമ്മർദ്ദശക്തികളായി മാറുന്നു. ചില സംഘടനകളാകട്ടെ വ്യവസ്ഥാപിത അധികാരകേന്ദ്രങ്ങളുമായി യുദ്ധം പ്രഖ്യാപിച്ചവയാണ്. എന്നാൽ അവയുടെ നിലനില്പ്പും പ്രവർത്തനവും വിദേശത്തു നിന്നുവരുന്ന ധനസഹായങ്ങളെയും പിന്തുണയെയും ആശ്രയിച്ചാണ് സംഘടിപ്പിക്കപ്പെടുന്നത്. അത്തരം ധനസഹായങ്ങളുടെ പൊതുലക്ഷ്യം അരാഷ്ട്രീയവല്ക്കരണം കൂടിയാണെന്നതിന് നിരവധി അനുഭവങ്ങളുണ്ട്.

ബി ജെ പിയും കോൺഗ്രസും ബി എസ് പിയും സമാജ്‌വാദി പാർട്ടിയുമടക്കമുള്ള ബൂർഷ്വാ പാർട്ടികൾ സ്വത്വരാഷ്ട്രീയത്തെ വോട്ട് ബാങ്ക് രാഷ്ട്രീയവുമായി എത്ര സമർത്ഥമായാണ് കൂട്ടിയിണക്കുന്നത്! എന്നാൽ ദളിതരുടെ സവിശേഷ അവകാശങ്ങൾക്കായി നിലക്കൊള്ളുന്നു എന്നു പറയുന്ന ബഹുജൻ സമാജ്‌വാദി പാർട്ടി പോലും ദളിതരെയും പിന്നാക്ക ജാതിക്കാരെയും അടിച്ചമർത്തുന്ന അടിസ്ഥാനപരമായ സാമ്പത്തിക അസമത്വങ്ങൾ അവസാനിപ്പിക്കുന്നതിനുള്ള മുദ്രാവാക്യങ്ങൾ ഉയർത്താൻ തയ്യാറാവുന്നില്ല. സാമൂഹ്യനീതിക്കായുള്ള ബി എസ് പിയുടെ മുദ്രാവാക്യങ്ങളിൽ സാമ്പത്തിക നീതിയെക്കുറിച്ചുള്ള അജണ്ട ഉൾപ്പെടുന്നില്ലെന്ന് ചൂണ്ടിക്കാണിച്ചുകൊണ്ട് ജാവേദ് ആലം പറയുന്നു:

> ഇവർ നടത്തുന്നത് ബൂർഷ്വാസമത്വത്തിനുവേണ്ടിയുള്ള സമരമാണ്. ഈ രാഷ്ട്രീയം അടിസ്ഥാന സമത്വത്തിനുവേണ്ടിയുള്ളതല്ല. മായാവതിപോലും ഭൂപരിഷ്കരണം ആവശ്യപ്പെടുന്നില്ല. മേൽജാതിക്കാർ ഏതു തരത്തിലുള്ള അധികാരമാണോ ദളിതർക്കുമേൽ ഉപയോഗിക്കുന്നത് അത്തരത്തിലുള്ള അധികാരം ദളിതർക്കും വേണമെന്നാണ് മായാവതിയുടെ ആവശ്യം. (ജാവേദ് ആലം–കീഴാളരുടെ വർഗ്ഗരൂപീകരണവും രാഷ്ട്രീയ വിവക്ഷയും – *സോഷ്യൽ സയന്റിസ്റ്റ്* – വോള്യം 36)

ജാതിയെന്നത് ഭൗതികമായി അടിസ്ഥാനമില്ലാത്ത ആശയം മാത്രമാണെന്നും അതിനാൽ അസമത്വത്തിനെതിരെ ആശയതലത്തിൽ നടക്കുന്ന സമരം കൊണ്ടും കേവല സാമൂഹ്യപരിഷ്കാരങ്ങൾ കൊണ്ടും സാമൂഹ്യനീതി നേടാനാകുമെന്നുമുള്ള നിലപാടാണ് ഒരു കൂട്ടർ സ്വീകരിക്കുന്നത്. സാമൂഹ്യമായ അടിച്ചമർത്തലിനും വിവേചനത്തിനുമെതിരായി ദളിതരും പിന്നാക്ക ജാതിക്കാരും നടത്തുന്ന സമരത്തിന്റെ ജനാ

ധിപത്യ ഉള്ളടക്കത്തെ പിന്തുണയ്ക്കേണ്ടതുണ്ട് എന്ന സി പി ഐ (എം) നിലപാട് ഇ എം എസ് ചൂണ്ടിക്കാട്ടുന്നുണ്ട്.

> ബൂർഷ്വാ വീക്ഷണത്തോടെ സാമൂഹ്യപരിഷ്കരണ പ്രസ്ഥാനം കെട്ടിപ്പടുക്കുകയും യുക്തിവാദചിന്താഗതി പ്രചരിപ്പിക്കുകയും ചെയ്യുന്നവർ നിലവിലുള്ള സാമൂഹ്യവ്യവസ്ഥിതിയുടെ ചില പ്രധാനഭാഗങ്ങൾക്കെതിരായി പോരാടുന്നു. അക്കാര്യത്തിൽ അവരുമായി സഹകരിക്കാൻ മാർക്സിസ്റ്റുകാർക്ക് ബാദ്ധ്യതയുണ്ട്. എന്തെന്നാൽ ജനങ്ങൾക്കിടയിൽ പ്രചരിപ്പിക്കുന്ന ആധുനിക (ബൂർഷ്വാ) വീക്ഷണം മുതലാളിത്തത്തിനു മുൻപുള്ള (ഫ്യൂഡൽ) സംസ്കാരത്തിന്റേതായ സാമൂഹ്യ-സാംസ്കാരിക വീക്ഷണത്തെയാണ് തകർക്കാൻ നോക്കുന്നത്. (*ഇ എം എസ് - സമ്പൂർണ്ണകൃതികൾ, സഞ്ചിക-42* പേജ് 201)

എന്നാൽ സ്വത്വരാഷ്ട്രീയത്തോടുള്ള മാർക്സിസ്റ്റ് നിലപാടിനെ തമസ്കരിക്കാനോ തെറ്റിദ്ധാരണജനകമായി വ്യാഖ്യാനിക്കാനോ ഉള്ള ശ്രമമാണ് സ്വത്വരാഷ്ട്രീയ പ്രസ്ഥാനങ്ങൾ വിശേഷിച്ച് ദളിത് പ്രസ്ഥാനങ്ങളിൽ നിന്നുമുണ്ടായിട്ടുള്ളത്. ഇന്ത്യയിലെ വർണ്ണ-ജാതി സമൂഹത്തിന്റെ രൂപീകരണം വർഗ്ഗസമൂഹത്തിന്റെ രൂപീകരണം കൂടിയാണെന്നും അതുകൊണ്ടുതന്നെ നമ്മുടെ സാമൂഹ്യചരിത്രം ജാതി-വർഗ്ഗസമരത്തിന്റെ ചരിത്രമാണെന്നും അത്തരത്തിലുള്ള പരിശോധനയിലൂടെ മാത്രമേ ദളിതർക്ക് അവരുടെ വിവേചനത്തെപ്പറ്റിയുള്ള ചിന്തകളും വികസിപ്പിക്കാൻ കഴിയൂ എന്നും ശരിയായി വിലയിരുത്തുന്നുണ്ട് ദളിത് ചിന്തകനും പ്രവർത്തകനുമായ കെ എം സലിംകുമാർ ('ദളിത് അന്വേഷണം: നിലപാടുകളും വിമർശനങ്ങളും', *സോഷ്യലിസ്റ്റ് പാത*, പുസ്തകം 4). എന്നാൽ അതേസമയം ജാതിവിരുദ്ധ പോരാട്ടത്തെ വർഗ്ഗസമരവുമായി കൂട്ടിയിണക്കുന്ന മാർക്സിസ്റ്റ് നിലപാടുകളെ ശക്തമായി വിമർശിക്കാനും ഇദ്ദേഹം ശ്രമിക്കുന്നു. ഇന്ത്യയിൽ നിലനില്ക്കുന്ന വസ്തുതകൾക്കനുസൃതമായ രീതിയിൽ തങ്ങളുടെ പ്രത്യയശാസ്ത്ര സങ്കല്പങ്ങളെ ആവിഷ്കരിക്കാൻ കമ്യൂണിസ്റ്റുകാർ തയ്യാറാകുന്നില്ല എന്നതാണ് സലിംകുമാർ ഉയർത്തുന്ന വിമർശനം. ജാതിവിരുദ്ധ സമരത്തെയും വർഗ്ഗസമരത്തെയും സമന്വയിപ്പിക്കുന്ന ഒരു പ്രത്യയശാസ്ത്ര നിലപാടാണ് ദളിത് വിമോചനത്തിനാവശ്യമെന്ന ശരിയായ നിലപാടെടുക്കുന്ന സലിംകുമാർ, ജാതീയതയ്ക്കെതിരായ പോരാട്ടം കാർഷിക വിപ്ലവത്തിന്റെ മുന്നുപാധിയായി പ്രഖ്യാപിച്ചിട്ടുള്ള മാർക്സിസ്റ്റ്-ലെനിനിസ്റ്റ് നിലപാടിനെ തള്ളിക്കളയുന്നതിനു പിന്നിലും സ്വത്വരാഷ്ട്രീയത്തിന്റെ വ്യതിരിക്തത നിലനിർത്തുന്നതിനുള്ള സങ്കുചിത ശ്രമമാണുള്ളത്.

മാർക്സിസ്റ്റുകാർ, കമ്യൂണിസ്റ്റുകാർ എന്നൊക്കെ പൊതുവായി പരാമർശിക്കുന്നതല്ലാതെ ഇന്ത്യയിൽ പ്രവർത്തിക്കുന്ന വിവിധ കമ്യൂണിസ്റ്റ് പാർട്ടികളുടെ പ്രത്യയശാസ്ത്ര നിലപാടുകളെയോ പരിപാടികളെയോ

ശരിയായ രീതിയിൽ വിലയിരുത്താൻ തയ്യാറാവാതെ ദളിത് സമൂഹത്തിനിടയിൽ കമ്യൂണിസ്റ്റ് വിരോധം (വിശേഷിച്ച് സി പി ഐ (എം) വിരോധം) കുത്തിവയ്ക്കാനുള്ള ശ്രമങ്ങളാണ് പല ദളിത് ചിന്തകരുടെയും വിമർശനങ്ങളുടെ ലക്ഷ്യം. പാർട്ടി പരിപാടി ജാതിവ്യവസ്ഥയ്ക്കെതിരായ സമരത്തെ ഇങ്ങനെ കാണുന്നു:

> ദളിത് ജനതയിൽ മഹാഭൂരിപക്ഷവും അദ്ധ്വാനിക്കുന്ന വർഗ്ഗങ്ങളുടെ ഭാഗമാണ് എന്നതിനാൽ ദളിത് പീഡനത്തിനും ജാതിവ്യവസ്ഥയ്ക്കുമെതിരായ ഐക്യം തൊഴിലാളിവർഗ്ഗ ഐക്യത്തിനുള്ള മുന്നുപാധിയാണ്. ജനാധിപത്യ വിപ്ലവത്തിന്റെ സുപ്രധാനഭാഗാണ് ജാതിവ്യവസ്ഥയ്ക്ക് അറുതി വരുത്തുന്നതിനുള്ള പോരാട്ടം. വർഗ്ഗപരമായ ചൂഷണത്തിന് എതിരായ സമരവുമായി ബന്ധപ്പെട്ടതാണ് ജാതീയ അടിച്ചമർത്തലിനെതിരായ പോരാട്ടം (*പാർട്ടി പരിപാടി,* 5.12).

ഇ എം എസ്, ബി ടി രണദിവെ തുടങ്ങിയ മാർക്സിസ്റ്റ് ചിന്തകരുടെ ഗ്രന്ഥങ്ങളോ സി പി ഐ (എം) പാർട്ടി പരിപാടിയോ മറിച്ചെങ്കിലും നോക്കാനുള്ള സന്മനസ്സു കാട്ടാതെ, പാർട്ടി കോൺഗ്രസുകളുടെ വിലയിരുത്തലുകൾ പരിശോധിക്കാതെ, സി പി ഐ (എം) ജാതിവിരുദ്ധ പോരാട്ടത്തിന് തയ്യാറാകുന്നില്ല എന്ന വ്യാജപ്രചാരണത്തിന്റെ പുകമറ സൃഷ്ടിക്കാനാണ് സ്വത്വരാഷ്ട്രീയത്തിലെ സങ്കുചിതവാദക്കാരുടെ ശ്രമം.

ജാതി–മത വിവേചനങ്ങൾക്കെതിരെ പ്രവർത്തിക്കുന്ന സാമൂഹ്യപരിഷ്കരണ പ്രസ്ഥാനങ്ങളോടുള്ള മാർക്സിസ്റ്റ്–ലെനിനിസ്റ്റ് സമീപനമെന്തായിരിക്കണം എന്ന് ഇ എം എസ് ചൂണ്ടിക്കാട്ടുന്നു.

> മാർക്സിസം–ലെനിനിസം അംഗീകരിക്കാത്ത ആളുകൾക്കിടയിൽ രണ്ടുവിഭാഗക്കാരുണ്ട്: മാർക്സിസം–ലെനിനിസത്തിന്റെ കേന്ദ്രമായ തൊഴിലാളിവർഗ്ഗ വീക്ഷണത്തോടുകൂടിയല്ലാതെ ബൂർഷ്വാ വീക്ഷണത്തോടെ ജാതിക്കും മതത്തിനുമെതിരായി പോരാടുന്ന സാമൂഹ്യ പരിഷ്കരണ പ്രവർത്തകർ, യുക്തിവാദികൾ മുതലായവരാണ് ആദ്യത്തെ വിഭാഗം. ജാതിയുടേയും മതത്തിന്റേതുമായ ആചാരങ്ങൾ, വിശ്വാസങ്ങൾ മുതലായവയ്ക്ക് വിധേയമായി ജീവിക്കുമ്പോൾത്തന്നെ തൊഴിലാളിവർഗ്ഗത്തിന്റെയും മറ്റ് അദ്ധ്വാനിക്കുന്ന ബഹുജനങ്ങളുടെയും താല്പര്യങ്ങൾക്കുവേണ്ടി പോരാടുന്ന ബഹുജനങ്ങൾ, അവർക്ക് നേതൃത്വം നല്കുന്ന രാഷ്ട്രീയപ്പാർട്ടികൾ എന്നിവരാണ് രണ്ടാം വിഭാഗം. ഈ രണ്ട് വിഭാഗക്കാരുമായി സന്ധി ചെയ്തുകൊണ്ടും അതേയവസരത്തിൽ അവരെ നിയന്ത്രിക്കുന്ന ചിന്താഗതികളോട് നിരന്തരം പടവെട്ടിയും പ്രവർത്തിച്ചാൽ മാത്രമേ മാർക്സിസ്റ്റ്–ലെനിനിസ്റ്റുകാർക്ക് തൊഴിലാളി

> വർഗ്ഗ വിപ്ലവപ്രസ്ഥാനവും അതിന്റെ മുന്നണി വിഭാഗമായ തൊഴിലാളിവർഗ്ഗ വിപ്ലവപ്പാർട്ടിയും കെട്ടിപ്പടുക്കാൻ കഴിയൂ (*ഇ എം എസ് സമ്പൂർണ്ണകൃതികൾ, സഞ്ചിക 42*, പേജ് 201).

സമൂഹത്തിന്റെ ആന്തരിക വൈരുദ്ധ്യങ്ങളെ ശാസ്ത്രീയമായി വിലയിരുത്തിക്കൊണ്ട് ശരിയായ മാർക്സിസ്റ്റ്-ലെനിനിസ്റ്റ് പാത സ്വീകരിക്കുന്ന ഈ പ്രത്യയശാസ്ത്ര നിലപാടുകളെ ദളിത് വിരുദ്ധം എന്നു പറഞ്ഞ് തള്ളിക്കളയുന്നത് ബോധപൂർവ്വം തന്നെയാണ്. "അധികാര കേന്ദ്രങ്ങളുമായി വിലപേശുന്ന ജാതി-മത സംഘടനകളുടെ വക്താക്കൾക്ക് മുഖ്യശത്രു ജാതി-മതാദി പരിഗണനകൾക്കതീതമായി ബഹുജനങ്ങളുടെ സമരപരമായ ഐക്യം കെട്ടിപ്പടുക്കുന്ന കമ്യൂണിസ്റ്റുകാരനാണെന്ന്" ഇ എം എസ് കൃത്യമായി ചൂണ്ടിക്കാണിക്കുന്നു. (*ഇ എം എസ് സമ്പൂർണ്ണകൃതികൾ, സഞ്ചിക 42,* പേജ് 203)

എന്നാൽ, ഇതിനർത്ഥം ജാതീയമായ അടിച്ചമർത്തലുകൾക്കെതിരായ സമരത്തെ വർഗ്ഗസമരവുമായി കൂട്ടിയിണക്കൽ എളുപ്പമാണ് എന്നല്ല. ചെറുകിട-ദരിദ്രകൃഷിക്കാരന്റെയും കർഷകതൊഴിലാളികളുടെയും താല്പര്യങ്ങൾ തമ്മിൽ ഏറ്റുമുട്ടലുകൾ ഉണ്ടാകില്ലേ? എല്ലാ ജാതികളിലും സാമ്പത്തിക അസമത്വത്തിന്റെ ഭാഗമായി വിരുദ്ധമായ വർഗ്ഗതാല്പര്യങ്ങൾ ഉയർന്നുവന്നിട്ടില്ലേ? ഈ വൈരുദ്ധ്യങ്ങൾ നിലനില്ക്കുമ്പോൾ ജാതീയതയ്ക്കും വർഗ്ഗചൂഷണത്തിനുമെതിരായ സമരത്തിൽ അടിച്ചമർത്തപ്പെട്ടവരെ ഒരുമിപ്പിക്കുന്നതെങ്ങനെയാണ്? ഇതിനുള്ള മറുപടി പാർട്ടി പരിപാടി നല്കുന്നുണ്ട്. ഇന്ത്യയിലെ കർഷകർക്കിടയിലെ വർഗ്ഗവൈരുദ്ധ്യം കൂടുതൽ പ്രകടമാകുന്ന കാലമാണിത്. *പാർട്ടി പരിപാടി* വിലയിരുത്തുന്നതുപോലെ; അർദ്ധ ഫ്യൂഡൽ ഭൂപ്രഭുക്കളെ മുതലാളിത്ത ഭൂപ്രഭുക്കളായി രൂപാന്തരപ്പെടുത്തുകയും ധനിക കർഷകരുടേതായ ഒരു വിഭാഗത്തെ വളർത്തിയെടുക്കുകയും ചെയ്യുന്ന കാർഷിക നയങ്ങളാണ് ഇന്ത്യയിൽ സ്വാതന്ത്ര്യലബ്ധിക്കുശേഷം കോൺഗ്രസ് ഭരണാധികാരികൾ പിന്തുടരുന്നത്. അതുകൊണ്ടുതന്നെ ദരിദ്രകൃഷിക്കാരും കർഷകത്തൊഴിലാളികളും ഒരുപോലെ ഭൂരഹിതരും ചൂഷണവിധേയരുമായിരിക്കുന്ന സാഹചര്യത്തെ നേരിടാൻ കർഷക-കർഷകത്തൊഴിലാളി ഐക്യം വളർത്തിയെടുക്കേണ്ടതുണ്ട്.

ജാതികൾക്കുള്ളിലെ വർഗ്ഗവൈരുദ്ധ്യം മൂടിവെയ്ക്കാനായി ജാതി ഐക്യബോധത്തെ കൂട്ടുപിടിക്കുന്ന മേലാളവർഗ്ഗത്തിനെതിരെ എല്ലാ ജാതികളിലെയും അടിച്ചമർത്തപ്പെട്ടവരുടെ ഐക്യം പ്രധാനമാണ് എന്ന് ഇ എം എസ് എടുത്ത് പറയുന്നു.

> വർഗ്ഗസമരത്തിന്റേതായ ഈ ബോധം എല്ലാ ജാതി-മത വിഭാഗങ്ങളിലുംപെട്ട അദ്ധ്വാനിക്കുന്ന ബഹുജനങ്ങളിൽ പരത്തലാണ് ജാതിവ്യവസ്ഥ അതിവേഗത്തിൽ അവസാനിപ്പിക്കാനുള്ള ഏറ്റവും ഫലപ്രദമായ മാർഗ്ഗം. വർഗ്ഗബോധം വളർത്തി ജാതി-മതാദി ചിന്ത

യുടെ മുരടറുക്കാനുള്ള ഈ പ്രവർത്തനത്തിൽ നിന്നും ജാതി നശീകരണ പ്രസ്ഥാനത്തെ ഒറ്റപ്പെടുത്തി കാണാനാവില്ല. (*ഇ എം എസ് സമ്പൂർണ്ണകൃതികൾ, സഞ്ചിക-42,* പേജ് 144)

ഇ എം എസും വിമർശകരും

മാർക്സിസ്റ്റ്-ലെനിനിസ്റ്റ് വീക്ഷണത്തിന്റെ അടിയുറച്ച വ്യാഖ്യാനങ്ങളാണ് ഇ എം എസിന്റെ സാമൂഹ്യ വിശകലനങ്ങൾ. ജാതി സ്വത്വരാഷ്ട്രീയത്തിന്റെയും ലിംഗസ്വത്വരാഷ്ട്രീയത്തിന്റെയും പരിമിതികൾ ഇ എം എസ് കർക്കശമായിത്തന്നെ വിമർശനത്തിന് വിധേയമാക്കി. എല്ലാത്തരം അടിച്ചമർത്തലുകൾക്കുമെതിരായ പോരാട്ടങ്ങളുടെ വർഗ്ഗ ഉള്ളടക്കത്തെക്കുറിച്ച് ഇ എം എസ് പിന്തുടർന്ന കമ്യൂണിസ്റ്റ് ധാരണകളോട് കടുത്ത അസഹിഷ്ണുത പുലർത്തിയ വിമർശകരാകട്ടെ തങ്ങളുടെ ആക്രമണങ്ങളുടെ കുന്തമുന ഇ എം എസ് എന്ന വ്യക്തിയിലേക്ക് തിരിച്ചുവെയ്ക്കാനാണ് ശ്രമിച്ചത്. തൊഴിലാളി വർഗ്ഗത്തിന്റെ ദത്തുപുത്രനായി സ്വയം പ്രഖ്യാപിച്ച ഇ എം എസിന്റെ കമ്യൂണിസ്റ്റ് വിശ്വാസ്യതയെ ചോദ്യം ചെയ്യാൻ അദ്ദേഹത്തിന്റെ ജാതിപ്പേരും ഭക്ഷണരീതിയും സംഭാഷണ രീതിയുംവരെ വിമർശന വിധേയമാക്കുന്ന തരത്തിൽ അപക്വവും അരാഷ്ട്രീയവുമായ മുൻവിധികളാണ് ഇ എം എസിനെതിരെ വിമർശകർ പ്രയോഗിച്ചത്.

'വിജയിച്ച ബ്രാഹ്മണൻ' എന്ന് ഇ എം എസിനെ വിശേഷിപ്പിക്കുന്ന കാഞ്ച ഐലയ്യ, ഇരയാക്കപ്പെടുന്നവരുടെ നേതാവെന്ന അംഗീകാരം ഫ്യൂഡൽ ബ്രാഹ്മണ കുടുംബത്തിലെ ഒരാൾക്കെങ്ങനെ കിട്ടിയെന്ന് വ്യക്തിയേയും പ്രസ്ഥാനത്തേയും ചരിത്രത്തിൽ നിന്ന് അടർത്തിമാറ്റിക്കൊണ്ട് അത്ഭുതം കൂറുന്നു. (*പച്ചക്കുതിര* സെപ്തംബർ 2005). ഇ എം എസിനെ ദളിത് വിരുദ്ധനായി മുദ്രകുത്താൻ തികച്ചും ബാലിശമായ വിവാദങ്ങളാണ് കാഞ്ച ഐലയ്യ ഉന്നയിക്കുന്നത്. ചിലതുമാത്രം ചൂണ്ടിക്കാണിക്കട്ടെ.

1. നമ്പൂതിരിപ്പാട് കമ്യൂണിസ്റ്റ് മുഖ്യമന്ത്രി ആയിരുന്നപ്പോൾ അദ്ദേഹത്തിന്റെ മന്ത്രിസഭയിൽ ഒരൊറ്റ ദളിതനുമുണ്ടായിരുന്നില്ല. കമ്യൂണിസ്റ്റ് പാർട്ടിക്ക് കേന്ദ്രത്തിൽ അധികാരം കിട്ടാൻ എന്തെങ്കിലും സാദ്ധ്യതയുണ്ടായിരുന്നെങ്കിൽ അദ്ദേഹം തന്നെയായിരിക്കും ഇന്ത്യയിലെ ആദ്യത്തെ കമ്യൂണിസ്റ്റ് പ്രധാനമന്ത്രി. അങ്ങനെയെങ്കിൽ ദളിത്-പിന്നോക്ക വിഭാഗങ്ങളിൽപ്പെട്ട ഒരാൾ പോലും അദ്ദേഹത്തിന്റെ മന്ത്രിസഭയിൽ ഉൾപ്പെടാൻ സാദ്ധ്യതയില്ല.
2. മാട്ടിറച്ചി ഏറെത്തിന്നുന്ന കേരളത്തെപ്പോലൊരു സംസ്ഥാനത്തായിട്ടും ഹിന്ദുവികാരത്തെ ബഹുമാനിക്കേണ്ടതിന്റെ പേരിൽ അദ്ദേഹം മാട്ടിറച്ചി തിന്നുന്നവനാകാൻ വിസമ്മതിച്ചു.
3. നമ്പൂതിരിപ്പാട് ഇന്ത്യയിലെ ആദ്യത്തെ കമ്യൂണിസ്റ്റ് പ്രധാനമന്ത്രിയായിരുന്നെങ്കിൽ ദളിതരും ആദിവാസികളുമൊന്നും ഉന്നതതലങ്ങ

ളിലേക്കെത്തപ്പെടുന്ന ബുദ്ധിജീവികളോ ഉദ്യോഗസ്ഥരോ എഴുത്തുകാരോ ചിന്തകരോ ആവാത്ത അവസ്ഥയായിരിക്കും സംജാതമായിരിക്കുക.

4. ജാതി സംവരണപ്രശ്നങ്ങൾ ഉന്നയിക്കുന്നവരെ സാമ്രാജ്യത്വത്തിന്റെയും വിഘടനവാദികളുടെയും പിണിയാളുകളായി അദ്ദേഹവും അദ്ദേഹത്തിന്റെ പാർട്ടിയും കണക്കാക്കിയേനെ. അംബേദ്കറെപ്പോലുള്ള ഒരാൾ ജയിലിലടയ്ക്കപ്പെടുകയും ചെയ്യുമായിരുന്നു.
5. ശ്രീനാരായണഗുരുവിനെയും അയ്യങ്കാളിയെയും ഏതെങ്കിലും നിലയ്ക്ക് അഭിസംബോധന ചെയ്യാൻ നമ്പൂതിരിപ്പാട് തയ്യാറായിട്ടില്ല. അദ്ദേഹത്തിന്റെ രചനകളിലൊന്നും ജാതിവിവേചനങ്ങൾക്കും തൊട്ടുകൂടായ്മയ്ക്കും എതിരായുള്ള സാമൂഹ്യ പരിഷ്കരണ സംരംഭങ്ങളെ പരിചരിച്ചതായി തെളിവുകളില്ല.
6. ബ്രാഹ്മണിസത്തെപ്പറ്റി ശ്രദ്ധാപൂർവ്വമായ മൗനം പാലിക്കുകയും മാർക്സിസത്തെപ്പറ്റി അതിവാചാലനായി സംസാരിക്കുകയും ചെയ്തുകൊണ്ട് ഇതിനു രണ്ടിനുമിടയിൽ ഞാണിന്മേൽകളി അദ്ദേഹം നടത്തി.

ഒറ്റവായനയിൽ തന്നെ അസംബന്ധമെന്ന് പറഞ്ഞ് തള്ളിക്കളയാവുന്ന ബാലിശ വാദങ്ങളാണിവ. എന്നാൽ പച്ചക്കുതിരയിലെ ബുദ്ധിജീവിവ്യായാമങ്ങളുടെ ഭാഗമായി വന്ന ഈ ക്ഷുദ്ര വിമർശനത്തിന്റെ ഉടമസ്ഥൻ ദളിത് സ്വത്വരാഷ്ട്രീയത്തിലെ പ്രമുഖനും സാഹിത്യകാരനും ഉസ്മാനിയ സർവ്വകലാശാലയിലെ പൊളിറ്റിക്കൽ സയൻസ് പ്രൊഫസറുമായ കാഞ്ച ഐലയ്യ ആണെന്നതും ഈ അസംബന്ധങ്ങൾ തങ്ങളുടെ കണ്ടുപിടിത്തമായി മറ്റു പലരും വേഷം മാറ്റി അവതരിപ്പിക്കുന്നുണ്ടെന്നതുമാണ് നിർഭാഗ്യകരമായ സംഗതി. ഈ വാദങ്ങൾക്കൊന്നും മറു വാദങ്ങൾ തീർക്കേണ്ട ആവശ്യമില്ല. കാരണം ഇ എം എസിന്റെ മാത്രമല്ല സി പി ഐ (എം) ന്റെ തന്നെ പ്രത്യയശാസ്ത്ര നിലപാടുകളെ, പോരാട്ട ചരിത്രത്തെ, മുദ്രാവാക്യങ്ങളെ ബോധപൂർവ്വം തമസ്കരിച്ചുകൊണ്ട് അസത്യങ്ങളെ വിശകലനങ്ങളും നിഗമനങ്ങളുമായി അവതരിപ്പിക്കുകയാണ് കാഞ്ച ഐലയ്യ ചെയ്യുന്നത്.

ഇ എം എസ് പൂർണ്ണ സസ്യാഹാരിയായിരുന്നില്ല എന്നതു മറച്ചുപിടിച്ച് അദ്ദേഹം മാട്ടിറച്ചി തിന്നുമായിരുന്നില്ല എന്നതിന്റെ അടിസ്ഥാനത്തിൽ ബ്രാഹ്മണ്യത്തെ അളക്കുന്നത് എത്ര അർത്ഥശൂന്യമാണ്! മാട്ടിറച്ചി തിന്നുമായിരുന്ന ജവഹർലാൽ നെഹ്രുവിന്റെ കോൺഗ്രസ് ദളിതരെ നേതാക്കളായി ഉയരാൻ അനുവദിച്ചത്രെ! അതുതന്നെയാണ് ബൂർഷ്വാ പാർട്ടികളെ കുറിച്ചുള്ള സി പി ഐ (എം) ന്റെ നിരീക്ഷണവും. ദളിതരുടെ ആകെ മോചനത്തിനായുള്ള മുദ്രാവാക്യങ്ങൾ ഉയർത്താതെ ദളിതർക്കിടയിൽ നിന്ന് വ്യക്തികളെ ബൂർഷ്വാ രാഷ്ട്രീയത്തിന്റെ ഭാഗമാക്കിമാറ്റുന്ന കോൺഗ്രസ് അടക്കമുള്ള ബൂർഷ്വാ പാർട്ടികളിൽ മേന്മ കാണുന്ന കാഞ്ച ഐലയ്യ ഏതു ദളിതന്റെ താല്പര്യത്തെക്കുറിച്ചാണ്

വേവലാതിപ്പെടുന്നത്! സ്വാതന്ത്ര്യത്തിന്റെ ആറു ദശകങ്ങൾക്കുശേഷവും, ജാതി വ്യവസ്ഥയെ നിലനിർത്തുന്ന ഭൂമിയുടെ കേന്ദ്രീകരണം അവസാനിപ്പിക്കാൻ തയ്യാറാകാത്ത കോൺഗ്രസിൽനിന്ന് ഇന്ത്യയിലെ കോടിക്കണക്കിന് ദളിതരും പിന്നാക്ക ജാതിക്കാരും ഏതുതരം നീതിയാണ് പ്രതീക്ഷിക്കേണ്ടത്! സവർണ്ണ ജന്മിയുടെ ഗുണ്ടകൾ ജീവനോടെ നാലു പേരെ ചുട്ടുകൊന്ന മഹാരാഷ്ട്രയിലെ ഖൈർലാഞ്ചിയിലെ ദളിത് കുടുംബവും രൺവീർസേനയുടെ കുരുതിക്കിരകളാവുന്ന, പിഞ്ചു കുഞ്ഞുങ്ങളടക്കമുള്ള ദളിതരും മേൽജാതിക്കാരുടെ എതിർപ്പിനാൽ പട്ടയം നിഷേധിക്കപ്പെടുന്ന ഉത്തർപ്രദേശിലെ ബാഗ്പാതിലേയും മുസഫർ നഗറിലെയും മീററ്റിലെയും ആയിരക്കണക്കിന് ദളിതരും സ്വാതന്ത്ര്യാനന്തര ഇന്ത്യയിലെ ബൂർഷ്വാ-ഭൂപ്രഭു ഭരണത്തിലും ഇരകളായിത്തന്നെ തുടരുന്നവരാണ്. പട്ടികജാതി-പട്ടികവർഗ്ഗക്കാർക്കെതിരായ അതിക്രമങ്ങൾ തടയുന്ന നിയമം പാസ്സായി രണ്ടു ദശകത്തിലേറെ കഴിഞ്ഞിട്ടും അതിന്റെ ഗുണം ഈ ജനവിഭാഗത്തിന് കിട്ടാത്തതിന്റെ കാരണം സമൂഹത്തിൽ നിലനില്ക്കുന്ന ജാതിമേധാവിത്തവും സാമ്പത്തിക ചൂഷണവുമല്ലേ? ഇപ്പോഴും ഇന്ത്യയിലെ ദരിദ്രരിൽ 80 ശതമാനവും ദളിതരും ആദിവാസികളുമാണെന്ന സ്ഥിതി എന്തുകൊണ്ടാണ്? ദളിത്സ്ത്രീ ജാതിപരവും ലിംഗപരവും വർഗ്ഗപരവുമായ വിവേചനങ്ങളുടെ സങ്കീർണ്ണമായ കുരുക്കുകളല്ലേ നേരിടുന്നത്? ഐലയ്യ പുകഴ്ത്തുന്ന, ചില ദളിതരെ നേതാക്കളായി ഉയർത്താൻ തയ്യാറായ നെഹ്രുവിയൻ കോൺഗ്രസ് തന്നെയല്ലേ ഇപ്പോഴും ഇന്ത്യ ഭരിക്കുന്നത്! നവലിബറൽ ഭരണനയങ്ങൾ നടപ്പാക്കുന്ന ഭൂപ്രഭു-മുതലാളിത്ത വാഴ്ചയുടെ സൃഷ്ടിയായ ഭീകരമായ അസമത്വത്തിൽ നിന്നും ചൂഷണത്തിൽ നിന്നും ജനശ്രദ്ധ തിരിക്കാനും അടിച്ചമർത്തപ്പെടുന്നവരുടെ ഐക്യത്തെ തകർക്കാനുമാണ് സങ്കുചിതമായ സ്വത്വരാഷ്ട്രീയ നിലപാടുകൾ വഴിയൊരുക്കുന്നത് എന്നതിന് വേറെ തെളിവുകൾ വേണോ! ഭരണകൂടത്തെ നിഷ്പക്ഷവും സർവ്വതന്ത്ര സ്വതന്ത്രവുമായി കാണുന്ന ഈ അരാഷ്ട്രീയതയല്ലേ ദളിതർക്ക് കൂടുതൽ അപകടകരം?

> യഥാർത്ഥത്തിൽ സ്ത്രീ-ദളിത് സ്വത്വത്തിന്റെ ആരോഗ്യകരമായ ആവിഷ്കാരം വർഗ്ഗരാഷ്ട്രീയത്തിന് ശക്തി പകരാൻ സഹായകരമാണെന്ന് തിരിച്ചറിയേണ്ടതുണ്ട്. കാരണം, ഇന്ത്യൻ സാഹചര്യത്തിൽ നിലനില്ക്കുന്ന സവർണ്ണതയും പുരുഷമേധാവിത്തവും തകർക്കപ്പെടേണ്ടത് വർഗ്ഗരഹിത സമൂഹരൂപീകരണത്തിന്റെ മുന്നുപാധിയാണ് (ഡോ. പി കെ പോക്കർ – *സ്വത്വരാഷ്ട്രീയം* – പേജ് 19).

സ്വത്വരാഷ്ട്രീയത്തെക്കുറിച്ചും ജാതിവിരുദ്ധ സമരങ്ങളെക്കുറിച്ചും ഇ എം എസ് സ്വീകരിക്കുന്ന നിലപാടുകൾ ഇതിൽനിന്നു വിരുദ്ധമല്ല. എന്നാൽ ഈ ശരിയായ മാർക്സിസ്റ്റ്-ലെനിനിസ്റ്റ് നിലപാടുകൾ സ്വീകരിക്കാൻ സങ്കുചിത സ്വത്വരാഷ്ട്രീയവാദികൾ തയ്യാറല്ല എന്നതാണ്

വസ്തുത. അത് സി പി ഐ (എം) നെ അംഗീകരിക്കലാകും എന്നും അത് തങ്ങളുടെ സ്വതന്ത്ര (അരാഷ്ട്രീയ) പരിവേഷത്തിന് അപകടമാണ് എന്നും അവർ ഭയപ്പെടുന്നു.

ശ്രീനാരായണഗുരുവിനെയും അയ്യങ്കാളിയെയും ഏതെങ്കിലും നിലയ്ക്ക് അഭിസംബോധന ചെയ്യാൻ ഇ എം എസ് തയ്യാറായില്ല എന്നതും ജാതി വിവേചനങ്ങൾക്കും തൊട്ടുകൂടായ്മയ്ക്കും എതിരായുള്ള സാമൂഹ്യപരിഷ്കരണ സംരംഭങ്ങളെ ഇ എം എസ് പരിചരിച്ചതായി തെളിവുകളില്ല എന്നതും ബോധപൂർവ്വം തെറ്റിദ്ധരിപ്പിക്കലാണ്. *കേരളം മലയാളികളുടെ മാതൃഭൂമി* എന്ന പുസ്തകവും *കേരള ചരിത്രം മാർക്സിസ്റ്റ് വീക്ഷണത്തിൽ* എന്ന പുസ്തകവും കേരളചരിത്രത്തേയും സമൂഹത്തേയും മാർക്സിസ്റ്റ് വീക്ഷണത്തിന്റെ അടിസ്ഥാനത്തിൽ പരിശോധിക്കാനുള്ള, മലയാളത്തിലെ തന്നെ ആദ്യത്തെ ശ്രമങ്ങളിൽപ്പെട്ടതാണ്. *കേരളം മലയാളികളുടെ മാതൃഭൂമിയിൽ* ഇ എം എസ് എഴുതി

> കേരളത്തിലെ ഫ്യൂഡൽ വർഗ്ഗാധിപത്യത്തിന്റെ സ്വഭാവ വിശേഷം ബ്രാഹ്മണരുടെ നേതൃത്വത്തിലുള്ള മേൽജാതിക്കാർ എല്ലാ ജാതികളുടെയുംമേൽ ആധിപത്യം സ്ഥാപിച്ചതും ഗ്രാമീണ ജനസമൂഹത്തിനുമേൽ ജന്മി–നാടുവാഴി–ഭൂപ്രഭുക്കൾ ആധിപത്യം സ്ഥാപിച്ചതും നാടുവാഴികളും രാജാക്കന്മാരും ഭരണകൂട–രാഷ്ട്രീയാധിപത്യം സ്ഥാപിച്ചതുമാണ്..... അതിനാൽ ജാതി പ്രതിഭാസത്തെ അവഗണിക്കുകയോ ഇതര സാമൂഹ്യശക്തികളുടെ പങ്ക് കുറച്ചു കാണുകയോ ചെയ്യുന്നത് യാഥാർത്ഥ്യത്തിന് നിരക്കുന്നതായിരിക്കില്ല.

കേരള ചരിത്രം മാർക്സിസ്റ്റ് വീക്ഷണത്തിൽ എന്ന പുസ്തകം ജാതി വിവേചനത്തെയോ തൊട്ടുകൂടായ്മയേയോ കുറിച്ചുള്ള അനുതാപ പ്രകടനങ്ങളല്ല. ജാതി–ജന്മി–നാടുവാഴിത്തത്തിന്റെയും ബ്രിട്ടീഷുകാരുടെ രാഷ്ട്രീയാധിപത്യത്തിന്റെയും അടിച്ചമർത്തലിൻകീഴിൽ അവർണ്ണവിഭാഗത്തിന്റെ സാമൂഹ്യസാമ്പത്തിക സ്ഥിതിയെ വിഭവങ്ങൾക്ക് മേലുള്ള നിയന്ത്രണങ്ങളുടെ അടിസ്ഥാനത്തിൽ ശാസ്ത്രീയമായി പരിശോധിക്കാനുള്ള ശ്രമങ്ങൾ ഇ എം എസ് ഈ പുസ്തകത്തിൽ നടത്തി. നമ്പൂതിരിമാർ മുതൽ പുലയർ വരെയുള്ളവരുടെ ആസ്തിയിലെ അന്തരത്തിന്റെ കണക്കുകൾ 1934–35 ൽ കൊച്ചിശീമയിൽ ഗവൺമെന്റിന്റെ ആഭിമുഖ്യത്തിൽ ചില മാതൃകാ വില്ലേജുകളിൽ നടത്തിയ സാമ്പത്തിക സർവ്വെയുടെ അടിസ്ഥാനത്തിലാണ് ഇ എം എസ് അവതരിപ്പിക്കുന്നത്. ഈ പരിശോധനയുടെ അടിസ്ഥാനത്തിൽ അദ്ദേഹം നിരീക്ഷിക്കുന്നു; "ജാതി സോപാനത്തിന്റെ ഏറ്റവും അടിയിലുള്ള പുലയനും വേട്ടുവനും ഏറ്റവും മുകളിലുള്ള നമ്പൂതിരിക്കുള്ള സ്വത്തിന്റെ 2500 ലൊരംശം സ്വത്തേ ഉള്ളൂ" (*കേരളചരിത്രം മാർക്സിസ്റ്റ് വീക്ഷണത്തിൽ* – പേജ് 104). ഈ ഗ്രന്ഥത്തിലെ 'നവീനകേരളം: ഉത്ഭവവും വളർച്ചയും' എന്ന

അധ്യായം സമുദായ പരിഷ്കാരപ്രസ്ഥാനങ്ങളെക്കുറിച്ചും അത് കേരളത്തിലുണ്ടാക്കിയ സാമൂഹ്യചലനങ്ങളെക്കുറിച്ചും രൂപംകൊണ്ട പുതിയ ബലാബലങ്ങളെക്കുറിച്ചുമുള്ള വിശദമായ ചർച്ചയാണ്. ഇ എം എസിന്റെ രചനകളിലൊന്നും സാമൂഹ്യപരിഷ്കരണ സംരംഭങ്ങളെ പരിചരിച്ചതായി തെളിവുകളില്ല എന്ന പ്രസ്താവനയെ എങ്ങനെയാണ് വിലയിരുത്തേണ്ടത്! അജ്ഞതയോ തമസ്കരണമോ!

ഇ എം എസിന്റെ സവർണ്ണ പക്ഷപാതിത്വത്തെപ്പറ്റി ലേഖനത്തിലുടനീളം ഐലയ്യ പറഞ്ഞിരിക്കുന്ന ആരോപണങ്ങളൊന്നും പക്ഷേ, ആദ്യമായി ഉന്നയിക്കപ്പെടുന്നതല്ല. ഇതിനുള്ള മറുപടി ഇ എം എസ് നേരത്തെ നല്കിയിട്ടുണ്ട്;

> എന്റെ ബ്രാഹ്മണ സമുദായത്തോടുള്ള കൂറിനെപ്പറ്റി വിമർശനപരമായി പറയുന്നവർ ഒരു കാര്യം മറക്കുന്നു. ബ്രാഹ്മണ സമുദായത്തെ ബാധിച്ച അപചയങ്ങൾക്കെതിരെ പത്തുവയസ്സുള്ളപ്പോൾതൊട്ട് ഞാൻ പോരാടിയിട്ടുണ്ട്. സമുദായത്തിലെ അനാചാരങ്ങൾക്കും അന്ധവിശ്വാസങ്ങൾക്കുമെതിരെ പോരാടിക്കൊണ്ടാണ് ഞാൻ പൊതുജീവിതം തുടങ്ങിയത്. ജനിച്ചത് ബ്രാഹ്മണനായിട്ടാണെങ്കിലും വളർന്നത് കമ്യൂണിസ്റ്റായിട്ടാണ്. ഇന്നെനിക്ക് ജാതിയോ മതമോ ഇല്ല (*ഇ എം എസ് സമ്പൂർണ്ണകൃതികൾ* – സഞ്ചിക 42, പേജ് 296).

സാമൂഹ്യനീതിക്കായുള്ള പോരാട്ടം പാർട്ടി തന്നെ ഏറ്റെടുക്കേണ്ടതാണ് എന്ന വ്യക്തമായ ധാരണയാണ് ജാതി വിവേചനത്തിനും ലിംഗ വിവേചനത്തിനുമെതിരായ പോരാട്ടം സംബന്ധിച്ച് ഇ എം എസ് മുന്നോട്ട് വയ്ക്കുന്ന നിലപാടുകളുടെ അടിത്തറ. അങ്ങനെ ഏറ്റെടുക്കുമ്പോൾ വരാവുന്ന പോരായ്മകളെക്കുറിച്ചും വ്യക്തമായ ധാരണ ഇ എം എസ് പുലർത്തി. സി പി ഐ (എം) ലെ സ്ത്രീ മെമ്പർമാരുടെ എണ്ണക്കുറവിനെക്കുറിച്ചുള്ള ചോദ്യത്തിന് പാർട്ടിയിലേതടക്കം ജനങ്ങൾക്കിടയിൽ ഇന്ന് നിലവിലുള്ള പുരുഷമേധാവിത്തബോധത്തിനെതിരെ സംഘടിതമായ ആശയസമരം പാർട്ടി നടത്തേണ്ടതുണ്ട് എന്ന് പറയുന്ന ഇ എം എസ് മറുപടി അവസാനിപ്പിച്ചതിങ്ങനെയാണ്;

> പക്ഷേ, ഇവിടെ ഒരു കാര്യം എടുത്തു പറയേണ്ടതുണ്ട്. സ്ത്രീകളുടെ കാര്യത്തിൽ മാത്രമല്ല ഈ അവഗണനയുള്ളത്. സ്ത്രീകളുടേതിനേക്കാൾ കുറഞ്ഞതോതിലാണെങ്കിലും, തൊഴിലാളി, കർഷകാദി ബഹുജനങ്ങളിൽ നിന്നും പട്ടികജാതിക്കാർ, പട്ടികവർഗ്ഗക്കാർ, മറ്റ് പിന്നാക്കക്കാർ എന്നീ അവശവിഭാഗങ്ങളിൽനിന്നും വരുന്ന പ്രവർത്തകരെ പാർട്ടി മെമ്പർമാരാക്കുകയും അവരെ അർഹമായ സ്ഥാനം നല്കി നേതൃത്വത്തിലേക്ക് ഉയർത്തുകയും ചെയ്യുന്ന കാര്യത്തിൽ അവഗണനാ മനോഭാവമുണ്ട്. ഇതിലേക്ക് വിരൽ ചൂണ്ടിക്കൊണ്ടുള്ള പരാമർശങ്ങൾ പാർട്ടിയുടെ ഔദ്യോ

ഗിക രേഖകളിൽ ധാരാളം കാണും. സ്ത്രീകളടക്കമുള്ള അവശ വിഭാഗങ്ങളിൽപ്പെട്ട പ്രവർത്തകരെ പാർട്ടിയിലേക്കു കൊണ്ടുവരിക, അവർക്ക് നേതൃസ്ഥാനങ്ങളിൽ അർഹമായ പങ്കുനല്കുക എന്നിവയും അവരുടെ ജീവിതപ്രശ്നങ്ങൾ യഥാസമയം ചർച്ച ചെയ്ത് പരിഹാരം കാണാൻ ശ്രമിക്കുകയും ചെയ്താൽ മാത്രമേ പാർട്ടിക്ക് തൊഴിലാളിവർഗ്ഗത്തിന്റെ വിപ്ലവനേതൃത്വമായി ഉയരാൻ കഴിയൂ. (*ചിന്ത* വാരിക, 1991 ആഗസ്ത് 2)

വൈരുദ്ധ്യാത്മക വീക്ഷണത്തിന്റെ കൃത്യതയാണ് സമൂഹത്തെയും പാർട്ടി സംഘടനയെയും കുറിച്ചുള്ള ഇ എം എസിന്റെ വിലയിരുത്തലുകളിൽ തെളിയുന്നത്.

ഭൂമിയിന്മേൽ അവകാശവും സംവരണവും മറ്റുതരത്തിലുള്ള ജനാധിപത്യ അവകാശങ്ങളും നേടുന്നതിലൂടെ ദളിതർക്കും സ്ത്രീകൾക്കും ലഭിക്കുന്ന വിഭവങ്ങളുടെ മേലുള്ള നിയന്ത്രണവും അധികാരവും കൊണ്ട് ജാതീയതയുടെയും പുരുഷാധിപത്യത്തിന്റെയും എല്ലാ പ്രശ്നങ്ങളും തുടച്ചുമാറ്റപ്പെടും എന്ന തെറ്റിദ്ധാരണ മാർക്സിസ്റ്റുകാർക്കില്ല. എന്നാൽ നിലനില്ക്കുന്ന ജന്മി-ജാതിവ്യവസ്ഥയ്ക്കും പുരുഷാധിപത്യ അധികാരബന്ധങ്ങൾക്കും ഇടർച്ചയുണ്ടാകാൻ ഇതു സഹായകമാണ്. ഇത് അടിച്ചമർത്തപ്പെട്ടവരുടെ പോരാട്ടങ്ങൾക്ക് കൂടുതൽ ഊർജ്ജം നല്കും. ജാതീയതയും പുരുഷാധിപത്യവും സാമ്പത്തികാടിത്തറ തകരുന്നതോടെ സ്വാഭാവികമായി ഇല്ലാതാകുന്ന ആശയങ്ങളല്ല. അവയുടെ അവശിഷ്ടങ്ങൾ മനോഭാവങ്ങളിലും അനുശീലങ്ങളിലും സാമൂഹ്യ അധികാരബന്ധങ്ങളിലും പ്രയോഗം തുടരും. അതിനെതിരെ സുദീർഘമായ സമരം ആശയതലത്തിൽ തുടരേണ്ടിവരും. ആശയതലത്തിലും പ്രയോഗതലത്തിലും നടക്കേണ്ട സമരത്തിന്റെ ആവശ്യകതയെക്കുറിച്ചുള്ള ദീർഘദർശിത്വമാണ് ജാതീയതയെയും ലിംഗവിവേചനത്തെയും കുറിച്ചുള്ള ഇ എം എസിന്റെ പ്രതികരണങ്ങളിൽ നിരന്തരം പ്രതിഫലിച്ചത്. സാമൂഹ്യനീതി സാമൂഹ്യപരിഷ്കരണമായി ചുരുക്കി കാണാതെ പ്രയോഗപ്രവർത്തനങ്ങളിലേക്ക് പരിവർത്തിപ്പിക്കാനുള്ള ആഹ്വാനമാണ് ഇ എം എസിന്റെ സാമൂഹ്യ വിശകലനങ്ങൾ. അതുകൊണ്ടദ്ദേഹം പറഞ്ഞു;

ഇന്ത്യയിൽ ജാതിയും സമുദായവും രാഷ്ട്രീയവും യുഗങ്ങളിലൂടെ ഉത്ഭവിക്കുകയും വികസിക്കുകയും ചെയ്തതിനെക്കുറിച്ച് ഗവേഷണം നടത്തുകയല്ല, മറിച്ച് ജാതീയവും സാമുദായികവും മറ്റുമായ വിഭാഗീയശക്തികളുടെ രാഷ്ട്രീയത്തിനെതിരെ കർമ്മരംഗത്തിറങ്ങുകയാണ് പ്രധാനം.

ഇങ്ങനെ പറയുക മാത്രമല്ല, എല്ലാത്തരം അടിച്ചമർത്തലിന്റെയും പ്രത്യയശാസ്ത്രങ്ങൾക്കെതിരെ ഇ എം എസ് ഒരു യഥാർത്ഥ കമ്യൂണിസ്റ്റുകാരനായി ജീവിതാന്ത്യം വരെ പോരാടുകയും ചെയ്തു.

തുല്യതയ്ക്കായുള്ള പോരാട്ടത്തിൽ വിദ്യാഭ്യാസത്തെ ആയുധമാക്കുക

ഏതാണ്ട് ഒന്നര നൂറ്റാണ്ടിനുമുൻപ് തിരുവനന്തപുരത്ത് ഊരൂട്ടമ്പലത്തിലെ സ്കൂളിൽ പഞ്ചമിയെന്ന പുലയപ്പെൺകുട്ടിയുടെ കയ്യും പിടിച്ച് സമുദായ പരിഷ്കർത്താവായ ശ്രീ അയ്യങ്കാളി കടന്നുചെന്നു. പഞ്ചമിക്കു സ്കൂളിൽ ചേരണം. പഞ്ചമിയെ സ്കൂളിൽ ചേർത്തു. പക്ഷേ, സ്കൂളിലുണ്ടായിരുന്ന മറ്റുകുട്ടികളെല്ലാം സ്കൂൾ ബഹിഷ്കരിച്ചു. പിറ്റേദിവസം നേരം വെളുത്തപ്പോൾ സ്കൂൾ ഒരുപിടി ചാമ്പൽ. ആ ചാമ്പൽക്കൂമ്പാരം അന്ന് പറഞ്ഞത് വിദ്യാഭ്യാസം വിശേഷാവകാശമായി നൂറ്റാണ്ടുകളായി അനുഭവിച്ചു വന്ന സവർണ്ണാധിപത്യത്തിന്റെ ധാർഷ്ട്യത്തിന്റെ ചരിത്രം. പ്രശസ്ത ഇറാനിയൻ ചലച്ചിത്രകാരി ഹനാ മക്മൽബഫിന്റെ സിനിമ *ബുദ്ധ കൊളാപ്സ്ഡ് ഔട്ട് ഓഫ് ഷെയിം* വിദ്യാഭ്യാസത്തിനുവേണ്ടി അഫ്ഗാനിസ്ഥാനിൽ ആറുവയസ്സുകാരി ബഖ്തേ നടത്തുന്ന തീവ്ര യാതനകളെക്കുറിച്ചുള്ളതാണ്. പുരുഷാധിപത്യവും യുദ്ധവും മതമൗലികവാദവും സ്ത്രീകൾക്ക് വിദ്യാഭ്യാസമുൾപ്പെടെ എല്ലാ മനുഷ്യാവകാശങ്ങളും നിഷേധിക്കുന്നതിന്റെ സമകാലിക യാഥാർത്ഥ്യം ബഖ്തേയുടെ കഥ നമ്മളോടു പറയുന്നു.

വിദ്യാഭ്യാസം എന്നും സവിശേഷ അവകാശമായി അധികാരവർഗ്ഗം കയ്യടക്കി വെച്ചതിനെതിരെയുള്ള പോരാട്ടത്തിന്റെ ഉജ്ജ്വലകഥകൾ ചരിത്രത്തിൽ എല്ലാക്കാലത്തും രേഖപ്പെടുത്തിയിട്ടുണ്ട്. വിദ്യാഭ്യാസ അവകാശം നിഷേധിക്കപ്പെട്ടവർ എല്ലാക്കാലത്തും ദരിദ്രർ, ദളിതർ, ആദിവാസികൾ, സ്ത്രീകൾ തുടങ്ങി പാർശ്വവല്ക്കരിക്കപ്പെട്ടവരായിരുന്നു. അതുകൊണ്ടുതന്നെ ഈ വിഭാഗങ്ങളുടെ മോചന മുദ്രാവാക്യങ്ങളിൽ വിദ്യാഭ്യാസത്തിനുള്ള തുല്യാവകാശം എന്നും ഉയർന്നിട്ടുണ്ട്. ഇപ്പോഴും ഉയരുന്നുമുണ്ട്. സ്ത്രീകളുടെ വിമോചനപ്പോരാട്ടങ്ങളിൽ 19–ാം നൂറ്റാണ്ടിലെ പഞ്ചമിയും 21–ാം നൂറ്റാണ്ടിലെ ബഖ്തേയും അണിചേരുന്നത് ഈ മുദ്രാ

വാക്യമുയർത്തിക്കൊണ്ടാണ്.

കേരളത്തിൽ പത്തൊമ്പതാം നൂറ്റാണ്ടിന്റെ ആദ്യം മുതൽ പ്രൊട്ടസ്റ്റന്റ് സഭകൾ പള്ളിക്കൂടങ്ങൾ ആരംഭിച്ചിരുന്നെങ്കിലും പെൺകുട്ടികളുടെ വിദ്യാഭ്യാസമെന്നത് ആദ്യകാലത്ത് തീരെ സ്വീകാര്യമായിരുന്ന ആശയമായിരുന്നില്ല. 1817 ൽ തിരുവിതാംകൂർ മഹാറാണി ഗൗരീപാർവ്വതിബായി സ്കൂളുകൾ ആരംഭിക്കാൻ ഗ്രാന്റ് ഇൻ എയ്ഡ് നല്കാൻ തയ്യാറായതോടെ കത്തോലിക്ക സഭയും മറ്റ് സമുദായങ്ങളും സ്കൂൾ നടത്താൻ മുന്നോട്ടുവന്നു. സർക്കാർ സ്കൂളുകളിൽപ്പോലും ഈഴവർക്ക് പ്രവേശനമില്ലെന്നത് അവർക്കിടയിൽ കടുത്തപ്രതിഷേധങ്ങൾക്ക് തിരികൊളുത്തിയതിന്റെ അനുഭവങ്ങൾ സി കേശവന്റെ ആത്മകഥ *ജീവിതസമരം* രേഖപ്പെടുത്തുന്നുണ്ട്. പ്രൊട്ടസ്റ്റന്റ് മിഷണറിമാർ നടത്തിയ സ്കൂളുകളിലാണ് പുലയർ, ഈഴവർ, ചാന്നാന്മാർ തുടങ്ങിയ അധഃസ്ഥിതജാതിവിഭാഗങ്ങളെന്നു പറഞ്ഞ് മാറ്റി നിർത്തപ്പെട്ടവർക്ക് പ്രവേശനം ലഭിച്ചിരുന്നത്. ഈ സ്കൂളുകളിൽ അപൂർവ്വമായെങ്കിലും ഈ വിഭാഗങ്ങളിൽപെട്ട പെൺകുട്ടികളും ചേർന്നിരുന്നു എന്ന് ചരിത്രം സൂചിപ്പിക്കുന്നു. വിവിധ ക്രിസ്തീയ സഭക്കാരുടെ സ്കൂളുകളിൽ ക്രിസ്ത്യൻ മതത്തിൽപ്പെട്ട ധാരാളം പെൺകുട്ടികൾ പത്തൊമ്പതാം നൂറ്റാണ്ടിന്റെ അവസാന ദശകങ്ങളിൽ തന്നെ ചേർന്നു പഠിച്ചിരുന്നതായി രേഖകൾ സൂചിപ്പിക്കുന്നു. നായർ സമുദായത്തിൽപ്പെട്ട പെൺകുട്ടികൾക്ക് പരമ്പരാഗത സംസ്കൃതവിദ്യാഭ്യാസം വീട്ടിൽ തന്നെ നല്കുന്ന രീതിയാണ് പത്തൊമ്പതാം നൂറ്റാണ്ടിൽ ഉണ്ടായിരുന്നത്. നമ്പൂതിരി സമുദായവും മുസ്ലീം സമുദായവുമാണ് അന്ന് സ്ത്രീകൾക്കു വിദ്യാഭ്യാസത്തിന്റെ തിരിവെട്ടം പോലും പാടേ നിഷേധിച്ച വിഭാഗങ്ങൾ.

20-ാം നൂറ്റാണ്ടിന്റെ ആദ്യദശകങ്ങളിൽ ശക്തിപ്രാപിച്ച ഈഴവ സമുദായസംഘടനയും നായർ സമുദായസംഘടനയും തങ്ങളുടെ സമുദായംഗങ്ങളുടെ വിദ്യാഭ്യാസകാര്യത്തിൽ വലിയ മുൻഗണനയാണ് നല്കിയത്. ഇത് ഈ വിഭാഗങ്ങളിലെ പെൺകുട്ടികളെയും വൻതോതിൽ സ്കൂളുകളിലെത്തിക്കാൻ പ്രേരണയായി. മുസ്ലീം വിഭാഗത്തിനിടയിലും സ്ത്രീവിദ്യാഭ്യാസം സംബന്ധിച്ച ആശയങ്ങൾ ഏറെ എതിർപ്പുകൾക്കിടയിലും അവതരിപ്പിക്കപ്പെട്ടു. സ്ത്രീ വിദ്യാഭ്യാസ അനിവാര്യമാണെന്ന പൊതുചർച്ച സമുദായവേദികളിലും പത്രമാസികകളിലും 20-ാം നൂറ്റാണ്ടിന്റെ ഒന്നും രണ്ടും ദശകങ്ങളിൽ തന്നെ സജീവമായിരുന്നു എന്നത് ശ്രദ്ധേയമാണ്. സമൂഹത്തിലെ അടിച്ചമർത്തപ്പെട്ടവർ അവകാശങ്ങൾക്കായി സംഘടിക്കുകയും മാറ്റത്തിനായി ശബ്ദമുയർത്തുകയും പ്രത്യക്ഷസമരത്തിലേർപ്പെടുകയും ചെയ്ത സന്ദർഭത്തിൽ യാഥാസ്ഥിതികത്വത്തിന്റെ അടിവേരുകൾ തകർക്കാൻ പര്യാപ്തമായ മാറ്റത്തിന്റെ പ്രകമ്പനങ്ങളാണ് ഇ എം എസും വി ടിയും പ്രേംജിയും പാർവ്വതി നെന്മേനിമംഗലവും ആര്യാപള്ളവും എല്ലാം ചേർന്ന് നമ്പൂതിരി സമുദായത്തിനുള്ളിൽ സൃഷ്ടിച്ചത്. *അടുക്കളയിൽ നിന്ന് അരങ്ങത്തേക്ക്* എന്ന

മുദ്രാവാക്യത്തിന്റെ തുടർച്ചയായി തൊഴിൽ ശാലയിലേക്ക് എന്ന മുദ്രാവാക്യം കൂടി ഉയർത്താൻ നമ്പൂതിരി സമുദായത്തിൽ മാറ്റത്തിനു തിരികൊളുത്തിയ സ്ത്രീകൾക്കു കഴിഞ്ഞു. അക്ഷരക്കൂട്ടം നല്കുന്ന അറിവിന്റെയും അനുഭവത്തിന്റെയും നുറുങ്ങുവെട്ടത്തിനായി ദാഹിക്കുന്ന സ്ത്രീകളുടെ ചിത്രം നമ്പൂതിരിസമുദായത്തിൽ നിന്നുള്ള സാമൂഹ്യപ്രവർത്തകയും എഴുത്തുകാരിയുമായ ദേവകിനിലയങ്ങോടിന്റെ ആത്മകഥ (*നഷ്ടബോധങ്ങളില്ലാതെ*) അടയാളപ്പെടുത്തുന്നു.

പത്തൊമ്പതാം നൂറ്റാണ്ടിൽ സ്വാമി വിവേകാനന്ദൻ ഭ്രാന്താലയം എന്നാക്ഷേപിച്ച കേരളത്തിലെ, ജാതിഭ്രാന്തിന്റെ നെറികെട്ട സാമൂഹ്യാന്തരീക്ഷം പരിവർത്തിപ്പിക്കുന്നതിൽ മുഖ്യ പങ്കുവഹിച്ചത് ആധുനിക വിദ്യാഭ്യാസമാണ്. ഇത് സമത്വം, സ്വാതന്ത്ര്യം, ജനാധിപത്യം തുടങ്ങിയ ആധുനിക ജീവിതമൂല്യങ്ങളെ കേരളത്തിനു പരിചയപ്പെടുത്തി. ശ്രീനാരായണഗുരുവിന്റെ 'മതമേതായാലും മനുഷ്യൻ നന്നായാൽ മതി'യെന്ന വാക്യത്തിലെ 'മനുഷ്യൻ' ഏറ്റവും ആധുനികവും പുരോഗമനപരവുമായ മൂല്യബോധം ഉൾക്കൊള്ളുന്ന പ്രയോഗമാണ്. പാടത്തു പണിയെടുക്കുന്നവർക്ക് പള്ളിക്കൂടത്തിൽ പഠിപ്പും വേണമെന്ന അയ്യങ്കാളിയുടെ അവകാശപ്രഖ്യാപനം മണ്ണിൽ പണിയെടുക്കുന്നവന്റെ വിദ്യാഭ്യാസ അവകാശങ്ങളെക്കുറിച്ചുള്ള വിപ്ലവകരമായ തിരിച്ചറിവാണ് സമൂഹത്തിനു നല്കിയത്.

ജന്മിത്തത്തിനെതിരെ കർഷകത്തൊഴിലാളികളും കൂലി അവകാശങ്ങൾക്കായി തൊഴിലാളികളും സംഘടിച്ച് നടത്തിയ പോരാട്ടങ്ങളുടെ തുടർച്ചയായി കമ്യൂണിസ്റ്റ് പ്രസ്ഥാനം നടത്തിയ സാമൂഹ്യരാഷ്ട്രീയ ഇടപെടലുകളും കൂടിയായപ്പോൾ കേരള സമൂഹത്തിന്റെ പരമ്പരാഗത അധികാരഘടന നിശിതമായി ചോദ്യം ചെയ്യപ്പെടുകയും മാറ്റം അനിവാര്യമാക്കുകയും ചെയ്തു. ഇങ്ങനെ വിദ്യാഭ്യാസ അവകാശങ്ങൾക്കു വേണ്ടിയും ജാതിമേധാവിത്വത്തിനെതിരെയും ഭൂമിക്കും കൂലിക്കും വേണ്ടിയും ജനാധിപത്യ അവകാശങ്ങൾക്കു വേണ്ടിയും നടന്ന നിരന്തര പോരാട്ടങ്ങളാണ് പുതിയ കേരള സമൂഹത്തെ സൃഷ്ടിച്ച നവോത്ഥാന പ്രക്രിയയുടെ കാതൽ എന്നു നമുക്കറിയാം. ഈ ഓരോ പോരാട്ടത്തിലും അതിനായി ഉയർത്തപ്പെട്ട മുദ്രാവാക്യങ്ങളിലും മുഖ്യപ്രശ്നങ്ങളുടെ ഭാഗമായി സ്ത്രീകളുടെ അവകാശങ്ങളും ഉയർത്തപ്പെട്ടു എന്നതാണ് മുഖ്യം. ജാതിമേധാവിത്വം പിന്തുടർന്നുവന്ന പഴഞ്ചൻ ആചാരങ്ങളും അനാചാരങ്ങളും അധികാരബന്ധങ്ങളും നേരിട്ട് സ്ത്രീജീവിതത്തെ ബാധിക്കുന്നവയായിരുന്നു എന്നതിനാൽ ഇവയ്ക്കെതിരായ സാമൂഹ്യ പരിഷ്കരണ പ്രവർത്തനങ്ങൾ ആത്യന്തികമായി മോചിപ്പിച്ചത് ആചാരങ്ങളുടെ ചങ്ങലക്കെട്ടുകളിൽ അടച്ചിടപ്പെട്ട കേരളത്തിലെ സ്ത്രീകളെയാണ്. ഒരുപക്ഷേ ഈ പ്രവർത്തനങ്ങളുടെ എഴുതിവെച്ച ചരിത്രത്തിലൊന്നും സ്ത്രീനേതൃത്വത്തിന്റെ പേരുകണ്ടെന്നുവരില്ല, പക്ഷേ, പാരമ്പര്യത്തിന്റെ കടുത്ത മതിലുകൾ തകർക്കാൻ തന്റേടം കാണിച്ച് കേരളത്തിലെ സ്ത്രീ

സമൂഹത്തിന്റെ പുരോഗതിയെ സുഗമമാക്കിയ നിരവധി സ്ത്രീ ജീവിതങ്ങൾ ചരിത്രത്തിന്റെ കാണാമറയത്തുണ്ട്. കേരളസമൂഹത്തിൽ 19-ാം നൂറ്റാണ്ടിലും 20-ാം നൂറ്റാണ്ടിന്റെ ആദ്യപകുതിയിലുമായി നടന്ന നവോത്ഥാന പ്രക്രിയ ഒരു പുതിയ സ്ത്രീജീവിതം സൃഷ്ടിക്കുന്നതിൽ നിർണ്ണായക പങ്കുവഹിച്ചു എന്നുമാത്രം പറഞ്ഞ് അവസാനിപ്പിക്കാനാകില്ല. ഈ പുതിയ സ്ത്രീസമൂഹം പുതിയ കേരള സമൂഹത്തിന്റെ സൃഷ്ടിയിലും മാറ്റത്തിന്റെ വാഹകരായി നിലകൊണ്ടു എന്നതുകൂടി വായിക്കേണ്ടതുണ്ട്.

1957 ലെ ഇ എം എസ് മന്ത്രിസഭയുടെ വിദ്യാഭ്യാസ നയങ്ങൾ ജാതി -മത-ലിംഗ-വർഗ്ഗഭേദമന്യേ വിദ്യാഭ്യാസം മൗലികാവകാശമാണെന്ന പ്രഖ്യാപനം പ്രാവർത്തികമാക്കുന്നതിനുള്ള സാഹചര്യമാണ് കേരളത്തിൽ സൃഷ്ടിച്ചത്. ഇന്ത്യയിലെ മറ്റേതു സംസ്ഥാനത്തേക്കാൾ മുന്നിലാണ് കേരളത്തിലെ സ്ത്രീകളുടെ വിദ്യാഭ്യാസപദവിയെന്ന നേട്ടത്തിന് 1957 നു ശേഷമുള്ള പൊതുവിദ്യാഭ്യാസത്തിന്റെ വളർച്ച തന്നെയാണ് കാരണം. രാജസ്ഥാൻ, യു പി, ബീഹാർ, ഡൽഹി തുടങ്ങിയ നാലു സംസ്ഥാനങ്ങളിൽ നടത്തിയ വിദ്യാഭ്യാസ സർവ്വെ നല്കുന്ന സൂചന അഞ്ചുവയസ്സുള്ള പെൺകുട്ടികളിൽ 60 ശതമാനം വരെ മാത്രമാണ് സ്കൂളുകളിൽ ചേരുന്നത്. അതിൽ തന്നെ 50 ശതമാനം പെൺകുട്ടികൾ 5-ാം ക്ലാസ് കഴിയുന്നതോടെ കൊഴിഞ്ഞുപോകുന്നു എന്നാണ്. എന്നാൽ കേരളത്തിൽ പത്താം ക്ലാസു മുതൽ ബിരുദാനന്തരബിരുദം വരെയുള്ള വിവിധതലങ്ങളിൽ പെൺകുട്ടികളാണ് ഭൂരിപക്ഷം. പക്ഷേ, തൊഴിലധിഷ്ഠിത വിദ്യാഭ്യാസം, പ്രൊഫഷണൽ വിദ്യാഭ്യാസം എന്നിവയിൽ കേരളത്തിൽ പെൺകുട്ടികൾ പിന്നിലാണ് എന്നത് ഗൗരവപൂർവ്വം പരിഗണിക്കേണ്ടതുണ്ട്.

കേരളത്തിലെ സ്ത്രീകളുടെ മെച്ചപ്പെട്ട വിദ്യാഭ്യാസനിലവാരം അംഗീകരിക്കുമ്പോൾത്തന്നെ കേരളത്തിന്റെ സ്ത്രീ സമൂഹം കഴിഞ്ഞ ഒന്നരനൂറ്റാണ്ടായി നേടിയിട്ടുള്ള വിദ്യാഭ്യാസ പുരോഗതി ലിംഗതുല്യതയ്ക്കായുള്ള പോരാട്ടത്തിന് എത്രമാത്രം സ്ത്രീകളെ പ്രാപ്തരാക്കുന്നുണ്ട് എന്ന ചോദ്യം നാം ചോദിക്കേണ്ടതുണ്ട്. ഇന്നത്തെ കേരള സ്ത്രീസമൂഹം നേരിടുന്ന പഴയകാലത്തിന്റെ തുടർച്ചയും പുതിയ കാലത്തിന്റെ സൃഷ്ടിയുമായിട്ടുള്ള നിരവധി സാമൂഹ്യ-സാമ്പത്തിക-സാംസ്കാരിക പ്രശ്നങ്ങളിലേക്കും വെല്ലുവിളികളിലേക്കും ശ്രദ്ധിക്കാതെ വിദ്യാഭ്യാസപുരോഗതിയുടെ അവകാശവാദമുയർത്തുന്നതിൽ അർത്ഥമില്ല. ഈ പ്രശ്നങ്ങൾ സംബന്ധിച്ച് ചില നിരീക്ഷണങ്ങളും ആശങ്കകളും മുന്നോട്ടുവയ്ക്കുകയാണ്, കൂടുതൽ അർത്ഥവത്തായ സംവാദത്തിന് അരങ്ങൊരുങ്ങാനായി.

- ഉന്നതവിദ്യാഭ്യാസവും പ്രൊഫഷണൽ വിദ്യാഭ്യാസവുമടക്കം നേടുന്ന പെൺകുട്ടികളുടെയും അന്തിമഭാവി വിവാഹമാണെന്ന സങ്കല്പം ശക്തിപ്പെടുകയാണോ ചെയ്യുന്നത്! വിദ്യാഭ്യാസമല്ല

സമ്പത്തും സ്ത്രീധനവുമാണ് പെൺകുട്ടിയുടെ യോഗ്യത നിശ്ചയിക്കുന്നത് എന്ന ധാരണ വെച്ചു പുലർത്തുന്ന മലയാളിയുടെ മനസ്സിന്റെ വളർച്ച എവിടെ വെച്ചാണ് മുരടിച്ചുപോയത്?

- വൈവിദ്ധ്യമാർന്ന മേഖലകളിൽ വിദ്യാഭ്യാസം പൂർത്തിയാക്കുന്ന പെൺകുട്ടികൾപോലും സ്ത്രീയുടെ പരമ്പരാഗതറോളുകൾക്ക് ഇളക്കം തട്ടാത്ത തൊഴിൽ മേഖലകൾക്ക് മുൻഗണന നല്കുന്നതെന്തുകൊണ്ടാണ്?

- സ്ത്രീകൾ എന്തു റോളും വീടിനു പുറത്ത് വഹിക്കട്ടെ, അതിലൊക്കെ പരമാവധി കഴിവും തെളിയിക്കട്ടെ, പക്ഷേ, കുടുംബത്തിനുള്ളിൽ സ്ത്രീകൾ (പുരുഷന്മാരും) വഹിക്കുന്ന പരമ്പരാഗതറോളുകൾ ചോദ്യം ചെയ്യപ്പെടാൻ പാടില്ല എന്ന ശാഠ്യം വിദ്യാസമ്പന്നരെന്ന് സ്വയം അഭിമാനിക്കുന്ന മലയാളി ഇനിയും വെച്ചുപുലർത്തുന്നതെന്തുകൊണ്ടാണ്?

- വിദ്യാഭ്യാസം ചെലവേറിയതാകുന്ന സ്വാശ്രയ വിദ്യാഭ്യാസമേഖലയിൽ പെൺകുട്ടികളുടെ പങ്ക് കുറയുന്നെന്ന ആശങ്ക വ്യാപകമാണ്. വിദ്യാഭ്യാസം + സ്ത്രീധനം + വിവാഹച്ചെലവ് എന്ന സമവാക്യം കൊണ്ട് കൂട്ടിക്കിഴിച്ചുവരുമ്പോൾ പെൺകുട്ടിയുടെ അധിക വിദ്യാഭ്യാസം പാഴ്ച്ചെലവാണെന്ന നിഗമനത്തിലെത്താൻ കേരളസമൂഹവും നിർബ്ബന്ധിതമാകുമെന്ന ഭീഷണിയുണ്ട്!

- കേരളത്തിലെ സ്ത്രീസമൂഹം നേടിയ വിദ്യാഭ്യാസ ആരോഗ്യനേട്ടങ്ങൾക്ക് അപവാദമാണ് ആദിവാസി സ്ത്രീകളുടെയും മത്സ്യത്തൊഴിലാളി സ്ത്രീകളുടെയും ജീവിതാവസ്ഥ. ഇവരെ ഒഴിച്ചുനിർത്തിക്കൊണ്ട് കേരളത്തിലെ സ്ത്രീ മുന്നേറ്റത്തെക്കുറിച്ച് ചർച്ച ചെയ്യാനാകുമോ?

- വീടിനകത്തും തൊഴിലിടങ്ങളിലും കലാലയങ്ങളിലും കമ്പോളങ്ങളിലും ആഗോളവല്കരണ സാംസ്കാരികാധിനിവേശം സൃഷ്ടിക്കുന്ന പുതിയ ജീവിതാഭിരുചികൾ ശക്തിപ്രാപിക്കുന്നു. സ്ത്രീകളെ ലൈംഗിക ഉപഭോഗവസ്തുവായി കണ്ടുകൊണ്ടുള്ള മൂല്യബോധം സ്ത്രീപദവിയെ വീണ്ടും ഇടിച്ചു താഴ്ത്തുന്നു. എല്ലാത്തരം കഴിവും ആത്മാർത്ഥതയും അനുഭവവും തെളിയിച്ച സ്ത്രീകൾക്കുപോലും പൊതു സാമൂഹ്യ-രാഷ്ട്രീയ-സാംസ്കാരിക വേദികളിൽ അർഹമായ അംഗീകാരം നല്കുന്നതിൽ പ്രത്യക്ഷപ്പെടുന്ന വൈമുഖ്യം മാറ്റം അവകാശപ്പെടുന്ന ഒരു സമൂഹത്തിന് ഭൂഷണമാണോ?

- നവോത്ഥാനപ്രക്രിയയുടെ ഭാഗമായി അന്ധവിശ്വാസങ്ങളിൽ നിന്നും അനാചാരങ്ങളിൽ നിന്നും മോചിതയാക്കപ്പെട്ട സ്ത്രീകൾ (പൊതുസമൂഹം തന്നെയും) ഇപ്പോൾ വീണ്ടും അയുക്തികതയുടെയും അജ്ഞതയുടെയും മായാവലയത്തിൽ ആൾ ദൈവങ്ങൾക്കുമുന്നിൽ

സ്വയം സമർപ്പിക്കുന്നതു കാണുമ്പോൾ നാം നേടിയ വിദ്യാഭ്യാസത്തിന്റെ പൊരുൾ തന്നെ ചോദ്യം ചെയ്യപ്പെടുന്നില്ലേ?

ഈ സമകാലിക യാഥാർത്ഥ്യങ്ങൾ ഉയർത്തുന്ന വെല്ലുവിളികൾ കേരള സമൂഹം ഏറ്റെടുത്തില്ലെങ്കിൽ അത് ചരിത്രത്തെ അവഹേളിക്കലാകും, മാറ്റത്തിനായി പൊരുതിയ പതിനായിരങ്ങളെ അപമാനിക്കലാകും, വിദ്യാസമ്പന്നരെന്നും പ്രബുദ്ധരെന്നും അഭിമാനിക്കുന്ന നമ്മളെ സ്വയം അപഹസിക്കലാകും. അടിച്ചമർത്തപ്പെട്ടവരുടെയും അധഃസ്ഥിതരുടെയും വിമോചനത്തിനായി വിദ്യാഭ്യാസം ശക്തമായ ആയുധമാണെന്ന് തിരിച്ചറിഞ്ഞ ഒരു ജനതയുടെ അവകാശങ്ങൾക്കുമേൽ മുതലാളിത്ത സാമ്രാജ്യത്വ കയ്യേറ്റങ്ങൾ നടക്കുമ്പോൾ വിദ്യാഭ്യാസം അവകാശമാണെന്നും അത് പോരാട്ടത്തിന്റെ ആയുധമാണെന്നും ആവർത്തിച്ചുറപ്പിക്കേണ്ടതുണ്ട്. സ്ത്രീകളുടെ സ്ഥാനം ഈ പോരാട്ടത്തിന്റെ മുന്നണിയിൽ ഉറപ്പാക്കുകയും വേണം. ലിംഗതുല്യത ഇനിയും നേടാനാകാത്ത സമൂഹത്തിൽ വിദ്യാഭ്യാസത്തെ ആയുധമാക്കി മുന്നേറാൻ സ്ത്രീകൾ സജ്ജരാകണം.

(2009)

മദ്ധ്യയുഗത്തിലെ വേതാളങ്ങൾ

മുത്തശ്ശിക്ക് പരിഭ്രമിക്കാൻ കാരണമില്ലായ്കയില്ല. അവർ പതിനാലാമത്തെ വയസ്സിൽ അമ്മാവനെ പ്രസവിച്ചു. അമ്മയും പതിനാലാമത്തെ വയസ്സിൽ എന്നെ പ്രസവിച്ചു. ആ പരമ്പരയിലുള്ള ഞാനും പതിനാലാമത്തെ വയസ്സിൽ പ്രസവിക്കേണ്ടതാണ്. എന്നിട്ടും പതിനാലാമത്തെ വയസ്സ് കഴിഞ്ഞിട്ടും അവിവാഹിതയായി ഇരിക്കുന്നത് കാണുമ്പോൾ മുത്തശ്ശിക്ക് കണ്ണ് നിറഞ്ഞുപോകുകയാണ്!

ഈ മുത്തശ്ശി 1930–31 കാലഘട്ടത്തിലേതാണ്. ഒരു സാധാരണ നായർ കുടുംബത്തിലെ പെൺകുട്ടി, നാണി, പഠിച്ചു ജോലിചെയ്യാൻ ആഗ്രഹിച്ചപ്പോൾ ഉണ്ടായ പ്രതികരണങ്ങളാണ് ചെറുകാടിന്റെ *മുത്തശ്ശി*യിൽ നാം കാണുന്നത്. ഒരു കാലത്ത് കേരളത്തിലെ എല്ലാ മതസമുദായങ്ങളിലെയും പെൺകുട്ടികൾ നേരിട്ടിട്ടുള്ള ഒരു അനുഭവമാണിത്. ഇരുപതാം നൂറ്റാണ്ടിൽ കേരളത്തിൽ നടന്ന സാമൂഹ്യ പരിഷ്കരണ പ്രവർത്തനത്തിന്റെ മുഖ്യ മുദ്രാവാക്യങ്ങളിലൊന്നായ സ്ത്രീവിദ്യാഭ്യാസം പ്രത്യക്ഷമായിത്തന്നെ ബാലവിവാഹമെന്ന ദുരാചാരത്തെ ചോദ്യം ചെയ്യുന്നതായിരുന്നു. എന്നാൽ വിദ്യാഭ്യാസരംഗത്ത് എല്ലാനിലയിലും സ്ത്രീകൾ മുന്നേറിക്കൊണ്ടിരിക്കുന്ന ഈ കാലത്ത് പ്രാകൃതമായ ബാലവിവാഹത്തെ പുനഃപ്രതിഷ്ഠിക്കാൻ ഒരുകൂട്ടം ആളുകൾ തുനിഞ്ഞിറങ്ങിയിരിക്കുന്നു.

മുസ്ലീം പെൺകുട്ടികളുടെ വിവാഹപ്രായം പതിനാറാക്കണമെന്ന് ആവശ്യപ്പെട്ട് സുപ്രീംകോടതിയെ സമീപിക്കാൻ ചില മുസ്ലീം സംഘടനാ നേതാക്കൾ യോഗം ചേർന്ന് തീരുമാനിച്ചെന്ന് കേട്ട് ഞെട്ടിയവരാണ് കേരളത്തിൽ അധികവും. കാരണം മുസ്ലീം സമുദായത്തിൽ നിർണ്ണാ

യക സ്വാധീനമുള്ള, പണ്ഡിതരെന്നു സ്വയം അവകാശപ്പെടുന്നവരാണ് ഇവർ. കൂടാതെ സംസ്ഥാനത്തെ പ്രധാന ഭരണകക്ഷിയായ മുസ്ലീം ലീഗിന്റെ പ്രമുഖ നേതാക്കളടക്കം പങ്കെടുത്ത് മുസ്ലീം വ്യക്തിനിയമത്തിന്റെ സംരക്ഷണത്തിന്റെ മറവിൽ ഇത്തരമൊരു ആവശ്യം ഉന്നയിച്ചാൽ സുപ്രീംകോടതി എന്ത് നിലപാടെടുക്കും എന്നൊക്കെയുള്ള ആശങ്കയുമുണ്ട്. ഭരണഘടനാ വിരുദ്ധമായ നിലപാടെടുക്കാൻ ഈ രാഷ്ട്രീയ, സാമൂഹ്യ, മതനേതാക്കൾ തയ്യാറായത് എന്തുകൊണ്ട് എന്നതാണ്.

മൂന്നുമാസം മുൻപ് സംസ്ഥാന സർക്കാർ വിവാഹ രജിസ്ട്രേഷനുമായി ബന്ധപ്പെട്ടു പുറത്തിറക്കിയ വിവാദ സർക്കുലർ ഇത് വരെ നടന്ന, പ്രായപൂർത്തിയാകാത്ത മുസ്ലീം പെൺകുട്ടികളുടെ വിവാഹങ്ങളെ സാധൂകരിക്കാൻ വേണ്ടി മാത്രമല്ലെന്നും ഭാവിയിലും ഇത്തരം വിവാഹങ്ങൾക്ക് അംഗീകാരം നല്കുന്നതാണെന്നുമുള്ളത് വ്യക്തമാണ്. ഇതിനിടയിലാണ് കോഴിക്കോട് ഒരു യത്തീംഖാനയിൽ പ്രായപൂർത്തിയാകാത്ത പെൺകുട്ടിയെ ഒരു അറബിക്ക് കല്യാണം കഴിച്ചുകൊടുത്തത് ചർച്ചയായതും അതിനു കൂട്ട് നിന്നവർക്കെതിരെ പൊലീസ് കേസെടുത്തതും. ആ പെൺകുട്ടിയുടെ അമ്മയെ യത്തീംഖാന അധികൃതർ ബോദ്ധ്യപ്പെടുത്തിയത് സർക്കാരിന്റെ ഉത്തരവ് ഉള്ളതുകൊണ്ട് പെൺകുട്ടിക്ക് പ്രായപൂർത്തിയാകാത്തത് പ്രശ്നമല്ലെന്നാണത്രേ. മുസ്ലീം സമുദായത്തിൽ ദരിദ്രരായവരും ധനികരും ആയ നിരവധി പെൺകുട്ടികൾ പതിനെട്ടു വയസ്സിനു മുൻപുതന്നെ വിവാഹിതരാകുന്നുണ്ട്. ഇതിനൊക്കെ കൂട്ട് നില്ക്കുന്ന മതപുരോഹിതരെയും സമുദായ നേതാക്കളെയും സ്ഥാപന നടത്തിപ്പുകാരെയും നിയമത്തിന്റെ കുരുക്കുകളിൽനിന്നും രക്ഷിക്കാനും ഭാവിയിലും തടസമൊന്നും കൂടാതെ ബാലവിവാഹങ്ങൾ നടത്തുന്നതിനുള്ള ഒരു അനുവാദം നേടിയെടുക്കുന്നതിനും വേണ്ടിയാണ് ഇപ്പോൾ വിവാഹപ്രായം കുറയ്ക്കുന്നതിനുള്ള പോംവഴികൾ ഒരു കൂട്ടർ തേടുന്നത്. എന്നാൽ ഇതിനെതിരെ മുസ്ലീം പെൺകുട്ടികളിൽനിന്നും മുസ്ലീം ലീഗ് അനുകൂല വിദ്യാർത്ഥി-യുവജന സംഘടനകളുൾപ്പെടെ പല മുസ്ലീം സംഘടനകളിൽനിന്നും വരെ പരസ്യമായ എതിർപ്പുയർന്നു എന്നത് ശ്രദ്ധേയമാണ്. ഈ വിഷയവുമായി ബന്ധപ്പെട്ട ചില മാധ്യമ ചർച്ചകളിൽ പങ്കെടുത്തുകൊണ്ട് എല്ലാ മുസ്ലീം പെൺകുട്ടികളും പറഞ്ഞത് തങ്ങൾക്കും പഠിക്കണം, സ്വന്തം കാലിൽ നില്ക്കണം, എല്ലാ അവകാശങ്ങളോടെയും ജീവിക്കണം എന്നാണ്. ഒരു പെൺകുട്ടി വികാരാധീനയായി ചോദിച്ചത്, തങ്ങൾക്കുമില്ലേ സ്വപ്നങ്ങളെന്നാണ്. മറ്റൊരു പെൺകുട്ടി വളരെ പ്രസക്തമായ ഒരു ചോദ്യം ചോദിച്ചു: “എട്ടോളം സംഘടനകളുടെ പ്രതിനിധികളെന്നും പറഞ്ഞ് പെൺകുട്ടികളുടെ വിവാഹപ്രായം ചർച്ച ചെയ്യാൻ വട്ടം കൂടിയിരുന്നവരിൽ ഒരു സ്ത്രീ പോലും ഇല്ലാതിരുന്നതെന്തേ?”

വിചിത്രങ്ങളായ ന്യായീകരണങ്ങളാണ് മുസ്ലീം പെൺകുട്ടികളുടെ വിവാഹപ്രായം കുറയ്ക്കുന്നതിനു പറഞ്ഞു കേൾക്കുന്നത്. മുസ്ലീം

ലീഗിന്റെ ഒരു നേതാവ് പറഞ്ഞത് ശുദ്ധ അസംബന്ധമാണ്; ചില പെൺകുട്ടികൾക്ക് നേരത്തെ ശരീരവളർച്ചയുണ്ടാകും, അങ്ങനെയുള്ള കുട്ടികൾ പത്തിരുപത്തിയഞ്ചു വയസ്സാകുമ്പോഴേക്കും കിളവികളെപ്പോലാകും, അവർക്ക് വിവാഹജീവിതം നിഷേധിക്കാതിരിക്കാൻ വേണ്ടിയാണത്രേ ഈ ആവശ്യം! പ്രാകൃതവും വികൃതവുമായ ഈ മാനസികാവസ്ഥയെ തുറന്നെതിർക്കാൻ ഒരു ലീഗ്നേതാവും ഉണ്ടായില്ല എന്ന് മാത്രമല്ല, ലീഗുകാരൻ വിദ്യാഭ്യാസമന്ത്രിയുടെ വിചിത്രമായ പ്രസ്താവനയും കണ്ടു. വിദ്യാഭ്യാസവും വിവാഹവും തമ്മിൽ ബന്ധമൊന്നുമില്ല, അവയെ കൂട്ടിക്കുഴയ്ക്കേണ്ട! പിന്നൊന്നുകൂടി അദ്ദേഹം തുറന്നു പറഞ്ഞു; ഈ വിഷയത്തിൽ ലീഗിതുവരെ നിലപാടെടുത്തിട്ടില്ല. വിവാഹപ്രായം കുറയ്ക്കുന്നതിനോട് ലീഗിന് യോജിപ്പുമില്ല, വിയോജിപ്പുമില്ല! എത്ര അപഹാസ്യമായ നിലയാണ് സംസ്ഥാനത്ത് സ്ത്രീപ്രശ്നങ്ങൾ ഉൾപ്പെടെയുള്ള സാമൂഹ്യപ്രശ്നങ്ങൾ കൈകാര്യം ചെയ്യുന്ന ഒരു വകുപ്പടക്കം ഭരിക്കുന്ന ഒരു രാഷ്ട്രീയപ്പാർട്ടിയുടേത്! സ്ത്രീകളുടെ അവകാശങ്ങൾ സംരക്ഷിക്കാൻ ഉത്തരവാദപ്പെട്ട സംസ്ഥാന വനിതാകമീഷന്റെ ഒരംഗം മുസ്ലീം പെൺകുട്ടികളുടെ വിവാഹപ്രായം കുറയ്ക്കണമെന്ന വാദത്തെ അനുകൂലിക്കാൻ ലേഖനം തന്നെയെഴുതി! ഈ ദുസ്ഥിതിക്കെതിരെ ദേശീയ വനിതാ കമ്മീഷനെ സമീപിക്കാൻ വയ്യാത്ത നിലയാണ്. കാരണം ദേശീയ വനിതാകമ്മീഷൻ അദ്ധ്യക്ഷ പരസ്യ പ്രസ്താവന തന്നെ നടത്തി; പെൺകുട്ടികളുടെ വിവാഹപ്രായം കുറയ്ക്കുന്നത് അവർക്ക് നേരെയുള്ള അതിക്രമങ്ങൾ തടയുന്നതിന് സഹായകമാവുമത്രേ!

ദരിദ്രരായ പെൺകുട്ടികളെ പഠിപ്പിക്കാനും സാമ്പത്തിക സ്വാതന്ത്ര്യം നേടിക്കൊടുക്കാനും ഉള്ള ഭരണകൂടത്തിന്റെ കടമകളെക്കുറിച്ച് ഇവർക്ക് വേവലാതിയില്ല. ഇന്ത്യയിൽ 2006 ലെ ശൈശവ വിവാഹ നിരോധന നിയമം നിലവിലുള്ളപ്പോഴും ആകെ നടക്കുന്ന വിവാഹങ്ങളുടെ 43 ശതമാനവും പതിനെട്ടു വയസ്സിനു താഴെയാണ് നടക്കുന്നത് എന്നത് ഇവ തടയാൻ ഉത്തരവാദപ്പെട്ട സർക്കാർ സംവിധാനങ്ങളുടെ പരാജയത്തെയാണ് കാണിക്കുന്നത്. ഇന്ത്യയിലെ സ്ത്രീകൾക്ക് കുറച്ചുകൂടി മെച്ചപ്പെട്ട വിദ്യാഭ്യാസം കിട്ടിയാൽ ഇപ്പോൾ നടക്കുന്ന ലക്ഷക്കണക്കിന് ശിശുമരണങ്ങൾ ഒഴിവാക്കാനാകുമെന്നാണ് ഐക്യരാഷ്ട്ര സഭ ഇന്ത്യയെ ഉപദേശിച്ചത്! പതിനെട്ടു വയസ്സിനു മുൻപ് വിവാഹിതരാകുന്ന പെൺകുട്ടികളിൽ 67 ശതമാനവും ഗാർഹിക അതിക്രമങ്ങൾക്ക് വിധേയരാകുന്നുണ്ടെന്നു പഠനങ്ങൾ കാണിക്കുന്നു. ഇവർക്കിടയിൽ പ്രസവവുമായി ബന്ധപ്പെട്ട ഗുരുതരമായ പ്രശ്നങ്ങളും മരണവും കൂടുതലാണത്രേ! ഇതൊക്കെയായിട്ടും ശൈശവ വിവാഹത്തെ അനുകൂലിക്കുന്നവരും പല ന്യായീകരണങ്ങളും പറഞ്ഞു സ്വന്തം പെൺമക്കൾക്ക് പ്രായപൂർത്തിയാകുന്നതിന് മുൻപ് ആധിയോടെ വിവാഹ ബന്ധം തേടുന്നവരും നിരവധിയുണ്ട്. ഇത്തരം ആളുകൾക്ക് അവബോധം നൽകാനും,

വിദ്യാഭ്യാസം നേടാനും സ്വന്തം ജീവിതം നിയന്ത്രിക്കാനുള്ള പെൺകുട്ടികളുടെ അവകാശങ്ങൾ സംരക്ഷിക്കാനും ഭരണഘടനാപരമായ ഉത്തരവാദിത്വമുള്ളവർ പ്രാകൃതരീതികളുടെ വക്താക്കളായി മാറുന്ന ഗുരുതരസ്ഥിതിയാണ് ഇപ്പോഴുള്ളത്. സമുദായത്തിന്റെ സംരക്ഷകരെന്ന് സ്വയം അവകാശപ്പെടുകയും സമൂഹത്തിൽ ആരാദ്ധ്യരായി പ്രത്യക്ഷപ്പെടുകയും ചെയ്യുന്ന ചിലരാകട്ടെ സമുദായത്തിലെ പാതിയോളം വരുന്ന ഒരു വിഭാഗത്തിന്റെ ജീവിതത്തിനു നേരെ പോർവിളി നടത്തുന്നു!

സ്ത്രീകൾക്ക് പുരുഷനൊപ്പം എല്ലാ അവകാശങ്ങളും ഉറപ്പു നല്കുന്ന ഒരു രാജ്യത്താണ് ഇത്തരത്തിൽ തികച്ചും പിന്തിരിപ്പനും സ്ത്രീവിരുദ്ധവുമായ നിലപാടുകൾ അധികാരസ്ഥാനത്തിരിക്കുന്നവർ അടക്കം സ്വീകരിക്കുന്നത് എന്നോർക്കുക! ഇത്തരം ഭരണഘടനാനിഷേധങ്ങൾക്കും സ്ത്രീകളുടെ മനുഷ്യാവകാശ ലംഘനങ്ങൾക്കും മതനിയമങ്ങളുടെയും ആചാരങ്ങളുടെയും വിശ്വാസത്തിന്റെയും മറ തീർക്കുന്നവരെ സംരക്ഷിക്കാനാണ് അധികാരത്തെ ഇന്ത്യൻ ഭരണവർഗ്ഗം ഉപയോഗിക്കുന്നത്. ഇത്തരം അനാചാരങ്ങൾ മുസ്ലീം സമുദായത്തിൽ മാത്രമല്ല, ഇന്ത്യയിലെ മിക്ക മത സമുദായങ്ങളിലും ഉണ്ട്. നിലവിലുള്ള ജാതി–മത–സമുദായ അധികാര ബന്ധങ്ങൾക്കുള്ളിലെ തീവ്രമായ ലിംഗ വിവേചനവും ചൂഷണവും തങ്ങളുടെ സവിശേഷ സംസ്കാരത്തെയും ആചാരവിശ്വാസങ്ങളെയും സംരക്ഷിക്കാനെന്ന പേരിൽ ന്യായീകരിക്കുകയാണ് യാഥാസ്ഥിതികർ ചെയ്യുന്നത്. ആധുനിക ജീവിതത്തിന്റെ ഭാഗമായുള്ള മാറ്റങ്ങളും സൗകര്യങ്ങളും അനുഭവിച്ചു ജീവിക്കുന്ന പല സമുദായ നേതാക്കളും മതപുരോഹിതന്മാരും സ്ത്രീജീവിതത്തിൽ ആധുനിക കാലം വരുത്തുന്ന മാറ്റങ്ങളെ ആശങ്കയോടെ കാണുന്നവരാണ്. മത–ജാതി സ്വത്വങ്ങളെ നിലനിർത്താനും പ്രദർശിപ്പിക്കാനുമുള്ള വാഹകരായിട്ടാണ് സ്ത്രീകളെ പണ്ട് മുതൽ ഉപയോഗിച്ചിട്ടുള്ളത്. അതുകൊണ്ട് തന്നെ എല്ലാ അനാചാരങ്ങളുടെയും പിന്തിരിപ്പൻ വിശ്വാസങ്ങളുടെയും ഭാരം മുഴുവൻ ചരിത്രത്തിൽ സ്ത്രീജീവിതത്തിലാണ് രേഖപ്പെടുത്തിയിട്ടുള്ളത്. അതുമാത്രമല്ല. കുടുംബത്തിനുള്ളിലെ ധർമ്മങ്ങളെന്നു സൗകര്യപൂർവ്വം പേരിട്ടു വിളിക്കുന്ന ഗാർഹിക അദ്ധ്വാനവും തലമുറകളെ സംരക്ഷിക്കാനുള്ള ഉത്തരവാദിത്വവും സ്ത്രീകൾ ഏറ്റെടുക്കുന്ന സൗകര്യപ്രദമായ അവസ്ഥ നഷ്ടപ്പെടാതിരിക്കാനുള്ള ആൺകോയ്മയുടെ എല്ലാ ശ്രമങ്ങളും സ്ത്രീകൾക്ക് മേൽ അടിച്ചേല്പ്പിക്കുന്ന വിശ്വാസപ്രമാണങ്ങളിലും നിയന്ത്രണങ്ങളിലും കാണാം.

മാറുന്ന കാലത്തോടൊപ്പം ജീവിക്കാൻ ആർക്കും ആവശ്യം പ്രാഥമികമായും വിദ്യാഭ്യാസമാണ്. ഓരോ സമൂഹത്തിലെയും മാറ്റങ്ങളെ വിലയിരുത്തുമ്പോൾ സ്ത്രീവിദ്യാഭ്യാസത്തിന്റെ കണക്കെടുപ്പ് നടത്തുന്നത് ആ മാറ്റങ്ങൾ സ്ത്രീകളുടെ ജീവിതത്തെ എത്ര സ്വാധീനിച്ചു എന്നറിയാനാണ്. സ്ത്രീജീവിതത്തിൽ ഉണ്ടാകുന്ന പുരോഗമനപരമായ മാറ്റങ്ങളാകട്ടെ സമൂഹത്തിലെ മാറ്റങ്ങളെ കൂടുതൽ വിപുലീകരിക്കാൻ ഇട

യാക്കും എന്ന് അനുഭവങ്ങൾ കാണിക്കുന്നു. എന്നാൽ ഇത്തരം മാറ്റങ്ങളുടെ കടയ്ക്കൽ തന്നെ കത്തിവെയ്ക്കാനാണ് യാഥാസ്ഥിതികഭൂതങ്ങൾ ഇന്ത്യയിൽ ശ്രമിക്കുന്നത്. അവർക്ക് പല പേരുകളുണ്ടാകാം, പല ദേശങ്ങളുണ്ടാകാം. എന്നാൽ ലക്ഷ്യമൊന്നാണ്, പഴയ അധികാര ബന്ധങ്ങളെ നിലനിർത്തുക, അങ്ങനെ ആരും ചോദ്യം ചെയ്യാത്ത തരത്തിൽ തങ്ങളുടെ അധികാരപദവി സ്ഥാപിക്കുക. മതാനുശാസനങ്ങളെ അവർ തങ്ങൾക്കിഷ്ടമുള്ള നിലയിൽ വ്യാഖ്യാനിക്കുമ്പോഴും അതിന്റെ മറ പറ്റി ഭരണഘടനാവകാശങ്ങളെപ്പോലും നിഷേധിക്കുമ്പോഴും മതേതര ജനാധിപത്യ പരമാധികാര രാഷ്ട്രത്തിന്റെ ഭരണാധികാരികൾ എന്തുചെയ്യുകയാണ്! കോൺഗ്രസും ബി ജെ പിയും അടക്കമുള്ള പല ബൂർഷ്വാ രാഷ്ട്രീയപാർട്ടികളുടെ വോട്ടു ബാങ്ക് രാഷ്ട്രീയമാണ് ഇത്തരക്കാർക്ക് രക്ഷാകവചമൊരുക്കുന്നത്. പ്രായപൂർത്തിയായ ആണും പെണ്ണും സ്വന്തം ഇഷ്ടപ്രകാരം വിവാഹം കഴിച്ചാൽ തങ്ങൾക്കിഷ്ടമല്ലാത്തതുകൊണ്ട് അവരെ കൊല്ലുമെന്ന് ജാതിപ്പഞ്ചായത്ത് ചേർന്ന് തീരുമാനിക്കുകയും അരുംകൊലകൾ നടപ്പിൽ വരുത്തുകയും ചെയ്യുന്നവരാണ് ഹരിയാനയിലെയും ഉത്തർപ്രദേശിലെയുമെല്ലാം പ്രമാണിമാർ. മൊബൈൽ ഫോണും കോളേജ് പഠനവുമൊക്കെ പെൺകുട്ടികളെ വഴിതെറ്റിക്കുമെന്നും അതിനാൽ അത് രണ്ടും പെൺകുട്ടികൾക്ക് വേണ്ടെന്നും ആജ്ഞാപിക്കുന്ന രാഷ്ട്രീയ നേതാക്കൾ ഇന്ത്യൻ പാർലമെന്റിലുണ്ട്. പെൺകുട്ടികളുടെ സഞ്ചാരവും വേഷവുമൊക്കെയാണ് പ്രശ്നമെന്ന് വിധിക്കുന്ന ജഡ്ജിമാരുടെയും സ്ത്രീകൾക്ക് ലക്ഷ്മണരേഖ ഉപദേശിക്കുന്നവരുടെയും അവതാരങ്ങൾ നാം കണ്ടു. മുസ്ലീം പെൺകുട്ടികളുടെ വിവാഹപ്രായം കുറയ്ക്കാൻ കുറുക്കുവഴികൾ തേടുന്നവരുടെ കൂട്ടുകാരാണിവരെല്ലാം. മദ്ധ്യയുഗത്തിലെ വേതാളങ്ങളുടെ ഈ നവീനാവതാരങ്ങളെ സ്ത്രീകളുടെ അവകാശങ്ങൾക്കായുള്ള ശക്തവും നിരന്തരവുമായ പോരാട്ടത്തിലൂടെ നിശ്ശബ്ദരാക്കുകയും പരാജയപ്പെടുത്തുകയുമാണ് വേണ്ടത്.

(2013)

II

ഹിംസയും പ്രതിരോധവും

സ്ത്രീകൾക്കുമേൽ യുദ്ധം

രാജ്യത്ത് ഒരു മഹായുദ്ധം നടക്കുന്നുണ്ട്. അത് സ്ത്രീകൾക്കും ദളിതർക്കും ദരിദ്രർക്കും എതിരായ യുദ്ധമാണ്. ഇതിൽ ഏറ്റവും നഷ്ടവും തോൽവിയും തിരിച്ചടിയും നേരിടേണ്ടി വരുന്നത് സ്ത്രീകൾക്കാണ് – കാരണം അവർ ഈ എല്ലാ വിഭാഗത്തിലും ഏറ്റവും അടിത്തട്ടിലാണ് എന്നത് തന്നെ. എന്നാൽ സാമ്പത്തിക സാമൂഹ്യ വ്യത്യാസമില്ലാതെ ഏറ്റവും വ്യാപകവും അതേ സമയം ഏറ്റവും സ്വാഭാവികവും ആയി കണക്കാക്കപ്പെടുന്നത് സ്ത്രീകൾക്ക് മേലെയുള്ള ആക്രമണമാണ്. ഈ യുദ്ധം പ്രകൃതിസഹജവും മൂല്യനിബദ്ധവുമായി കരുതപ്പെടുന്നു. അതുകൊണ്ട് തന്നെ ഇരകൾക്ക് മേൽ കുറ്റം ചാർത്തി കയ്യൊഴിയാൻ എളുപ്പമാണ്.

ഇത് ന്യൂ ദൽഹിയിലെ ഒരു പൊലീസ് സ്റ്റേഷനിലെ ഏമാന്റെ കൈയിൽ നിന്നും ഒരു പാവപ്പെട്ട പരാതിക്കാരിക്ക് കേൾക്കേണ്ടി വന്നത് – ഭർത്താവിന്റെ കൈയിൽനിന്നും മാരകമായ മർദ്ദനം ഏറ്റു സഹികെട്ടു പൊലീസ് സ്റ്റേഷനിൽ ചെന്ന അവരോടു ഏമാൻ ചോദിച്ചു, 'നീയെന്തെങ്കിലും അയാളെ പ്രകോപിപ്പിക്കുന്ന രീതിയിൽ ചെയ്തോ?' 'ഒത്തിരി ആലോചിച്ചിട്ട് അവർ പറഞ്ഞു,' 'നനച്ചിട്ട തുണികൾ മഴ ചാറിയപ്പോഴാണ് ഞാൻ എടുത്തത്.' ഏമാൻ വിജയശ്രീലാളിതനായി പറഞ്ഞു : 'കണ്ടില്ലേ, നിങ്ങൾ പെണ്ണുങ്ങൾ തന്നെയാണ് പ്രശ്നങ്ങൾ തുടങ്ങി വെയ്ക്കുന്നത്; എന്നിട്ട് പരാതിയുമായി ഇറങ്ങിക്കൊള്ളും – ഞങ്ങളുടെ സമയം മെനക്കെടുത്താൻ.'

ഒരു സ്ത്രീയായി ഈ രാജ്യത്തു ജീവിക്കുക എത്ര ദുഷ്കരമാണെന്ന് ബോദ്ധ്യപ്പെടുത്തുന്ന സംഭവങ്ങളിലൂടെയാണ് ഇന്ത്യ ഒരു പുതുവർഷത്തിലേക്ക് കൂടി കടന്നത്. ബസിൽ വെച്ച് അതിക്രൂരമായ ആ

ക്രമണം നേരിടേണ്ടി വന്ന ഒരു പെൺകുട്ടിയുടെ ദുരന്തത്തിലും അതിനെതിരെ ഉയർന്ന ജനരോഷത്തിലും രാജ്യതലസ്ഥാനം നിശ്ചലമാകുന്ന കാഴ്ചയാണ് കഴിഞ്ഞ ദിവസങ്ങളിൽ നാം കണ്ടത്.

രാജ്യത്തെ ഞെട്ടിച്ച കൂട്ടബലാത്സംഗത്തിന്റെ പേരിൽ ജനരോഷം ഇരമ്പുന്ന അതേ ദിവസങ്ങളിൽ ഡൽഹിയിൽ നിന്നും രാജ്യത്തിന്റെ വിവിധ ഭാഗങ്ങളിൽ നിന്നും സ്ത്രീകൾക്ക് മേലുള്ള അതിക്രമവാർത്തകളുടെ ഘോഷയാത്രയാണ് മാധ്യമങ്ങളിൽ വന്നത്. ഈ സംഭവം റിപ്പോർട്ട് ചെയ്തുകൊണ്ടിരുന്ന ഒരു മാധ്യമ പ്രവർത്തകയ്ക്ക് ഡൽഹിയിൽ നേരിടേണ്ടി വന്നത് ഒരുകൂട്ടം ചെറുപ്പക്കാരുടെ അപമാനശ്രമങ്ങളാണ്. കൂട്ടബലാത്സംഗം ചെയ്യപ്പെട്ട് ആഴ്ചകൾ കഴിഞ്ഞിട്ടും കുറ്റവാളികളെ അറസ്റ്റു ചെയ്യാതെ, പരാതി പറയാൻ ചെന്ന തന്നെയും അമ്മയെയും അപമാനിച്ച, പൊലീസിന്റെ നടപടിയിൽ മനംനൊന്ത് ഒരു പതിനേഴുകാരി പഞ്ചാബിൽ ആത്മഹത്യ ചെയ്തതും ഈ ദിവസങ്ങളിൽ തന്നെയാണ്. ബലാത്സംഗം ചെയ്തതിനുശേഷം ഒരു ദളിത് പെൺകുട്ടിയെ തമിഴ്നാട്ടിൽ തീ വെച്ച് കൊന്നതും ഈ ദിവസങ്ങളിൽ തന്നെയാണ്. കേരളം സ്ത്രീകളോടും പെൺകുട്ടികളോടുമുള്ള അതിക്രമങ്ങളുടെ കാര്യത്തിൽ സർവ്വകാല റിക്കാർഡും ഭേദിച്ച് മുന്നേറുകയാണ്. രാജ്യത്തെ മാധ്യമങ്ങളിൽ കൂടി ഒന്ന് വെറുതെ കണ്ണോടിച്ചാൽ ദിനംപ്രതി സ്ത്രീകൾ നേരിട്ടു കൊണ്ടിരിക്കുന്ന അതിക്രമങ്ങളുടെ വ്യാപ്തി ബോദ്ധ്യമാകും. ഇന്ത്യയിലെ ഗ്രാമങ്ങളിലും നഗരങ്ങളിലും, പ്രത്യേകിച്ച് മെട്രോ പോളിറ്റൻ നഗരങ്ങളിൽ, സ്ത്രീകൾ സുരക്ഷിതരല്ല. ഇന്ത്യ സ്ത്രീകൾക്ക് സുരക്ഷിതമായ ഇടമല്ലെന്ന് അടിവരയിടുന്ന പല പഠനങ്ങളും ഇതിനകം തന്നെ പുറത്തു വന്നുകഴിഞ്ഞു. ജി 20 രാജ്യങ്ങളിൽ സ്ത്രീകൾക്ക് ഏറ്റവും അപകടം പിടിച്ച രാജ്യമായി 370 വനിതാപഠന ഗവേഷകർ വിലയിരുത്തിയത് ഇന്ത്യയെയാണ്. രണ്ടാം സ്ഥാനത്ത് സൗദി അറേബ്യ ആണെന്നതും ചേർത്ത് വായിക്കേണ്ടതാണ്.ശരാശരി ഒരു ദിവസം രണ്ടെന്ന നിലയിൽ പോയ വർഷം ഡൽഹിയിൽ ബലാത്സംഗ കുറ്റകൃത്യങ്ങൾ നടന്നുവെന്നു കണക്കുകൾ പറയുന്നു.

രാജ്യത്ത് സ്ത്രീകൾക്കെതിരായ അതിക്രമങ്ങൾ ഓരോ ദിവസവും വർദ്ധിച്ചു വരികയാണ്. ഇന്ത്യയിൽ ഒരു സംസ്ഥാനത്തും സ്ത്രീ സുരക്ഷിതയല്ല. സമൂഹത്തിൽ സ്ത്രീകളെക്കുറിച്ചുള്ള മനോഭാവത്തിൽ മാറ്റങ്ങൾ വരാത്തിടത്തോളം, തുല്യ അവകാശമുള്ള പൗരരായി സ്ത്രീകളെ അംഗീകരിക്കാത്തിടത്തോളം കാലം സ്ത്രീകൾക്ക് ഈ രാജ്യത്തു സുരക്ഷിതത്വം ഉണ്ടാവുകയുമില്ല. ജൈവചോദനകൾ ഒരാളെയും സ്ത്രീകളെ കടന്നാക്രമിക്കാനും പീഡിപ്പിക്കാനും അപമാനിക്കാനും പ്രേരിപ്പിക്കില്ല. സ്ത്രീനീതിബോധത്തിന്റെ അഭാവവും നീതി നിർവ്വഹണത്തിലെ അലംഭാവവും നിയമങ്ങൾ സംബന്ധിച്ചും നിയമവാഴ്ച സംബന്ധിച്ചും ഉള്ള അങ്ങേയറ്റത്തെ പുച്ഛവും അവഗണനയും പ്രാകൃതവും പിന്തിരിപ്പനുമായ മനോഭാവങ്ങളുമാണ് സ്ത്രീകളോടുള്ള അതിക്രമ

ങ്ങൾക്ക് പിന്നിലുള്ളത്. പൊതു ഇടങ്ങൾ സ്ത്രീകൾക്ക് കൂടിയുള്ളതാണെന്നും സ്ത്രീകൾക്ക് പൊതുജീവിതം നയിക്കാൻ, പുരുഷന്മാർക്കുള്ളതുപോലെ തന്നെ അവകാശമുണ്ടെന്നും ഉള്ള ധാരണയുടെ സമ്പൂർണ്ണ അഭാവവും ഈ സ്ത്രീവിരുദ്ധ സമീപനങ്ങൾക്ക് പിന്നിലുണ്ട്.

സ്ത്രീസംരക്ഷണ നിയമങ്ങൾ പലതും നിലവിലുണ്ട്, ഇപ്പോൾ തന്നെ. എന്നാൽ ഒരു കുറ്റകൃത്യം രേഖപ്പെടുത്തുന്നതു മുതൽ കോടതി വരെയുള്ള വിവിധ ഘട്ടങ്ങളിൽ നിയമത്തിന്റെ പഴുതുകൾ ഉപയോഗിച്ചും അധികാര കേന്ദ്രങ്ങളെയും പൊലീസിനെയും ഉപയോഗിച്ചും പരാതിക്കാരെ ഭയപ്പെടുത്തിയും ദുർബ്ബലരാക്കിയുമെല്ലാം നീതിന്യായ സംവിധാനത്തെ നോക്കുകുത്തിയാക്കി അക്രമികൾ രക്ഷപ്പെടുന്നതാണ് പലപ്പോഴും കാണുന്നത്. നീതിക്കായി വർഷങ്ങളോളം വേദനയും അപമാനവും സാമൂഹ്യ ഒറ്റപ്പെടലും അനുഭവിച്ചു കാത്തിരിക്കേണ്ടി വരുന്നതും നിലവിലുള്ള നിയമങ്ങളുടെ ആനുകൂല്യം പോലും സ്ത്രീകൾക്ക് നിഷേധിക്കുന്ന സാഹചര്യമൊരുക്കുന്നു.

ഇപ്പോൾ നടക്കുന്ന ചർച്ചകളിൽ ഏറ്റവും ഊന്നൽ നൽകിക്കാണുന്നത് നിയമങ്ങളുടെ കർശനമായ നിർവ്വഹണത്തിനാണ് എന്നത് നല്ലത് തന്നെ. രാജ്യത്ത് ബലാത്സംഗക്കുറ്റങ്ങളിൽ നാലിലൊന്ന് കേസിൽ മാത്രമേ പ്രതികൾ ശിക്ഷിക്കപ്പെടുന്നുള്ളൂ എന്നത് ആശങ്കയുണ്ടാക്കുന്നു. സ്ത്രീകൾക്കെതിരെ വർദ്ധിച്ചുകൊണ്ടിരിക്കുന്ന അതിക്രമങ്ങൾ ഒറ്റയടിക്ക് പരിഹരിക്കാനാവുന്നതല്ല എന്നത് വാസ്തവം തന്നെയാണ്. കാരണം സാംസ്കാരികവും സാമ്പത്തികവും സാമൂഹ്യവുമായ നിരവധി കാര്യങ്ങൾ ഇതിന് പിന്നിലുണ്ട്. സമൂഹത്തിൽ ആഴത്തിൽ വേരോടിയിട്ടുള്ള പുരുഷാധിപത്യ മനോഭാവം, ജാതി വിവേചനം, സാമ്പത്തിക അസമത്വങ്ങൾ, വർദ്ധിക്കുന്ന മദ്യപാനം, വൻ നഗരങ്ങളിലേക്കുള്ള വർദ്ധിച്ച കുടിയേറ്റം ഇവയൊക്കെ അതിക്രമങ്ങൾക്ക് അനുകൂലമായ സാഹചര്യം ഒരുക്കുന്നുണ്ട്. ഒപ്പം കഴിഞ്ഞ ഒരു ദശകത്തിനിടയിൽ മാധ്യമങ്ങളുടെയും ഇന്റർനെറ്റിന്റെയും കമ്പോള സമ്പദ്‌വ്യവസ്ഥയുടെ സൃഷ്ടിയായ പുതിയ ജീവിതശൈലിയുടെയും സ്വാധീനം ഇങ്ങനെ ഒട്ടേറെ കാരണങ്ങൾ വർദ്ധിക്കുന്ന ലൈംഗികാതിക്രമങ്ങൾക്കു പിന്നിലുണ്ട്.

ലൈംഗികതയെയും സ്ത്രീപദവിയെയും സംബന്ധിച്ച പിന്തിരിപ്പൻ ആശയങ്ങൾ വെച്ചുപുലർത്തുന്ന ഇന്നത്തെ 'ആധുനിക സ്വതന്ത്ര' ഇന്ത്യയുടെ അവസ്ഥ സങ്കീർണ്ണമാണ്. സ്ത്രീകളെ തങ്ങളേക്കാൾ അധമരായി മാത്രം കാണാൻ ആഗ്രഹിക്കുന്നവരാണ് ഇവിടെ ഭൂരിപക്ഷം പുരുഷന്മാരും. അടിമത്തം സ്വാംശീകരിക്കാനുള്ള പരിശീലനമാണ് സ്ത്രീകൾക്കു പരമ്പരാഗതമായി നൽകിക്കൊണ്ടിരിക്കുന്നത്. അവരവരെത്തന്നെ അധമരായി കാണാൻ സ്ത്രീകളെ പഠിപ്പിക്കുന്ന ഈ പുരുഷാധിപത്യ ബോധമാണ് സ്ത്രീകളെ പുരുഷന്റെ അടിമകളാക്കാൻ ഉപയോഗിക്കുന്ന ശക്തമായ ആയുധം. അതിക്രമങ്ങൾ സംബന്ധിച്ച് പരാതി രേഖപ്പെടുത്താൻ ആഗ്രഹിക്കുന്ന സ്ത്രീകൾക്ക് ആവശ്യമായ പിന്തുണ നല്

കുന്ന സാമൂഹ്യ സംവിധാനങ്ങൾ രാജ്യത്തില്ല. ദുർബ്ബലവും പഴുതുകൾ ഏറെയുള്ളതുമായ നിയമങ്ങളാണ് നമുക്കുള്ളത്. മാത്രമല്ല, വീടിനകത്തും തൊഴിലിടങ്ങളിലും വാഹനങ്ങളിലും പൊതു നിരത്തുകളിലും എല്ലാം തങ്ങൾക്കുനേരെയുണ്ടാകുന്ന അതിക്രമങ്ങളെക്കുറിച്ച് ഉച്ചത്തിൽ പറയാൻ ആഗ്രഹിക്കുന്ന സ്ത്രീകൾക്ക് അതിനാവശ്യമായ പിന്തുണ കുടുംബങ്ങളിൽ നിന്നോ സമൂഹത്തിൽ നിന്നോ കിട്ടുന്നുമില്ല.

ഇന്ത്യയിലെ സ്ത്രീകളുടെ സുരക്ഷിതത്വവുമായി ബന്ധപ്പെട്ട് നടന്ന മറ്റൊരു പഠനത്തിലെ സൂചന, ലോകത്ത് സ്ത്രീകൾക്ക് ഒട്ടും സുരക്ഷിതത്വമില്ലാത്ത രാജ്യങ്ങളിൽ നാലാം സ്ഥാനത്താണ് ഇന്ത്യ എന്നതാണ്. ഈ വസ്തുതകളുടെ അടിസ്ഥാനത്തിൽ ഇപ്പോൾ നടന്ന ശൈത്യകാല പാർലമെന്റ് സമ്മേളനത്തിൽ രാജ്യസഭയിൽ ഞാൻ ഒരു ചോദ്യം ഉന്നയിച്ചിരുന്നു. ഇതിനു കേന്ദ്ര വനിതാ ശിശു വികസന മന്ത്രിയായ കൃഷ്ണ തിരത്ത് നൽകിയത് തികച്ചും ഒഴുക്കൻ മട്ടിൽ രാജ്യത്തു കാര്യങ്ങളെല്ലാം ഭദ്രമാണ് എന്ന മറുപടിയാണ്. രാജ്യസഭയിൽ ഞാനുൾപ്പെടെയുള്ള നിരവധി എം പിമാർ കഴിഞ്ഞ പല സെഷനുകളിലും സ്ത്രീകളുടെ സുരക്ഷിതത്വവും സ്ത്രീപ്രശ്നങ്ങളുമായും ബന്ധപ്പെട്ടു ചോദിച്ച ചോദ്യങ്ങൾക്ക് നിരന്തരം കിട്ടിക്കൊണ്ടിരിക്കുന്ന യാന്ത്രികമായ മറുപടികൾ രാജ്യത്തെ യാഥാർത്ഥ്യങ്ങളെ കാണാൻ കൂട്ടാക്കാതെയുള്ള യു പി എ സർക്കാരിന്റെ നിരുത്തരവാദിത്വ സമീപനത്തെയാണ് കാണിക്കുന്നത്. എന്റെ ചോദ്യത്തിന് വനിതാമന്ത്രി മറുപടി തന്ന ആ ദിവസങ്ങളിൽ ഇന്ത്യയുടെ വിവിധ സംസ്ഥാനങ്ങളിൽ നിന്നുമുള്ള സ്ത്രീപീഡന വാർത്തകൾ മാധ്യമങ്ങളിൽ നിരന്തരം വരുന്നുണ്ടായിരുന്നു എന്നത് സർക്കാരിന്റെ ഉത്തരവാദിത്വമില്ലായ്മയുടെ ഗൗരവം കൂട്ടുന്നു. യു പി എ സർക്കാരിന്റെ കഴിഞ്ഞ നാലുവർഷത്തിൽ ഒരു വർഷവും സ്ത്രീകൾക്കായുള്ള ബജറ്റ് വിഹിതത്തിന്റെ അമ്പത് ശതമാനം പോലും ചിലവഴിച്ചിട്ടില്ല എന്ന് മാത്രമല്ല ബലാത്സംഗങ്ങൾക്കിരകളാകുന്ന പെൺകുട്ടികളുടെ പുനരധിവാസത്തിന് വേണ്ടി വകയിരുത്തിയ ഫണ്ടിൽ നിന്നും ഒരു പൈസ പോലും നാല് വർഷവും ചിലവഴിച്ചിട്ടില്ല!

ഒരുപാട് പ്രതീക്ഷകളുമായി ജീവിതം ആരംഭിച്ച ഒരു പെൺകുട്ടിയുടെ രക്തസാക്ഷിത്വത്തിന് ഒരാഴ്ചയ്ക്കുശേഷം മാത്രമാണ് പ്രധാനമന്ത്രിയടക്കമുള്ളവർ, സ്ത്രീകൾക്കെതിരായ അതിക്രമങ്ങളിൽ ഞെട്ടൽ അറിയിക്കാൻ സമയം കണ്ടെത്തിയത് എന്നതിൽ ജനങ്ങൾ രോഷം കൊണ്ടു. പക്ഷേ, സ്ത്രീ പ്രശ്നങ്ങൾ എന്നും ഭരണത്തിന്റെ അവസാന പരിഗണനയാണ് എന്നതാണ് സത്യം. മൂന്നു പെൺമക്കളുടെ പിതാവായ പ്രധാനമന്ത്രിക്ക് അതിക്രമങ്ങളിൽ തകരുന്ന ജീവിതങ്ങൾക്ക് നീതിയും പിന്തുണയും ലഭ്യമാക്കണമെന്ന് ബോദ്ധ്യപ്പെടാൻ പതിനായിരങ്ങളുടെ പ്രതിഷേധവും രോഷപ്രകടങ്ങളും വേണ്ടിവന്നു!

സ്ത്രീകളോടുള്ള അതിക്രമങ്ങൾ, രാജ്യത്തും ജനങ്ങൾക്കിടയിലും അപകടകരമാം വിധം തകർന്നുകൊണ്ടിരിക്കുന്ന ധാർമ്മിക മൂല്യങ്ങളു

ടെ പ്രതിഫലനം മാത്രമല്ല, സ്ത്രീകളുടെ കാര്യത്തിൽ ഭരണസംവിധാനത്തിൽ നിന്നുണ്ടാകുന്ന കടുത്ത അവഗണനയുടെ കൂടി പ്രതിഫലനമാണ്.

അപ്പോൾ യഥാർത്ഥത്തിൽ എന്ത് ചെയ്യാനാകും?

- കേന്ദ്ര-സംസ്ഥാന-പ്രാദേശിക സർക്കാരുകളും രാഷ്ട്രീയപാർട്ടികളും കോർപ്പറേറ്റ് സ്ഥാപനങ്ങളും മാധ്യമ സ്ഥാപനങ്ങളും ഉൾപ്പെടെ തങ്ങളുടെ സ്ത്രീപക്ഷ നയം പ്രഖ്യാപിക്കണം.
- സ്ത്രീകൾ നേരിടുന്ന മനുഷ്യാവകാശലംഘനങ്ങൾക്കെതിരെ നടത്തുന്ന ചെറുത്തുനില്പുകളും പോരാട്ടങ്ങളും ശക്തിപ്പെടുത്തുന്നതിനുള്ള പിന്തുണ നല്കണം.
- ചെറുപ്പം മുതൽ സ്ത്രീപക്ഷ കാഴ്ചപ്പാടും സ്ത്രീനീതി അവബോധവും വളർത്തിയെടുക്കുന്നതിനാവശ്യമായ രീതിയിൽ വിദ്യാഭ്യാസ സംവിധാനത്തിൽ മാറ്റങ്ങൾ ഉണ്ടാകണം.
- സർക്കാരുകളും പ്രാദേശിക ഭരണസംവിധാനങ്ങളും നിയമ നിർവ്വഹണ ഏജൻസികളും സ്ത്രീസംഘടനകളും പൗരസംഘടനകളും തമ്മിലുള്ള ക്രിയാത്മകവും ശക്തവുമായ സഹകരണത്തിലൂടെ മാത്രമേ സ്ത്രീകളുടെ സുരക്ഷ ഉറപ്പാക്കാനാവൂ.
- സുരക്ഷിതത്വത്തിനും അഭിമാനത്തിനും തുല്യഅവകാശങ്ങൾക്കുമായുള്ള സ്ത്രീകളുടെ പോരാട്ടങ്ങളെ പിന്തുണയ്ക്കുന്നതിനുള്ള മനോഭാവം ഓരോ പൗരനിലും ഉണ്ടാക്കിയെടുക്കേണ്ടതുണ്ട്.
- സ്ത്രീകൾക്ക് നീതി ഉറപ്പാക്കുന്ന തരത്തിൽ കാര്യക്ഷമതയോടെ പൊലീസ് തങ്ങളുടെ ഉത്തരവാദിത്വം നിർവ്വഹിക്കുന്ന തരത്തിൽ പൊലീസ് സംവിധാനത്തിനാകെ സവിശേഷ പരിശീലനം നല്കണം. ഇത് ഡൽഹി അടക്കമുള്ള മെട്രോ നഗരങ്ങളിൽ നിന്നാരംഭിച്ച് രാജ്യമാകെ വ്യാപിപ്പിക്കണം.
- ദേശീയ വനിതാ കമീഷന്റേയും സംസ്ഥാന വനിതാ കമീഷനുകളുടെയും പ്രവർത്തനം കാര്യക്ഷമമാക്കണം. പ്രവർത്തിക്കാത്ത അംഗങ്ങളെ ഒഴിവാക്കി വനിതാ കമീഷനുകളെ യഥാർത്ഥത്തിൽ സ്ത്രീകളുടെ പിന്തുണാ സംവിധാനങ്ങളാക്കി മാറ്റണം.
- പൊലീസ് സേനയെ വിപുലപ്പെടുത്തുകയും കുറഞ്ഞത് പത്ത് ശതമാനമെങ്കിലും വനിതാ പൊലീസുകാരെ നിയമിക്കുകയും വേണം. നീതിനിർവ്വഹണത്തിൽ വീഴ്ച വരുത്തുകയും സ്ത്രീകൾക്ക് ആവശ്യമായ പിന്തുണ നല്കാതിരിക്കുകയും ചെയ്യുന്ന പൊലീസുകാർക്കെതിരെ നടപടിയെടുക്കണം.
- സ്ത്രീകളെ സാമൂഹ്യമായും സാമ്പത്തികമായും കൂടുതൽ ചൂഷണങ്ങൾക്ക് ഇരകളാക്കുന്ന ജാതി-ജന്മി-പുരുഷാധിപത്യ മൂല്യബോധവും അധികാരബന്ധവും ഇല്ലാതാക്കണം. ഹരിയാനയിലും യു പിയിലുമൊക്കെ നിലനില്ക്കുന്ന ജാതി പഞ്ചായത്തുകളുടെ പ്രവർത്തനം കർശന നിരീക്ഷണത്തിന് വിധേയമാക്കുകയും ജനാ

ധിപത്യ അവകാശങ്ങൾക്ക് വിരുദ്ധമായ ജാതി പഞ്ചായത്ത് വിലക്കുകൾക്കെതിരെ നിയമ നടപടി സ്വീകരിക്കുകയും വേണം.

- ബലാത്സംഗക്കുറ്റങ്ങളുൾപ്പെടെയുള്ള ലൈംഗികാതിക്രമങ്ങൾ കൈകാര്യം ചെയ്യുന്നതിനായി എല്ലാ സംസ്ഥാനങ്ങളിലും ഫാസ്റ്റ് ട്രാക്ക് കോടതികൾ സ്ഥാപിക്കണം.
- ബലാത്സംഗത്തിന് ഇരകളായിട്ടുള്ളവരുടെ ചികിത്സയ്ക്കും നിയമ സഹായത്തിനും ദീർഘകാല പുനരധിവാസത്തിനും സമയ ബന്ധിതമായ നടപടികൾ ഉറപ്പാക്കണം.
- പാർലമെന്റിൽ ദീർഘകാലമായി കാത്തു കിടക്കുന്ന വനിതാസംവരണ ബിൽ, ക്രിമിനൽ നിയമ ഭേദഗതി ബിൽ, തൊഴിലിടങ്ങളിൽ ലൈംഗിക ചൂഷണം തടയുന്ന ബിൽ തുടങ്ങിയവ മൂന്നുമാസത്തിനുള്ളിൽ പാസാക്കണം. രണ്ടായിരത്തി പതിമൂന്ന് സ്ത്രീകളുടെ സുരക്ഷിതത്വ വർഷമായി പ്രഖ്യാപിച്ച് സമയബന്ധിതമായ പരിഷ്കാരങ്ങൾ നടപ്പിലാക്കണം.
- സംസ്ഥാനത്ത് സ്ത്രീകൾക്കുനേരെ നടക്കുന്ന വർദ്ധിച്ച അതിക്രമങ്ങൾ കൈകാര്യം ചെയ്യാൻ പ്രത്യേക സംവിധാനം ഉണ്ടാകണം.
- പൊലീസ് സ്റ്റേഷനുകളിലും കോടതികളിലും കെട്ടിക്കിടക്കുന്ന സ്ത്രീ പീഡന കേസുകൾ സംബന്ധിച്ച് സർക്കാർ പരിശോധിക്കുകയും ഇവ സമയബന്ധിതമായി പൂർത്തിയാക്കുന്നതിനുള്ള നടപടികൾ സ്വീകരിക്കുകയും വേണം.

(ജനുവരി 1, 2013)

പുരുഷാധിപത്യക്കോമരങ്ങളെ നിലയ്ക്ക് നിർത്തണം

സ്വതന്ത്രരും സ്വയംപര്യാപ്തരുമായി ജീവിക്കാൻ ആഗ്രഹിക്കുന്ന കോടിക്കണക്കായ ഇന്ത്യൻ സ്ത്രീകൾക്ക് മുന്നിൽ കടുത്ത വെല്ലുവിളിയുടെ സാമൂഹ്യ അന്തരീക്ഷമാണ് നിലനില്ക്കുന്നത്. സ്ത്രീകൾക്ക് മേലുള്ള മാനസികവും ശാരീരികവുമായ കയ്യേറ്റങ്ങൾ, പീഡനം സംബന്ധിച്ച തുടർച്ചയായ ആശങ്കകൾ എന്നിവയിൽ തകർക്കപ്പെടുന്നത് തൊഴിലെടുക്കാനും സമൂഹത്തിൽ ഇടപെടാനുമുള്ള സ്ത്രീകളുടെ അവകാശങ്ങളും ആത്മവിശ്വാസവുമാണ്. ഈ സാഹചര്യത്തിൽ പിന്തിരിപ്പനും യാഥാസ്ഥിതികവും പുരുഷാധിപത്യപരവുമായ ധാരണകൾ വീണ്ടും ഊട്ടിയുറപ്പിച്ച് സ്ത്രീകളുടെ മൗലികാവകാശം നിഷേധിക്കാൻ ഒരു വിഭാഗം രാഷ്ട്രീയനേതാക്കളും ഒരു കൂട്ടം മതസമുദായ നേതാക്കളും ആസൂത്രിതമായി ശ്രമിക്കുന്നുണ്ട്. ആർ എസ് എസ് മേധാവി മോഹൻ ഭഗവത്, ജമാ അത്തെ ഇസ്ലാമി ഹിന്ദ് മേധാവി മൗലാന ജലാലുദീൻ ഉമ്രി, അഖിലേന്ത്യാ സുന്നി ജാം ഇയ്യത്തുൽ ഉലമാ വിഭാഗം ജനറൽ സെക്രട്ടറി കാന്തപുരം മുസലിയാർ, ബി ജെ പിയുടെയും കോൺഗ്രസിന്റെയും ചില നേതാക്കൾ തുടങ്ങിയവരുടെ പ്രസ്താവനകൾ തികഞ്ഞ സ്ത്രീവിരുദ്ധതയുടെ പ്രഖ്യാപനങ്ങളായത് യാദൃച്ഛികമോ നിഷ്കളങ്കമോ അല്ല. സൂര്യനെല്ലിക്കേസിൽ ഇരയായ പെൺകുട്ടിയെ ഹീനമായ ഭാഷയിൽ അവഹേളിച്ച ജസ്റ്റിസ് ബസന്തും കെ സുധാകരൻ എം പിയും വനിതാ മാധ്യമ പ്രവർത്തകയോട് അശ്ലീലച്ചുവയുള്ള തമാശ പറഞ്ഞ കേന്ദ്രമന്ത്രി വയലാർ രവിയുമെല്ലാം സമൂഹത്തിൽ ശക്തമായി നിലനില്ക്കുന്ന ആൺകോയ്മാബോധത്തിന്റെ പ്രതിനിധികളാണ്.

രാജ്യത്ത് ബലാത്സംഗങ്ങൾ നടക്കുന്നത് പാശ്ചാത്യ സംസ്കാരം പിന്തുടരുന്ന നഗരങ്ങളിലാണെന്നും യഥാർത്ഥ ഭാരത സംസ്കാരം കാ

ത്തു സൂക്ഷിക്കുന്ന ഗ്രാമങ്ങളിൽ സ്ത്രീകൾക്ക് നേരെ അതിക്രമങ്ങൾ കുറവാണെന്നുമായിരുന്നു ആർ എസ് എസ് മേധാവിയുടെ കണ്ടെത്തൽ. എന്നാൽ ഇത് യാഥാർത്ഥ്യവുമായി ഒരുതരത്തിലും ചേരുന്നതല്ല എന്ന് കണക്കുകൾ കാണിക്കുന്നു. ഡൽഹി നാഷണൽ ലോ യൂണിവേഴ്സിറ്റിയിലെ പ്രൊഫ. മൃണാൾ സതീഷ് രാജ്യത്തെ എല്ലാ ഹൈക്കോടതികളിലും വിചാരണകോടതികളിലും സുപ്രീം കോടതിയിലും നടത്തിയ പഠനം കണ്ടെത്തിയത് 1983 മുതൽ 2009 വരെ ഹൈക്കോടതികൾ കൈകാര്യം ചെയ്ത ബലാത്സംഗക്കേസുകളിൽ 80 ശതമാനവും സുപ്രീം കോടതിയിൽ വന്ന ബലാത്സംഗക്കേസുകളിൽ 75 ശതമാനവും കുട്ടികൾക്കു നേരെയുള്ള ലൈംഗികാതിക്രമ കേസുകളിൽ 65 ശതമാനവും ഗ്രാമപ്രദേശങ്ങളിൽ നിന്നാണ് വന്നിട്ടുള്ളത് എന്നാണ്. ജാതി മേധാവിത്വവും ജന്മിപ്രാമാണിത്തവും ആധിപത്യം പുലർത്തുന്ന ഇന്ത്യൻ ഗ്രാമങ്ങളിൽ ബലാത്സംഗത്തെ കീഴ് ജാതിക്കാർക്കും ദരിദ്രർക്കും എതിരെ ഒരു ആയുധമായിട്ടുതന്നെ ഉപയോഗിക്കുന്നുണ്ട് എന്നതാണ് വാസ്തവം. ആർ എസ് എസ് മേധാവി മറ്റൊരു വെളിപാട് കൂടി നടത്തിയിരുന്നു; സ്ത്രീകളുടെ പരമ്പരാഗത ധർമ്മം വീട്ടിനുള്ളിൽ കഴിയുകയാണെന്നും അവിടെ ആ ധർമ്മങ്ങൾ വേണ്ടവിധം നിർവ്വഹിച്ചാൽ ആവശ്യമായ സംരക്ഷണം അവിടെ കിട്ടുമെന്നുമാണ് മോഹൻ ഭഗവതിന്റെ ആഹ്വാനം. ആർ എസ് എസ് മേധാവിയുടെ ഈ വാക്കുകൾ അമ്പരപ്പൊന്നും ഉണ്ടാക്കുന്നില്ല. മനുസ്മൃതിയുടെ കാലത്തോളം പഴക്കമുള്ള മനസ്സും ചിന്തകളുമായി നടക്കുന്ന ഇത്തരക്കാരുടെ തനിനിറം ഒരിക്കൽ കൂടി തുറന്നു കാണിക്കപ്പെട്ടു എന്ന് മാത്രം.

ജമാ അത്തെ ഇസ്ലാമി ഹിന്ദ് ജസ്റ്റിസ് വർമ്മ കമ്മിറ്റിക്ക് മുന്നിൽ സമർപ്പിച്ച പതിനൊന്നു നിർദ്ദേശങ്ങളിൽ ഏറ്റവും പ്രധാനപ്പെട്ടവ; പെൺകുട്ടികളെ പഠിപ്പിക്കാം പക്ഷേ, ആൺകുട്ടികളുമായുള്ള സഹവിദ്യാഭ്യാസമാണ് വലിയ കുഴപ്പം, അതുകൊണ്ട് സഹവിദ്യാഭ്യാസം അവസാനിപ്പിക്കണം; വിവാഹം കഴിക്കാതെയുള്ള ദാമ്പത്യമാണ് അതിക്രമങ്ങൾക്ക് കാരണം, അതും അവസാനിപ്പിക്കണം എന്നിവയാണ്.

സ്ത്രീ പുരുഷ സമത്വം എന്ന ആശയം തന്നെ പ്രകൃതി വിരുദ്ധമാണെന്നാണ് കാന്തപുരം മുസലിയാരുടെ അഭിപ്രായം. സ്ത്രീയും പുരുഷനും ഒന്നാണെന്ന് സ്ത്രീവിമോചനക്കാർ ധരിക്കുന്നിടത്താണത്രേ കുഴപ്പം! ഏതു സ്ത്രീവിമോചനക്കാരാണ് സ്ത്രീയും പുരുഷനും ഒന്നാണെന്ന് ധരിക്കുന്നത്? സ്ത്രീയും പുരുഷനും വ്യത്യസ്തമായ രണ്ടു ജൈവ പ്രകൃതികളാണ് എന്ന് തന്നെയാണ് സ്ത്രീവിമോചകരും പറയുന്നത്. കാന്തപുരം ചോദിക്കുന്നു, 'പരസ്പരം അംഗീകരിച്ചും ആദരിച്ചും സഹകരിച്ചും പ്രവർത്തിക്കേണ്ട രണ്ടു ഘടകങ്ങൾ തുല്യതയ്ക്കു വേണ്ടി മത്സരിക്കുന്നതെന്തിനാണ്? തുല്യതയ്ക്ക് വേണ്ടി സ്ത്രീകൾ ശബ്ദമുയർത്തുമ്പോൾ അത് സ്ത്രീകളും പുരുഷന്മാരും തമ്മിലുള്ള ഒരു ബലപരീക്ഷണമാണെന്ന് തോന്നുന്നത് കാന്തപുരത്തെപ്പോലുള്ള യാ

ഥാസ്ഥിതികർക്കാണ്, സ്ത്രീവിമോചകർക്കല്ല. 'പരസ്പരം അംഗീകരിച്ചും ആദരിച്ചും' ആണും പെണ്ണും കഴിയുന്ന ഒരു അവസ്ഥയെയാണ് തുല്യത എന്നതുകൊണ്ട് സ്ത്രീവിമോചനവാദികൾ അർത്ഥമാക്കുന്നത്. സ്ത്രീകളുടെ അവകാശങ്ങൾക്ക് വേണ്ടി സ്ത്രീകൾ മാത്രമല്ല വാദിക്കുന്നതും. നിയമം മാത്രമല്ല, സമൂഹത്തിന്റെ സമീപനമാണ് മാറേണ്ടത് എന്ന വാചകം ഡൽഹി കൂട്ടബലാത്സംഗത്തിന് ശേഷമുള്ള ചർച്ചകളിൽ നിരന്തരം ഉയർന്നു കേട്ടതാണ്. എന്നാൽ കാന്തപുരത്തെയും മൗലാന ജാലാലുദീൻ ഉമ്രിയെയും മോഹൻ ഭാഗവതിനെയും പോലുള്ളവർ ഈ വാചകം പറയുമ്പോൾ സൂക്ഷിക്കുക, അവർ ഉദ്ദേശിക്കുന്ന അർത്ഥം വേറെയാണ്; ഇന്നത്തെ സമൂഹത്തിൽ സ്ത്രീകൾ കൂടുതൽ സ്വതന്ത്രരായി നടക്കുന്നതുകൊണ്ടാണ് പ്രശ്നങ്ങളുണ്ടാകുന്നതെന്ന് ഒരു മടിയും കൂടാതെ പറഞ്ഞുവെക്കുകയാണ് ഇക്കൂട്ടർ. സ്ത്രീകൾ വീടിനകത്ത് കുടുംബിനീ ധർമ്മങ്ങൾ നിർവ്വഹിക്കുന്ന ഭാരതീയ സംസ്കാരത്തെ പുകഴ്ത്തുന്ന മോഹൻ ഭാഗവതും, 'സ്ത്രീകൾ ഇവിടെ നിലമറന്നു കളിക്കുകയാണ്, സ്വാതന്ത്ര്യം അനിയന്ത്രിതമാകുന്നതാണ് നമ്മുടെ പ്രശ്നം' എന്ന് പറയുന്ന കാന്തപുരം മുസലിയാരും സ്ത്രീകളെ വെറും അടിമകളും പ്രത്യുത്പാദന ഉപകരണങ്ങളും മാത്രമായാണ് കാണുന്നത്. 'ആദരിക്കലും അംഗീകരിക്കലും' പോയിട്ട് ഒരു മനുഷ്യ ജീവിയായിപ്പോലും സ്ത്രീകളെ കാണാൻ കൂട്ടാക്കാത്ത ജീർണ്ണിച്ച പുരുഷാധിപത്യത്തിന്റെ പ്രതിനിധികളാണ് ഇവർ.

സ്ത്രീകളുടെ സുരക്ഷിതത്വത്തെ ചൊല്ലി വമ്പിച്ച ജനരോഷം ഉയരുകയും സ്ത്രീകൾക്കുനേരെ സമൂഹത്തിലുണ്ടാകേണ്ട മനോഭാവമാറ്റത്തെക്കുറിച്ചു രാജ്യമാകെ ചർച്ച ചെയ്യുകയും ചെയ്യുന്ന ഈ ഘട്ടത്തിൽ ജനപ്രതിനിധികൾ കുറഞ്ഞത് തങ്ങളുടെ പ്രസ്താവനകൾ നല്കുന്ന കാര്യത്തിൽ ഉത്തരവാദിത്വവും ഗൗരവവും കാണിക്കേണ്ടതുണ്ട്. ആക്രമണങ്ങൾക്ക് ഇരകളാകുന്ന സ്ത്രീകളെ തന്നെ കുറ്റക്കാരായി കാണുന്ന ഫ്യൂഡൽ പിന്തിരിപ്പൻ ആൺകോയ്മ സമൂഹത്തിലാണ് ഇന്നും നാം ജീവിക്കുന്നത് എന്നത് അങ്ങേയറ്റം അസ്വസ്ഥതയുണ്ടാക്കുന്നതാണ്. സ്ത്രീകൾക്ക് പരിധി നിശ്ചയിച്ചു കൊടുക്കാൻ ബി ജെ പിയുടെ മദ്ധ്യപ്രദേശ് വ്യവസായമന്ത്രി കൈലാഷ് വിജയവാർഗ്ഗിയയ്ക്ക് ആരാണ് അധികാരം തന്നത്! സ്ത്രീകൾ പരിധി കടക്കുമ്പോൾ പണ്ട് സീത ലക്ഷ്മണരേഖ മറികടന്നപ്പോൾ ഉണ്ടായതുപോലെ ശിക്ഷ ഏറ്റുവാങ്ങേണ്ടി വരുമത്രേ! വർഷങ്ങളായി രാഷ്ട്രീയത്തിൽ പ്രവർത്തിക്കുന്ന ഒരു സംസ്ഥാന ക്യാബിനറ്റ് മന്ത്രിയായ ഒരാൾക്ക് സ്ത്രീകൾക്ക് നേരെ നടക്കുന്ന ലൈംഗിക അതിക്രമങ്ങളുടെ ഗൗരവം മനസ്സിലാകുന്നില്ല എന്നത് അങ്ങേയറ്റം അപമാനകരമാണ്. ആദ്യമായിട്ടല്ല കൈലാഷ് വിജയവാർഗ്ഗിയ ഇത്തരത്തിൽ സ്ത്രീകൾക്കെതിരായ തരംതാണ പ്രസ്താവനകൾ നടത്തുന്നത്. 2012 ജൂലായ് മാസത്തിൽ ആസ്സാമിൽ ഒരു പതിനേഴുകാരി പെൺകുകട്ടിക്ക് നേരെ ഒരു കൂട്ടം ആളുകൾ പര

സ്യമായി നടത്തിയ ഹീനമായ ആക്രമണത്തിന്റെ സംഭവത്തെക്കുറിച്ച് സ്ത്രീകൾ മറ്റുള്ളവരെ പ്രകോപിപ്പിക്കുന്ന വസ്ത്രധാരണം നടത്തുന്നതാണ് പ്രശ്നമെന്ന നിലയിലാണ് ഇദ്ദേഹം പ്രതികരിച്ചത്.

സ്ത്രീകളെ സംരക്ഷിക്കാൻ ഉത്തരവാദപ്പെട്ട ഒരു സംവിധാനത്തിന്റെ മേധാവിയെന്ന നിലയിലാണ് ചത്തീസ്ഗഢിലെ വനിതാ കമീഷൻ അദ്ധ്യക്ഷയുടെ കണ്ടെത്തൽ കൂടുതൽ എതിർക്കപ്പെടേണ്ടത്. സ്ത്രീകൾക്കെതിരായ കുറ്റങ്ങൾക്ക് സ്ത്രീകളും ഒരുപോലെ ഉത്തരവാദികളാണെന്ന് പ്രസ്താവിച്ച വനിതാ കമീഷൻ അദ്ധ്യക്ഷ വിഭറാവുവിനോട് ഒരു വിശദീകരണം ചോദിക്കാനുള്ള ആർജ്ജവം പോലും ബി ജെ പി ദേശീയ നേതൃത്വം ഇതുവരെ കാണിച്ചില്ല. രാഷ്ട്രപതിയുടെ മകനും ബംഗാളിൽ നിന്നുള്ള കോൺഗ്രസ് എം പിയുമായ അഭിജിത് മുഖർജി ഡൽഹിയിലെ പ്രതിഷേധത്തിൽ പങ്കെടുത്ത സ്ത്രീകളെയെല്ലാം മോശക്കാരെന്നു ആക്ഷേപിക്കുകയാണ് ചെയ്തത്. ആന്ധ്രയിലെ കോൺഗ്രസ് പ്രസിഡന്റ് സ്ത്രീസ്വാതന്ത്ര്യമെന്നാൽ രാത്രിയിൽ ഇറങ്ങി നടക്കാനുള്ളതല്ല എന്നാണു ഉപദേശിച്ചത്. ഏറ്റവും ഒടുവിൽ ഉത്തരാഖണ്ഡ് കോൺഗ്രസ് സർക്കാരിന്റെ തിട്ടൂരവും ഇറങ്ങി, സ്ത്രീകളെ വൈകുന്നേരം ആറുമണിക്ക് ശേഷം ജോലിക്ക് നിയോഗിച്ചു കൂടാ എന്ന്. ഡൽഹി പൊലീസ് പറയുന്നത് ക്ലാസ് കഴിഞ്ഞാൽ പെൺകുട്ടികൾ നേരെ വീട്ടിൽ പോകണമെന്നാണ്. സ്ത്രീകൾക്ക് നേരെയുള്ള അതിക്രമങ്ങൾ തടയാൻ ഇനി സ്ത്രീകളാരും വീടിനു പുറത്ത് ഇറങ്ങുകയേ വേണ്ട എന്ന് ഭരണാധികാരികൾ പറഞ്ഞാലും അമ്പരക്കേണ്ട; പക്ഷേ, അപ്പോൾ വീടിനകത്തുള്ള അതിക്രമങ്ങളോ?

സ്ത്രീകളുടെ സ്വാതന്ത്ര്യത്തിനും അവകാശത്തിനും വേണ്ടി ശബ്ദമുയർത്തുന്നവർ മാത്രമല്ല ഇന്ന് രംഗത്തു വന്ന് സ്ത്രീ സംരക്ഷണത്തിന് വേണ്ടി വാദിക്കുന്നത്. സ്ത്രീകളെ വീടിനകത്ത് നിയന്ത്രിച്ചു നിർത്തുന്നതാണ് കുടുംബത്തിനും സമൂഹത്തിനും നല്ലതെന്നു വിശ്വസിക്കുന്നവരും ഇപ്പോഴത്തെ സാഹചര്യം ഉപയോഗപ്പെടുത്തി സ്ത്രീകളെ തളയ്ക്കാൻ രംഗത്തിറങ്ങിയിട്ടുണ്ട്, ജാഗ്രത!! പശ്ചിമ ബംഗാളിലെ മുർഷിദാബാദ് സി പി ഐ(എം) എം എൽ എ മമത ബാനർജിക്കെതിരെ നടത്തിയ പരാമർശം സ്ത്രീ എന്ന നിലയിൽ അവരെ അധിക്ഷേപിക്കുന്നതാണ് എന്നതിനാൽ സി പി എം ബംഗാൾ സംസ്ഥാന കമ്മിറ്റി അദ്ദേഹത്തിനെതിരെ പരസ്യശാസന നല്കി മാതൃക കാണിച്ചു. എന്നാൽ ബി ജെ പിയുടെയും കോൺഗ്രസിന്റെയും മന്ത്രിമാരും ജനപ്രതിനിധികളും നേതാക്കന്മാരും സ്ത്രീകളെ അധിക്ഷേപിക്കുന്ന പ്രസ്താവനകൾ നടത്തിയിട്ട് പേരിനു ക്ഷമ ചോദിച്ചു എന്നല്ലാതെ ആ പാർട്ടികളുടെ തലപ്പത്തിരിക്കുന്നവരിൽ നിന്നും ഒരു വാക്കും ഇവർക്കെതിരായി കേട്ടില്ല. ആർ എസ് എസിന്റെയും സ്ത്രീകളെ നികൃഷ്ടമായി അധിക്ഷേപിച്ച ആശാറാം ബാപു എന്ന കള്ളസന്ന്യാസിയുടെയും സ്ത്രീവിരുദ്ധതയെ ന്യായീകരിക്കാനും ഒരുവിഭാഗം ബി ജെ പിക്കാർ തയ്യാറായി! കോൺ

ഗ്രസ് പ്രസിഡന്റ് സോണിയ ഗാന്ധിയാകട്ടെ സ്വന്തം പാർട്ടിക്കാരുടെ സ്ത്രീവിരുദ്ധ ജല്പനങ്ങളൊന്നും കേട്ട മട്ടുമില്ല. സൂര്യനെല്ലിക്കേസിലെ പെൺകുട്ടിയെ വേശ്യയെന്നും അവളുടെ മാതാപിതാക്കളെ മോശക്കാരെന്നും പരസ്യമായി അധിക്ഷേപിച്ച കെ സുധാകരൻ എം പി കടുത്ത നിയമലംഘനമാണ് നടത്തിയിട്ടുള്ളത്. എന്നാൽ സോണിയഗാന്ധിയും കോൺഗ്രസും ഇതൊന്നും അറിഞ്ഞ ലക്ഷണമില്ല.

രാജ്യത്തെ ഞെട്ടിച്ച കൂട്ടബലാത്സംഗത്തിനു ശേഷം പല ദേശീയ മാധ്യമങ്ങളും സ്ത്രീകൾക്കെതിരായ ലൈംഗിക അതിക്രമങ്ങളെ സംബന്ധിച്ച വാർത്തകൾ നിരന്തരം റിപ്പോർട്ട് ചെയ്യുന്നുണ്ട്. ഡൽഹിയിൽ നിന്നും രാജ്യത്തിന്റെ വിവിധ ഭാഗങ്ങളിൽ നിന്നും സ്ത്രീകൾക്കുമേലുള്ള അതിക്രമവാർത്തകളുടെ ഘോഷയാത്രയാണ് മാധ്യമങ്ങളിൽ ഇപ്പോഴുള്ളത്. ഇതൊക്കെ എന്തുകൊണ്ടാണ് മാധ്യമങ്ങളുടെയോ പൊതു സമൂഹത്തിന്റെയോ മുഖ്യ പ്രശ്നമായി ഇത്രയും കാലം വരാതിരുന്നത് എന്ന ചോദ്യം ഉന്നയിക്കേണ്ടതുണ്ട്. ഇന്ന് മാധ്യമങ്ങളിലും പൊതുസമൂഹത്തിലും സ്ത്രീകൾക്ക് നേരെ നടക്കുന്ന അതിക്രമങ്ങൾ സംബന്ധിച്ച് സ്വീകരിക്കപ്പെടുന്ന പരിഗണനയും ജാഗ്രതയും സ്ഥായിയായി നിലനില്ക്കുമോ എന്ന ചോദ്യവും പ്രസക്തമാണ്. മാധ്യമങ്ങളിൽ സ്ത്രീകളെ സംബന്ധിച്ച വാർത്തകൾ താരതമ്യേന അപ്രധാനവും ചിലപ്പോഴൊക്കെ കൗതുകകഥകളും ആയി മാത്രം കൈകാര്യം ചെയ്യപ്പെടുന്നതെന്താണെന്നതും ഉന്നയിക്കേണ്ടതുണ്ട്. സ്ത്രീപ്രശ്നങ്ങളിൽ പൊതുസമൂഹത്തിന്റെയും ജനാധിപത്യ പ്രസ്ഥാനങ്ങളുടെയും മാധ്യമങ്ങളുടെയും നിരന്തരമായ ജാഗ്രതയും ഇടപെടലും പരിപൂർണ്ണ പിന്തുണയുമാണ് ഏറ്റവും ആവശ്യം.

ഡൽഹിയിലെ കൂട്ടബലാത്സംഗത്തിന്റെ പശ്ചാത്തലത്തിൽ ലൈംഗിക അതിക്രമങ്ങൾ തടയുന്ന നിയമം കർക്കശമാക്കണമെന്ന ആവശ്യം ശക്തമായി ഉയർന്നിരുന്നു. ലോകസഭയിൽ അവതരിപ്പിച്ച ക്രിമിനൽ ലോ അമെന്റ്മെന്റ് ബിൽ 2012 എത്രയും പെട്ടെന്ന് നിയമമാക്കുകയെന്ന ലക്ഷ്യത്തോടെയാണ് ജസ്റ്റീസ് വർമ്മാ കമ്മിറ്റിയെ കേന്ദ്ര സർക്കാർ നിയോഗിച്ചത്. സ്ത്രീകൾക്ക് നേരെ വർദ്ധിക്കുന്ന അതിക്രമങ്ങൾക്ക് കാരണം ഭരണ വീഴ്ചയാണെന്ന വർമ്മ കമ്മിറ്റിയുടെ വിമർശനം രാജ്യത്തെ നീതിന്യായ നിർവ്വഹണത്തിൽ സംഭവിക്കുന്ന വീഴ്ചകൾക്കും, ഇരകൾക്കും അവരുടെ കുടുംബങ്ങൾക്കും നേരെ കടുത്ത അവഗണ കാണിക്കുന്ന ഭരണത്തിനും നേരെയുള്ളതാണ്. സ്ത്രീകൾക്ക് സംരക്ഷണം നല്കാൻ ഉത്തരവാദപ്പെട്ടവർ അതിൽ വീഴ്ച വരുത്തിയാൽ അവർക്കെതിരെ നടപടി വേണമെന്ന മഹിളാ അസോസിയേഷൻ അടക്കമുള്ള സ്ത്രീ സംഘടനകളുടെ ആവശ്യം വർമ്മ കമ്മിറ്റിയും ശരിവെച്ചു. അക്രമികൾക്ക് വധശിക്ഷ നല്കണമെന്ന ആവശ്യം സംബന്ധിച്ചും ശരിയായ നിലപാട് തന്നെയാണ് വർമ്മ കമ്മിറ്റി സ്വീകരിച്ചത്. ഇപ്പോൾ തന്നെ ബലാത്സംഗക്കേസുകളിൽ നാലിലൊന്ന് മാത്രം ശിക്ഷിക്കപ്പെടുന്ന

സാഹചര്യത്തിൽ വധശിക്ഷ ഏർപ്പെടുത്തിയത് കൊണ്ട് മാത്രം ബലാത്സംഗത്തെ നേരിടാനാകില്ല. മാത്രമല്ല, തെളിവുകൾ അവശേഷിക്കാതിരിക്കാൻ ഇരയെ കൊന്നു കളയാനും അക്രമികൾ തയ്യാറാകുന്ന നില വരും. ഡൽഹിയിലെ അക്രമികളടക്കമുള്ള അതിക്രൂരന്മാരായ കുറ്റവാളികൾക്ക് വധശിക്ഷപോലെ ഏറ്റവും കടുത്ത ശിക്ഷ തന്നെയാണ് നല്കേണ്ടത്. എന്നാൽ ബലാത്സംഗത്തിന് വധശിക്ഷ എന്നു വന്നാൽ ഇന്ന് നിയമത്തിനു മുന്നിൽ എത്തുന്ന അത്രയും പോലും കേസുകൾ എത്താതിരിക്കുകയും കുറ്റവാളികൾ രക്ഷപെടുകയും ചെയ്യുന്ന സാഹചര്യം സൃഷ്ടിക്കുമെന്ന ആശങ്കയും നിലനില്ക്കുന്നുണ്ട്. ബലാത്സംഗ ക്കുറ്റങ്ങൾക്ക് ജീവപര്യന്തം തടവ് തന്നെ നല്കണം. പക്ഷേ, ഈ ശിക്ഷ നല്കുമ്പോൾ കാലാവധി കുറ്റവാളിയുടെ മരണം വരെയുണ്ടാവണം. ബലാത്സംഗക്കുറ്റവാളികൾക്ക് പരോൾ അനുവദിക്കാതിരിക്കുന്ന തരത്തിൽ മാറ്റങ്ങൾ നിലവിലുള്ള നിയമത്തിൽ കൊണ്ട് വരേണ്ടതുണ്ട്.

കാര്യക്ഷമമായ അന്വേഷണം നടത്താനും അതിവേഗം വിചാരണ പൂർത്തിയാക്കി ഇരകൾക്ക് നീതി ലഭിക്കുവാനും പറ്റുന്ന സംവിധാനങ്ങളുണ്ടാവുകയാണ് ഏറ്റവും പ്രധാനം. പ്രത്യേക അന്വേഷണ സംവിധാനങ്ങളും ഫാസ്റ്റ് ട്രാക്ക് കോടതികളും സ്ഥാപിക്കണം. അന്വേഷണഘട്ടത്തിൽ ഇരകളായ സ്ത്രീകളും അവരുടെ കുടുംബങ്ങളും വീണ്ടും അപമാനിക്കപ്പെടില്ലെന്ന് ഉറപ്പു വരുത്തണം.

എന്നാൽ ജസ്റ്റിസ് വർമ്മ കമ്മിറ്റിയുടെ സമഗ്രറിപ്പോർട്ടിൽ വെള്ളം ചേർത്ത്, അതിൽ ഉൾപ്പെടുത്തിയിരുന്ന സുപ്രധാന നിർദ്ദേശങ്ങൾ ഒഴിവാക്കിക്കൊണ്ടാണ് യു പി എ സർക്കാർ അതിക്രമങ്ങളിൽ നിന്ന് സ്ത്രീകളെ സംരക്ഷിക്കുന്ന ഓർഡിനൻസ് കൊണ്ടുവന്നിട്ടുള്ളത്. ഫെബ്രുവരി 21 നു തുടങ്ങുന്ന പാർലമെന്റ് സമ്മേളനത്തിൽ ഈ ഓർഡിനൻസ് ബില്ലാക്കി പാസ്സാക്കുന്ന ഘട്ടത്തിലെങ്കിലും ഒഴിവാക്കപ്പെട്ട സുപ്രധാന നിർദ്ദേശങ്ങൾ പരിഗണിക്കുമോ എന്നാണ് ഇനി അറിയേണ്ടത്.

സുരക്ഷിതത്വത്തിനും അഭിമാനത്തിനും തുല്യ അവകാശങ്ങൾക്കുമായുള്ള സ്ത്രീകളുടെ പോരാട്ടങ്ങളെ പിന്തുണയ്ക്കുന്നതിനുള്ള മനോഭാവം ഓരോ പൗരനിലും ഉണ്ടാക്കിയെടുക്കേണ്ടതുണ്ട്. ഇന്ത്യൻ ഭരണഘടന ഉറപ്പു നല്കിയിട്ടുള്ള ലിംഗതുല്യതയാണ് സ്ത്രീകൾ ആവശ്യപ്പെടുന്നത്. ഇതാരുടെയെങ്കിലും സൗജന്യമല്ല, സ്ത്രീകളുടെ അവകാശമാണ്. എന്നാൽ പ്രാകൃത യുഗത്തിലെ മൂല്യബോധത്തെ അടിസ്ഥാനപ്പെടുത്തി സ്ത്രീജീവിതത്തെ നിയന്ത്രിക്കാൻ പുറപ്പെടുന്നവർ വർദ്ധിക്കുന്ന സ്ത്രീപീഡനങ്ങൾ തങ്ങളുടെ സ്ത്രീവിരുദ്ധ ആശയങ്ങൾ അടിച്ചേൽപ്പിക്കാൻ പറ്റിയ ഒരു അവസരമായിട്ട് ഉപയോഗിക്കും എന്നത് നാം തിരിച്ചറിയണം. മതത്തിന്റെയും സമുദായത്തിന്റെയും വിശ്വാസത്തിന്റെയും സംസ്കാരത്തിന്റെയും ഒക്കെ പേരിൽ അവർ ഒരുക്കുന്ന കെണിയിൽ പെടാതിരിക്കുന്നതിനുള്ള ജാഗ്രത ആധുനിക സമൂഹം പ്രകടിപ്പിക്കേണ്ടതുണ്ട്.

ഇന്ത്യൻ സമൂഹത്തിലെ സങ്കീർണ്ണമായ വിവേചനത്തിന്റെ അടരുകൾ ലക്ഷ്യമാക്കിക്കൊണ്ടാണ് ഭരണഘടന എല്ലാത്തരത്തിലും ഉള്ള തുല്യത സംബന്ധിച്ച അവകാശം പൗരർക്ക് ഉറപ്പു നൽകിയിരിക്കുന്നത്. മനുസ്മൃതിയെപ്പോലുള്ള പുരാതന നിയമാവലികൾ സ്ത്രീകൾക്കും ജാതിവ്യവസ്ഥയിലെ കീഴാളർക്കും മേൽ അടിച്ചേല്പ്പിച്ച അധമത്വതിന്റെ ആഴം അറിഞ്ഞു തന്നെയാണ്, പില്ക്കാലത്ത് ഇന്ത്യൻ ഭരണഘടനയുടെ രൂപീകരണത്തിന് നേതൃത്വം കൊടുത്ത, ഡോ. അംബേദ്കർ *മനുസ്മൃതി* കത്തിച്ചു പ്രതീകാത്മകമായി വിവേചനത്തിന്റെ മാമൂലുകൾക്കെതിരെ പ്രതികരിച്ചത്. എന്നാൽ സ്ത്രീകളുടെ മാത്രമല്ല, ദളിതരുടെയും പുരോഗതിയെ തടയാൻ *മനുസ്മൃതി*യെ കൂട്ടുപിടിക്കുന്നവർ ഇന്ത്യയുടെ ഭരണഘടനയെ തന്നെ ചോദ്യം ചെയ്യുകയാണ്. ജാതിമേധാവിത്തത്തിന്റെയും ജന്മിത്വത്തിന്റെയും പുരുഷാധിപത്യത്തിന്റെയും സവിശേഷ അധികാരങ്ങൾ കൈവിടാൻ തയ്യാറാകാതെ പഴഞ്ചൻ അടിമത്തകാലത്തെ പുന:സ്ഥാപിക്കാൻ ഒരു കൂട്ടം ആളുകൾ ഈ ആധുനിക കാലത്തും തയ്യാറാകുമ്പോൾ സ്ത്രീകളുടെ മാത്രമല്ല സമൂഹത്തിന്റെതന്നെ ശത്രുക്കളായി അവരെ കാണണം. സ്ത്രീകളെ വീടിനകത്തേക്ക് തിരിച്ചു വിളിക്കുകയല്ല, സ്ത്രീകളുടെ സ്വാതന്ത്ര്യത്തിനുതടസ്സം നില്ക്കുന്ന പുരുഷാധിപത്യക്കോമരങ്ങളെ നിലയ്ക്ക് നിർത്തുകയാണ് വേണ്ടത്.

(2013)

സൗമ്യക്കേസും അവസാനിക്കാത്ത ചോദ്യങ്ങളും

കേരളത്തെയാകെ ഞെട്ടിക്കുകയും വേദനിപ്പിക്കുകയും ചെയ്ത സൗമ്യവധക്കേസിൽ തൃശൂരിലെ അതിവേഗക്കോടതി ഗോവിന്ദച്ചാമിയെ കുറ്റക്കാരനെന്ന് കണ്ടെത്തിയിരിക്കുന്നു. ഈ ലേഖനം അച്ചടിച്ചുവരുമ്പോഴേക്ക് ഗോവിന്ദച്ചാമിക്കുള്ള ശിക്ഷയും കോടതി വിധിച്ചിരിക്കും. കൊലപാതകവും മാനഭംഗവുമടക്കം നിരവധി ഗുരുതരമായ കുറ്റങ്ങൾ ഗോവിന്ദച്ചാമി ചെയ്തുവെന്ന കോടതിയുടെ കണ്ടെത്തൽ കുറ്റവാളിക്ക് കടുത്ത ശിക്ഷതന്നെ കിട്ടുമെന്ന സൂചനയാണ് നല്കുന്നത്.* ഒരു ക്രൂരമായ കൊലപാതകം ജനങ്ങളുടെ മനസ്സിൽ സൃഷ്ടിക്കാറുള്ള ഞെട്ടലും ആഘാതവും സാധാരണഗതിയിൽ കുറച്ചുദിവസങ്ങൾക്കുശേഷം മറന്നുപോവുകയും അവയുടെസ്ഥാനത്ത് പുതിയ സംഭവങ്ങൾ കടന്നുവരികയും ചെയ്യുകയാണ് കാണാറുള്ളതെങ്കിൽ സൗമ്യയുടെ കൊലപാതകം കഴിഞ്ഞ എട്ടുമാസമായി കേരളസമൂഹത്തിൽ സജീവചർച്ചയ്ക്കും പ്രതികരണങ്ങൾക്കും വിഷയമായി എന്നത് ശ്രദ്ധേയമാണ്. അതിന്റെ കാരണങ്ങൾ പലതാണ്. അവയിൽനിന്ന് ചില പാഠങ്ങൾ പഠിക്കാനുമുണ്ട്.

എറണാകുളത്ത് ജോലിചെയ്യുന്ന സൗമ്യ വീട്ടിലേക്കു മടങ്ങുന്ന യാത്രയ്ക്കിടയിൽ രാത്രിയോടെ വിജനമായ ട്രെയിൻ കമ്പാർട്ടുമെന്റിൽ വെച്ചാണ് ആക്രമിക്കപ്പെടുന്നത്. അവിടെനിന്ന് അക്രമി അവളെ പുറത്തേക്ക് തള്ളിയിട്ട് ഇരുളിന്റെ മറവിൽ ക്രൂരമായി ബലാത്സംഗം ചെയ്യുകയും മാരകമായി പരിക്കേല്പിക്കുകയും ചെയ്തു. സൗമ്യയുടെ യാത്ര ഒരിക്കലും ഒരു സാഹസിക യാത്രയായിരുന്നില്ല. ആയിരക്കണക്കിന് സ്ത്രീകൾ തൊഴിലിനായി ദിവസവും നടത്തുന്ന പതിവുയാത്രകളി

---

* *സൗമ്യക്കേസിൽ കുറ്റവാളിക്ക് വധശിക്ഷ നല്കി കൊണ്ട് കീഴ്ക്കോടതി വിധി വന്നു. ഇത് ഹൈക്കോടതി ശരിവച്ചു. സുപ്രീം കോടതിയിലെ അപ്പീൽ പരിഗണനക്ക് ശേഷം എത്രയും വേഗം നീതി നടപ്പിലാക്കും എന്നു പ്രതീക്ഷിക്കാം.*

ലൊന്ന്. കേരളത്തിലങ്ങോളമിങ്ങോളമോടുന്ന പാസഞ്ചർ ട്രെയിനുകളിലും മറ്റു ട്രെയിനുകളിലും വെളുപ്പിന് അഞ്ചുമണിമുതൽ രാത്രി പത്തരമണിവരെയുള്ള സമയത്തിനിടയിൽ ജോലിക്കായി യാത്രചെയ്യുന്ന ധാരാളം സ്ത്രീകളെ കാണാം. എത്ര ബുദ്ധിമുട്ടിയാലും വേണ്ടില്ല രാത്രിയിൽ സ്വന്തംവീട്ടിലെ തങ്ങളുടെ സാന്നിദ്ധ്യം ഒഴിച്ചുകൂടാനാവില്ല എന്നതുകൊണ്ടുമാത്രം യാത്രയുടെ ക്ലേശം പേറുന്നവരാണ് ഇവരിൽ നല്ലപങ്കും. ഇവരാരും സാഹസികരല്ല, നിവൃത്തികേടുകൊണ്ട് സ്വന്തം ശരീരത്തെയും മനസ്സിനെയും ക്ലേശിപ്പിച്ചും യാത്ര ചെയ്യുന്നവർ.

ഈ പതിവുയാത്രകളെ കൊച്ചുവർത്തമാനങ്ങളും വായനയും ഉറക്കവുമൊക്കെയായി തങ്ങളുടെ സ്വന്തം സമയമാക്കി മാറ്റുന്ന ആയിരക്കണക്കിന് സ്ത്രീകളുടെ മനസ്സിൽ സൗമ്യയുടെ ദാരുണമായ അനുഭവം സൃഷ്ടിച്ച ആഘാതം ചെറുതല്ല. സന്ധ്യയ്ക്കുശേഷം തനിച്ചു യാത്രചെയ്യേണ്ടിവരുന്ന ഓരോ സ്ത്രീയും എപ്പോഴുമൊരു അപകടത്തിന്റെ ഉത്കണ്ഠയിലാണ്. തങ്ങളുടെ ദിവസത്തിന്റെ നല്ലപങ്കും യാത്രയിൽ ചെലവഴിക്കുന്ന സ്ത്രീകൾ ഓരോ നിമിഷവും അനുഭവിക്കുന്ന ഉത്കണ്ഠയെ തീവ്രമാക്കുകയാണ് സൗമ്യയുടെ അനുഭവം ചെയ്തത്. ട്രെയിൻ, റെയിൽവേസ്റ്റേഷൻ, ബസ്, ബസ്സ്റ്റാന്റ് എന്നിവയൊക്കെ പൊതുസ്ഥലങ്ങളാണ്. കേന്ദ്ര-സംസ്ഥാന-പ്രാദേശിക സർക്കാരുകളുടെ മേൽനോട്ടവും ഉത്തരവാദിത്വവും ഉണ്ടാകേണ്ട ഇടങ്ങളാണ്. നിരന്തരം തങ്ങൾ സഞ്ചരിക്കുകയും സമയം ചെലവഴിക്കുകയും ചെയ്യുന്ന ഈ ഇടങ്ങളിൽ തങ്ങൾ സുരക്ഷിതരല്ല എന്ന ബോധം യാത്രചെയ്യുന്ന സ്ത്രീകളുടെ ആത്മവിശ്വാസത്തെ തകർക്കുകയാണ് ചെയ്യുന്നത്. തങ്ങളോരോരുത്തരും ഒരു സൗമ്യയാണ് എന്ന ഭീതിയിൽ കേരളത്തിൽ സ്ത്രീകൾ സഞ്ചരിക്കേണ്ടിവരുന്നു എന്ന യാഥാർത്ഥ്യത്തെ സജീവ ചർച്ചയ്ക്ക് വിഷയമാക്കാൻ സൗമ്യയുടെ അനുഭവം പ്രേരണയായി.

എന്നാൽ ഈ വിഷയത്തിൽ സുപ്രധാന ഉത്തരവാദിത്വമുള്ള റെയിൽവെയുടെ പ്രതികരണമാണ് കൂടുതൽ ഞെട്ടലുണ്ടാക്കുന്നത്. സൗമ്യവധത്തെത്തുടർന്ന് ട്രെയിനുകളിൽ സുരക്ഷ ഉറപ്പാക്കും എന്ന പ്രഖ്യാപനമല്ലാതെ കഴിഞ്ഞ എട്ടുമാസത്തിനിടയിൽ ഇതുസംബന്ധിച്ച് ഒരു നടപടിയും റെയിൽവെ സ്വീകരിച്ചിട്ടില്ല. സൗമ്യ സഞ്ചരിച്ച എറണാകുളം ഷൊർണൂർ പാസഞ്ചറും മറ്റു ട്രെയിനുകളും ഇപ്പോഴും സ്ത്രീകൾക്ക് ഒരു സുരക്ഷിതത്വവും നല്കാതെ ഇരുളിൽ സഞ്ചരിച്ചുകൊണ്ടേയിരിക്കുകയാണ്. ഈ വധത്തിനുശേഷവും ട്രെയിനുകളിൽ പല സ്ത്രീകൾക്ക് കയ്യേറ്റങ്ങൾ നേരിടേണ്ടിവന്നു. റെയിൽവെസ്റ്റേഷൻ പരിസരങ്ങളിലെ ഇരുട്ടിന്റെ മറവിൽ സ്ത്രീകൾ ആക്രമിക്കപ്പെട്ട സംഭവങ്ങളുണ്ടായി. എന്നാൽ വനിതാ സംഘടനകളുടെയും എം പിമാരുടെയും നിരന്തര ആവശ്യങ്ങളെ പൂർണ്ണമായും അവഗണിക്കുകയാണ് റെയിൽവെ ചെയ്യുന്നത്. റെയിൽവെ പ്രൊട്ടക്ഷൻ ഫോഴ്സി (ആർ പി എഫ്)നാണ് ട്രെയിനുകളിലെ സുരക്ഷാ ചുമതല. എൺപതിനായിരത്തോളം ഒഴിവു

കളാണ് ആർ പി എഫിൽ ഇന്നുള്ളത്. സ്ത്രീകളുടെ സുരക്ഷയ്ക്കായി വനിതാ ആർ പി എഫിനെ മഹിളാവാഹിനി എന്ന പേരിൽ സജ്ജമാക്കും എന്ന് റെയിൽവെ പ്രഖ്യാപിച്ചിട്ട് വർഷം മൂന്നായി. ഇത്ര ദാരുണമായ സംഭവങ്ങളുടെ പശ്ചാത്തലത്തിൽപ്പോലും റെയിൽവെ കടുത്ത അവഗണനയാണ് സ്ത്രീ യാത്രക്കാരുടെ സുരക്ഷിതത്വത്തിൽ കാണിക്കുന്നത്.

സംസ്ഥാനസർക്കാരിന്റെ ആഭ്യന്തരവകുപ്പിൽനിന്ന് പൊലീസുകാരെ (ജി ആർ പി എഫ്) സംസ്ഥാനത്ത് സഞ്ചരിക്കുന്ന ട്രെയിനുകളിൽ യാത്രക്കാരുടെ സുരക്ഷയ്ക്കായി നിയോഗിക്കുന്നതിനെ ഇല്ലാതാക്കാനാണ് റെയിൽവെ ഇപ്പോൾ ശ്രമിക്കുന്നത്. യഥാർത്ഥത്തിൽ സംസ്ഥാനത്തെ സ്ഥിരം കുറ്റവാളികളെ സംബന്ധിച്ചും അവരുടെ മറ്റ് ബന്ധങ്ങൾ സംബന്ധിച്ചും സംസ്ഥാന പൊലീസിനാണ് കൂടുതൽ ധാരണയുണ്ടാവുക. അതുകൊണ്ടുതന്നെ സംസ്ഥാന പൊലീസ് സേനയെ ആർ പി എഫിനൊപ്പം സംസ്ഥാനത്തെ ട്രെയിനുകളിലും റെയിൽവെസ്റ്റേഷൻ പരിസരത്തും കൂടുതൽ വിന്യസിക്കുന്നതിനുള്ള തീരുമാനമാണുണ്ടാകേണ്ടത്. വനിതാ കമ്പാർട്ടുമെന്റുകളിൽ ആയുധധാരികളായ വനിതാ പൊലീസിനെ നിയോഗിക്കാനുള്ള കഴിഞ്ഞ ഇടതുസർക്കാരിന്റെ തീരുമാനവും നടപ്പാക്കേണ്ടതുണ്ട്.

സൗമ്യവധക്കേസിൽ കേരളത്തിലെ പൊതുസമൂഹം, വിശേഷിച്ച് വനിത-യുവജനസംഘടനകൾ ഉയർത്തിയ പ്രതിഷേധക്കൊടുങ്കാറ്റ് ഈ വിഷയത്തെ സജീവമാക്കുന്നതിൽ നിർണ്ണായക പങ്കുവഹിച്ചിട്ടുണ്ട്. പൊതുസമൂഹത്തിന്റെ ആകെ പ്രതികരണം ഇത്തരത്തിലുള്ള പ്രശ്നങ്ങളിൽ ഉണർത്തുന്നതിൽ ബഹുജന സംഘടനകളുടെ പങ്കിനെ അടിവരയിടുന്നതായിരുന്നു ഈ പ്രക്ഷോഭങ്ങൾ. സൗമ്യയുടെ കുറ്റവാളിയെ കണ്ടെത്തുന്നതിൽ പ്രധാന പങ്കുവഹിച്ച തൃശൂർ മെഡിക്കൽകോളേജിൽ ആദ്യം സൗമ്യയെ പരിശോധിച്ച ഡോ. തനൂജയും തെളിവുകൾവെച്ച് ഉടനെ കുറ്റവാളിയെ തേടിപ്പിടിച്ച പൊലീസും കാണിച്ച കാര്യക്ഷമത വളരെ ശ്രദ്ധേയമാണ്. ജാഗ്രതയോടെ പ്രതികരിക്കേണ്ടവർ നിഷ്ക്രിയരാകുകയോ നിസംഗരാകുകയോ ചെയ്യുമ്പോൾ കുറ്റവാളികൾ രക്ഷപ്പെടുന്ന സ്ഥിരം അനുഭവങ്ങളിൽനിന്ന് തികച്ചും വ്യത്യസ്തമായിട്ടാണ് സൗമ്യ വധക്കേസിൽ ഉണ്ടായത്. നീതിയും ന്യായവും നടപ്പാക്കുന്നതിൽ ഓരോ ചുവടിലും സൂക്ഷിക്കേണ്ട സാമൂഹ്യ ഉത്തരവാദിത്വത്തെക്കുറിച്ച് ഉദ്യോഗസ്ഥർക്ക് എത്രമാത്രം തിരിച്ചറിവുണ്ടാകണമെന്നതാണ് ഇത് സൂചിപ്പിക്കുന്നത്.

സൗമ്യ വധക്കേസിനെ ഏറ്റവും ശ്രദ്ധേയമാക്കുന്നത് നീതിന്യായ സംവിധാനത്തിന്റെ കാര്യക്ഷമതയും കൃത്യതയുമാണ്. മറ്റ് പല കേസുകളും മാറ്റിവെച്ചുകൊണ്ട് കഴിഞ്ഞ എട്ടുമാസംകൊണ്ട് ഈ കേസിലെ കുറ്റവാളിയെ നിയമത്തിനുമുന്നിൽ കീഴ്പ്പെടുത്താനും ഒരു പാവം പെൺകുട്ടിക്കും അവളുടെ കുടുംബത്തിനും നീതി ഉറപ്പുവരുത്താനും പ്രോ

സിക്യൂഷനും തൃശൂർ അതിവേഗക്കോടതിയും കാണിച്ച ജാഗ്രത അഭിനന്ദനീയമാണ്. പബ്ലിക് പ്രോസിക്യൂട്ടറുടെ അങ്ങേയറ്റത്തെ ആത്മാർത്ഥമായ ഇടപെടൽ ഈ കേസിലുണ്ടായി. നിയമത്തിന്റെ സാങ്കേതികതകൾക്കപ്പുറം സ്ത്രീനീതിയുടെയും സാമൂഹ്യനീതിയുടെയും സന്ദേശമുയർത്തിപ്പിടിക്കുന്ന നിലപാട് കോടതി സ്വീകരിച്ചുവെന്നത് ഏറ്റവും പ്രധാനമാണ്. ഗോവിന്ദച്ചാമിയെന്ന അതിക്രൂരനായ കുറ്റവാളി സമൂഹത്തിന് വിപത്താണെന്ന് അടിവരയിടുന്ന നിരീക്ഷണമാണ് കോടതി നടത്തിയത്. കൊലപാതകവും മാനഭംഗവും അതിക്രമവുമുൾപ്പടെ പ്രധാനപ്പെട്ട അഞ്ചു വകുപ്പുകൾ പ്രതിയുടെമേൽ കോടതി ചുമത്തിയിട്ടുണ്ട്. പൊതുസമൂഹത്തിന് വിശേഷിച്ച് സ്ത്രീകൾക്ക് നീതിന്യായ സംവിധാനത്തിൽ വിശ്വാസവും പ്രതീക്ഷയും ഉറപ്പിക്കുന്നതാണ് കോടതിയുടെ നിലപാട്.

എന്നാൽ സൗമ്യവധക്കേസിന്റെ സങ്കീർണ്ണത ഗോവിന്ദച്ചാമിയുടെ വിധികൊണ്ടുമാത്രം അവസാനിക്കുമെന്ന് തോന്നുന്നില്ല. ആരാണ് ഗോവിന്ദച്ചാമി? ഈ കുറ്റവാളിയെ രക്ഷിക്കാൻ മുംബൈയിൽനിന്നു വന്ന് വാദിക്കുന്ന അഭിഭാഷകന്റെ താല്പര്യമെന്താണ്? അയാൾ പ്രതിഫലമില്ലാതെ വാദിച്ചുവെന്നാണ് കേട്ടത്. ആർക്കുവേണ്ടിയാണ് അത് ചെയ്തത്? ശക്തമായ ഒരു പോസ്റ്റുമോർട്ടം റിപ്പോർട്ട് തയ്യാറാക്കിയ ഫോറൻസിക് വകുപ്പിനെത്തന്നെ കുഴപ്പത്തിലാക്കിക്കൊണ്ട് റിപ്പോർട്ടിൽ വൈരുദ്ധ്യമുണ്ടെന്ന് വരുത്താൻ ശ്രമം നടത്തിയ ഡോക്ടറുടെ യഥാർത്ഥ ലക്ഷ്യം എന്താണ്? എങ്ങനെ അയാൾ പ്രതിഭാഗം സാക്ഷിയായി? നിരവധി മറുപടികിട്ടാത്ത ചോദ്യങ്ങൾ ഈ കേസിന്റെ വിധി പ്രഖ്യാപിക്കുമ്പോഴും അവശേഷിക്കുമെന്നത് ഒരു ആശങ്കയാണ്. കാരണം ഗോവിന്ദച്ചാമിമാർ ധാരാളമായി സമൂഹത്തിൽ വിഹരിക്കുന്നുണ്ട്. ട്രെയിനുകളും ബസ്സ്റ്റാന്റും ഒക്കെ കേന്ദ്രമായി പ്രവർത്തിക്കുന്ന നിരവധി കണ്ണികളുള്ള അധോലോക സംഘത്തിന്റെ ഭാഗമാണ് പല കുറ്റവാളികളും.ഒരു കുറ്റവാളിയെ ശിക്ഷിച്ചതുകൊണ്ടുമാത്രം അവസാനിക്കുന്ന പ്രശ്നമായി ഇതിനെ കാണാനാവില്ല. ഗോവിന്ദച്ചാമിയെന്ന കുറ്റവാളിയെ സംബന്ധിച്ചും കോടതിയിൽ അയാൾക്കുവേണ്ടി നടന്ന ഇടപെടലുകൾ സംബന്ധിച്ചും സമഗ്രമായ അന്വേഷണം നടക്കേണ്ടതുണ്ട്. ഏതു പ്രതിക്കും കോടതിയിൽ നിയമപരിരക്ഷയ്ക്കുവേണ്ടി വാദിക്കാനുള്ള അവകാശമുണ്ട് എന്നത് ഇന്ത്യൻ നിയമ സംവിധാനത്തിന്റെ സവിശേഷതയായി പലരും ചൂണ്ടിക്കാട്ടാറുണ്ട്. ഗോവിന്ദച്ചാമിക്കുവേണ്ടി ഹാജരായ അഭിഭാഷകന്റെ റോളിനെ അത്തരത്തിൽ ന്യായീകരിക്കുന്നതിനുമുമ്പ് അദ്ദേഹം നിരന്തരം ഇടപെടുന്ന കേസുകളുടെ സ്വഭാവത്തെക്കുറിച്ചും അന്വേഷിക്കേണ്ടതുണ്ട്.

കൊടും ക്രൂരതകൾ ചെയ്ത കുറ്റവാളി ശിക്ഷിക്കപ്പെടുമ്പോൾ തോന്നുന്ന ആശ്വാസം എന്നാൽ അധികം താമസിയാതെ ആശങ്കയ്ക്കു വഴിമാറുന്ന അനുഭവമാണ് നിലനില്ക്കുന്നത്. കാരണം, കേരളത്തിൽ സ്

ത്രീകൾക്കുനേരെ നടക്കുന്ന പല അതിക്രമങ്ങൾക്കും പിന്നിൽ പ്രവർത്തിച്ചവർ സ്ഥിരം കുറ്റവാളികളാണ്. കൊലപാതകത്തിനും ബലാത്സംഗത്തിനും പെൺവാണിഭത്തിനും ശിക്ഷിക്കപ്പെട്ട് ജയിലിൽ കഴിയുന്നവർ ജാമ്യത്തിലിറങ്ങി അടുത്ത കുറ്റകൃത്യങ്ങൾ ചെയ്യുന്നത് ഒരു പതിവുകാഴ്ചയാണ്. മാവേലിക്കരയിൽ ഓലകെട്ടിയമ്പലത്തെ സ്മിതയെന്ന ചെറുപ്പക്കാരിയെ സന്ധ്യാസമയത്ത് അതിക്രൂരമായി ബലാത്സംഗംചെയ്ത് കൊലപ്പെടുത്തിയ കുറ്റവാളി 22 വയസ്സിനകം നാലു സ്ത്രീപീഡനക്കേസിൽ ശിക്ഷിക്കപ്പെട്ട് ഇപ്പോൾ ജാമ്യത്തിൽ ഇറങ്ങിയവനാണ്. തടവുകാർക്ക് ജാമ്യം നൽകുന്നതിൽ നിയമത്തിന്റെ സാങ്കേതികത മാത്രം അടിസ്ഥാനമാക്കിയാൽ പോര എന്നും കുറ്റവാളിയുടെ ക്രിമിനൽ പശ്ചാത്തലവും കുറ്റകൃത്യങ്ങളുടെ സ്വഭാവവും കൂടി പരിഗണിക്കേണ്ടതുണ്ട് എന്നും അടിവരയിടുന്നതാണ് പല സംഭവങ്ങളും. ഇങ്ങനെ ജാമ്യത്തിലിറങ്ങുന്നവർ പ്രാദേശികമായി പൊലീസിന്റെ നിരന്തര നിരീക്ഷണത്തിലായിരിക്കണമെന്ന് പറയുമ്പോഴും പലപ്പോഴും ജാമ്യത്തിലിറങ്ങി അടുത്ത ഇരകൾക്കായി വലവീശി നടക്കുന്ന കുറ്റവാളികൾ ഒരാളുടെയും നിരീക്ഷണവലയത്തിലല്ല എന്നതാണ് യാഥാർത്ഥ്യം.

കേരളംപോലെ ഉയർന്ന സാമൂഹ്യബോധമുണ്ട് എന്ന് നാം വിശ്വസിക്കുന്ന ഒരു സമൂഹത്തിലാണ് ജനസംഖ്യയിൽ പകുതിയിലേറെ വരുന്ന സ്ത്രീകൾ തനിച്ച് സഞ്ചരിക്കാൻ ആത്മവിശ്വാസം നഷ്ടപ്പെട്ടവരായി കഴിയുന്നതെന്നത് ഗുരുതരമായ സാമൂഹ്യ പ്രശ്നമാണ്. ആ പ്രശ്നത്തിന് പൂർണ്ണ പരിഹാരം കാണാൻ കോടതിക്കാവില്ല. നീതിന്യായ സംവിധാനവും പൊലീസ് സംരക്ഷണവും ഭരണഘടന നല്കുന്ന ഉറപ്പാണ്. എന്നാൽ സ്ത്രീകളോടുള്ള അതിക്രമം സമൂഹത്തിന്റെ തകർന്ന മാനസികാവസ്ഥയെയാണ് കാണിക്കുന്നത്. ഈ രോഗത്തെയാണ് ചികിത്സിക്കേണ്ടത്. ക്രൂരന്മാരായ കുറ്റവാളികളുടെ ആക്രമണത്തിൽ തകർന്ന സൗമ്യയും സ്മിതയും നൂറുകണക്കിന് സ്ത്രീകളും സമൂഹത്തോട് അലമുറയിട്ടു പറയുന്നതിതാണ്. അത് എത്രനാൾ കേരള സമൂഹം കേട്ടില്ലെന്ന് നടിക്കും?

(2011)

സദാചാര ഭ്രംശത്തിന്റെ അഴുക്കുചാലുകൾ

ബീഹാറിലെ പൂർണ്ണിയ സാദർ നിയമസഭാമണ്ഡലത്തിൽ നിന്നുള്ള ബി ജെ പി എം എൽ എ രാജ് കിഷോർ കേസരി ജനുവരി ആദ്യവാരത്തിൽ സ്വന്തം വസതിയിൽ സന്ദർശകരെ സ്വീകരിക്കുന്ന സമയത്ത് ഒരു സ്ത്രീയുടെ കുത്തേറ്റ് കൊല്ലപ്പെട്ടു. കഴിഞ്ഞ മൂന്നുവർഷമായി എം എൽ എ പലതവണ തന്നെ ലൈംഗികമായി പീഡിപ്പിച്ചുവെന്നും കഴിഞ്ഞ വർഷം താൻ പൊലീസിൽ കൊടുത്ത പരാതിയിന്മേൽ ബലാത്സംഗകുറ്റം ചുമത്തി കേസെടുത്തെങ്കിലും തനിക്ക് നീതി ലഭിച്ചില്ലെന്നും ആരോപിച്ചുകൊണ്ട് അദ്ധ്യാപികയായ രൂപൻ പഥക് ആണ് ഈ ആക്രമണം നടത്തിയത്. എം എൽ എയുടെ ഗുണ്ടകളുടെ മർദ്ദനമേറ്റ് രൂപൻ പഥക് ഇപ്പോൾ അത്യാസന്നനിലയിൽ ആശുപത്രിയിലാണ്.

ജനുവരി 13 ന് ഉത്തർപ്രദേശിലെ ബാന്ദ്രയിൽ ബി എസ് പി എം എൽഎ പുരുഷോത്തം നരേഷ് ദ്വിവേദി അറസ്റ്റ് ചെയ്യപ്പെട്ടു. ഒരു ദളിത് പെൺകുട്ടിയെ ബലാത്സംഗം ചെയ്യുകയും പ്രശ്നം വെളിയിലറിഞ്ഞപ്പോൾ അവളെ മോഷണക്കുറ്റം ചുമത്തി അറസ്റ്റുചെയ്യിപ്പിക്കുകയും ചെയ്തതാണ് കാരണം. എം എൽ എയും മൂന്നു സഹായികളും ചേർന്ന് 17 വയസ്സുള്ള പെൺകുട്ടിയെ കൂട്ടബലാത്സംഗത്തിനിരയാക്കുകയായിരുന്നത്രെ!

ജനുവരി അവസാനവാരം മലയാളികളെയാകെ നാണം കെടുത്തിക്കൊണ്ട് പതിനാലു വർഷം പ്രായമുള്ള ഐസ്ക്രീം കേസ് വീണ്ടും സജീവ ചർച്ചയായി. മുസ്ലീം ലീഗിന്റെ ജനറൽ സെക്രട്ടറിയും മുൻ മന്ത്രിയുമായ വ്യക്തി പ്രായപൂർത്തിയാകാത്ത പെൺകുട്ടികളെ ലൈംഗികമായി പീഡിപ്പിക്കുകയും കേസില്ലാതാക്കാൻ പണംകൊടുത്തു മൊഴി

തിരുത്തിക്കുകയും ചെയ്തുവെന്നും പഴയകേസിൽ ജുഡീഷ്യറിയെവരെ സ്വാധീനിച്ചുവെന്നതിനുമുള്ള പുതിയ തെളിവുകൾ പുറത്തുവന്നു.

ഈ മൂന്നു സംഭവങ്ങളും ഒരേ മാസത്തിൽ ചർച്ചചെയ്യപ്പെട്ടുവെന്ന തല്ല പ്രധാനം. ഈ മൂന്നു സംഭവങ്ങളിലും ജനപ്രതിനിധികളും ഭരണാധികാരികളും ഉന്നത പദവിയിലുള്ള രാഷ്ട്രീയ നേതാക്കളുമാണ് പ്രതിസ്ഥാനത്തുള്ളത് എന്നതാണ് പ്രധാനം. തീർച്ചയായും ഇന്ത്യയിലെ ജീർണ്ണാവസ്ഥയിലായിരിക്കുന്ന ബൂർഷ്വാ രാഷ്ട്രീയത്തെ സംബന്ധിച്ചിടത്തോളം ഇവ ഒറ്റപ്പെട്ട സംഭവങ്ങളല്ല. അഴിമതി, സുഖഭോഗം, ആഢംബരം എന്നിവ അധികാര രാഷ്ട്രീയത്തിന്റെ അവിഭാജ്യഘടകങ്ങളും സ്വാഭാവിക ഉല്പന്നങ്ങളുമായി ലളിതവല്ക്കരിക്കുന്ന ബൂർഷ്വാ രാഷ്ട്രീയത്തിന്റെ ചീത്തത്തങ്ങളുടെ കഥകൾക്ക് സമകാലിക ഇന്ത്യയിൽ ഒട്ടും പഞ്ഞമില്ല. ജാതിമേധാവിത്തം, സാമ്പത്തികാസമത്വം, ലിംഗവിവേചനം എന്നിവയൊക്കെ സാധാരണക്കാരുടെ ജനാധിപത്യ അവകാശങ്ങളെ ഇല്ലായ്മ ചെയ്യുന്നതിനുള്ള ആയുധങ്ങളാണ്. ഇവയാണ് ഭരണനേതൃത്വത്തിലും രാഷ്ട്രീയനേതൃത്വത്തിലും നിന്നുകൊണ്ട് ഒരുകൂട്ടർ ജനങ്ങൾക്കുനേരെ പ്രയോഗിക്കുന്നത്. പൗരരുടെ ജനാധിപത്യ അവകാശങ്ങൾ സംരക്ഷിക്കാൻ ബാദ്ധ്യതപ്പെട്ടവർ ഭൂരിപക്ഷത്തിന്റെ മനുഷ്യാവകാശങ്ങളെക്കൂടി ചവിട്ടിമെതിക്കുന്നതിന്റെ ഒടുവിലത്തെ ഉദാഹരണങ്ങൾ മാത്രമാണ് ഇവിടെ ഉന്നയിച്ച മൂന്നു സംഭവങ്ങളും.

ഐസ്ക്രീം പാർലർ കേസ് 1997 ൽ തുടങ്ങുമ്പോൾ പതിനാറോളം പ്രമുഖർ പ്രായപൂർത്തിയാകാത്ത പെൺകുട്ടികളെ പീഡിപ്പിച്ചു എന്നതായിരുന്നു കുറ്റം. ഏതാനും നാളുകൾ കഴിഞ്ഞപ്പോൾ പെൺകുട്ടികൾ മൊഴിമാറ്റി. പിന്നീട് 2004 ൽ റജീന ഉയർത്തിയ ആരോപണം പീഡനം മാത്രമല്ല, മൊഴിതിരുത്തിച്ചു എന്നതുകൂടിയാണ്. ഇപ്പോൾ 2011 ൽ മുൻമന്ത്രിക്കെതിരെ ഉയരുന്ന ആരോപണമാകട്ടെ, മൊഴിമാത്രമല്ല, കോടതി വിധിയും തിരുത്താൻ അനാവശ്യ ഇടപെടൽ നടത്തി എന്നതാണ്. ഇത് ലൈംഗിക സദാചാരത്തിന്റെ മാത്രമല്ല, രാഷ്ട്രീയസദാചാരത്തിന്റെ കൂടി പ്രശ്നങ്ങളുയർത്തുന്നു. രാഷ്ട്രീയ സദാചാരം ആദർശങ്ങളോടും ജനങ്ങളോടും രാജ്യത്തോടുമുള്ള ഉത്തരവാദിത്വമാണ്, സത്യസന്ധതയാണ്. രാഷ്ട്രീയരംഗത്തു നില്ക്കുന്നവർ തങ്ങളുടെ പ്രവൃത്തികൾക്ക് ജനങ്ങൾക്കുമുന്നിൽ നീതീകരണം നല്കാൻ ബാദ്ധ്യസ്ഥരാണ്. തെറ്റുകൾ ചെയ്താൽ അത് ജനങ്ങളോട് ഏറ്റുപറയാനും തിരുത്താനും ആർജ്ജവം കാട്ടേണ്ടവരാണ്. ഇതിനുകൂടി തയ്യാറാകലാണ് രാഷ്ട്രീയ ഉത്തരവാദിത്വം. ജാതി-മത-വർഗ്ഗ-ലിംഗ ഭേദമില്ലാതെ എല്ലാവർക്കും തുല്യത വാഗ്ദാനം ചെയ്യുന്ന ഇന്ത്യൻ ഭരണഘടനയോട് കൂറുപുലർത്തേണ്ടവർ ജനാധിപത്യ സംവിധാനത്തിന്റെ അടിസ്ഥാന സ്തംഭങ്ങളെത്തന്നെ തങ്ങളുടെ നിക്ഷിപ്ത താല്പര്യങ്ങൾക്കായി ഉപയോഗിക്കുമ്പോൾ ജനാധിപത്യ വ്യവസ്ഥതന്നെ ദുർബ്ബലമാകുന്നു. രാഷ്ട്രീയസദാചാരഭ്രംശത്തിന്റെ ആത്യന്തികഫലം സാധാരണക്കാരുടെ ജനാധിപത്യ അവകാശനിഷേധം

തന്നെയാണ്.

രാഷ്ട്രീയ സദാചാര ഭ്രംശത്തിന്റെ അഴുക്കുചാലാണ് ഐസ്ക്രീം പാർലർ കേസ്. മുസ്ലീം ലീഗിന്റെ സമുന്നതനേതാവും കേരളത്തിൽ എം എൽ എ ആയും മന്ത്രിയായുമൊക്കെ ഭരണഘടനതൊട്ട് സത്യപ്രതിജ്ഞ ചെയ്ത് അധികാരസ്ഥാനത്തിരുന്നിട്ടുള്ള മാന്യദേത്തിനു നേരെ ഉയരുന്ന കുറ്റങ്ങളെന്തൊക്കെയാണ്?

ഒന്ന് – പ്രായപൂർത്തിയാകാത്ത പെൺകുട്ടികളെ ലൈംഗികമായി പീഡിപ്പിച്ചു. ശരീരം വില്ക്കാൻ തയ്യാറാകുന്ന പെൺകുട്ടികളുമായി ലൈംഗിക ബന്ധത്തിലേർപ്പെട്ടാൽ അതു പീഡനമാകുമോ എന്ന് പല സ്ത്രീപീഡന സംഭവങ്ങളിലും ചോദ്യങ്ങളുയരാറുണ്ട്. രണ്ടു രീതിയിലാണ് ഇത് പീഡനമാകുന്നത്. ഒന്ന്, പ്രായപൂർത്തിയാകാത്ത പെൺകുട്ടികളെ ലൈംഗികമായി ഉപയോഗിക്കുന്നത് ബലാത്സംഗം തന്നെയാണ്. രണ്ട്, ദാരിദ്ര്യത്തിന്റെ ഗതികേടിൽ ശരീരം വില്ക്കേണ്ടി വരിക എന്നത് ഏറ്റവും തീവ്രമായ ചൂഷണംതന്നെയാണ്. പെൺകുട്ടികളുടെ ദാരിദ്ര്യത്തെ ചൂഷണം ചെയ്ത് അവരെ ലൈംഗികവൃത്തിയിലേക്ക് തള്ളിവിട്ട് പണംകൊയ്യുന്ന പെൺവാണിഭസംഘങ്ങളുടെ ഭാഗം തന്നെയായി മാറുന്നു ഇവരെ ഉപയോഗിക്കുന്നവരും. രക്ഷപ്പെടാനാകാത്ത കെണിയിലകപ്പെട്ട പെൺകുട്ടികളെ ലൈംഗികമായി ഉപയോഗിച്ച രാഷ്ട്രീയ നേതാക്കളുടെ പേരുകൾ ഇതിനുമുമ്പും കേരളത്തിലുയർന്നിട്ടുണ്ട്. ലിംഗതുല്യത ഉറപ്പുനല്കുന്ന ഭരണഘടനയുടെ നഗ്നമായ ലംഘനമാണ് പെൺവാണിഭ സംഘങ്ങൾക്കൊപ്പം നിന്നുകൊണ്ട് നടത്തുന്ന ലൈംഗികചൂഷണവും.

രണ്ടാമത്തെ കുറ്റം മൊഴി തിരുത്തലാണ്. 1997 ലും പിന്നീടും തങ്ങൾക്കെതിരായ മൊഴി തിരുത്തുന്നതിനുവേണ്ടി കുറ്റാരോപിതർ നടത്തിയ ശ്രമങ്ങൾ ക്രിമിനൽ ബുദ്ധിയെയാണ് കാണിക്കുന്നത്. ഇരകളെ പണംകൊടുത്തും വിവാഹം കഴിപ്പിച്ചും ഗൾഫിലേക്കു കടത്തിയും ഭീഷണിപ്പെടുത്തിയും ഭ്രാന്തിയാക്കാൻ നോക്കിയും നിശ്ശബ്ദരാക്കാൻവേണ്ടി നടത്തിയ പരിശ്രമങ്ങളാണ് അതിനീചമായിട്ടുള്ളത്. സമ്പത്തിന്റെയും അധികാരത്തിന്റെയും പ്രാമാണ്യത്തിന്റെയും മുന്നിൽ ഇരകൾ നിസ്സഹായരും നിശ്ശബ്ദരും ആയതാണ് ഈ കേസിലെ നിർണ്ണായകഘട്ടം. ഇങ്ങനെ പത്തോളം സ്ത്രീകൾക്ക് പണം നല്കിയെന്ന മുൻമന്ത്രിയുടെ ബന്ധുവിന്റെ വാക്കുകൾ സത്യത്തിൽ ഞെട്ടലുണ്ടാക്കുന്നതാണ്. ഇതിനായി പ്രവർത്തിച്ചത് ക്രിമിനൽ ബുദ്ധിയും പണവും കായികബലവുമാണ്. ആരൊക്കെയാണ് ഈ ശ്രമങ്ങളിൽ പങ്കാളികളായത്? പ്രായപൂർത്തിയാകാത്ത പെൺകുട്ടികൾക്ക് തങ്ങൾ നേരിട്ട ചൂഷണത്തിനെതിരെ നീതിക്കായി പോരാടുന്നതിനുള്ള ജനാധിപത്യ അവകാശമാണ് ഇത്തരത്തിൽ നിഷേധിച്ചത്.

ഏറ്റവുമൊടുവിൽ പുറത്തുവന്ന കാര്യങ്ങൾ ഗുരുതരമായ മൂന്നാമത്തെ കുറ്റത്തിലേക്ക് വിരൽ ചൂണ്ടുന്നു. ഭരണഘടനയുടെ സത്ത

കാത്തുസൂക്ഷിക്കേണ്ട, ജനാധിപത്യവ്യവസ്ഥയെ താങ്ങിനിർത്തേണ്ട ജുഡീഷ്യറിയെ പണം കൊണ്ടും രാഷ്ട്രീയ സ്വാധീനംകൊണ്ടും വശത്താക്കാനായി നടത്തിയ ശ്രമങ്ങൾ വിശേഷണങ്ങൾക്കപ്പുറമാണ്. ജഡ്ജിമാർക്ക് പണം നല്കി വിധിന്യായങ്ങളെ തങ്ങൾക്കനുകൂലമാക്കാൻ ശ്രമിക്കുക എന്നതു ഗുരുതരമായ കുറ്റകൃത്യമാണ്. ഭൂരിപക്ഷം ന്യായാധിപന്മാരും നീതിഷ്ഠരായിട്ടുള്ള നമ്മുടെ നീതിന്യായ സംവിധാനത്തിന്റെ വിശ്വാസ്യത നഷ്ടപ്പെടുത്താനും സാധാരണക്കാരുടെ പ്രതീക്ഷ തകർക്കുന്നതിനും ഇത്തരം അനുഭവങ്ങൾ ധാരാളം. ഇത് സമ്പൂർണ്ണമായ നീതിനിഷേധമാണ്. ഇരകൾക്ക് നീതിനിഷേധിക്കാൻ നീതിന്യായ സംവിധാനത്തെത്തന്നെ ഉപയോഗിച്ചു എന്നതു കടുത്ത അഴിമതിക്കുറ്റമാണ്.

ഐസ്ക്രീം പാർലർ കേസ് യു ഡി എഫിന്റെ ആഭ്യന്തരപ്രശ്നമല്ല. മുസ്ലീം ലീഗും കോൺഗ്രസും പിന്തുണയ്ക്കുന്നതോടെ പരിഹരിക്കപ്പെടുന്ന പ്രശ്നങ്ങളല്ല; പൗരസമൂഹത്തിനു മുന്നിൽ മറുപടി പറയേണ്ട ഗുരുതരമായ ധാർമ്മിക പ്രശ്നങ്ങളാണ് ഈ കേസ് ഉയർത്തുന്നത്. നിസ്സഹായരായ കുറച്ചു സ്ത്രീകളെ പീഡിപ്പിച്ച് അവകാശങ്ങളില്ലാതാക്കി നീതി നിഷേധിച്ച ചില പ്രമാണിമാരുടെ പണത്തിന്റെയും അധികാരത്തിന്റെയും ഹുങ്കിന് പിന്തുണ നല്കുന്ന യു ഡി എഫിന്റെ സദാചാര ഭ്രംശം കൂടിയാണ് വിചാരണ ചെയ്യപ്പെടേണ്ടത്.

(2011)

ആ പെൺകുട്ടി നമ്മുടെ അയൽപക്കത്തുണ്ട്

പതിനേഴു വർഷം മുമ്പ് കേരളസമൂഹത്തെ പിടിച്ചു കുലുക്കിയ സൂര്യനെല്ലിക്കേസിൽ ഒരാളൊഴിച്ച് മുഴുവൻ പേരെയും വെറുതെ വിട്ട ഹൈക്കോടതി വിധിയിൽ ഞെട്ടൽ പ്രകടിപ്പിച്ചുകൊണ്ട് പുനർവിചാരണക്ക് ഉത്തരവിട്ട സുപ്രീംകോടതിയുടെ വിധി നീതി നിഷേധത്തിനെതിരെ ഒരു പാവം പെൺകുട്ടിയും അവളുടെ കുടുംബവും മഹിളാഅസോസിയേഷൻ അടക്കമുള്ള സംഘടനകളും നടത്തിവന്ന അവകാശപ്പോരാട്ടത്തിൽ പ്രതീക്ഷ നല്കുന്ന ഒരു വഴിത്തിരിവാണ്.

ഒട്ടുമിക്കവരും മറന്നുപോയിരുന്ന ആ കേസിനെയും പോരാട്ടത്തിനെയും വീണ്ടും ശ്രദ്ധയിൽ കൊണ്ടുവന്നത് പരമോന്നത കോടതിയാണ്. സുപ്രീം കോടതി ചീഫ് ജസ്റ്റീസിനു മുമ്പിൽ പെൺകുട്ടിക്ക് വേണ്ടി അഖിലേന്ത്യാ ജനാധിപത്യമഹിള അസോസിയേഷൻ ഇടുക്കി ജില്ല കമ്മിറ്റി ഏർപ്പെടുത്തിയ അഭിഭാഷകൻ വി കെ ബിജു ഈ കേസിലെ അപ്പീൽ സുപ്രീംകോടതിയിൽത്തന്നെ എട്ടു വർഷമായി വിചാരണ തീയതി കാത്തുകെട്ടിക്കിടക്കുകയാണെന്ന കാര്യം ശ്രദ്ധയിൽപ്പെടുത്തിയതിനെ തുടർന്നാണ് ഇപ്പോഴത്തെ വിധിക്ക് സാഹചര്യമുണ്ടായത്.

സുപ്രീംകോടതിയുടെ പരിഗണന കാത്തുകഴിയുന്ന സൂര്യനെല്ലി ക്കേസ് അടക്കം 526 ബലാത്സംഗക്കേസുകൾ ജസ്റ്റിസ് എ കെ പട്നായിക്കും ജസ്റ്റിസ് ഗ്യാൻ സുധ മിശ്രയും ഉൾക്കൊള്ളുന്ന പ്രത്യേക കോടതി, ബഞ്ച് വാദം കേട്ട് വിധി പറയുകയാണ് ചെയ്തത്. സൂര്യനെല്ലിക്കേസിന്റെ വിധിയിലൂടെ, നീതിക്കായി സ്ത്രീകൾ നടത്തുന്ന പോരാട്ടങ്ങളിൽ നിയമസംവിധാനങ്ങൾക്ക് നിർണ്ണായക പങ്കു വഹിക്കാനാകും എന്ന് ഒരിക്കൽക്കൂടി തെളിയിച്ചു. എന്നാൽ സംഘർഷത്തിന്റെയും ഒറ്റപ്പെടലിന്റെയും നീണ്ട പതിനേഴു വർഷങ്ങൾക്കിടയിൽ സ്വന്തം ജീവിതം കെട്ടിപ്പടുക്കാൻ നടത്തിയ കഠിന പരിശ്രമങ്ങൾക്ക് ഉണ്ടായ നിരന്തര

മായ തിരിച്ചടികളുടെ അനുഭവങ്ങളാണ് കേസിലെ പെൺകുട്ടിക്കും അവളുടെ കുടുംബത്തിനും പറയാനുള്ളത്. ജോലി ചെയ്തിരുന്ന സർക്കാർ ഓഫീസുമായി ബന്ധപ്പെട്ടുണ്ടായ സാമ്പത്തിക തിരിമറിയുടെ പേരിൽ കേവലം പ്യൂൺ മാത്രമായ ഈ പെൺകുട്ടിയെ കുറ്റവാളിയാക്കിയതും പരസ്യമായി അറസ്റ്റു ചെയ്തു റിമാൻഡിൽ വെച്ചതും പൊതു സമൂഹത്തിനു മുന്നിൽ അപമാനിക്കാൻ കഴിഞ്ഞ ഒരു വർഷമായി നടക്കുന്ന ശ്രമങ്ങളും അതിനെതിരെ ഉയർന്ന പ്രതിഷേധങ്ങളും പതിവ് വാർത്തകളായി അവഗണിക്കപ്പെട്ടു. ഡൽഹിയിലെ കൂട്ടബലാത്സംഗത്തിന്റെ ഞെട്ടലിൽ ഉയർന്ന ജനരോഷവും അതിനെ തുടർന്ന് ബലാത്സംഗക്കേസുകളടക്കം സ്ത്രീകൾക്ക് നേരെ നടക്കുന്ന അതിക്രമങ്ങൾ കൈകാര്യം ചെയ്യുന്നതിൽ നീതിന്യായ സംവിധാനത്തിലുണ്ടാകുന്ന വീഴ്ചകളെക്കുറിച്ചുള്ള സുപ്രീംകോടതിയുടെ കടുത്ത വിമർശനവും നീതിക്കായി വർഷങ്ങളായി പോരാട്ടം നടത്തുന്നവർക്ക് ആശ്വാസവും പ്രതീക്ഷയും നല്കിയിട്ടുണ്ട്. സൂര്യനെല്ലിക്കേസിന്റെ കാര്യത്തിൽ കേസ് കൈകാര്യം ചെയ്യുന്നതിൽ വീഴ്ച വരുത്തിയ പ്രതിഭാഗം അഭിഭാഷകനെ സുപ്രീംകോടതി കടുത്ത ഭാഷയിലാണ് വിമർശിച്ചത്. ഇന്ത്യയിൽ ബലാത്സംഗക്കേസുകളിൽ നാലിലൊന്ന് മാത്രമേ ശിക്ഷിക്കപ്പെടുന്നുള്ളൂ എന്ന ഞെട്ടിക്കുന്ന സ്ഥിതിയാണ് നിലനില്ക്കുന്നത്. നീതി വൈകുകയെന്നാൽ നീതി നിഷേധിക്കൽ തന്നെയാണെങ്കിൽ ഇന്ത്യയിലെ നീതിന്യായ സംവിധാനം നിരന്തരമായി സ്ത്രീകൾക്ക് നീതി നിഷേധിച്ചുകൊണ്ടിരിക്കുകയാണെന്ന സത്യത്തെയാണ് ധീരമായി സുപ്രീംകോടതി വിളിച്ചു പറഞ്ഞത്.

സൂര്യനെല്ലിക്കേസ്, പീഡനങ്ങൾക്കിരയാകുന്ന ഓരോ പെൺകുട്ടിക്കും അവളുടെ കുടുംബത്തിനും നമ്മുടെ രാജ്യത്ത് നേരിടേണ്ടി വരുന്ന തിക്താനുഭവങ്ങളുടെയും പ്രതിസന്ധികളുടെയും ഉത്തമ ഉദാഹരണമാണ്. അതുകൊണ്ട് തന്നെ ഈ കേസ്, ലൈംഗികാതിക്രമങ്ങളുടെ ഇരകൾക്ക് നമ്മുടെ സമൂഹത്തിൽ എന്ത് സംഭവിക്കുന്നു എന്നതിനെ പല തരത്തിലും പ്രതീകാത്മകമായി പ്രതിനിധാനം ചെയ്യുന്നുണ്ട്. ഒരു ലോക വിവരവും ഇല്ലാത്ത പതിനാറു വയസ്സുള്ള ഒരു പെൺകുട്ടിയെ പ്രേമം നടിച്ചാണ് ഒരു ബസ് ജീവനക്കാരൻ കെണിയിൽ വീഴ്ത്തിയത്. വളരെ ആസൂത്രിതമായി സ്ത്രീകൾ ഉൾപ്പെടുന്ന കണ്ണികൾ ഉപയോഗിച്ച് നാൽപ്പത്തിരണ്ട് ദിവസം സംസ്ഥാനത്തിനകത്തും പുറത്തുമായി നാല്പതു പേർക്ക് വിറ്റു. 1996 ജനുവരി 16 മുതൽ ഫെബ്രുവരി 26 വരെയുള്ള നാല്പത്തിരണ്ട് ദിവസങ്ങളിൽ ഒരു പതിനാറുകാരിയുടെ ശരീരത്തിനോ മനസ്സിനോ താങ്ങാവുന്ന മുറിവുകളല്ല അവൾ നേരിട്ടത്. ഇനി ശരീരം ഉപയോഗിക്കാൻ പറ്റില്ലെന്ന അവസ്ഥയിലാണ് ഒടുവിൽ അവളെ അക്രമികൾ ഉപേക്ഷിച്ചത്. എന്നിട്ടും ആദ്യം കേസന്വേഷിച്ച ഉദ്യോഗസ്ഥരും പ്രതികളുടെ അഭിഭാഷകരും അടക്കം നിഷ്കരുണവും നിർദ്ദയവുമായ സ്ഥിരം ചോദ്യം ചോദിച്ചു: "ഹോട്ടലിൽ വെച്ചോ മറ്റെവിടങ്ങളിൽ വെച്ചോ ഇവൾക്ക് രക്ഷപ്പെടാമായിരുന്നില്ലേ? സഹായത്തിന് അഭ്യർത്ഥിക്കാമായിരുന്നില്ലേ?"

ഈ ചോദ്യമാണ് ആദ്യം കുറ്റവിചാരണ നടത്തിയ പ്രത്യേക കോടതി കുറ്റക്കാരെന്നു കണ്ടെത്തി ശിക്ഷിച്ച മുപ്പത്തിയഞ്ചു പേരിൽ ഒരാളെയൊഴിച്ചു മറ്റെല്ലാവരെയും വെറുതെ വിടാൻ പിന്നീട് ഹൈക്കോടതി അടിസ്ഥാനമാക്കിയത്! മയക്കു മരുന്ന് നല്കി തളർത്തി ക്രൂരമായ ആക്രമണങ്ങളിൽ തകർന്ന ശരീരവും മനസ്സുമായി, ഒരാളുടെ കാമാർത്തിയിൽ നിന്നും മറ്റൊരാളുടെ കയ്യിലേക്ക് വലിച്ചെറിയപ്പെട്ട് ഒരു വസ്തുവിനെപ്പോലെ ഒരിടത്ത് നിന്നും മറ്റൊരിടത്തേക്ക് നാടാകെ ചുറ്റിനടന്നു വില്ക്കപ്പെടുന്ന സമയത്ത്, ഉറക്കെ നിലവിളിക്കാതിരുന്നതിന്റെ പേരിൽ നിസ്സഹായയായ ഒരു പെൺകുട്ടിയുടെ മേൽ ദോഷം ചാർത്തി കുറ്റവാളികളെ വിമുക്തരാക്കിയ നീതിബോധം നമ്മുടെ സമൂഹത്തിൽ അടിയുറച്ചു നില്ക്കുന്ന ആൺകോയ്മയുടെ സൃഷ്ടിയാണ്. മാത്രമല്ല, അതിക്രമത്തിലും ദുരന്തത്തിലും ഇരകൾക്ക് മേൽ കുറ്റം ചുമത്തുന്നതോടെ അവരൊഴിച്ചു മറ്റെല്ലാവരും— സ്ത്രീകൾക്ക് സംരക്ഷണം നല്കേണ്ട സർക്കാർ, നീതി നിർവ്വഹണം നടത്തേണ്ട പൊലീസ്, ന്യായം ഉറപ്പാക്കേണ്ട നീതിപീഠം, സ്ത്രീകൾക്ക് പിന്തുണയാകേണ്ട പൊതുസമൂഹം— തങ്ങളുടെ ഉത്തരവാദിത്വങ്ങളിൽ നിന്നും അനായാസമായി സ്വതന്ത്രരാകുന്നു. സൂര്യനെല്ലി കേസിന്റെ ആദ്യഘട്ടത്തിൽ നീതിക്കായുള്ള പോരാട്ടത്തിൽ കുടുംബത്തിനു പിന്തുണയുമായി എത്തിയ അയൽവാസികളും നാട്ടുകാരും ഹൈക്കോടതി വിധിയിലൂടെ കുറ്റവാളികൾ മുക്തരായപ്പോൾ ആ പെൺകുട്ടിയെയും കുടുംബത്തെയും വീണ്ടും ഒറ്റപ്പെടുത്താൻ ശ്രമിച്ചത് ധാർമ്മികഭീരുത്വം കൊണ്ട് തന്നെയാണ്. സമൂഹത്തിൽ രാഷ്ട്രീയവും സാമ്പത്തികവും ഒക്കെയായി സ്വാധീനമുള്ളവരെ കുറ്റപ്പെടുത്തുന്നതിനേക്കാൾ സൗകര്യം ദുർബ്ബലരായ പെൺകുട്ടിയെയും കുടുംബത്തെയും തള്ളിപ്പറയുന്നതാണ്. ഹൈക്കോടതി വിധിക്കെതിരെ പെൺകുട്ടിയും കുടുംബവും കൊടുത്ത അപ്പീലിനോടൊപ്പം കക്ഷി ചേരാൻ മഹിളാ അസോസിയേഷൻ ഇടുക്കി ജില്ലാ കമ്മിറ്റിക്കും സുപ്രീംകോടതി അനുവാദം നല്കിയിരുന്നിരുന്നു. നീതിക്കായുള്ള പോരാട്ടം തുടരുന്നതിന് എല്ലാ പിന്തുണയും പെൺകുട്ടിക്കും കുടുംബത്തിനും മഹിള അസോസിയേഷൻ ഉറപ്പു നല്കിയിട്ടുണ്ട്.

നായനാർ സർക്കാരിന്റെ കാലത്ത് സൂര്യനെല്ലിക്കേസ് വിചാരണയ്ക്കായാണ് കേരള ചരിത്രത്തിലാദ്യമായി സ്ത്രീപീഡന കേസുകൾക്ക് പ്രത്യേക കോടതി സ്ഥാപിക്കുന്നത്. രണ്ടര വർഷം പ്രത്യേക അന്വേഷണ സംഘം അന്വേഷിച്ചു കണ്ടെത്തിയ വിവരങ്ങളുടെ അടിസ്ഥാനത്തിൽ, 317 ദിവസം വിചാരണ നടത്തി, മൂന്നു സ്ത്രീകളുൾപ്പെടെ മുപ്പത്തിയഞ്ചു പേരെയാണ് പ്രത്യേക കോടതി 2000 സെപ്റ്റംബർ ആറിനു ശിക്ഷിച്ചത്. എന്നാൽ തട്ടിക്കൊണ്ടു പോകൽ, ബലാത്സംഗം, കൂട്ട ബലാത്സംഗം, പണത്തിനുവേണ്ടി വില്ക്കൽ, നിയമ വിരുദ്ധമായി തടവിൽ വെയ്ക്കൽ തുടങ്ങിയ കുറ്റങ്ങൾ ചുമത്തി ശിക്ഷിക്കപ്പെട്ട മുപ്പത്തിയഞ്ചു പേരിൽ ഒരാളൊഴിച്ച് മറ്റെല്ലാവരും 2005 ൽ ഹൈക്കോടതി വിധിയോടെ സ്വതന്ത്രരായി. 2005 ൽ തന്നെ ഹൈക്കോടതി വിധിക്കെ

തിരെ പെൺകുട്ടി സുപ്രീംകോടതിയിൽ അപ്പീൽ നല്കുകയും ചെയ്തു. ഈ കേസിന്റെ ദീർഘമായ ചരിത്രം പരിശോധിച്ചാൽ ഒരു കാര്യം വ്യക്തമാകും. ഈ ക്രൂരതകൾ പെൺകുട്ടിയോട് ചെയ്ത കുറ്റവാളികൾ കഴിഞ്ഞ പതിനേഴു വർഷവും പൊതു സമൂഹത്തിൽ തങ്ങളുടെ സ്വൈര ജീവിതം യഥേഷ്ടം തുടർന്ന് വരികയാണ്. ഈ കാലയളവിൽ പൊതു സമൂഹവും ഈ പെൺകുട്ടിയെയും കുടുംബത്തെയും ഒറ്റപ്പെടുത്തി തങ്ങളുടെ ശുദ്ധി തെളിയിച്ചു കൊണ്ടിരിക്കുകയായിരുന്നു. നായനാർ സർക്കാർ പെൺകുട്ടിയെ പുനരധിവസിപ്പിക്കാൻ എടുത്ത നടപടി തികച്ചും മാതൃകാപരമായിരുന്നു. പക്ഷേ, അവൾക്കു കിട്ടിയ സർക്കാർ ജോലികൊണ്ട് മാത്രം സമൂഹത്തിന്റെ പൊതുധാരയിലേക്ക് ഒരു പെൺവാണിഭക്കേസിലെ ഇരയ്ക്ക് പുനഃപ്രവേശം കിട്ടില്ലെന്നതാണ് ഈ പെൺകുട്ടിയുടെ അനുഭവവും കാണിക്കുന്നത്.

ഈ രാജ്യത്ത് ഓരോ ദിവസവും ലൈംഗികാതിക്രമങ്ങൾക്ക് വിധേയരാകേണ്ടി വരുന്ന പതിനായിരക്കണക്കിനു സ്ത്രീകളുടെയും ചെറിയ പെൺകുട്ടികളുടെയുമെല്ലാം അനുഭവം ഇതുതന്നെയാണ്. തങ്ങളുടെയല്ലാത്ത കുറ്റത്തിന് സമൂഹത്തിൽ നിന്നും ചിലപ്പോഴൊക്കെ സ്വന്തം കുടുംബങ്ങളിൽനിന്നും ഭ്രഷ്ടരാക്കപ്പെടുന്നതിന്റെ തീവ്ര വേദന നമുക്ക് ചുറ്റും അദൃശ്യരായി കഴിയുന്ന ഓരോ ഇരയുടെയും മുഖത്ത് നിന്നും വായിച്ചെടുക്കാം. പതിനേഴു വർഷത്തെ ജീവിതത്തിനിടയിൽ എപ്പോഴെങ്കിലും സൂര്യനെല്ലിക്കേസിലെ പെൺകുട്ടി മനസ്സ് തുറന്നു സന്തോഷിച്ചിട്ടുണ്ടാകുമോ? ആരാണ് സന്തോഷിക്കാനും ആത്മാഭിമാനത്തോടെ പണിയെടുത്തു മറ്റുള്ളവരെപ്പോലെ ജീവിക്കാനുമുള്ള അവളുടെ അവകാശങ്ങൾ കവർന്നെടുത്തത്? അവളുടെ ജീവിതം സംഘർഷഭരിതമാക്കിയതിന്റെ ഉത്തരവാദിത്വത്തിൽനിന്നും കേരളസമൂഹത്തിന് ഒഴിഞ്ഞുമാറാനാകുമോ? ഡൽഹി കൂട്ടബാത്സംഗത്തിന്റെ പശ്ചാത്തലത്തിൽ സമൂഹത്തിനുണ്ടാകേണ്ട മനോഭാവ മാറ്റത്തെക്കുറിച്ച് നാം ധാരാളമായി ചർച്ച ചെയ്തു. കേരളത്തിൽ സൂര്യനെല്ലിക്കേസിനു ശേഷമുള്ള പതിനേഴു വർഷക്കാലം നിരവധി പെൺവാണിഭക്കേസുകളും ക്രൂരമായ ബലാത്സംഗക്കേസുകളും ഉണ്ടായിട്ടുണ്ട്. വിദ്യാസമ്പന്നവും പ്രബുദ്ധവും എന്ന് നാം വിശേഷിപ്പിക്കുന്ന ഒരു സമൂഹത്തിൽ നിന്നും ഉണ്ടാകേണ്ട പ്രതികരണം ഇവിടെയുണ്ടാകാറുണ്ടോ? സ്ത്രീകൾക്ക് നേരെയുള്ള വർദ്ധിച്ചു വരുന്ന അതിക്രമങ്ങൾക്കെതിരെ, ഇതിനു ഇരകളാകുന്നവരോട് ഒക്കെയുള്ള നിസ്സംഗവും യാന്ത്രികവുമായ മനോഭാവം മാറ്റാൻ ഇനിയെങ്കിലും നമ്മൾ തയ്യാറാകുമോ?

ബലാത്സംഗങ്ങൾ ഫലപ്രദമായി കൈകാര്യം ചെയ്യാനും കടുത്ത ശിക്ഷ നല്കാനും ഉള്ള നിർദ്ദേശങ്ങൾക്കൊപ്പം ജസ്റ്റീസ് വർമ്മ കമ്മിറ്റി ഊന്നിപ്പറയുന്ന ഒരുകാര്യം നിയമനിർവ്വഹണത്തിന് ഉത്തരവാദിത്വപ്പെട്ട ആളുകളുടെ വീഴ്ച വളരെ ഗൗരവത്തോടെ കാണണമെന്നുള്ളതാണ്. സൂര്യനെല്ലിക്കേസിൽ പെൺകുട്ടിയുടെ കുടുംബം ആദ്യം പരാതിയുമായി പോലീസിനെ സമീപിച്ചപ്പോൾ പരാതി പിൻവലിപ്പിക്കാനുള്ള ശ്രമമാണ്

പോലീസ് ചെയ്തത്. പ്രത്യേക അന്വേഷണ സംഘത്തിന്റെ അന്വേഷണത്തിൽ ഇത് കണ്ടെത്തുകയും പിന്നീടു മൂന്നു പോലീസുകാർ സസ്പെന്റു ചെയ്യപ്പെടുകയും ഉണ്ടായി. സ്ത്രീസംരക്ഷണത്തിനായി നിരവധി നിയമങ്ങൾ നിലവിലുള്ളപ്പോഴും അതൊന്നും സ്ത്രീകളുടെ രക്ഷയ്ക്കായി പ്രയോജനപ്പെടാത്തതിന്റെ മുഖ്യ കാരണം പരാതികൾ കൈകാര്യം ചെയ്യുന്നതിൽ പൊലീസ് വരുത്തുന്ന വീഴ്ച തന്നെയാണ്. പ്രമാണിമാരെയും രാഷ്ട്രീയ അധികാരികളെയും രക്ഷിക്കാനും ഇരകളെ വീണ്ടും വീണ്ടും ഭയപ്പെടുത്തി ആത്മവിശ്വാസം തകർക്കാനും പല കേസുകളിലും പൊലീസിന്റെ ഭാഗത്ത് നിന്നും ബോധപൂർവ്വമായ ശ്രമം ഉണ്ടാകുന്നുണ്ട്. സൂര്യനെല്ലിക്കേസിലെ പെൺകുട്ടിയെ ഇപ്പോൾ കള്ള ക്കേസിൽ കുടുക്കിയശേഷം ബസ് സ്റ്റോപ്പിൽ വെച്ച് അറസ്റ്റു ചെയ്തു മൂന്നു ദിവസം റിമാൻഡിൽ വെച്ചത്, ആ പെൺകുട്ടിയുടെ വിശ്വാസ്യത തന്നെ ചോദ്യം ചെയ്തുകൊണ്ട് സുപ്രീംകോടതിയിലെ അപ്പീൽ കേസിനെ സ്വാധീനിക്കാനുള്ള ശ്രമത്തിന്റെ ഭാഗമായിട്ടാണെന്ന ആരോപണം ഉയർന്നിരുന്നു. മഹിളാ അസോസിയേഷൻ നേതാക്കളുടെ ഇടപെടലിനെ തുടർന്നാണ് പെൺകുട്ടിക്ക് ജാമ്യം ലഭിച്ചത്. ഭരണഘടന ഉറപ്പു നല്കുന്ന അവകാശങ്ങൾ സ്ത്രീകൾക്ക് കിട്ടുമെന്ന് ഉറപ്പാക്കാനുള്ള ചുമതലയാണ് പൊലീസിനുള്ളത്. അവരെക്കൊണ്ടു ആ ഉത്തരവാദിത്വം ഏറ്റെടുപ്പിക്കേണ്ടവർ തന്നെ തങ്ങളുടെ സങ്കുചിത താല്പര്യങ്ങൾക്കായി പൊലീസിനെ വഴിവിട്ടുപയോഗിക്കുന്നു എന്നതാണ് വാസ്തവം. പൊലീസിനെ ശുദ്ധീകരിക്കുകയും തങ്ങളുടെ വീഴ്ചകൾക്ക് മറുപടി പറയാൻ ബാദ്ധ്യസ്ഥരാക്കുകയും ചെയ്യേണ്ടതിന്റെ ആവശ്യകത സൂര്യനെല്ലിക്കേസിന്റെ അനുഭവങ്ങൾ അടിവരയിടുന്നുണ്ട്.

സ്ത്രീകൾക്ക് നേരെയുള്ള അതിക്രമങ്ങളോട് അരുത് എന്ന് പറയാനുള്ള മനോഭാവം സമൂഹത്തിൽ സൃഷ്ടിക്കാനുള്ള ശ്രമങ്ങൾക്ക് ഇന്ന് നല്ല പിന്തുണയുണ്ട്. എന്നാൽ ഇരകളാക്കപ്പെട്ടവർ മുഖവും മനസ്സും നഷ്ടപ്പെട്ടവരായി നമുക്ക് ചുറ്റും തന്നെ ജീവിക്കുന്നുണ്ട്. അവർ ക്ഷീണിതരാണ്. അവർക്ക് വല്ലാത്ത ഭയവും ആശങ്കകളുമുണ്ട്. കാരണം എതിരാളികൾ സംഘടിതരും ശക്തരുമാണ്. ഇരകളുടെ ഏകാന്തവും സംഘർഷഭരിതവും വേദനാജനകവുമായ പോരാട്ടങ്ങളിൽ അവർക്കൊപ്പം നിലയുറപ്പിക്കുകയെന്നതാണ് നമുക്ക് ചെയ്യാനുള്ളത്.

ഓർക്കുക, സൂര്യനെല്ലിയിലെ പെൺകുട്ടിയും അവളുടെ കുടുംബവും നമ്മുടെ അയൽപക്കത്ത് തന്നെയുണ്ട്. അവളുടെ കണ്ണുകളിൽ അവശേഷിക്കുന്ന ഇത്തിരി തിളക്കത്തിലേക്ക് സൂക്ഷിച്ചു നോക്കുക. അവൾ നമ്മുടെ മകൾ തന്നെയാണെന്ന് തിരിച്ചറിയാനാകും. (2013)

(പിൻകുറിപ്പ്: ഹൈക്കോടതിയിൽ നടന്ന പുനർവിചാരണയെ തുടർന്ന് കേസിലെ മുഖ്യപ്രതിക്ക് ജീവപര്യന്തവും പ്രധാന പ്രതികൾക്കെല്ലാം 10 മുതൽ 13 കൊല്ലം വരെയും തടവുശിക്ഷ വിധിച്ചിരിക്കുന്നു. ഇനിയും സുപ്രീം കോടതിയിൽ അപ്പീൽ പോകാമെന്നിരിക്കെ നീതിക്കായുള്ള കാത്തിരിപ്പ് അവസാനിച്ചിട്ടില്ല.

മാതൃദിനം നമ്മളെ ഓർമ്മിപ്പിക്കുന്നത്

മേയ് 10 ലോകമാതൃദിനമാണ്. അമ്മയുടെ മഹത്വം ലോകത്തെ ഓർമ്മപ്പെടുത്താനുള്ള ദിനം. ലോകത്തിൽ ഏറ്റവുമധികം ബഹുമാനിക്കപ്പെടുകയും സ്നേഹിക്കപ്പെടുകയും ചെയ്യേണ്ട വാക്ക് ഏതാണെന്നതിൽ ആർക്കും സംശയമുണ്ടാകില്ല, 'അമ്മ.' അമ്മയെ ബഹുമാനിക്കാനും അംഗീകരിക്കാനും മേയ്മാസത്തിലെ രണ്ടാം ഞായറാഴ്ച മാതൃദിനമായി ആഘോഷിക്കുകയാണ്. ലോകത്ത് നിരവധി രാജ്യങ്ങളിൽ മാതൃദിനം ആഘോഷിക്കുന്നുണ്ട്. 1600-ാമാണ്ടുമുതൽ ഇംഗ്ലണ്ടിൽ കന്യാമറിയത്തെ ആരാധിക്കാൻ ഒരു ദിവസം മാറ്റിവെയ്ക്കുന്ന രീതിയുണ്ടായിരുന്നു. അമേരിക്കയിൽ 20-ാം നൂറ്റാണ്ടിന്റെ തുടക്കത്തിൽ അന്ന ജാർവിസ് എന്ന എഴുത്തുകാരി തന്റെ അമ്മ അനുഭവിച്ച ത്യാഗങ്ങൾകണ്ട് അമ്മമാർക്കുവേണ്ടി ഒരു ദിനം മാറ്റിവയ്ക്കണമെന്ന പ്രചരണം ആരംഭിച്ചു. ഇതിനുവലിയ പിന്തുണകിട്ടി. 1914 ൽ അമേരിക്കൻ പ്രസിഡന്റ് വുഡ്രോ വിൽസൺ മേയ് മാസത്തിലെ രണ്ടാം ഞായറാഴ്ച മാതൃദിനമായി പ്രഖ്യാപിച്ചു. പിന്നീട് മറ്റു രാജ്യങ്ങളിലേക്ക് ഇത് പ്രചരിക്കപ്പെടുകയായിരുന്നു. എന്നാൽ ഇന്ന് മാതൃദിനം അമ്മയെന്ന ത്യാഗത്തെ സ്മരിക്കാനും ബഹുമാനിക്കാനും ഉള്ള ദിവസമെന്നതിലേറെ കമ്പോളത്തിന് ചൂഷണം ചെയ്യാനുള്ള ദിനമായി മാറിയിരിക്കുകയാണ്. അമ്മമാർക്ക് നല്കാനുള്ള സമ്മാനങ്ങളുടെ പരസ്യങ്ങൾക്കും അവയുണ്ടാക്കുന്ന വൻകിട കമ്പനികളുടെ ലാഭക്കൊയ്ത്തിനുമിടയിൽ യഥാർത്ഥ അമ്മമാർ വിസ്മരിക്കപ്പെടുന്നുവെന്നതാണ് വർത്തമാനകാല ദുരന്തം.

ലോകത്തെ അമ്മമാരെ സംബന്ധിച്ച് ഏറ്റവുമൊടുവിൽ പുറത്തുവന്ന വാർത്ത നമ്മളെ ഞെട്ടിക്കുന്നതാണ്. ലോകത്ത് ഓരോ മണിക്കൂറിലും 60 സ്ത്രീകൾ എന്ന കണക്കിൽ പ്രസവവുമായി ബന്ധപ്പെട്ട്

മരണം സംഭവിക്കുന്നു. ഒരു വർഷം അഞ്ചുലക്ഷത്തിലധികം അമ്മമാർ പ്രസവത്തോടനുബന്ധിച്ച് മരണപ്പെടുന്നു എന്നതാണ് ഐക്യരാഷ്ട്ര സഭയുടെ റിപ്പോർട്ട്. ഇന്ത്യയിൽ മാത്രം ഒരുവർഷം 78000 ഓളം സ്ത്രീകൾ പ്രസവത്തോടനുബന്ധിച്ച് മരണമടയുന്നുണ്ട് (പ്രസവത്തോടനുബന്ധിച്ച മരണത്തെ മാതൃമരണം എന്നാണ് വിളിക്കുന്നത്). ഇന്ത്യയിലെ മാതൃമരണനിരക്ക് ഒരുലക്ഷം പ്രസവങ്ങളിൽ 450 മരണം എന്നതാണ്. ഇന്ത്യയിൽ മൂന്നിൽ രണ്ടു പ്രസവങ്ങളും ആശുപത്രിയിലല്ല വീടുകളിലാണ് നടക്കുന്നത്. അതുകൊണ്ടുതന്നെ പ്രസവത്തോടനുബന്ധിച്ചുണ്ടാകുന്ന രക്തസ്രാവവും മറ്റ് പ്രശ്നങ്ങളും പെട്ടെന്നു പരിഹരിക്കാൻ പറ്റാതെയാണ് മരണങ്ങൾ സംഭവിക്കുന്നത്. മാതൃമരണത്തിൽ ഭൂരിപക്ഷവും നിരക്ഷരരായ സ്ത്രീകളുടെ ഇടയിലാണ്. ആദിവാസികൾ, പട്ടികജാതി വിഭാഗം, മത്സ്യത്തൊഴിലാളികൾ എന്നീ ജനവിഭാഗങ്ങൾക്കിടയിൽ മാതൃമരണനിരക്ക് കൂടുതലാണ്. ഒൻപതുമാസത്തെ ഗർഭാവസ്ഥയിൽ നാലുതവണയെങ്കിലും ഗർഭിണികൾ ഡോക്ടറെയോ ആരോഗ്യവിദഗ്ദ്ധരെയോ കാണണമെന്നുണ്ട്. എന്നാൽ ഇന്ത്യയിലെ ഗ്രാമങ്ങളിൽ ഭൂരിപക്ഷം ഗർഭിണികൾക്കും ആരോഗ്യവിദഗ്ദ്ധരുടെ ഒരു പരിശോധന പോലും ലഭ്യമാകുന്നില്ല എന്നതാണ് വസ്തുത. അമ്മമാരുടെ ആരോഗ്യപ്രശ്നങ്ങൾ ജനിക്കുന്ന കുഞ്ഞിനെയും ബാധിക്കും. ശിശുമരണനിരക്കിന്റെ കാര്യത്തിലും (6 വയസ്സിനു താഴെയുള്ള കുഞ്ഞുങ്ങളുടെ മരണനിരക്കാണ് ശിശുമരണ നിരക്ക്) ആയിരം കുഞ്ഞുങ്ങൾക്ക് 58 മരണം എന്ന ഉയർന്ന നിരക്കാണ് ഇന്ത്യയിലുള്ളത്.

വർദ്ധിക്കുന്ന മാതൃമരണത്തിന്റെ കാരണം വ്യക്തമാണ്. പോഷകാഹാരക്കുറവ്, ദാരിദ്ര്യം, ആരോഗ്യസംരക്ഷണത്തെക്കുറിച്ചുള്ള അറിവില്ലായ്മ, നിരക്ഷരത, വൃത്തിയില്ലാത്ത ചുറ്റുപാടുകൾ, ആശുപത്രി സൗകര്യങ്ങൾ ഇല്ലാത്തത് എന്നിങ്ങനെ നിരവധി കാരണങ്ങൾ. ഇവ പരിഹരിച്ചാൽ മനുഷ്യവംശത്തെ നിലനിർത്തേണ്ട ലക്ഷക്കണക്കിന് അമ്മമാരെയും കുഞ്ഞുങ്ങളെയും നമുക്കു സംരക്ഷിക്കാൻ കഴിയുമെന്നതിന്റെ ഉത്തമ ഉദാഹരണമാണ് നമ്മുടെ സംസ്ഥാനം. ഇന്ത്യയിലെ ഏറ്റവും മെച്ചപ്പെട്ട ആരോഗ്യ-വിദ്യാഭ്യാസ-സാമൂഹ്യക്ഷേമ നേട്ടങ്ങൾ കേരളത്തിലുണ്ട്. രാജ്യത്തെ ഏറ്റവും കുറഞ്ഞ ശിശുമരണനിരക്ക് (1000 കുട്ടികൾക്ക് 15 മരണം) കേരളത്തിലാണ്. ഏറ്റവും ഉയർന്ന ആയുർദൈർഘ്യം കേരളത്തിലാണ് (കേരളം-സ്ത്രീകൾ-76 വയസ്സ്, ഇന്ത്യ സ്ത്രീകൾ - 61.8 വയസ്സ്). മാതൃമരണനിരക്ക് ഒരുലക്ഷം പ്രസവങ്ങൾക്ക് 110 മരണം എന്ന നിലയിൽ കുറച്ചുകൊണ്ടുവരാൻ കേരളത്തിനു കഴിഞ്ഞിട്ടുണ്ട്.

ഈ നേട്ടങ്ങൾ ഒരുദിവസം കൊണ്ടുണ്ടായതല്ല. സാധാരണക്കാരുടെ ജീവിത ഗുണനിലവാരം മെച്ചപ്പെടുത്തുന്നതിനായി സംസ്ഥാനം ഭരിച്ച ജനകീയ സർക്കാരുകൾ നടത്തിയ ഇടപെടലുകളാണ് കേരളത്തിന്റെ നേട്ടങ്ങൾക്കു പിന്നിലുള്ള ഊർജ്ജം.

ഇതിലേറ്റവും പ്രധാനം വിദ്യാഭ്യാസരംഗത്തെ ഇടപെടലുകൾ തന്നെയാണ്. ഔചാരിക വിദ്യാഭ്യാസത്തോടൊപ്പം അനൗപചാരിക വിദ്യാഭ്യാസരംഗത്തും വലിയ ചലനങ്ങൾ കേരളത്തിൽ സംജാതമാക്കാൻ നമുക്കു കഴിഞ്ഞു. അതിൽ വിശേഷിച്ച് സ്ത്രീസാക്ഷരത സവിശേഷ ശ്രദ്ധ അർഹിക്കുന്നു. ഇന്ത്യയിലെ തന്നെ ഏറ്റവും ഉയർന്ന സ്ത്രീ സാക്ഷരതയായ 87.7 ശതമാനമാണ് (2001 ലെ സെൻസസ്) കേരളത്തിലേത്. മൊത്തം ഇന്ത്യയിലാകട്ടെ ഇത് ശരാശരി 55 ശതമാനം മാത്രമാണ്. സ്ത്രീകൾ വികസനത്തിന്റെ 'ഏജൻസി'കളാണെന്ന് പ്രശംസിച്ചത് സാമ്പത്തിക ശാസ്ത്രജ്ഞനായ ഡോ. അമർത്യസെന്നാണ്. കേരളത്തെ സംബന്ധിച്ചിടത്തോളം ഇതേറ്റവും ശരിയാണ്. അറിവിന്റെ ജ്വാല ഏറ്റുവാങ്ങിയ കേരളത്തിലെ സ്ത്രീകളാണ് കേരളസമൂഹത്തെ മുന്നോട്ടു നയിക്കുന്ന ഒരു ചാലകശക്തി. അറിവിന്റെ ലോകം മെച്ചപ്പെട്ട ജീവിത ഗുണനിലവാരത്തെക്കുറിച്ചുള്ള ധാരണകൾ സ്ത്രീകൾക്കു നല്കി. ആരോഗ്യ സംരക്ഷണത്തെക്കുറിച്ച് കേരളത്തിലെ സ്ത്രീകൾക്കുള്ള അറിവ് സ്ത്രീകളുടെയും കുഞ്ഞുങ്ങളുടെയും കുടുംബത്തിന്റെ തന്നെയും ആരോഗ്യസംരക്ഷണത്തിൽ മുഖ്യപങ്ക് വഹിക്കുന്നുണ്ട്.

കേരളത്തിലെ പ്രസവങ്ങളിൽ 99 ശതമാനത്തോളം ആശുപത്രികളിൽ വെച്ചാണ് നടക്കുന്നത്. ഇത് മാതൃമരണനിരക്ക് കുറയ്ക്കാൻ സഹായകമാണ്. നമ്മുടെ സർക്കാരാശുപത്രികളിലാണ് പ്രസവങ്ങളുടെ പകുതിയോളം നടക്കുന്നത്. കമ്യൂണിറ്റി ഹെൽത്ത് സെന്റർ, താലൂക്ക് ആശുപത്രികൾ എന്നിവ മെഡിക്കൽ കോളേജ് ആശുപത്രികൾക്കൊപ്പം തന്നെ സ്പെഷ്യലിസ്റ്റ് ഡോക്ടർമാരുടെ സേവനമടക്കം ലഭ്യമാകുന്ന തരത്തിൽ ആധുനീകരിക്കപ്പെട്ടിരിക്കുന്നു. അങ്കണവാടി പ്രവർത്തനം ഫലപ്രദമായൊരളവുവരെ സഹായകമാകുന്നുണ്ട്. കേരളത്തിൽ സർക്കാർ നടത്തുന്ന വിവിധ സാമൂഹ്യക്ഷേമ പ്രവർത്തനങ്ങളിൽ ദാരിദ്ര്യനിർമ്മാർജ്ജനത്തിൽ സ്ത്രീകളുടെ മഹാപ്രസ്ഥാനമായ കുടുംബശ്രീയുടെ റോൾ എടുത്തുപറയേണ്ടതാണ്. എന്നാൽ ആദിവാസി, മത്സ്യത്തൊഴിലാളി മേഖലകളിലെ സ്ത്രീകളുടെ ആരോഗ്യസംരക്ഷണത്തിൽ ഇനിയും സവിശേഷ ശ്രദ്ധനല്കേണ്ടതുണ്ട്.

മാതൃദിനം നമുക്കാഘോഷിക്കാം; പക്ഷേ, കോടിക്കണക്കിനു സ്ത്രീകൾക്ക് സുരക്ഷിതമായ മാതൃത്വം അവകാശപ്പെടാൻ കഴിയാത്തിടത്തോളം കാലം ആഘോഷങ്ങൾക്ക് പ്രസക്തിയില്ല. പ്രസവിക്കുന്ന അമ്മമാരെ മാത്രമല്ല, ആരോഗ്യമുള്ള കാലത്തോളം മക്കളെ പോറ്റിവളർത്തി ഒടുവിൽ വീണുപോകുന്ന അമ്മമാരെയും സംരക്ഷിക്കാൻ നമുക്കു കഴിയണം. പ്രായമായ അച്ഛനമ്മമാരെ ഭാരമെന്നു കരുതി പട്ടിക്കൂട്ടിൽ അടച്ചിടുന്ന ആളുകളും തെരുവിലേക്കിറക്കി വിടുന്നവരും നമുക്കിടയിലുണ്ട് എന്നുകൂടി മാതൃദിനത്തിന്റെ ആഘോഷവേളയിൽ നമുക്ക് മറക്കാതിരിക്കാം.

(2009)

സ്ത്രീധനത്തിനെതിരായ പോരാട്ടം ശക്തമാക്കുക

സ്ത്രീധനവും സ്ത്രീധനവുമായി ബന്ധപ്പെട്ട അതിക്രമങ്ങളും തടയുന്നതിനുള്ള നിയമങ്ങൾ നിലവിലുള്ളപ്പോൾ തന്നെ സ്ത്രീധനമെന്ന വിപത്ത് സമൂഹത്തിൽ കൂടുതൽ വ്യാപിക്കുന്നതായി അഖിലേന്ത്യാ ജനാധിപത്യ മഹിളാ അസോസിയേഷന്റെ എട്ടാം ദേശീയ സമ്മേളനത്തിന്റെ ഭാഗമായി നടന്ന കമീഷൻ ചർച്ച വിലയിരുത്തി. 2005 ലെ നാഷണൽ ക്രൈം റിക്കോർഡ്സ് ബ്യൂറോയുടെ കണക്കുപ്രകാരം ഓരോ 77 മിനിറ്റിലും ഒരു സ്ത്രീ വീതം സ്ത്രീധനവുമായി ബന്ധപ്പെട്ട പ്രശ്നങ്ങളാൽ മരണമടയുന്നുണ്ട്. ഒരു മണിക്കൂറിൽ 6 ൽ അധികം എന്ന നിലയിൽ 2005 ൽ മാത്രം 58300 സ്ത്രീധനപീഡനക്കേസുകൾ 498 എ വകുപ്പു പ്രകാരം രജിസ്റ്റർ ചെയ്യപ്പെട്ടിട്ടുണ്ട്.

ഇന്ത്യയിൽ വേദകാലത്തിന്റെ അവസാന ഘട്ടങ്ങൾ മുതൽ സ്ത്രീധനമെന്ന സമ്പ്രദായത്തിന്റെ പരാമർശങ്ങൾ കാണുന്നുണ്ട്. കന്യാദാനമെന്ന ചടങ്ങിന്റെ ഭാഗമായി മകളെ മറ്റൊരു കുടുംബത്തിലേക്ക് സമ്മാനമായി നല്കുമ്പോൾ ഒപ്പം പണവും മറ്റ് മൂല്യമുള്ള വസ്തുക്കളും കൊടുക്കുന്നതായിരുന്നു രീതി. എന്നാൽ ആ കാലത്ത് പോലും കന്യാദാനം എന്ന ഒരു വിവാഹരീതി മാത്രമായിരുന്നില്ല ഉണ്ടായിരുന്നത്. ഗാന്ധർവ്വവിവാഹം, രാക്ഷസവിവാഹം തുടങ്ങിയ വിവാഹരീതികളിൽ സ്ത്രീധനമെന്ന സമ്പ്രദായം ഉണ്ടായിരുന്നില്ല. കന്യാദാനമാകട്ടെ സവർണ്ണ ഹിന്ദു വിഭാഗങ്ങൾക്കിടയിലാണ് പൊതുവെ പ്രചരിച്ചിരുന്നത്. നിരവധി ആദിവാസി ഗോത്രങ്ങളിൽ സ്ത്രീധനത്തിനു പകരം വരൻ വധുവിനു പെൺപണം നല്കുന്ന രീതിയാണുണ്ടായിരുന്നത്. ഹിന്ദുമതത്തിലെ സ്ത്രീധനസമ്പ്രദായമില്ലാതിരുന്ന വിവിധജാതിവിഭാഗങ്ങൾ കാലക്രമേണ വധുവിന്റെ കുടുംബത്തിന് അഭിമാനവും അംഗീകാരവും

നല്കുന്ന ഒന്നാക്കി സ്ത്രീധനത്തെ മാറ്റുകയാണ് ചെയ്തത്. കൊളോണിയൽ ഭരണത്തിന്റെ നാളുകളിൽ വിദേശരാജ്യങ്ങളിൽനിന്ന് വിദ്യാഭ്യാസം നേടിയവരോ സർക്കാരുദ്യോഗമുള്ളവരോ ആയ ചെറുപ്പക്കാർക്കുവേണ്ടിയുള്ള നഗരപ്രദേശങ്ങളിലെ സമ്പന്ന വിഭാഗങ്ങൾക്കിടയിലുണ്ടായ ഡിമാന്റ് സ്ത്രീധന സമ്പ്രദായത്തെ വീണ്ടും പ്രബലമാക്കി. എന്നാൽ പെൺകുട്ടികളുടെ വിദ്യാഭ്യാസരംഗത്തെ മുന്നേറ്റവും സാമൂഹ്യപരിഷ്കരണ പ്രസ്ഥാനങ്ങളും സ്ത്രീധനം പോലെയുള്ള ദുരാചാരങ്ങൾക്കെതിരെ പ്രതിഷേധമുയർത്താൻ പ്രചോദനമായി.

1961 ലാണ് സ്ത്രീധന നിരോധനനിയമം നിലവിൽ വന്നത്. എന്നാൽ 1970 കളുടെ ആരംഭത്തിൽ തന്നെ നിയമത്തെ അപ്രസക്തമാക്കിക്കൊണ്ട് സ്ത്രീധനസമ്പ്രദായം ശക്തമായി നിലനില്ക്കുന്നത് മഹിളാ പ്രസ്ഥാനങ്ങൾ ചൂണ്ടിക്കാണിച്ചിരുന്നു. 1970 കളിലും 1980 കളിലും കണ്ടുതുടങ്ങിയ പ്രവണത അന്നേവരെ സ്ത്രീധന സമ്പ്രദായമില്ലാതിരുന്ന സമുദായങ്ങളിലേക്കുകൂടി സ്ത്രീധനസമ്പ്രദായം വ്യാപിക്കുന്നതാണ്. സ്ത്രീധന പീഡനങ്ങൾ ഏറെക്കാലമായി സമൂഹത്തിൽ നിലനില്ക്കുന്നുണ്ടെങ്കിലും അത് പൊതുശ്രദ്ധയിൽ കൊണ്ടുവന്നത് മഹിളാപ്രസ്ഥാനങ്ങളാണ്. ഒരു കാലത്ത് സ്വാഭാവിക മരണങ്ങളായി എഴുതിത്തള്ളിയിരുന്ന ഭർത്തൃമതികളായ സ്ത്രീകളുടെ മരണം മഹിളാപ്രവർത്തകരുടെയും ഗവേഷകരുടെയും ജാഗ്രതയുടെ ഭാഗമായി സൂക്ഷ്മപരിശോധനകൾക്ക് വിധേയമാകാൻ തുടങ്ങി. മഹിളാപ്രസ്ഥാനങ്ങളുടെ ശക്തമായ സമ്മർദ്ദത്തിന്റെ ഭാഗമായിട്ടാണ് 498 എ, 304 ബി എന്നീ രണ്ടു വകുപ്പുകൾ ഇന്ത്യൻ പീനൽകോഡിൽ 1983 ലും 1986 ലും ഉൾപ്പെടുത്തപ്പെട്ടത്. എന്നാൽ ഈ വകുപ്പുകൾ സ്ത്രീധനപീഡനത്തിനെതിരെ ഫലപ്രദമായ ആയുധങ്ങളാണെങ്കിലും ഇവയ്ക്കും വർദ്ധിക്കുന്ന സ്ത്രീധന പീഡനങ്ങളെ തടയാൻ കഴിഞ്ഞിട്ടില്ല.

ഒരുപക്ഷേ വർദ്ധിച്ചുവരുന്ന സ്ത്രീധനപീഡന റിപ്പോർട്ടുകൾക്ക് ഒരു കാരണം അതിക്രമങ്ങൾ നിശ്ശബ്ദമായി സഹിക്കാൻ തയ്യാറാകാതെ ഇന്നത്തെ സ്ത്രീകൾ അതിനെതിരെ പ്രതികരിക്കുന്നതാകാം. വീടിന്റെ നാലുചുവരുകൾക്കുള്ളിൽ എന്തുനടന്നാലും അതു പുറത്തേറിയാൻ പറ്റാത്തതരത്തിൽ നഗരവത്ക്കരണം സംഭവിച്ചിരിക്കുന്ന ഒരു സാഹചര്യത്തിൽ സമൂഹത്തിന്റെ ജാഗ്രത പൂർണ്ണമായും ഇല്ലാതാകുന്നു. സാമൂഹ്യബന്ധങ്ങൾപോലും കച്ചവടവല്ക്കരിക്കപ്പെടുന്നതും പണത്തോടും ആഡംബര ഉപഭോഗവസ്തുക്കളോടും ആർത്തിവർദ്ധിക്കുന്നതും സ്ത്രീധന സമ്പ്രദായത്തെ വളർത്താൻ പ്രേരകമാണ്. സമൂഹത്തിൽ തുടരുന്ന ലിംഗവിവേചനത്തിന്റെയും ലിംഗ അനീതിയുടെയും പ്രതീകമാണ് സ്ത്രീധനസമ്പ്രദായം. സ്ത്രീയുടെ അദ്ധ്വാനത്തെ വിലമതിക്കാത്തതുകൊണ്ടുതന്നെ മറ്റുള്ളവരെ ആശ്രയിക്കുന്നവളെന്ന പദവിയാണ് സ്ത്രീക്ക് സമൂഹത്തിലുള്ളത്. സ്ത്രീയുടെ അദ്ധ്വാനത്തിന് മൂല്യമില്ലെന്നും അവൾ ഒരു ബാദ്ധ്യതയാണെന്നുമുള്ള കാഴ്ചപ്പാടാണുള്ളത്.

അതുകൊണ്ട് തന്നെ അവൾക്ക് ഭർത്തൃഗൃഹത്തിൽ മാന്യതയും സുരക്ഷിതത്വവും ലഭിക്കണമെങ്കിൽ ആവശ്യത്തിന് പണവും വസ്തുക്കളും അവൾ കൊണ്ടുവരണം. ഒരു തരത്തിൽ ഭർത്താവിന്റെ കുടുംബത്തിന് തന്നെ സ്വീകരിക്കാനായി നല്കുന്ന കൈക്കൂലി. പുറത്ത് ജോലിയുള്ള സ്ത്രീയാണെങ്കിൽ പോലും അതിന് പരിഗണനയില്ല. പുറത്തെ ജോലി സ്ത്രീക്ക് പ്രാഥമികമല്ല; അവളുടെ ജീവിതസാക്ഷാത്കാരമെന്നത് കല്യാണം കഴിച്ച്, കുട്ടികളെ വളർത്തി, വീട്ടിനെ സേവിക്കുന്നതാണ്. ഈ തലതിരിഞ്ഞ ധാരണയാണ് സ്ത്രീധനസമ്പ്രദായത്തെ ഇന്നും ഊട്ടി ഉറപ്പിക്കുന്നത്.

ഈ ഹീനമായ സമ്പ്രദായം ഇന്ന് ധനിക വിഭാഗങ്ങളിൽ മാത്രമല്ല പ്രശ്നങ്ങൾ ഉണ്ടാക്കുന്നത്; സാമ്പത്തികമായി പിന്നോക്കം നില്ക്കുന്നവരുടെ ഇടയിലും കൂടുതൽ ദാരിദ്ര്യവും ദുരിതവും സൃഷ്ടിക്കുന്നു. ഗ്രാമങ്ങളിലെ പാവപ്പെട്ടവരുടെ കടബാദ്ധ്യതയ്ക്കും ഭൂമി നഷ്ടപ്പെടുന്നതിനും പ്രധാന കാരണങ്ങളിലൊന്ന് സ്ത്രീധനമാണെന്ന് കണക്കുകൾ കാണിക്കുന്നു. ഇതുമൂലം കുടുംബത്തിലെ പെൺമക്കളോട് വിവേചനം കാണിക്കുക മാത്രമല്ല അവരെ കുടുംബത്തിനേറ്റ ശാപമായിട്ടുകൂടി വീക്ഷിക്കപ്പെടുന്ന സ്ഥിതിയാണുള്ളത്. പെൺകുഞ്ഞിനെ ഗർഭം ധരിച്ച ഭാര്യമാരെ പീഡിപ്പിക്കുന്നതും പെൺഭ്രൂണഹത്യയും ജനിച്ച ഉടനെ പെൺകുഞ്ഞുങ്ങളെ ഉപേക്ഷിക്കുന്നതുമായ കേസുകൾ വർദ്ധിച്ചിരിക്കുന്നു. പിറക്കാനിരിക്കുന്ന കുഞ്ഞിന്റെ ലിംഗനിർണ്ണയ പരിശോധനയും തുടർന്നുള്ള ഭ്രൂണഹത്യയും ഭാവിയിലെ സ്ത്രീധനത്തിന്റെ സമ്മർദ്ദത്തിൽ നിന്നാണ് വരുന്നത്. എന്നാൽ വിരോധാഭാസമായി തോന്നാവുന്നത് വലിയ തുക സ്ത്രീധനം കൊടുക്കുകയും വാങ്ങുകയും ചെയ്യുന്ന ആഡംബരപൂർണ്ണമായ വിവാഹങ്ങൾ നടത്തുന്ന പണക്കാരുടെ ഇടയിൽ തന്നെയാണ് പെൺഭ്രൂണഹത്യയും കൂടുതലായി കാണുന്നത് എന്നതാണ്.

ആഗോളവല്ക്കരണത്തിന്റെയും നവഉദാരവത്ക്കരണത്തിന്റെയും ഈ കാലഘട്ടത്തിൽ സ്ത്രീധനസമ്പ്രദായവും ഗണ്യമായ മാറ്റത്തിന് വിധേയമായിക്കൊണ്ടിരിക്കുന്നു. ഇപ്പോൾ ഒരു ചെറുന്യൂനപക്ഷത്തിന്റെ കൈകളിൽ കൂടുതൽ സമ്പത്ത് കുമിഞ്ഞുകൂടുന്നതുമൂലം അത് ചെലവഴിക്കുന്നതിന് പുത്തൻ മാർഗ്ഗങ്ങൾ കണ്ടെത്തുകയാണ്. പ്രകടനപരമായ ഉപഭോഗസംസ്ക്കാരം വളർന്നുവന്നിരിക്കുന്നു. ഇതിനെ തൃപ്തിപ്പെടുത്താൻ അനേകം ആഡംബര-ഉപഭോഗവസ്തുക്കളും കമ്പോളത്തിൽ ലഭ്യമാണ്. ഏറ്റവും സമ്പന്നരായവർക്ക് മാത്രമല്ല, ഇടത്തരക്കാരിൽ തന്നെ ഉയർന്ന വിഭാഗങ്ങൾക്കും ഇന്ന് ആഡംബരവസ്തുക്കൾക്കായി ചെലവഴിക്കാൻ എളുപ്പത്തിൽ പണം ലഭിക്കുന്നുണ്ട്. ഈ പ്രവണത പ്രോത്സാഹിപ്പിക്കുന്ന തരത്തിൽ മാധ്യമങ്ങളിലെ സീരിയലുകളിൽക്കൂടിയും പരസ്യങ്ങളിൽ കൂടിയും താരവിവാഹങ്ങളിൽക്കൂടിയും ആകർഷകമായ പ്രചാരണങ്ങളാണ് നടക്കുന്നത്. ആധുനികതയുടെ മുഖംമൂടിയണിഞ്ഞുകൊണ്ട് പരമ്പരാഗത വിവാഹങ്ങൾ ആഡംബര

പൂർണ്ണമായി നടത്തുന്ന രീതിയാണ് വളർന്നുവരുന്നത്.

ഇപ്പോഴുള്ള സ്ത്രീധന നിരോധന നിയമപ്രകാരം വിവാഹം തകർന്ന് സ്ത്രീകൾ പീഡിപ്പിക്കപ്പെടുന്ന അവസ്ഥയിൽ മാത്രമെ നടപടിക്ക് സാദ്ധ്യതയുള്ളൂ. സ്ത്രീധനം കൊടുക്കുകയോ വാങ്ങുകയോ ചെയ്യുന്നവർക്ക് 5 വർഷം തടവും 15000 രൂപയോ സ്ത്രീധനത്തുകയോ (ഏതാണ് അധികം) പിഴയും ലഭിക്കാൻ വ്യവസ്ഥയുണ്ട്. സ്ത്രീധനം ആവശ്യപ്പെടുന്നവർക്ക് 6 മാസം മുതൽ 2 വർഷംവരെ തടവ് ശിക്ഷ ലഭിക്കാം. എന്നാൽ സ്ത്രീധനനിരോധനനിയമം അനുസരിച്ച് സ്ത്രീധനം കൊടുക്കുകയോ വാങ്ങുകയോ ചെയ്യുന്ന അവസരത്തിൽ തന്നെ പിടിക്കപ്പെടാനുള്ള ഒരു സംവിധാനവും നിലവിലില്ല.

ജുഡീഷ്യറിയിലും നിലനില്ക്കുന്ന പിതൃമേധാവിത്വ യാഥാസ്ഥിതിക ശക്തികൾ സ്ത്രീധന കേസുകൾ കൈകാര്യം ചെയ്യുമ്പോൾ സ്ത്രീകൾക്കെതിരെ ഉണ്ടാകുന്ന അക്രമങ്ങളെ കണക്കിലെടുക്കാതെ സ്ത്രീധനത്തെ ന്യായീകരിക്കുന്ന അവസ്ഥയുണ്ട്. അടുത്തകാലത്ത് ദൽഹിഹൈക്കോടതി 498–എ വകുപ്പ് ദുരുപയോഗം ചെയ്യപ്പെടുന്നതായി അവകാശപ്പെട്ടുകൊണ്ട് പ്രതികൾക്ക് ജാമ്യം ലഭിക്കുന്ന രീതിയിൽ ഈ വകുപ്പ് ഭേദഗതി ചെയ്യണമെന്ന് നിർദ്ദേശിക്കുകയുണ്ടായി. മറ്റ് ഹൈക്കോടതികളുടേയും സുപ്രീംകോടതിയുടേയും ചില വിധികളിലും 498–എ വകുപ്പ് പ്രകാരം പരാതി കൊടുക്കുന്ന സ്ത്രീകളെപ്പറ്റി മോശപ്പെട്ട പരാമർശങ്ങളുണ്ടായിരുന്നു. ജഡ്ജിമാർ യാഥാർത്ഥ്യത്തിൽ നിന്നും എത്ര അകലെയാണെന്നാണിത് കാണിക്കുന്നത്. നീണ്ടകാലം പീഡനങ്ങൾ നേരിട്ടതിന് ശേഷം അത് അസഹ്യമായ അവസ്ഥയിലെത്തുന്ന സമയത്താണ് മിക്കവാറും സ്ത്രീകൾ പരാതിയുമായി പൊലീസിനെ സമീപിക്കാൻ നിർബ്ബന്ധിക്കപ്പെടുന്നതെന്നതാണ് യാഥാർത്ഥ്യം.

സ്ത്രീധന സമ്പ്രദായം അവസാനിപ്പിക്കുന്നതിനുള്ള ദേശീയ കർമ്മ പരിപാടിയിൽ താഴെ പറയുന്ന നിർദ്ദേശങ്ങൾ ഉൾക്കൊള്ളിച്ച് പ്രവർത്തനം നടത്തണം:

* സ്വന്തം ഇഷ്ടപ്രകാരമുള്ള വിവാഹങ്ങളും മിശ്രജാതി മിശ്രമത വിവാഹങ്ങളും പ്രോത്സാഹിപ്പിക്കുന്ന തരത്തിലുള്ള നിയമനിർമ്മാണവും നയപരമായ പരിപാടികളും സർക്കാരും മറ്റു സംഘടനകളും കൊണ്ടുവരണം.
* സ്ത്രീധനം കൊടുക്കുകയോ വാങ്ങുകയോ ചെയ്യില്ലെന്ന് സംഘടനകളിലെ അംഗങ്ങൾ പരസ്യമായി പ്രതിജ്ഞ എടുക്കുക; സ്ത്രീധനം വാങ്ങുന്ന വിവാഹങ്ങൾ ബഹിഷ്ക്കരിക്കുക.
* സ്ത്രീധനം വാങ്ങുകയോ കൊടുക്കുകയോ ചെയ്യുന്നവർക്ക് സ്ഥാപനങ്ങളിലും സംഘങ്ങളിലും അംഗത്വം നിഷേധിക്കുക
* ആഡംബര വിവാഹങ്ങൾക്കെതിരെ പരസ്യമായ പ്രതിഷേധം നട

ത്തുക.

* ആൺമക്കൾക്ക് മുൻഗണന നല്കുന്ന തരത്തിലുള്ള എല്ലാ ആചാരങ്ങളേയും എതിർക്കുക.
* ലിംഗനിർണ്ണയ കേന്ദ്രങ്ങൾക്കെതിരെ നടപടി എടുക്കുക; ലിംഗപരിശോധന നിരോധന നിയമം കർശനമായി നടപ്പിലാക്കുക
* സ്ത്രീധനം, വിവാഹത്തിന് വേണ്ടിയുള്ള ചെലവ്, മകന് മുൻഗണന തുടങ്ങിയവ പ്രോത്സാഹിപ്പിക്കുന്ന പരസ്യങ്ങൾക്കെതിരെ നിയമപരവും മറ്റു രീതിയിലുമുള്ള നടപടി സ്വീകരിക്കുക.
* ജില്ലാ തലത്തിലോ താഴെത്തട്ടിലോ വിവാഹങ്ങൾ (പങ്കെടുത്തവരുടെ ലിസ്റ്റ് സഹിതം) രജിസ്റ്റർ ചെയ്യുന്നത് നിർബ്ബന്ധമാക്കുക.
* വിവാഹബന്ധത്തിൽ ഭാര്യയോ ഭർത്താവോ സമ്പാദിക്കുന്ന സ്വത്തിൽ സ്ത്രീക്കും പുരുഷനും തുല്യ അവകാശം ഉറപ്പുവരുത്തുന്ന നിയമം കൊണ്ടുവരിക.
* ഭൂമിയുടെയും ഗ്രാമീണ സ്വത്തിന്റെയും അവകാശത്തിൽ സ്ത്രീകൾക്ക് തുല്യാവകാശം ലഭിക്കുന്ന തരത്തിൽ സ്വത്തവകാശ നിയമങ്ങൾ ഭേദഗതി ചെയ്യുക.
* ഭാര്യക്കും പെൺമക്കൾക്കുമെതിരെ വിവേചനം കാണിക്കാൻ സാദ്ധ്യമാകാത്ത തരത്തിൽ വിൽപ്പത്രനിയമത്തിൽ നിയന്ത്രണങ്ങൾ ഏർപ്പെടുത്തുക.
* സ്ത്രീധനത്തിന്റെ നിർവ്വചനത്തെപ്പറ്റിയുള്ള സ്ത്രീധന നിരോധന നിയമത്തിലെ 2-ാം വകുപ്പിലെ 'ബന്ധപ്പെട്ട' എന്ന ഭാഗം നീക്കംചെയ്യുക; സ്ത്രീധനം കൊടുക്കുകയോ വാങ്ങുകയോ ചെയ്യപ്പെടുന്ന വിവാഹങ്ങൾ നിറുത്തിവെക്കാനുള്ള ഉത്തരവ് നല്കാൻ പറ്റുന്ന വകുപ്പ് ഉൾപ്പെടുത്തുക; സ്ത്രീധനമരണത്തിന് കുറഞ്ഞ ശിക്ഷ 10 വർഷമാക്കുക; സ്വതന്ത്രചുമതലയോടെ കൂടുതൽ സ്ത്രീധന നിരോധന ഓഫീസർമാരെ നിയോഗിക്കുക.

(2005)

കുട്ടികൾ ക്ലാസ് മുറികളിലേക്ക് പോകട്ടെ

ആ വൃത്തികെട്ട വേനൽ രാത്രി
മറക്കാൻ കഴിഞ്ഞെങ്കിൽ
ഭയന്ന് ഓടിയൊളിക്കാൻ പോലും
എനിക്കാകാതിരുന്ന ശപിച്ച ദിവസം
രക്തത്തിൽ മുങ്ങിയ എന്റെ ശരീരം
ചുട്ടുപൊള്ളുകയായിരുന്നു
ആഴമുള്ള മുറിവുകൾക്ക് വല്ലാത്ത നീറ്റലും
എന്റെ ശരീരത്തിലെ ഓരോ പേശിയും
വലിച്ചു കീറിയത് പോലെ
ഈ ശരീരം, ആത്മാവ്, ജീവിതം
വെറുത്തു ഞാൻ, ഇനിയുമത് തുടരണോ?
ഈ ലോകത്ത് ഒരു പെൺകുട്ടിയും
അനുഭവിക്കരുതേ, ഈ വേദന
ഈ വെറുപ്പ്, എന്നെ ചൂഴുന്നത്.

ചെറിയ പ്രായത്തിൽ ക്രൂരമായ ബലാത്സംഗത്തിനിരയാകേണ്ടി വന്ന അമേരിക്കക്കാരിയായ ഒരു പെൺകുട്ടിയുടെ വാക്കുകളാണിത്. മുപ്പതു വയസ്സുകാരനെ വിവാഹം കഴിക്കേണ്ടി വന്ന പത്തു വയസ്സുകാരി നൂജുദിന്റെ അനുഭവത്തിൽനിന്ന് എന്ത് വ്യത്യാസമാണിതിനുള്ളത്! യമനിലെ ഖാർജിദ് ഗ്രാമത്തിലെ നൂജൂദ് സഹികെട്ട് ലോകത്തോട് വിളിച്ചു പറഞ്ഞത് വിവാഹത്തിന്റെ പേരിൽ ഒരു ചെറിയ കുട്ടി നേരിട്ട ഇതേ ക്രൂര പീഡനങ്ങളാണ്. *ഞാൻ നൂജൂദ്, പത്തു വയസ്സുകാരി, വിവാഹ മോചിത* എന്ന പുസ്തകം ഒരു പത്തു വയസുകാരി സ്വന്തം ജീവിതം വീണ്ടെടുക്കാൻ വേണ്ടി നടത്തിയ അസാധാരണ പോരാട്ടത്തിന്റെ കഥയാണ്. സ്വന്തം ശരീരത്തെക്കുറിച്ച് പോലും ഒരു ധാരണയുമില്ലാത്ത ചെറുപ്രാ

യത്തിൽ നേരിടേണ്ടി വരുന്ന ബലപ്രയോഗങ്ങളുടെ അവസാനിക്കാത്ത യാതനകളാണ് ലോകത്ത് കോടിക്കണക്കായ പെൺകുട്ടികൾക്ക് വിവാഹം എന്ന അനുഭവം. മതാനുശാസനങ്ങളുടെയോ ദാരിദ്ര്യത്തിന്റെയോ ആചാരങ്ങളുടെയോ സുരക്ഷയുടെയോ ഒന്നും പേരിൽ ന്യായീകരിക്കാനാകാത്ത കടുത്ത മനുഷ്യാവകാശ ലംഘനമാണത്.

പെൺകുട്ടികളുടെ അവകാശങ്ങൾക്ക് മേലുള്ള കടന്നാക്രമണം ജനനം മുതൽ തുടങ്ങുന്നു.

> അന്ന് ഇല്ലങ്ങളിൽ പെൺകുട്ടികളുടെ ജനനം ഒട്ടും ശുഭസൂചകമായിരുന്നില്ല. സ്ത്രീ ഗർഭിണിയായത് മുതൽ പുരുഷസന്തതിക്കായുള്ള പ്രത്യേകം പ്രാർത്ഥനകളും പൂജകളും നടക്കും. ഉണ്ണി പിറന്നാൽ സന്തോഷവാർത്ത അറിയിക്കാൻ വാല്യക്കാർ മുറ്റത്തുനിന്ന് ഉറക്കെ ആർപ്പ് വിളിക്കും. പെണ്ണായാൽ ഇരിക്കണമ്മമാർ പതിഞ്ഞ ശബ്ദത്തിൽ വാതിലിൽ മുട്ടി വിവരമറിയിക്കയേ ഉള്ളൂ. ഇടവ മാസത്തിലെ തിരുവോണ നാളിലാണ് ഞാൻ ജനിച്ചത്. അന്ന് ആർപ്പ് വിളി മുഴങ്ങിയില്ല; വാതിലിൽ ചില പതിഞ്ഞ തട്ടലുകൾ മാത്രമുണ്ടായി.

1928 ലെ കേരളത്തിലെ ഉണ്ണാനും ഉടുക്കാനും വേണ്ടുവോളമുണ്ടായിരുന്ന ഒരു നമ്പൂതിരി ഇല്ലത്ത് പെൺകുഞ്ഞിനു കിട്ടിയ സ്വീകരണമാണ് ദേവകി നിലയങ്ങോട് ആത്മകഥയിൽ ഇങ്ങനെ കുറിച്ചത് (*നഷ്ട ബോധങ്ങളില്ലാതെ*). പെണ്ണിനെ പോറ്റാൻ പണമില്ലാഞ്ഞിട്ടല്ല. ഇനിയും തലമുറകളോളം ആണിനെ പ്രസവിക്കാനും ഊട്ടിവളർത്താനും പെണ്ണ് വേണം താനും. എങ്കിലും സ്ത്രീജന്മം തന്നെ അപ്രധാനമാണെന്നും പാഴാണെന്നും അതിസമർത്ഥമായി വിശ്വസിപ്പിച്ചു പോരുന്ന ആൺകോയ്മാ മൂല്യബോധം സ്വന്തം ജനനത്തെപ്പോലും പഴിക്കാൻ സ്ത്രീയെ ശീലിപ്പിച്ചു. മതാനുശാസനങ്ങളെയും നിർണ്ണയിച്ചതിൽ ഈ മൂല്യബോധത്തിന് മുഖ്യ പങ്കുണ്ട്. അതുകൊണ്ടാണ് അവയും സ്ത്രീ വിരുദ്ധമായി മാറിയത്. എത്ര എളുപ്പമാണ് മനുഷ്യരിൽ പാതി വരുന്നവരെ നിസ്സഹായരും നിരായുധരുമാക്കാൻ!

സ്ത്രീകളുടെ ശരീരവും ജീവിതവും ആണിനെ സന്തോഷിപ്പിക്കാനും പ്രത്യുൽപ്പാദനത്തിനും വേണ്ടി മാത്രമുള്ളതാണെന്ന ധാരണയിൽനിന്നു കൊണ്ടാണ് ബാലവിവാഹത്തെ പിന്തുണയ്ക്കുന്നവർ സംസാരിക്കുന്നത്. പെൺകുട്ടികളുടെ വിദ്യാഭ്യാസത്തെക്കുറിച്ചുള്ള ചിന്തപോലും ഇക്കൂട്ടരെ അസ്വസ്ഥപ്പെടുത്തും. സ്ത്രീയെ നിരായുധീകരിക്കാൻ ഏറ്റവും ആവശ്യം അവർക്ക് വിദ്യാഭ്യാസം നിഷേധിക്കൽ തന്നെയാണ്. വിദ്യാഭ്യാസവും വിവാഹവും തമ്മിൽ എന്ത് ബന്ധം എന്ന അബദ്ധം എഴുന്നള്ളിക്കുന്നവർ സ്ത്രീവിദ്യാഭ്യാസത്തിന്റെ ശത്രുക്കൾ തന്നെയാണ്. കാരണം വിവാഹത്തോടെ ബഹുഭൂരിപക്ഷം പെൺകുട്ടികളുടെയും പഠനം അവസാനിക്കും എന്നറിയാത്തവരല്ല ഇവർ. വിവാഹം കഴിഞ്ഞും

ഉപരിപഠനം നടത്തുന്ന ധാരാളം പെൺകുട്ടികളില്ലേ എന്ന് പലരും ചോദിക്കാറുണ്ട്. ശരിയാണ്, എന്നാൽ അതിനു മിനിമം ഹയർസെക്കന്ററി വിദ്യാഭ്യാസമെങ്കിലും ഉറപ്പാക്കണ്ടേ?

വിദ്യാഭ്യാസവും ബാലവിവാഹവും തമ്മിലുള്ള ബന്ധം കൂടുതൽ പഠനത്തിന് വിധേയമാക്കേണ്ടതുണ്ട്. ദേശീയ കുടുംബാരോഗ്യ സർവ്വേ–3 (2005–6) കാണിക്കുന്നത് ഇന്ത്യയിൽ വിദ്യാഭ്യാസമില്ലാത്ത പെൺകുട്ടികളുടെ ശരാശരി വിവാഹപ്രായം പതിനഞ്ചു വയസെന്നാണ്. ഹയർസെക്കന്ററിയോ അതിലധികമോ വിദ്യാഭ്യാസമുള്ള പെൺകുട്ടികളുടെ ശരാശരി വിവാഹപ്രായം ഇരുപത്തിമൂന്നു വയസ്സും. അതിനർത്ഥം പെൺകുട്ടികളുടെ വിദ്യാഭ്യാസം ബാലവിവാഹം തടയാൻ സഹായകമാണ് എന്നാണ്. പക്ഷേ, സ്വാതന്ത്ര്യം കിട്ടി ഏഴു ദശകം ആകുമ്പോഴും ഇന്ത്യയിലെ നഗരങ്ങളിൽ 15–17 പ്രായത്തിലുള്ള പെൺകുട്ടികളിൽ പകുതി പേർ പോലും സ്കൂളുകളിൽ ഇല്ല. ഒന്നുകിൽ അവർ ഇടയ്ക്ക് വെച്ച് കൊഴിഞ്ഞു പോയി. അല്ലെങ്കിൽ അവർ സ്കൂൾ കണ്ടിട്ട് തന്നെയില്ല. ഗ്രാമപ്രദേശത്ത് സ്ഥിതി അതിലും മോശമാണ്. ഈ പ്രായത്തിലുള്ള പെൺകുട്ടികളിൽ മൂന്നിലൊന്ന് പേർ മാത്രമേ സ്കൂളിൽ പഠിക്കുന്നുള്ളൂ. സ്കൂളിലെത്തുന്നവരിൽ തന്നെ 6–17 പ്രായത്തിനിടയിലുള്ള പെൺകുട്ടികളിൽ ആറു ശതമാനത്തോളം പേർ ഇടയിൽ വെച്ച് വിവാഹിതരായി പഠിത്തം അവസാനിപ്പിക്കുകയാണ്. പുതിയ നൂറ്റാണ്ടിന്റെ വികസന ലക്ഷ്യത്തിൽ നിന്നും (Millennium Development Goals 2015) ഇന്ത്യയെ അകറ്റി നിർത്തുന്ന ഒരു വെല്ലുവിളി പെൺകുട്ടികളുടെ വിദ്യാഭ്യാസമാണ്. ഈ ഗുരുതരമായ സ്ഥിതി നേരിടാൻ വിദ്യാഭ്യാസ അവകാശനിയമം പാസ്സാക്കിയാൽ പോര. പെൺകുട്ടികളുടെ വിദ്യാഭ്യാസത്തിനു തടസ്സമായി നില്ക്കുന്ന എല്ലാ വെല്ലുവിളികളെയും നേരിടാൻ സർക്കാർ തയ്യാറാകണം. ദാരിദ്ര്യവും അന്ധവിശ്വാസവും അനാചാരങ്ങളും അതിക്രമങ്ങളും സ്ത്രീജീവിതത്തെയാണ് നേരിട്ട് ബാധിക്കുന്നത്. വീണ്ടും അതിന്റെ ഇരകളായി കൂടുതൽ ദുരിതത്തിലേക്ക് വലിച്ചെറിയപ്പെടുന്ന വിഷമവൃത്തത്തിലാണ് നമ്മുടെ പെൺകുട്ടികൾ.

ലോകത്ത് ആറു കോടി ബാലവധുക്കൾ ഇപ്പോഴുണ്ടത്രേ. അതിൽ നാല്പ്പതു ശതമാനം ഇന്ത്യയിലാണ്. ഓരോ വർഷവും ലോകത്ത് പ്രസവിക്കുന്ന ഒന്നര കോടിയിലധികം വരുന്ന കൗമാരപ്രായക്കാരിൽ മൂന്നിലൊന്നു പേരെങ്കിലും പ്രസവസംബന്ധമായ പ്രശ്നങ്ങളിൽ മരണമടയുന്നു. ചാപിള്ളകൾ ജനിക്കുന്നതും നവജാത ശിശുമരണവും കൗമാരപ്രായത്തിലെ പ്രസവത്തിൽ കൂടുതലാണ്. ബാലവിവാഹത്തെ പിന്തുണയ്ക്കുന്നവർ ശാരീരികവും മാനസികവും ആയി പക്വത വരാത്ത പ്രായത്തിൽ നേരിടേണ്ടി വരുന്ന പ്രത്യുല്പാദനമെന്ന പീഡനത്തെ പരിഗണിക്കുന്നതേയില്ല. ഇതൊക്കെ പെണ്ണായി പിറന്നവർക്ക് പറഞ്ഞിട്ടുള്ളതല്ലേ എന്ന മട്ടാണ്. പ്രസവയന്ത്രം മാത്രമാണ് അവർക്ക് സ്ത്രീകൾ.

ബാലവിവാഹത്തെക്കുറിച്ചുള്ള ചർച്ചകളിൽ പെൺകുട്ടിയുടെ സുര

ക്ഷയെക്കുറിച്ച് വലിയ വർത്തമാനങ്ങൾ കേട്ടു. ലൈംഗിക ആക്രമണങ്ങൾ വർദ്ധിച്ചു വരുന്നത് ഉത്കണ്ഠ ഉണ്ടാക്കുന്ന കാര്യം തന്നെ. പക്ഷേ, അതിനു കുറ്റക്കാരായ അക്രമികളെയല്ലേ ശിക്ഷിക്കേണ്ടത്! എത്രയോ കർക്കശ നിയമങ്ങൾ ഇന്ത്യൻ പാർലമെന്റ് പാസാക്കിയിട്ടുണ്ട്! ബലാത്സംഗക്കേസുകളിൽ കഴിഞ്ഞ മുപ്പതു വർഷത്തിനിടയിൽ ശിക്ഷിക്കപ്പെടുന്നവരുടെ എണ്ണം തുടർച്ചയായി കുറഞ്ഞു വരികയാണ്. നാലിലൊന്ന് കുറ്റവാളികൾ പോലും ശിക്ഷിക്കപ്പെടുന്നില്ല എന്ന് 2010 ലെ കണക്കുകൾ കാണിക്കുന്നു. കുറ്റവാളികളും നിയമം നടപ്പാക്കുന്നതിൽ വീഴ്ച വരുത്തുന്നവരും സ്വൈരമായി വാഴുന്നു. അക്രമിക്കപ്പെട്ടവർക്ക് മേൽ കൂടുതൽ നിയന്ത്രണങ്ങളും അരുതുകളും! വിവാഹിതരായാൽ പെൺകുട്ടികൾ സുരക്ഷിതരായെന്നു കരുതുന്നത്. ഏറ്റവും വലിയ അസംബന്ധമാണ്. നമ്മുടെ നാട്ടിൽ വിവാഹം എന്ന സ്ഥാപനം പുരുഷാധികാരത്തിന്റെ നിയന്ത്രണത്തിലാണ്. നല്ല പങ്കു വിവാഹബന്ധങ്ങളിലും സ്വന്തം ശരീരത്തിന് മേൽ സ്ത്രീക്ക് ഒരു നിയന്ത്രണവും ഉണ്ടാകാറില്ല. കുടുംബത്തിനകത്ത് നടക്കുന്ന അതിക്രമങ്ങളിൽ മർദ്ദനവും ലൈംഗിക ആക്രമണങ്ങളും വേർതിരിച്ചറിയാനാവില്ല. ബാലവിവാഹങ്ങളിൽ ഇത്തരം അതിക്രമങ്ങൾ കൂടുതലാണ്. കാരണം ഈ ആക്രമണങ്ങളെ പ്രതിരോധിക്കാനുള്ള കഴിവോ പക്വതയോ ചെറിയ പെൺകുട്ടികൾക്ക് തീരെ ഉണ്ടാവില്ല.

പെൺഭ്രൂണഹത്യയ്ക്കും (ദുര)അഭിമാന കൊലപാതകങ്ങൾക്കും (Honor Killing) പേരുകേട്ട ഹരിയാനയിലെ ഖാപ് പഞ്ചായത്തുകൾ ആവശ്യപ്പെടുന്നത് വിവാഹപ്രായം തീരുമാനിക്കാനുള്ള അവകാശം മാതാപിതാക്കൾക്ക് വിട്ടു കൊടുക്കണമെന്നാണ്. പെൺകുട്ടികൾക്ക് പതിനാലും ആൺകുട്ടികൾക്ക് പതിനാറും വയസ്സിൽ കല്യാണം കഴിപ്പിച്ചാൽ ബലാത്സംഗത്തിന്റെയും പ്രണയത്തിന്റെയും ഒന്നും പ്രശ്നങ്ങളുണ്ടാകില്ലത്രേ! ഖാപ് പഞ്ചായത്തിനു പ്രായമല്ല പ്രശ്നം, സ്വന്തം ഇഷ്ടപ്രകാരം ആണും പെണ്ണും വിവാഹം കഴിക്കുന്നതാണ്. ആചാരങ്ങളുടെ മറയ്ക്കു പിന്നിൽ നടത്തുന്ന വ്യക്തിസ്വാതന്ത്ര്യത്തിനു മേലുള്ള ഈ കടന്നുകയറ്റത്തെ പിന്തുണയ്ക്കാൻ വോട്ടു ബാങ്കിൽ കണ്ണുവെച്ച് കോൺഗ്രസും ബി ജെ പിയും ചൗട്ടാലയുടെ പാർട്ടിയും ഒക്കെ തയ്യാറാണ്. ഐക്യരാഷ്ട്രസഭയുടെ മനുഷ്യാവകാശ കൗൺസിൽ ബാലവിവാഹത്തിനെതിരായി കൊണ്ടുവന്ന പ്രചാരണത്തിൽ പങ്കാളിയാകാൻ ഇന്ത്യ വിസമ്മതിച്ചു എന്നതു യാദൃച്ഛികമെന്നു കരുതാൻ വയ്യ. ഭരണത്തിലും രാഷ്ട്രീയത്തിലും പിടി മുറുകുന്ന യാഥാസ്ഥിതികരുടെ അപകടകരമായ സാന്നിദ്ധ്യമാണ് ഇത്തരം പിറകോട്ടടിക്കു കാരണമെന്നു കരുതേണ്ടിവരും.

ശാരീരിക പ്രകൃതിയിൽ ഉണ്ടായിട്ടുള്ള മാറ്റങ്ങൾ പരിഗണിച്ചു പല വികസിത രാജ്യങ്ങളിലും വിവാഹപ്രായം പതിനാറോ അതിനു താഴെയോ ആണ്. അതുകൊണ്ട് ഇവിടെ വിവാഹപ്രായം കുറയ്ക്കരുത് എന്ന് പറയുന്നത് പുരോഗമനപരമല്ല എന്നൊരു വാദം ചില അതിപു

രോഗമനവാദികൾ പറഞ്ഞു കേൾക്കുന്നുണ്ട്. പതിനാറു വയസ്സിനു മുൻപ് തന്നെ ഉണ്ടാകുന്ന ലൈംഗികബന്ധങ്ങൾ വികസിത രാജ്യങ്ങളിൽ സാധാരണയാണെന്നതു ശരിയാണ്. ആ സാമൂഹ്യ യാഥാർത്ഥ്യം കണക്കിലെടുത്ത് കൊണ്ട് അത്തരം ബന്ധങ്ങളിലേർപ്പെട്ടതിന്റെ പേരിൽ കൗമാരക്കാർ ശിക്ഷിക്കപ്പെടുന്നത് ഒഴിവാക്കാനാണ് അവിടെ വിവാഹപ്രായം കുറച്ചത്. അത് ലൈംഗിക സ്വാതന്ത്ര്യത്തിന്റെ ഭാഗമായി ഉണ്ടാകുന്ന ഒരു പ്രതിഭാസമാണ്. ചെറിയ പെൺകുട്ടികൾക്ക് വിദ്യാഭ്യാസം നിഷേധിച്ച് നിർബ്ബന്ധമായി വിവാഹം കഴിപ്പിക്കാനുള്ള സൗകര്യത്തിനു വേണ്ടിയല്ല വികസിത രാജ്യങ്ങളിൽ വിവാഹപ്രായം കുറച്ചിരിക്കുന്നത്. അവിടെയും കൗമാരക്കാർക്കിടയിലെ ഗർഭധാരണം ഗുരുതരമായ വെല്ലുവിളിയായിട്ടാണ് മാറിയിട്ടുള്ളത്. ഉഭയ സമ്മതത്തോടെയുള്ള ലൈംഗികബന്ധങ്ങൾ പതിനെട്ടു വയസ്സിനു മുമ്പുണ്ടായാൽ, അല്ലെങ്കിൽ പ്രായപൂർത്തിയാകാത്തവർ ഒളിച്ചോടിപ്പോയും മറ്റും വിവാഹിതരായാൽ അത്തരം സന്ദർഭങ്ങളിൽ അവർക്ക് കോടതിയുടെ സഹായം തേടാം എന്നല്ലാതെ ചെറുപ്പക്കാരുടെ ലൈംഗിക സ്വാതന്ത്ര്യത്തിന്റെ മറവിൽ പെൺകുട്ടികളെ കുരുതിക്ക് കൊടുക്കുന്നതിനെ ന്യായീകരിക്കുന്ന മാനസികാവസ്ഥ കടുപ്പം തന്നെ.

ബാലവിവാഹത്തെക്കുറിച്ചുള്ള ഒരു ചാനൽ ചർച്ചയിൽ അസഹ്യതയോടെ ഒരു ചെറുപ്പക്കാരൻ ചോദിച്ചത് "കല്യാണം കഴിക്കുന്നതിനെക്കുറിച്ചല്ലേ പറയുന്നത്, കൊല്ലാൻ കൊടുക്കുന്നതിനെക്കുറിച്ചല്ലല്ലോ" എന്നാണ്. സുഹൃത്തേ, നമ്മുടെ വിവാഹങ്ങൾ നിർഭാഗ്യവശാൽ ഒരു ശരീരത്തിന് മേൽ മറ്റൊരു ശരീരത്തിന് എന്ത് ബലപ്രയോഗവും നടത്താനുള്ള ലൈസൻസ് കൂടിയാണ്. സാമൂഹ്യശാസ്ത്രജ്ഞ ജെസ്സി ബെർനാർഡ് പറയുന്നതുപോലെ "ഒരു വിവാഹബന്ധത്തിൽ രണ്ടു വിവാഹങ്ങൾ നടക്കും. ഒന്ന് അവന്റെയും മറ്റൊന്ന് അവളുടെയും. അവന്റേത് എപ്പോഴും അവളെക്കാൾ മെച്ചമായിരിക്കും." കുടുംബത്തിനകത്തെ ജനാധിപത്യത്തെയും തുല്യാധികാരത്തെയും കുറിച്ച് സംസാരിക്കാൻ പോലും തയ്യാറാകാത്തവർ ബാലവിവാഹം പെൺകുട്ടികൾക്ക് നല്കുന്ന സുരക്ഷയെക്കുറിച്ച് വാചാലമാകുന്നതിനേക്കാൾ വലിയ അസംബന്ധം വേറെന്തുണ്ട്!

(2013)

ശൈശവ വിവാഹം ഭരണകൂട പരാജയം കൂടിയാണ്

__ഞാ__ൻ പതിമൂന്നു വയസ്സിൽ എഴുപതുകാരന്റെ പല ഭാര്യമാരിൽ ഒരാളായി. ആദ്യ ദിവസം മുതൽ എന്റെ ശരീരത്തിന് താങ്ങാനാവാത്ത ആക്രമണങ്ങളായിരുന്നു, ക്രൂരമർദ്ദനവും. വിവാഹം കഴിഞ്ഞപ്പോൾ എന്റെ അച്ഛൻ സ്കൂളിൽ അറിയിച്ചത് ഞാൻ മരിച്ചു പോയി എന്നാണ്. എന്റെ അവസ്ഥ ഏതാണ്ട് അങ്ങനെ തന്നെയായിരുന്നു. ഇരുപത്തി ഒൻപതു വയസ്സായപ്പോഴേക്കും അഞ്ചു മക്കളുടെ അമ്മയായി ഞാൻ. ഓരോ പ്രസവവും ആരും സഹായിക്കാനില്ലാതെ വേദനയിലും ചോരയിലും കുതിർന്നാണ് നടന്നത്. ഇപ്പോഴും എനിക്ക് പ്രാഥമിക കാര്യങ്ങൾ നിർവ്വഹിക്കാൻ പോലും പറ്റാത്ത തരത്തിൽ വേദന തോന്നാറുണ്ട്.

താൻസാനിയക്കാരി മേരെസോ കിലുസിന്റെ ഈ അനുഭവം കേട്ടുകൊണ്ടാണ് ഐക്യരാഷ്ട്ര സഭയുടെ സ്ത്രീപദവിയെക്കുറിച്ചുള്ള കമ്മീഷന്റെ പ്രത്യേക യോഗം 2013 മാർച്ച് എട്ടിന്റെ സാർവ്വദേശീയ വനിതാദിനത്തിൽ തുടങ്ങിയത്. 'എല്ലാ സ്ത്രീകൾക്കും എല്ലാ കുഞ്ഞുങ്ങൾക്കുമൊപ്പം' എന്ന, ഐക്യരാഷ്ട്രസഭ സെക്രട്ടറി ജനറൽ ബാൻ കി മൂണിന്റെ പ്രത്യേക പ്രചരണ പ്രവർത്തനത്തിന്റെ ഭാഗമായാണ് ഈ യോഗം ചേർന്നത്. 2015 ഓടെ കൈവരിക്കണമെന്നു പ്രഖ്യാപിച്ചിട്ടുള്ള സഹസ്രാബ്ദ വികസന ലക്ഷ്യങ്ങളിൽ പ്രധാനപ്പെട്ട മൂന്ന് ലക്ഷ്യങ്ങൾ നേടുന്നതിനു ശൈശവ വിവാഹം തടസ്സമാണെന്ന കാഴ്ചപ്പാടിലാണ് ഇത് സംബന്ധിച്ച് പ്രത്യേകയോഗം ഐക്യരാഷ്ട്ര സഭ വിളിച്ചത്. ഇന്ത്യയടക്കം ഒപ്പ് വെച്ചിട്ടുള്ള പുതിയ നൂറ്റാണ്ടിന്റെ വികസന ലക്ഷ്യങ്ങളിൽ ഏറ്റവും പ്രധാനം ലിംഗതുല്യത വളർത്തുക എന്നതാണ്. പെൺകുട്ടികളുടെ വിദ്യാഭ്യാസമാണ് ഇതിനായി ഉറപ്പുവരുത്തേണ്ട ഒരു ലക്ഷ്യം. രണ്ടാ

മത് അഞ്ചു വയസ്സിനു താഴെയുള്ള കുഞ്ഞുങ്ങളുടെ മരണ നിരക്ക് കുറയ്ക്കുക, മൂന്നാമതായി മാതൃമരണ നിരക്ക് കുറച്ചു കൊണ്ടുവരിക. എന്നാൽ ഈ ലക്ഷ്യങ്ങൾക്ക് ഒരു വെല്ലുവിളിയായി ശൈശവവിവാഹം ഇന്നും പല രാജ്യങ്ങളിലും വ്യാപകമാണ് എന്നതാണ് സ്ഥിതി. ലോകത്ത് ആറു കോടി പെൺകുട്ടികളാണ് ഇന്ന് ബാലവധുക്കളായിട്ടുള്ളത്. ഈ സ്ഥിതി തുടർന്നാൽ ഓരോ ദിവസവും 39000 പെൺകുട്ടികൾ എന്ന തോതിൽ അടുത്ത പത്തു വർഷത്തിനിടയിൽ ബാലവിവാഹത്തിന്റെ ക്രൂരതകളിലേക്ക് കോടിക്കണക്കിനു പെൺകുഞ്ഞുങ്ങളാണ് വലിച്ചെറിയപ്പെടാൻ പോകുന്നത്. ഇതിൽ മൂന്നിലൊന്നിലധികം പതിനഞ്ചു വയസ്സിനു താഴെയുള്ള പെൺകുട്ടികളായിരിക്കും.

ഈ സാഹചര്യത്തിലാണ് ഐക്യരാഷ്ട്രസഭയുടെ മനുഷ്യാവകാശ കൗൺസിൽ 2015 നു ശേഷമുള്ള ആഗോള വികസന അജണ്ടയിൽ ശൈശവവിവാഹത്തിനും ബലപൂർവ്വമുള്ള (forced)വിവാഹത്തിനും എതിരായ പ്രചാരണം ഉൾപ്പെടുത്താൻ തീരുമാനിച്ചത്. ശൈശവ വിവാഹം സ്ത്രീകളുടെയും പെൺകുഞ്ഞുങ്ങളുടെയും സാമൂഹ്യ സാമ്പത്തിക ആരോഗ്യ നിയമ അവകാശങ്ങളുടെ ലംഘനമാണെന്ന നിലപാടാണ് ഈ പ്രചാരണത്തിന് പിന്നിലുള്ളത്. ശൈശവവിവാഹം വ്യാപകമായി നടക്കുന്ന സബ് സഹാറൻ ആഫ്രിക്കൻ രാജ്യങ്ങളും ദക്ഷിണേഷ്യൻ രാജ്യങ്ങളും ആണ് ഈ പ്രചാരണത്തിന് നേതൃത്വം നൽകേണ്ടത്. എന്നാൽ യെമൻ അടക്കമുള്ള നൂറ്റിയേഴു രാജ്യങ്ങൾ ശൈശവവിവാഹവിരുദ്ധ പ്രമേയത്തിന് പിന്തുണ പ്രഖ്യാപിച്ചപ്പോൾ ഇന്ത്യ, ബംഗ്ലാദേശ്, പാക്കിസ്ഥാൻ അടക്കമുള്ള ദക്ഷിണേഷ്യൻ രാജ്യങ്ങൾ പ്രമേയത്തെ അനുകൂലിച്ചില്ല എന്നത് വലിയ വാർത്തയായി. കാരണം ലോകത്ത് എണ്ണത്തിൽ ഏറ്റവും അധികം ശൈശവ വിവാഹങ്ങൾ നടക്കുന്ന രാജ്യമാണ് ഇന്ത്യ. ഉടനെ വിശദീകരണവുമായി ഇന്ത്യൻ വിദേശകാര്യ മന്ത്രാലയത്തിന്റെ വക്താവ് രംഗത്തെത്തി. ഇന്ത്യ പ്രമേയത്തെ എതിർത്തില്ല, ശൈശവവിവാഹ വിരുദ്ധ പ്രചാരണത്തിന്റെ കോ–സ്പോൺസർമാരാകാൻ തയ്യാറായില്ല എന്നേയുള്ളൂ എന്നാണ് വിശദീകരണം. എന്നാൽ ഇത് സംബന്ധിച്ച ആശയക്കുഴപ്പം പരിഹരിക്കാൻ ഉത്തരവാദപ്പെട്ട ആരും ഇതുവരെ തയ്യാറായിട്ടില്ല. 2010 നകം ശൈശവ വിവാഹത്തെ ഇല്ലാതാക്കാൻ ദേശീയ പ്രവർത്തന പദ്ധതിക്ക് (National plan for children 2005) രൂപം കൊടുത്ത ഇന്ത്യ ഐക്യരാഷ്ട്ര സഭയുടെ ഈ വിഷയത്തിലുള്ള വിപുലമായ പ്രചാരണ പരിപാടിയിൽ നിന്നും ഒഴിഞ്ഞു നില്ക്കുന്നു എന്നത് തന്നെ സംശയാസ്പദമാണ്.

ലോകത്ത് ആകെയുള്ള ബാലവധുക്കളുടെ നാല്പതു ശതമാനം (2.4 കോടി) ഇന്ത്യയിലാണ്. ദേശീയ കുടുംബ ആരോഗ്യ സർവ്വേ 3(2005–6) പ്രകാരം ഇന്ത്യയിൽ വിവാഹിതരായിട്ടുള്ള പതിനെട്ടിനും ഇരുപത്തിയൊമ്പതിനും ഇടയിൽ പ്രായമുള്ള സ്ത്രീകളിൽ 46 ശതമാനം പേരും പതിനെട്ടു വയസ്സിനു മുൻപ് വിവാഹിതരായവരാണ്. 2007–08

ൽ ഇത് 43 ശതമാനമായി കുറഞ്ഞു. എന്നാൽ ഇപ്പോഴും രാജ്യത്ത് ഗ്രാമങ്ങളിൽ നടക്കുന്ന വിവാഹങ്ങളിൽ 56 ശതമാനവും നഗരങ്ങളിൽ 29 ശതമാനവും ബാല വിവാഹങ്ങളാണ്. ഏറ്റവും കൂടുതൽ ബാല വിവാഹങ്ങൾ നടക്കുന്നത് ബീഹാറിലാണ് 64%. രാജസ്ഥാൻ (58%), ഝാർഖണ്ഡ് (60%), മദ്ധ്യപ്രദേശ് (53%), ഉത്തർപ്രദേശ് (52%), ഛത്തിസ്ഗഢ് (51%), പശ്ചിമബംഗാൾ (53%) എന്നിവയാണ് ഉയർന്ന നിരക്കിൽ ബാല വിവാഹങ്ങൾ നടക്കുന്ന സംസ്ഥാനങ്ങൾ. ശാരീരികവും മാനസികവുമായി വേണ്ടത്ര പക്വതയില്ലാത്ത പ്രായത്തിലാണ് പല സംസ്ഥാനങ്ങളിലും പകുതിയോളം വിവാഹങ്ങൾ നടക്കുന്നത് എന്നാണ് ഈ കണക്കുകൾ കാണിക്കുന്നത്. ഇങ്ങനെ വിവാഹിതരാകുന്ന 15 നും 19 നും ഇടയിൽ പ്രായമുള്ള കുട്ടികളിൽ 67 ശതമാനം പേർക്കും പ്രസവത്തോടനുബന്ധിച്ചു ഗുരുതരമായ പ്രശ്നങ്ങൾ കണ്ടു വരുന്നതായി പഠനങ്ങൾ കാണിക്കുന്നു. നവജാത ശിശുക്കളുടെ മരണനിരക്കും ശിശുമരണ നിരക്കും മാതൃമരണ നിരക്കും പ്രായം കുറഞ്ഞ അമ്മമാർക്കിടയിൽ താരതമ്യേന കൂടുതലാണ്. ഇന്ത്യയിലെ സ്ത്രീകൾക്കിടയിലെ ഗുരുതരമായ ആരോഗ്യപ്രശ്നങ്ങൾ പരിഹരിക്കണമെങ്കിൽ ഇത്തരത്തിലുള്ള അനാചാരങ്ങൾക്കും അന്ധവിശ്വാസങ്ങൾക്കും എതിരായ പ്രചാരണ പ്രവർത്തനങ്ങൾക്ക് വലിയ പ്രാധാന്യം കൊടുക്കേണ്ടതുണ്ട് എന്ന സാഹചര്യത്തിലാണ് ഐക്യരാഷ്ട്രസഭയുടെ പ്രചാരണപ്രവർത്തനത്തിൽ നിന്നും ഇന്ത്യ മുഖം തിരിച്ചു നില്ക്കുന്നത്.

ശൈശവവിവാഹം മതപരമോ സാംസ്കാരികമോ ആയ പ്രശ്നമായിട്ടല്ല കൈകാര്യം ചെയ്യേണ്ടത്. അത് വ്യക്തമായും പെൺകുഞ്ഞുങ്ങൾക്ക് നേരെ നടക്കുന്ന മനുഷ്യാവകാശ ലംഘനത്തിന്റെ പ്രശ്നമാണ്. ലോകത്ത് പല രാജ്യങ്ങളിലും ശൈശവ വിവാഹം ഇപ്പോഴും ഇത്രയും വ്യാപകമായി നടക്കുന്നതിനു കാരണം സാമൂഹ്യ ആചാരങ്ങളിലുള്ള വിശ്വാസമോ മതപരമായ വിധേയത്വമോ മാത്രമല്ല. കടുത്ത ദാരിദ്ര്യവും അജ്ഞതയും പുരുഷാധിപത്യ അധികാരബന്ധങ്ങളും സ്ത്രീകളുടെ അവസ്ഥയെ ദുർബ്ബലവും ദയനീയവും ആക്കുന്നു. എണ്ണത്തിൽ കൂടുതലുള്ള മക്കളെ തീറ്റിപ്പോറ്റാനാകാത്ത ദരിദ്രാവസ്ഥയിൽ എത്രയും പെട്ടെന്ന് പെൺമക്കളെ കെട്ടിച്ചയക്കുക എന്നത് ഒരു ആശ്വാസമായി കാണുന്നവരുണ്ട്. ദാരിദ്ര്യത്തിൽ പെൺമക്കൾ ഒരു ബാദ്ധ്യതയായിട്ടാണ് കേരളത്തിലടക്കം ആളുകൾ കാണുന്നത്. അതിനു കുറ്റക്കാർ പെൺകുട്ടികളല്ലെന്നും സ്ത്രീധനം പോലുള്ള അനാചാരങ്ങളാണെന്നും അതിനു പരിഹാരം ബാലവിവാഹമല്ല എന്നും ഉള്ള തിരിച്ചറിവോടെ പ്രവർത്തിക്കേണ്ടവരാണ് സമുദായനേതാക്കൾ. എന്നാൽ ദാരിദ്ര്യമനുഭവിക്കുന്ന മാതാപിതാക്കൾക്കുള്ള എളുപ്പ വഴിയായി ശൈശവ വിവാഹത്തെ പ്രോത്സാഹിപ്പിക്കുന്നവർ പാവങ്ങൾക്കൊപ്പമല്ല, സമുദായത്തിനൊപ്പവുമല്ല. കേരളത്തിൽ പെൺകുട്ടികളുടെ വിവാഹപ്രായം കുറയ്ക്കാൻ നടക്കുന്ന പല പ്രമാണിമാരുടെയും സ്വന്തം പെൺമക്കൾ ഉന്നത വിദ്യാ

ഭ്യാസം നേടിയവരോ അതിനായി ശ്രമിക്കുന്നവരോ ആണ് എന്നാണ് കേൾക്കുന്നത്. അപ്പോൾ ഇത്തരം അനാചാരങ്ങളൊക്കെ കാൽക്കാശിനു ഗതിയില്ലാത്തവരുടെ മക്കൾക്കുള്ളതാണ്!

ഇന്ത്യയിൽ ഏതാണ്ട് പകുതിയോളം വിവാഹങ്ങൾ ശൈശവ വിവാഹങ്ങളാണ് എന്ന കണക്കുകൾ ഒരു കാര്യം വ്യക്തമാക്കുന്നു; പല സമുദായങ്ങളിലും ഇത് നടക്കുന്നുണ്ട്. എന്നാൽ മറ്റു പല രാജ്യങ്ങളെയും അപേക്ഷിച്ചു ഇന്ത്യയുടെ സവിശേഷത 1929 ലെ ശൈശവവിവാഹ നിയന്ത്രണ നിയമം മുതൽ ഈ സാമൂഹ്യ തിന്മയെ എതിർക്കാൻ നിയമപരമായ അനുകൂല സാഹചര്യം നിലനില്ക്കുന്നുണ്ട് എന്നതാണ്. 1978 ൽ കൊണ്ടുവന്ന ശൈശവവിവാഹ നിയന്ത്രണ നിയമത്തിലെ ഭേദഗതി പെൺകുട്ടികളുടെ വിവാഹപ്രായം പതിനെട്ടും ആൺകുട്ടികളുടേത് ഇരുപത്തിയൊന്നും ആയി നിഷ്കർഷിച്ചു. 2006 ൽ പാർലമെന്റ് പാസാക്കിയ ശൈശവവിവാഹ നിരോധന നിയമം ഏറ്റവും കടുത്ത ശിക്ഷകളടക്കം ഉൾപ്പെടുത്തിയിട്ടുള്ളതാണ്. രാജ്യത്തെ മുഴുവൻ പൗരന്മാർക്കും ബാധകമാണ് ഈ നിയമം എന്ന് ബില്ലിന്റെ തുടക്കത്തിൽ തന്നെ വിശദമാക്കിയിട്ടുമുണ്ട്. എന്നാൽ നമ്മുടെ നാട്ടിൽ നിയമങ്ങൾ നോക്കുകുത്തികളാകുന്നത് എങ്ങനെയെന്നതിനു ഒന്നാന്തരം ഉദാഹരണമാണ് ഈ നിയമം. ഇതുവരെ ഇരുപത്തിയൊന്നു സംസ്ഥാനങ്ങളാണ് ചട്ടങ്ങൾ പാസാക്കിയിട്ടുള്ളത്. പതിനഞ്ചു സംസ്ഥാനങ്ങൾ മാത്രമാണ് പ്രോഹിബിഷൻ ഓഫീസർമാരെ നിയോഗിച്ചിട്ടുള്ളത്. ഇത്രയധികം ശൈശവ വിവാഹങ്ങൾ നടക്കുന്ന ഇന്ത്യയിൽ എന്നാൽ കഴിഞ്ഞ മൂന്നു വർഷത്തിനിടയിൽ മുന്നൂറിൽ താഴെ മാത്രം കേസുകളാണ് രജിസ്റ്റർ ചെയ്യപ്പെട്ടത്. 2010 ൽ രജിസ്റ്റർ ചെയ്ത 111 കേസുകളിൽ 11 എണ്ണം മാത്രമാണ് ശിക്ഷിക്കപ്പെട്ടത്. നിയമം നടപ്പാക്കാൻ ഉത്തരവാദപ്പെട്ട സർക്കാരുകളും ഉദ്യോഗസ്ഥരും പൊലീസ് സംവിധാനവും ശൈശവ വിവാഹമെന്ന സാമൂഹ്യ തിന്മയ്ക്ക് നേരെ നാട്ടുനടപ്പിന്റെയും മതവിശ്വാസങ്ങളുടെയും ആചാരങ്ങളുടെയും പേരിൽ കണ്ണടയ്ക്കുന്നു. കേരളത്തിൽ ഇടതുപക്ഷ സർക്കാരിന്റെ കാലത്ത് പ്രോഹിബിഷൻ ഓഫീസറെ നിയോഗിച്ചു. എന്നാൽ കേരളത്തിലും എത്രമാത്രം ശൈശവ വിവാഹങ്ങൾ നടക്കുന്നുണ്ട് എന്നത് സംബന്ധിച്ച് സാമൂഹ്യക്ഷേമ വകുപ്പ് ഇരുട്ടിൽ തപ്പുകയാണ്.

പെൺകുട്ടികളുടെ വിവാഹപ്രായം കുറയ്ക്കണമെന്ന ആവശ്യവുമായി സുപ്രീംകോടതിയെ സമീപിക്കുമെന്ന് പ്രഖ്യാപിച്ച കേരളത്തിലെ ചില മുസ്ലീം സംഘടനാ നേതാക്കളുടെ അതേ നിലപാടുമായി പശ്ചിമ ബംഗാളിൽ നിന്നുള്ള ചില മുസ്ലീം സമുദായനേതാക്കളും രംഗത്തെത്തിയിട്ടുണ്ട് എന്നത് യാദൃച്ഛികമല്ല. എന്നാൽ ശൈശവ വിവാഹത്തെ ഇസ്ലാം മതത്തിന്റെ പേരിൽ ന്യായീകരിക്കുന്നതിനെ എതിർത്തുകൊണ്ട് നിരവധി ഇസ്ലാം പണ്ഡിതരും നിലപാട് വ്യക്തമാക്കി. അതേസമയം കണക്കുകൾ സൂചിപ്പിക്കുന്നത് പോലെ, മുസ്ലീം സമുദായത്തെ മാത്രം ബാധിക്കുന്ന ഒരു കാര്യമല്ല ഇത്.

യാഥാസ്ഥിതികരായ ചില മുസ്ലീം മതനേതാക്കളുടെ നിലപാടുകളെ ആധാരമാക്കി മുസ്ലീം സമുദായം ആകെ പുരോഗമന വിരുദ്ധരും പ്രാകൃതരുമാണ് എന്ന പ്രചാരണവുമായി നടക്കുന്ന ചിലരും രംഗത്തെത്തിയിട്ടുണ്ട്. എന്നാൽ ഹരിയാനയിലെയും രാജസ്ഥാനിലെയും മറ്റും ശൈശവ വിവാഹങ്ങൾക്ക് നേതൃത്വം കൊടുക്കുന്നത് ഹിന്ദു സമുദായ നേതാക്കളാണ്. എന്ന് മാത്രമല്ല, ഭരണഘടനാവിരുദ്ധമായ ഖാപ് പഞ്ചായത്തുകൾ (ജാതിപ്പഞ്ചായത്ത്) ചേർന്നുകൊണ്ട് എടുക്കുന്ന തീരുമാനങ്ങൾ തുടർച്ചയായി ഇന്ത്യയിലെ നീതി നിയമവ്യവസ്ഥയെ ചോദ്യം ചെയ്യുന്നവയാണ്. ഈ ഒക്ടോബർ 13 നു ഹര്യാനയിൽ ഖാപ് പഞ്ചായത്തുകളുടെ കൂട്ടായ്മയായ സർവ്വ ഖാപ് ജാട്ട് പഞ്ചായത്ത് ചേർന്നെടുത്ത തീരുമാനം സംസ്ഥാനത്ത് വർദ്ധിക്കുന്ന ബലാത്സംഗങ്ങളുടെ എണ്ണം കുറയ്ക്കാൻ വേണ്ടി വിവാഹപ്രായം പെൺകുട്ടിക്ക് പതിനാലും ആൺകുട്ടിക്ക് പതിനാറും ആക്കണമെന്നാണ്. നിലവിലുള്ള നിയമം തള്ളിക്കളയണമെന്നും വിവാഹം എപ്പോൾ നടത്തണമെന്ന് തീരുമാനിക്കാനുള്ള അവകാശം മാതാപിതാക്കൾക്ക് നല്കണമെന്നുമാണ് നൂറു ഖാപ് പഞ്ചായത്തുകളിലെ പ്രതിനിധികളുടെ യോഗം ചർച്ച ചെയ്തത്. ഹരിയാന മുൻ മുഖ്യമന്ത്രി ഓം പ്രകാശ് ചൌട്ടാലയെപ്പോലുള്ളവർ ഇതിനു പിന്തുണയുമായി എത്തി. ഭരണഘടന ഉറപ്പു നല്കുന്ന സ്ത്രീകളുടെ അവകാശങ്ങളെക്കുറിച്ചെന്നല്ല, ഭരണഘടനയെ കുറിച്ചുപോലും ഒരു ബഹുമാനവും ഇല്ലാത്ത സമുദായ നേതാക്കളും വോട്ടു ബാങ്കിനെ പ്രീണിപ്പിക്കാൻ ഏതു ഭരണഘടനാ ലംഘനത്തെയും വകവെച്ച് കൊടുക്കുന്ന രാഷ്ട്രീയക്കാരും സ്ത്രീകളുടെയും സാമാന്യ ജനങ്ങളുടെയും ശത്രുക്കളാണ്. ശൈശവ വിവാഹത്തിനെതിരായ പ്രചാരണം ഇത്തരക്കാരുടെ സാമൂഹ്യ വിരുദ്ധതയ്ക്കും സ്ത്രീ വിരുദ്ധതയ്ക്കും പ്രാകൃത മനോഭാവത്തിനും എതിരായിരിക്കും.

രാജ്യത്ത് നിലനില്ക്കുന്ന ജാതി ജന്മിമേധാവിത്വം സ്ത്രീകളെ എളുപ്പത്തിൽ ചൂഷണം ചെയ്യാനാകുന്ന അധികാരബന്ധം എന്നും നിലനിർത്താനാണ് ശ്രമിക്കുന്നത്. പെൺകുട്ടികളുടെ വിദ്യാഭ്യാസത്തിനും എല്ലാതരം പുരോഗതിക്കും തടസ്സമാണ് ജാതി ജന്മി അധികാര വ്യവസ്ഥ. എന്നാൽ ഇതിൽ മാറ്റമുണ്ടാക്കാൻ ഇന്ത്യയിലെ ഭരണവർഗ്ഗം തയ്യാറല്ല. ശൈശവ വിവാഹത്തിലേക്ക് പെൺകുട്ടികൾ വലിച്ചിഴയ്ക്കപ്പെടുന്ന സാഹചര്യമാണ് തടയേണ്ടത്. ആദിവാസി സമൂഹത്തിലും ശൈശവ വിവാഹങ്ങൾ വ്യാപകമാണ്. ആദിവാസി പെൺകുട്ടികളുടെ വിദ്യാഭ്യാസത്തിനു വേണ്ട പിന്തുണ നല്കിയാൽ കുറെയൊക്കെ ഈ പ്രശ്നത്തെ നേരിടാനാവും. നിയമം മൂലം നിരോധിക്കപ്പെട്ട സ്ത്രീധനത്തിനെതിരെ കർശന നിലപാടെടുക്കാൻ സർക്കാർ തയ്യാറാകണം. ദാരിദ്ര്യത്തിന്റെയും അനാചാരങ്ങളുടെയും ഗതികേടുകളുടെ ഇരയാകേണ്ടി വരുന്ന പെൺകുട്ടികളുടെ ഉത്തരവാദിത്വം ഏറ്റെടുക്കാൻ ഭരണാധികാരികളെ നിർബ്ബന്ധിതമാക്കുന്ന സാഹചര്യമാണ് സൃഷ്ടിക്കേണ്ടത്.

ഈ രാജ്യത്ത് ഇത്രയേറെ നിയമങ്ങളുണ്ടായിട്ടും സ്ത്രീകൾക്ക് നേരെയുള്ള അതിക്രമങ്ങൾ, അനാചാരങ്ങൾ വർദ്ധിക്കുന്നതെന്തുകൊണ്ടാണ്? 1975 ൽ ഇ എം എസ് ചോദിച്ച ഈ ചോദ്യത്തിന് അദ്ദേഹം തന്നെ നല്കിയ മറുപടി ഇതാണ്: 'നിയമങ്ങൾ നടപ്പിലാക്കാൻ ഭരണ കൂടത്തിനു ഇച്ഛാശക്തിയില്ലാത്തതുകൊണ്ട്' ഈ ചോദ്യവും ഉത്തരവും വീണ്ടും വീണ്ടും പ്രസക്തമാകുന്നത് ജനങ്ങളോടുള്ള സ്വന്തം ഉത്തര വാദിത്വങ്ങൾ മറന്ന ഒരു സർക്കാർ രാജ്യം ഭരിക്കുന്നതു കൊണ്ടാണ്.

(2013)

III

ലിംഗപദവി ചൂഷണം പോരാട്ടം

ഫെമിനിസത്തിന്റെ രാഷ്ട്രീയം

"സ്ത്രീകൾക്ക് പുരുഷന്മാരെപ്പോലെ തന്നെ പഠിക്കാൻ കഴിവുണ്ടെങ്കിലും എന്തുകൊണ്ടാണ് സ്ത്രീകൾ പഠിക്കേണ്ടതില്ല എന്ന് പുരുഷന്മാർ പറയുന്നത്? സ്ത്രീകൾക്ക് ഭരിക്കാൻ കഴിവില്ലെന്ന് ആര് പറഞ്ഞു! എന്നിട്ടും സ്ത്രീകൾക്ക് രാജ്യകാര്യങ്ങളിൽ ഒരു പങ്കും ഇല്ലാത്തതെന്താണ്?" .... ആധുനിക ഫെമിനിസ്റ്റിന്റേതെന്നു നാം ധരിച്ചു പോകുന്ന ഈ വാക്കുകൾ പതിനഞ്ചാം നൂറ്റാണ്ടിൽ ഫ്രാൻസിൽ ജീവിച്ച ക്രിസ്റ്റീന ഡി പിസാൻ എഴുതിയ *സ്ത്രീകളുടെ നഗരം സംബന്ധിച്ച പുസ്തകം (ദി ബുക്ക് ഓഫ് ദി സിറ്റി ഓഫ് ലേഡീസ്)* എന്ന കൃതിയിൽ നിന്നുള്ളതാണ്. പതിനാറാം നൂറ്റാണ്ടിൽ ഇംഗ്ലണ്ടിൽ ജീവിച്ചിരുന്ന ജെയിൻ ആംഗർ രചിച്ച സ്ത്രീകൾക്കായുള്ള സംരക്ഷണത്തെക്കുറിച്ചുള്ള ലഘുലേഖ സ്ത്രീകളുടെ അവകാശങ്ങളെക്കുറിച്ച് അന്നത്തെ യാഥാസ്ഥിതിക സമൂഹത്തെ ബോധ്യപ്പെടുത്താനുള്ള ശ്രമമാണ്. സ്ത്രീകളെക്കുറിച്ച് ലൈംഗികവസ്തു എന്നോ അല്ലെങ്കിൽ തിന്മകളുടെയും പാപങ്ങളുടെയും ഇരിപ്പിടമായിട്ടുള്ളവർ എന്ന നിലയിലോ മാത്രമുള്ള ചിത്രീകരണങ്ങൾക്കെതിരായ ഒറ്റപ്പെട്ട രോഷപ്രകടനങ്ങൾ പതിനഞ്ചും പതിനാറും നൂറ്റാണ്ടുകളിൽ ഇംഗ്ലണ്ടിലും ഫ്രാൻസിലുമൊക്കെയായി ഉയരുന്നുണ്ട്. പ്രധാനമായും ഉന്നതകുലജാതരായ, വിദ്യാഭ്യാസം നേടിയ സ്ത്രീകൾ എഴുത്തിനെയാണ് തങ്ങളുടെ പ്രതികരണ ആയുധമായി തിരഞ്ഞെടുത്തത്. പതിനെട്ടാം നൂറ്റാണ്ടിൽ ഫ്രഞ്ച് വിപ്ലവത്തിലാകട്ടെ മനുഷ്യാവകാശ മുദ്രാവാക്യങ്ങളുയർത്താൻ പുരുഷന്മാർക്കൊപ്പം അണിചേർന്ന് പോരാട്ടത്തിലും തങ്ങൾ മുന്നിൽ തന്നെയെന്ന് സ്ത്രീകൾ തെളിയിച്ചു. പാരീസ് കമ്യൂണിൽ സ്ത്രീകളുടെ വോട്ടവകാശം പോലെയുള്ള രാഷ്ട്രീയ മുദ്രാവാക്യങ്ങളടക്കം ഉയർത്തിക്കൊണ്ടു വരാൻ

അന്നത്തെ സ്ത്രീകൾക്ക് കഴിഞ്ഞു.

എന്നാൽ ലോകത്ത് പല സമൂഹങ്ങളിലും ചരിത്രത്തിന്റെ പല ഘട്ടങ്ങളിലും ഉയർന്നിട്ടുള്ള ഇത്തരം ചലനങ്ങളെയും പ്രതികരണങ്ങളെയും ഫെമിനിസത്തിന്റെ ചരിത്രമെഴുതുമ്പോൾ സാധാരണ ഉൾപ്പെടുത്താറില്ല. അതിനു പ്രധാന കാരണം ഫെമിനിസം എന്ന വാക്കിന് ലിംഗതുല്യതയ്ക്കായുള്ള പ്രത്യയശാസ്ത്രം എന്ന അർത്ഥത്തോടൊപ്പം സ്ത്രീകളുടെ അവകാശങ്ങൾക്കായി ഇരുപതാം നൂറ്റാണ്ടിൽ രൂപംകൊണ്ട സംഘടിത പ്രസ്ഥാനമെന്ന അർത്ഥവും ഉണ്ട് എന്നതാണ്. ഈ രണ്ടാമത്തെ അർത്ഥത്തിലാണ് പൊതുവെ ഫെമിനിസത്തെ വ്യവഹരിച്ചു കാണാറുള്ളത്.

ഫെമിനിസത്തെ വാക്യാർത്ഥം വെച്ച് സ്ത്രീവാദമെന്നു തർജമ ചെയ്യാം. അങ്ങനെ ചെയ്യുമ്പോൾ തന്നെ സ്ത്രീവാദ ആശയങ്ങളെയും സ്ത്രീവാദ പ്രസ്ഥാനങ്ങളെയും രണ്ടായിത്തന്നെ വിലയിരുത്തണം എന്ന് മാത്രം. അല്ലെങ്കിൽ പരമ്പരാഗത ഫെമിനിസ്റ്റ് ചരിത്രമെഴുത്തുകാർക്ക് സംഭവിക്കുന്നത് പോലെ ഇരുപതാം നൂറ്റാണ്ടിന്റെ പകുതിക്ക് ശേഷമുള്ള സ്ത്രീവാദ നിലപാടുകൾ മാത്രമായി സ്ത്രീകളുടെ അവകാശങ്ങൾക്കായുള്ള ചരിത്രത്തിലെ ഇടപെടലുകൾ ചുരുക്കപ്പെടും. ചരിത്രത്തിൽ സ്ത്രീകളുടെ അവകാശങ്ങൾക്ക് വേണ്ടി ഉയർന്നിട്ടുള്ള ചെറുതും വലുതുമായ, വ്യക്തിപരവും രാഷ്ട്രീയപരവുമായ എല്ലാ പോരാട്ടങ്ങളിൽ നിന്നും ഊർജ്ജം ഉൾക്കൊണ്ട് തന്നെയാണ് സ്ത്രീവാദ പ്രത്യയശാസ്ത്രവും സ്ത്രീവാദ പ്രസ്ഥാനങ്ങളും വളർന്നിട്ടുള്ളത് എന്നത് അടിവരയിട്ടു തന്നെ പറയേണ്ടതാണ്.

പത്തൊൻപത്-ഇരുപതു നൂറ്റാണ്ടുകൾ വ്യാവസായിക വളർച്ചയുടെയും സാഹിത്യ-ശാസ്ത്ര മേഖലകളിൽ പുതിയ മുന്നേറ്റത്തിന്റെയും കാലമാണ്. സ്ത്രീകൾക്ക് പൊതുസമൂഹത്തിൽ പൗരയെന്ന നിലയിലും മുതലാളിത്ത ഉല്പാദന വ്യവസ്ഥയിൽ തൊഴിലാളി എന്നനിലയിലും ഉള്ള അവകാശങ്ങളെക്കുറിച്ചും, ഒരു ലിംഗവിഭാഗം എന്ന നിലയിൽ സ്ത്രീകൾ കുടുംബത്തിനകത്തും പുറത്തും നേരിടേണ്ടി വരുന്ന വിവേചനങ്ങളെക്കുറിച്ചും ശക്തമായ ചർച്ചകളും മുദ്രാവാക്യങ്ങളും സമരങ്ങളും പത്തൊൻപതാം നൂറ്റാണ്ടിന്റെ അന്ത്യ ദശകങ്ങളിലും ഇരുപതാം നൂറ്റാണ്ടിന്റെ ആദ്യ ദശകങ്ങളിലുമായി ഉയർന്നു. വോട്ടവകാശത്തിന് വേണ്ടിയുള്ള സ്ത്രീകളുടെ പോരാട്ടം പത്തൊൻപതാം നൂറ്റാണ്ടിന്റെ അന്ത്യപാദത്തിൽ ന്യൂസിലന്റിലും (1893) ആസ്ട്രേലിയയിലും (1895) വിജയം കണ്ടു. എന്നാൽ അമേരിക്കയിലും (1919) ഇംഗ്ലണ്ടിലും (1928) ഫ്രാൻസിലും (1944) പിന്നീട് മാത്രമാണ് സ്ത്രീകളുടെ വോട്ടവകാശം അനുവദിക്കപ്പെട്ടത്. വോട്ടവകാശത്തോടൊപ്പം സ്ത്രീകളുടെ സ്വത്തവകാശം, പ്രത്യുല്പാദന അവകാശങ്ങൾ എന്നിവയും പൊതു സമൂഹത്തിലുയർത്താനുള്ള ശ്രമങ്ങൾ ഈ കാലത്ത് നടന്നെങ്കിലും ഇരുപതാം നൂറ്റാണ്ടിന്റെ പകുതിക്ക് ശേഷം മാത്രമാണ് അത്തരം മുദ്രാവാക്യങ്ങൾക്ക് കൂടുതൽ പ്രചാരം ലഭിക്കുന്നത്. സ്ത്രീകളുടെ സ്വതന്ത്രമായ ചലന

ങ്ങൾക്കും അവകാശങ്ങൾക്കും വിലക്കുകൾ പലതും ഇന്നും നില നില്ക്കുന്ന അറബു രാജ്യങ്ങളിൽ പത്തൊൻപതാം നൂറ്റാണ്ടിന്റെ അന്ത്യ ദശകങ്ങളിൽ തന്നെ പുരോഗമന സ്വഭാവത്തോട് കൂടിയ സ്ത്രീപ്രസ്ഥാ നങ്ങൾ രൂപംകൊണ്ടിരുന്നു എന്നത് ഇന്നു അതിശയമായി തോന്നാം. അറബ് സ്ത്രീവാദത്തിന്റെ പിതാവ് എന്നറിയപ്പെടുന്ന ക്വാസിം അമീൻ 'സ്ത്രീവിമോചനം' എന്ന കൃതി രചിക്കുന്നത് 1899 ലാണ്. സ്ത്രീസമൂ ഹത്തിന്റെ പുരോഗതിക്കായി ഉണ്ടാകേണ്ട നിയമപരവും സാമൂഹ്യപര വുമായ പരിഷ്കാരങ്ങളെക്കുറിച്ചാണ് അതിൽ പ്രതിപാദിക്കുന്നത്. 1923 ൽ ഹുദ ഷാ അരാവിയുടെ നേതൃത്വത്തിൽ ഈജിപ്ഷ്യൻ ഫെമിനിസ്റ്റ് യൂണിയൻ രൂപീകരിക്കപ്പെട്ടു. ആദ്യമായി പർദ്ദ ഉപേക്ഷിച്ച് പൊതുസ്ഥല ങ്ങളിൽ പോകാൻ ധൈര്യം കാണിച്ചതും ഷാ അരാവിയായിരുന്നു.

അറബ് രാജ്യങ്ങളിൽ ഏറ്റവും പുരോഗമനപരമായ കുടുംബനിയമ ങ്ങളും വിദ്യാഭ്യാസ–തൊഴിൽ–നിയമപരിരക്ഷ എന്നിവ സംബന്ധിച്ച ഭരണഘടനാപരമായ ഉറപ്പുകളും മുന്നോട്ടുവെച്ച ഇറാനിൽ 1905 ൽ തുട ങ്ങിയ പേർഷ്യൻ ഭരണഘടനാ വിപ്ലവകാലഘട്ടത്തിൽ തന്നെ സ്ത്രീക ളുടെ അവകാശ പ്രസ്ഥാനങ്ങളും രൂപം കൊണ്ടു. ഇറാനിയൻ സ്ത്രീപ്ര സ്ഥാനം രൂപംകൊണ്ടു. എന്നാൽ 1979 ൽ ഖൊമേനിയുടെ നേതൃത്വ ത്തിൽ നടന്ന ഇസ്ലാമിക വിപ്ലവത്തെത്തുടർന്ന് അധികാരത്തിൽ വന്ന മതമൗലിക ഭരണകൂടം ഇറാനിലെ സ്ത്രീകളുടെ അവകാശപ്രസ്ഥാന ങ്ങളെ ദുർബ്ബലമാക്കുകയും കുടുംബനിയമം അടക്കമുള്ള പുരോഗമന സ്വഭാവമുള്ള നിയമങ്ങളുടെ പരിരക്ഷ ഇല്ലാതാക്കുകയും ചെയ്തു.

ഇരുപതാം നൂറ്റാണ്ടിന്റെ ഏതാണ്ട് മദ്ധ്യംവരെയുള്ള സ്ത്രീവിമോ ചനചർച്ചകളെയും സ്ത്രീകളുടെ അവകാശങ്ങൾക്കായുള്ള സമരങ്ങ ളെയും ഫെമിനിസ്റ്റ് ചരിത്രത്തിന്റെ ഒന്നാംഘട്ടമായി ഫെമിനിസ്റ്റ് ചരിത്ര മെഴുതുന്നവർ വിലയിരുത്താറുണ്ട്. എന്നാൽ പല ചരിത്രകാരന്മാരും ഫെമിനിസ്റ്റ് ചരിത്രത്തിൽ നിന്ന് ഒഴിവാക്കി നിർത്തുന്ന സ്ത്രീമുന്നേറ്റം പത്തൊൻപതാം നൂറ്റാണ്ടിന്റെ പകുതിക്കുശേഷം പല വ്യാവസായിക രാജ്യങ്ങളിലും ഉയർന്ന തൊഴിലെടുക്കുന്ന സ്ത്രീകളുടെ അവകാശ ങ്ങൾക്കായുള്ള പോരാട്ടമാണ്. സ്ത്രീയെ ഒരു ലിംഗവിഭാഗം എന്ന നില യിൽ മാത്രം കണ്ട് സ്ത്രീയെന്ന നിലയിലുള്ള വിമോചനത്തിനായുള്ള പ്രവർത്തനമെന്ന സങ്കുചിത സമീപനം തൊഴിലാളിയെന്ന നിലയിലുള്ള സ്ത്രീയുടെ പ്രശ്നങ്ങളെ പൂർണ്ണമായും അവഗണിക്കുന്നു. അതുകൊ ണ്ടാണ് ചൂഷണത്തിനെതിരായ തൊഴിലെടുക്കുന്ന സ്ത്രീകളുടെ പോരാ ട്ടങ്ങൾ പരമ്പരാഗത ഫെമിനിസ്റ്റ് ചരിത്രത്തിൽ അടയാളപ്പെടുത്താതെ പോകുന്നത്.

1857 ൽ അമേരിക്കയിൽ തൊഴിലെടുക്കുന്ന സ്ത്രീകളുടെ അവകാ ശങ്ങളുയർത്തിക്കൊണ്ടു നടന്ന വമ്പിച്ച റാലിയെ തൊഴിലുടമകളും ഭര ണാധികാരികളും ചേർന്ന് അതിക്രൂരമായി അടിച്ചമർത്തിയതിന്റെ തുടർച്ച യായി പിന്നീട് പല രാജ്യങ്ങളിലും ഈ പോരാട്ടദിനം അനുസ്മരിക്കാൻ

തൊഴിലാളിസ്ത്രീകളുടെ നേതൃത്വത്തിൽ റാലികളും മറ്റും സംഘടിപ്പിക്കപ്പെട്ടു. തൊഴിലാളി സ്ത്രീകളുടെ അവകാശപ്പോരാട്ടങ്ങളുടെ മുദ്രാവാക്യങ്ങളുയർത്താൻ ഒരു ദിനമെന്ന നിലയിൽ 20–ാം നൂറ്റാണ്ടിൽ തുടക്കം മുതൽ വർഷത്തിലൊരു ദിവസം വനിതാദിനമായി ആചരിക്കുന്നതിന് നടത്തിയ പരിശ്രമങ്ങൾ 1910 ൽ കോപ്പൻഹേഗനിൽ നടന്ന സാർവ്വദേശീയവനിതാ സമ്മേളനത്തിൽ വെച്ച് പൊതുഅംഗീകാരം നേടി. ജർമ്മനിയിലെയും ഫ്രാൻസിലെയും ബൽജിയത്തിലെയും മറ്റും തൊഴിലാളി പ്രസ്ഥാനങ്ങൾ ഈ തീരുമാനം അടുത്ത വർഷം മുതൽ വമ്പിച്ച സ്ത്രീപങ്കാളിത്തത്തോടെ നടപ്പാക്കുകയും ചെയ്തു. ജർമ്മൻ കമ്യൂണിസ്റ്റ് നേതാക്കളായിരുന്നു റോസലുക്സംബർഗ്, ക്ലാരസെത്കിൻ, റഷ്യൻ കമ്യൂണിസ്റ്റ് നേതാവ് അലക്സാന്ദ്ര കൊളന്തായ് തുടങ്ങിയ നിരവധി നേതാക്കളുടെ മുൻകയ്യിൽ നടന്ന തൊഴിലെടുക്കുന്ന സ്ത്രീകളുടെ മുന്നേറ്റത്തെ സ്ത്രീവിമോചനപ്പോരാട്ട ചരിത്രത്തിലെ ഉജ് വലമായ ഏടായിട്ടാണ് വിലയിരുത്തേണ്ടത്.

20–ാം നൂറ്റാണ്ടിന്റെ പകുതിക്കുശേഷമുള്ള സ്ത്രീവിമോചനശ്രമങ്ങളെ ഫെമിനിസ്റ്റ് ചരിത്രത്തിൽ രണ്ടാം ഘട്ടമായിട്ടാണ് കാണുന്നത്. ഫ്രഞ്ച് ചിന്തകയായ സിമോൺ ദെ ബോവറിന്റെ *സെക്കന്റ് സെക്സ്* എന്ന കൃതി 1949 ലാണ് പ്രസിദ്ധീകരിക്കപ്പെടുന്നത്. സ്ത്രീയുടെ വ്യക്തിജീവിതം എന്നത് രാഷ്ട്രീയമായും സാംസ്കാരികമായും നിർണ്ണയിക്കപ്പെടുന്നതാണ് എന്നതിന് വലിയ ഊന്നൽ ലഭിക്കുന്നത് ഈ ഘട്ടത്തിലാണ്. തന്റെ സ്ത്രീപക്ഷ നിലപാടുകൾ രൂപപ്പെടുത്തുന്നതിൽ സിമോൺ ദെ ബോവറിനെ മാർക്സിസവും അസ്തിത്വദർശനവും ആഴത്തിൽ സ്വാധീനിച്ചിട്ടുണ്ട്. സമൂഹത്തിലെ സ്ത്രീയുടെ റോൾ, ഒരു ലിംഗവിഭാഗം എന്ന നിലയിൽ സ്ത്രീ നേരിടുന്ന കുടുംബത്തിനകത്തും തൊഴിലിടത്തും മറ്റെല്ലാ ഇടങ്ങളിലുമുള്ള വിവേചനം, അസമമായ അധികാരബന്ധങ്ങൾ ഇവയൊക്കെ ഈ ഘട്ടത്തിൽ ചർച്ച ചെയ്യപ്പെടുന്നുണ്ട്. 1960 നുശേഷമുള്ള ഏതാണ്ട് മൂന്നു ദശകങ്ങളിൽ വിവിധ രാജ്യങ്ങളിൽ സ്ത്രീവിമോചന ആശയങ്ങൾ മുൻനിർത്തിയുള്ള നിരവധി പ്രസ്ഥാനങ്ങൾ രൂപം കൊള്ളുന്നതായി കാണാം. രണ്ടാംലോകമഹായുദ്ധം സൃഷ്ടിച്ച ആശങ്കകളും ഒപ്പം കൂടുതൽ അസമമായിക്കൊണ്ടിരുന്ന സാമൂഹ്യബന്ധങ്ങളും വ്യക്തിവാദത്തിലേക്ക് ഇടത്തരം വർഗ്ഗക്കാരെ കൂടുതലായി ആകർഷിക്കുന്ന സാഹചര്യത്തിൽ സ്ത്രീവാദനിലപാടുകളിലും വ്യക്തിവാദത്തിന്റെ സ്വാധീനം വർദ്ധിച്ചതായി കാണാം. സ്ത്രീയുടെ പ്രശ്നത്തെ സമൂഹത്തിന്റെ മറ്റ് പ്രശ്നങ്ങളിൽ നിന്ന് ഒഴിച്ചുനിർത്തി കാണാനുള്ള ശ്രമത്തിന് സ്ത്രീവിമോചന പ്രസ്ഥാനക്കാരിൽ നിന്നുതന്നെ എതിർപ്പുകൾ നേരിടേണ്ടിവന്നു. എങ്കിലും സ്ത്രീയുടെ ശരീരം കമ്പോളവസ്തുവല്ല എന്നും ശരീരത്തിനുമേൽ സ്ത്രീക്കുതന്നെയാണ് അവകാശം എന്നും ഉള്ള ശക്തമായ നിലപാടുകൾ മുന്നോട്ടുവയ്ക്കാൻ രണ്ടാംഘട്ട ഫെമിനിസ്റ്റ് മുന്നേറ്റത്തിന് കഴിഞ്ഞു. 1963 ൽ

പ്രസിദ്ധീകരിച്ച ബെറ്റി ഫ്രീഡ്മാന്റെ 'ഫെമിനിൻ മിസ്റ്റിക്' പോലെയുള്ള കൃതികൾ ഇന്നും സ്ത്രീവാദപ്രസ്ഥാനങ്ങൾക്ക് ആവേശം നല്കുന്നവയാണ്. 1975 ൽ ഐക്യരാഷ്ട്രസഭയുടെ നേതൃത്വത്തിൽ വനിതാദശകം ആചരിക്കാനുള്ള തീരുമാനവും തുടർന്ന് അഞ്ചുവർഷം കൂടുമ്പോൾ നടത്തുന്ന സാർവ്വദേശീയ വനിതാസമ്മേളനങ്ങളും വിവിധരാജ്യങ്ങളിലെ വനിതാവിമോചന പ്രസ്ഥാനങ്ങൾക്ക് ഊർജ്ജം പകർന്നിട്ടുണ്ട്. സ്ത്രീകൾക്കെതിരായ അതിക്രമങ്ങൾ തടയുന്നതിനായി ഐക്യരാഷ്ട്രസഭ തയ്യാറാക്കിയ ഉടമ്പടി (CEDAW) വിവിധരാജ്യങ്ങളിൽ സ്ത്രീസംരക്ഷണനിയമങ്ങൾക്കു രൂപം നല്കുന്നതിൽ നിർണ്ണായക പങ്കുവഹിച്ചിട്ടുണ്ട്.

രണ്ടാംഘട്ട സ്ത്രീവാദത്തെക്കുറിച്ചുള്ള ചർച്ചയിൽ പലപ്പോഴും അവഗണിക്കപ്പെട്ടുപോകുന്നത് സോഷ്യലിസ്റ്റ് രാജ്യങ്ങൾ മുന്നോട്ടുവെച്ച സ്ത്രീ മുന്നേറ്റ അനുഭവങ്ങളാണ്. 1917 ൽ ഒക്ടോബർ വിപ്ലവത്തെ തുടർന്ന് റഷ്യയിൽ സ്ത്രീകൾക്ക് പൂർണ്ണ വോട്ടവകാശം ലഭിച്ചു. സോവിയറ്റ് യൂണിയൻ 1924 ൽ രൂപംകൊടുത്ത കുടുംബനിയമവും സ്ത്രീകൾക്ക് തുല്യപദവി ഉറപ്പിക്കുന്നതിനായി സ്വീകരിച്ച നിയമപരവും ഭരണപരവുമായ നടപടികളും ലോകത്താകമാനമുള്ള പൊരുതുന്ന സ്ത്രീസമൂഹത്തിന് വലിയ ആവേശമാണ് പകർന്നത്. ഈ മാതൃക പിന്തുടർന്ന കിഴക്കൻ യൂറോപ്പിലെ സോഷ്യലിസ്റ്റ് രാജ്യങ്ങളും ചൈന, ക്യൂബ തുടങ്ങിയ സോഷ്യലിസ്റ്റ് രാജ്യങ്ങളും സ്ത്രീ മുന്നേറ്റത്തിനായുള്ള കമ്യൂണിസ്റ്റ് ഇച്ഛാശക്തിയുടെ മാതൃകയാണ് അവതരിപ്പിച്ചത്. 1990 കളിൽ സോവിയറ്റ് യൂണിയന്റെയും കിഴക്കൻ യൂറോപ്പിലെ സോഷ്യലിസ്റ്റ് സമൂഹങ്ങളുടെയും തകർച്ച അവിടങ്ങളിലെ സ്ത്രീ ജീവിതത്തിൽ സൃഷ്ടിച്ചിട്ടുള്ള ആഘാതങ്ങൾ മാത്രം പരിശോധിച്ചാൽ സോഷ്യലിസ്റ്റ് മാതൃകയും മുതലാളിത്ത അനുഭവവും തമ്മിലുള്ള വ്യത്യാസം അറിയാനാകും. തുല്യ അവസരങ്ങൾ ലഭിച്ചാൽ സ്ത്രീക്ക് പുരുഷനൊപ്പമോ അതിലേറെയോ മുന്നേറാനാവും എന്ന പാഠം ലോകത്തെ വനിതാവിമോചന പ്രസ്ഥാനങ്ങൾക്കും മുതലാളിത്ത ഭരണകൂടങ്ങൾക്കും നല്കി എന്നതാണ് സോഷ്യലിസ്റ്റ് മാതൃകകളുടെ പ്രാധാന്യം.

1990 കൾക്കുശേഷം ലോകത്തെ സ്ത്രീവിമോചനപോരാട്ടങ്ങൾ കൂടുതൽ വൈവിദ്ധ്യപൂർണ്ണവും സംഭവ ബഹുലവുമായിരിക്കുകയാണ്. ഇന്ത്യയടക്കമുള്ള പല മൂന്നാംലോക രാജ്യങ്ങളിലും ദേശീയ സ്വതന്ത്ര്യ സമരങ്ങളുടെ ഭാഗമായിത്തന്നെ രൂപംകൊണ്ട വനിതാ പ്രസ്ഥാനങ്ങളുണ്ട്. നിയമപരിരക്ഷ, സാമൂഹ്യക്ഷേമ സംരക്ഷണം, അവകാശ തുല്യത തുടങ്ങിയ വിഷയങ്ങൾ ഏറ്റെടുത്തുകൊണ്ടുള്ള അവയുടെ പ്രവർത്തനങ്ങൾ പലതും ഇത്തരം കാര്യങ്ങൾ നടപ്പാക്കാൻ ഭരണകൂടങ്ങളെ നിർബ്ബന്ധിതമാക്കുകയും ചെയ്തിട്ടുണ്ട്. എന്നാൽ 90 കൾക്കുശേഷം വർദ്ധിക്കുന്ന ദാരിദ്ര്യവും ജനങ്ങളുടെ ജീവിതം തകർക്കുന്ന പുത്തൻ സാമ്പത്തിക പരിഷ്കാരങ്ങളും വനിതാ വിമോചന മുദ്രാവാക്യങ്ങളുടെ ഉള്ളടക്കത്തെ

ത്തന്നെ മാറ്റാൻ പ്രേരകമായിട്ടുണ്ട്. ലാറ്റിൻ അമേരിക്കൻ രാജ്യങ്ങളിൽ ഇപ്പോൾ ശക്തമായിട്ടുള്ള സ്ത്രീവിമോചന സമരങ്ങളുടെ കുന്തമുന ആഗോളവല്ക്കരണ നയങ്ങൾക്കെതിരെ തന്നെയാണ്. സാമ്രാജ്യത്വത്തിനെതിരായ പോരാട്ടം സ്ത്രീവിമോചനപ്പോരാട്ടത്തിന്റെ ഭാഗം ആയി മാറേണ്ടതുണ്ട് എന്ന നിലയിൽ കൂടുതൽ രാഷ്ട്രീയ ഉള്ളടക്കം പുതിയ കാലത്തെ സ്ത്രീവിമോചന സമരങ്ങൾക്ക് ഉണ്ടാകുന്നതായി സമകാലിക അനുഭവങ്ങൾ തെളിയിക്കുന്നു. സമീപകാലത്ത് അറബ് രാജ്യങ്ങളിലെ ജനകീയസമരങ്ങളിൽ മതമൗലിക ഭരണകൂടങ്ങൾക്കെതിരെ അണിനിരന്ന സ്ത്രീകളുടെ പങ്കാളിത്തം സ്ത്രീവിമോചനപ്പോരാട്ടത്തിന്റെ പുതിയ മുഖത്തെയാണ് കാണിക്കുന്നത്. ഇന്ത്യയടക്കമുള്ള രാജ്യങ്ങളിൽ ഇടതുപക്ഷ മഹിളാ പ്രസ്ഥാനങ്ങൾ ഭരണവർഗ്ഗത്തിന്റെ മുതലാളിത്ത നയങ്ങൾക്കെതിരെ തങ്ങളുടെ സമരം അഴിച്ചുവിടുന്നത് സ്ത്രീമുന്നേറ്റത്തിന്റെ പാതയിലെ മുഖ്യതടസ്സങ്ങളാണ് ഈ നയങ്ങൾ എന്ന് തിരിച്ചറിഞ്ഞുകൊണ്ടാണ്.

സ്ത്രീ വിമോചനത്തിനായുള്ള സ്ത്രീവാദങ്ങളെയും പലകാലത്തുണ്ടായ സ്ത്രീവാദ പ്രസ്ഥാനങ്ങളെയും നിലപാടുകളുടെ അടിസ്ഥാനത്തിൽ പല പേരുകൾ നല്കി വിളിക്കാറുണ്ട്. നിയമപരവും രാഷ്ട്രീയവുമായ സ്ത്രീകളുടെ അവകാശങ്ങൾക്കും ലിംഗതുല്യതയ്ക്കും വേണ്ടിയുള്ള ലിബറൽ ഫെമിനിസം, പിതാധിപത്യത്തെ മുഖ്യശത്രുവായി കാണുന്ന റാഡിക്കൽ ഫെമിനിസം, മുതലാളിത്ത ചൂഷണ വ്യവസ്ഥയ്ക്കെതിരായ, സാമ്പത്തിക ചൂഷണത്തിനെതിരായ പോരാട്ടത്തെ മുഖ്യമായി കാണുന്ന മാർക്സിസ്റ്റ് ഫെമിനിസം തുടങ്ങിയുള്ള വിവിധ ധാരകളെ വെള്ളം കയറാത്ത അറകളായി എപ്പോഴും കാണാനാവില്ല. ഇത്തരം വിഭജനങ്ങൾ തന്നെ അപ്രസക്തമാക്കുന്നതരത്തിൽ ചൂഷണങ്ങൾക്കും മുതലാളിത്തനയങ്ങൾക്കും എതിരായ കടുത്ത പോരാട്ടത്തിൽ ഒരുമിച്ചണിനിരക്കുന്ന സാധാരണക്കാരായ സ്ത്രീകളുടെ മുന്നേറ്റമാണ് ഇന്നുലോകത്തിന്റെ പലഭാഗത്തും കാണുന്നത്. സ്ത്രീപ്രശ്നം സാമൂഹ്യപ്രശ്നമാണെന്നും സ്ത്രീവിരുദ്ധവും മനുഷ്യവിരുദ്ധവുമായ എല്ലാ അടിച്ചമർത്തലുകൾക്കും എതിരായ പോരാട്ടമാണ് നടക്കേണ്ടതെന്നും തിരിച്ചറിയുന്ന സ്ത്രീപ്രസ്ഥാനങ്ങളുടെ മുന്നേറ്റത്തിന്റെ കാലമാണിത്. രാഷ്ട്രീയത്തിൽനിന്ന് വേർതിരിച്ച് ഒരു സാമൂഹ്യപ്രശ്നത്തെയും നേരിടാനാവില്ലെന്ന ശരിയായ നിലപാട് സ്വീകരിക്കുക എന്നതാണ് സ്ത്രീപ്രസ്ഥാനങ്ങളുടെയും ചരിത്രപരമായ ഉത്തരവാദിത്വം.

(2011)

സ്ത്രീവിമോചനപ്പോരാട്ടം രാഷ്ട്രീയസമരം തന്നെയാണ്

സ്ത്രീകളുടെ ഈ സമരവേളയിൽ, നൂറ്റാണ്ടുകളായി സ്ത്രീകൾ നടത്തിവരുന്ന പോരാട്ടങ്ങളെയും നേടിയ പുരോഗതിയെയും നാം ആദരിക്കുന്നു. അമേരിക്കയിലും ലോകമെമ്പാടും ഉള്ള സ്ത്രീകളുടെ അവകാശങ്ങളും സുരക്ഷിതത്വവും മാന്യതയും ഉറപ്പുവരുത്തുന്നതിനുള്ള ദൃഢമായ പ്രതിബദ്ധത നാം ആവർത്തിച്ചുറപ്പിക്കുകയാണ്.

സ്ത്രീകളുടെ അവകാശങ്ങൾക്കായി പോരാടുന്ന ആരെയും ആവേശംകൊള്ളിക്കുന്ന ഈ വാക്കുകൾ അമേരിക്കൻ പ്രസിഡന്റ് ബറാക് ഒബാമയുടേതാണ്. 2012 മാർച്ച് സ്ത്രീകളുടെ ചരിത്രമാസമായി പ്രഖ്യാപിച്ചുകൊണ്ട് നടത്തിയ പ്രസംഗത്തിൽ അമേരിക്കയിലെ സ്ത്രീമുന്നേറ്റത്തെ അഭിനന്ദിച്ചുകൊണ്ടും സ്ത്രീ പുരോഗതിക്കായുള്ള തന്റെ സർക്കാരിന്റെ പ്രതിബദ്ധതയെ ഉറപ്പിച്ചുകൊണ്ടും നിരവധി കാര്യങ്ങൾ ഒബാമ പറയുകയുണ്ടായി. ഇതിൽ ഒരു കാര്യത്തിൽ തർക്കമില്ല. അവകാശങ്ങൾക്കായുള്ള അമേരിക്കയിലെ സ്ത്രീപോരാട്ടത്തിന് ഒരു നൂറ്റാണ്ടിലേറെ ചരിത്രമുണ്ട്. തൊഴിലാളികളെന്ന നിലയിലും വർണ്ണവിവേചനത്താൽ അടിച്ചമർത്തപ്പെട്ടവരെന്ന നിലയിലും ഉള്ള കടുത്ത ചൂഷണങ്ങൾക്കെതിരായും സ്ത്രീകളെന്ന നിലയിലുള്ള ലിംഗവിവേചനങ്ങൾക്കെതിരായും അമേരിക്കയിലെ സ്ത്രീകൾ നടത്തിയ പോരാട്ടങ്ങൾ ലോക സ്ത്രീസമരചരിത്രത്തിലെ ഉജ്ജ്വല ഏടുകളാണ്. ഈ പോരാട്ടത്തിന്റെ തുടർച്ച തന്നെയായി വാൾസ്ട്രീറ്റ് ഉപരോധത്തിലെ സ്ത്രീകളെയും തൊഴിലാളിസമരങ്ങളിൽ പങ്കാളികളാകുന്ന സ്ത്രീകളെയും കാണാനാകും.

എന്നാൽ വർത്തമാനകാലത്ത് അമേരിക്കൻ ഭരണകൂടം സ്ത്രീപു

രോഗതിക്ക് പ്രതിജ്ഞാബദ്ധമാണെന്ന ഒബാമയുടെ അവകാശവാദത്തെ വെള്ളം കൂടാതെ വിഴുങ്ങാനാകുമോ? വികസിത മുതലാളിത്ത രാജ്യമെന്ന നിലയിൽ അമേരിക്ക നേടിയിട്ടുള്ള സാമ്പത്തിക – സാങ്കേതിക വളർച്ചയുടെ ഗുണഫലങ്ങൾ എല്ലാവർക്കും ഒരുപോലെ അനുഭവിക്കാൻ കഴിയുന്ന സാഹചര്യമാണോ അമേരിക്കയിലുള്ളത്? വികസനനേട്ടങ്ങൾ തികച്ചും അസമമായി വിതരണം ചെയ്യപ്പെടുന്ന അമേരിക്കയിലെ ഇന്നത്തെ സ്ത്രീജീവിതവും ഒബാമയുടെ അവകാശവാദവും തമ്മിൽ പൊരുത്തപ്പെടുന്നുണ്ടോ? സാർവ്വദേശീയ വനിതാദിനത്തിന് നൂറ്റിരണ്ടു വയസ്സു പൂർത്തിയാകുമ്പോൾ ലിംഗാസമത്വം കൂടുതൽ രൂക്ഷമാകുന്ന ലോകസാഹചര്യം എന്തുകൊണ്ടാണുണ്ടാകുന്നത്?

2008 ൽ ആരംഭിച്ച സാമ്പത്തിക മാന്ദ്യത്തിന്റെ ഭാഗമായി അമേരിക്കയിൽ ലക്ഷക്കണക്കിന് തൊഴിലാളികൾ തൊഴിൽരഹിതരായി. തൊഴിൽ നഷ്ടപ്പെട്ടവരിൽ ആദ്യഘട്ടത്തിൽ പുരുഷന്മാരായിരുന്നു കൂടുതൽ. അമേരിക്കൻ ബ്യൂറോ ഓഫ് ലേബർ സ്റ്റാറ്റിസ്റ്റിക്സിന്റെ കണക്കുപ്രകാരം തൊഴിൽനഷ്ടത്തിൽ 82 ശതമാനം ബാധിച്ചത് പുരുഷന്മാരെയാണ്. ഉല്പാദന – വ്യാവസായിക – നിർമ്മാണ മേഖലകളിലാണ് സാമ്പത്തിക മാന്ദ്യം ആദ്യം ആഘാതമുണ്ടാക്കിയത്. ഇവിടങ്ങളിലാകട്ടെ ഭൂരിപക്ഷം തൊഴിലാളികളും പുരുഷന്മാരാണ്. വിദ്യാഭ്യാസം, ആരോഗ്യസംരക്ഷണം തുടങ്ങിയ സേവനമേഖലകളിലും മുഖ്യമായും പൊതുമേഖലയിലും ആണ് സ്ത്രീകൾ ഭൂരിപക്ഷവും. ഒന്നാം ഘട്ടത്തിൽ മാന്ദ്യം ഈ മേഖലകളെ കാര്യമായി ബാധിച്ചില്ല എന്നതിനാൽ മാന്ദ്യം സ്ത്രീത്തൊഴിലാളികളെ സഹായിച്ചു എന്നൊക്കെ ചില അമേരിക്കൻ മാധ്യമങ്ങൾ റിപ്പോർട്ടു ചെയ്യുകയുണ്ടായി. എന്നാൽ സാമ്പത്തിക മാന്ദ്യത്തിന്റെ രണ്ടാം ഘട്ടത്തിന്റെ ആഘാതങ്ങൾ ഈ മേഖലകളെ ബാധിക്കുകയും വൻതോതിൽ സ്ത്രീകൾ തൊഴിൽരഹിതരാകുകയും ചെയ്തു. ഇതിനു നേതൃത്വം കൊടുത്തത് ഭരണകൂടം തന്നെയാണ്. ക്ഷേമപദ്ധതികളിൽനിന്നുള്ള സർക്കാരിന്റെ പിന്മാറ്റവും വിഹിതം വെട്ടിക്കുറയ്ക്കലും വിദ്യാഭ്യാസ – ആരോഗ്യ സേവനമേഖലകളിൽ കടുത്ത പ്രതിസന്ധി സൃഷ്ടിച്ചു. പ്രാദേശിക ഭരണകൂടങ്ങളുടെ വികസന പ്രവർത്തനങ്ങളെപ്പോലും ഇതു ബാധിച്ചു. ഇങ്ങനെ തൊഴിൽ നഷ്ടപ്പെട്ട സ്ത്രീകളിൽ നല്ല പങ്കും ചെറിയ വരുമാനത്തിൽ പണിയെടുക്കുന്നവരും സാമ്പത്തികമായി പിന്നോക്കം നിൽക്കുന്നവരുമാണ്. അതിൽത്തന്നെ ഭൂരിപക്ഷം കറുത്ത വർഗ്ഗക്കാരാണ് എന്നത് ആഘാതത്തിന്റെ രൂക്ഷത വർദ്ധിപ്പിച്ചു.

സാമ്പത്തിക മാന്ദ്യത്തിൽനിന്ന് ലോകം കരകയറുന്നു എന്നാണ് മുതലാളിത്തം അവകാശപ്പെടുന്നത്. എന്നാൽ 2008 ലെ സാമ്പത്തിക മാന്ദ്യത്തിന്റെ പ്രഭവകേന്ദ്രമായ അമേരിക്കയിൽ മാന്ദ്യത്തിനുശേഷമുള്ള വീണ്ടെടുപ്പിന്റെ കഴിഞ്ഞ മൂന്നു വർഷത്തിനിടയിൽ സൃഷ്ടിക്കപ്പെട്ട തൊഴിലുകൾ ശ്രദ്ധിച്ചാൽ അതിൽ 90 ശതമാനവും പുരുഷന്മാർക്കാണ് ലഭിച്ചത് എന്ന് അമേരിക്കൻ ബ്യൂറോ ഓഫ് ലേബർ സ്റ്റാറ്റിസ്റ്റിക്സ് സൂചി

പ്പിക്കുന്നു. റോഡ്, മറ്റ് ഭൗതിക സാഹചര്യങ്ങൾ തുടങ്ങിയ പൊതുനിർമ്മാണ പ്രവർത്തനങ്ങൾക്ക് കൂടുതൽ മുതൽമുടക്കുകയും ആരോഗ്യ - വിദ്യാഭ്യാസ സേവനമേഖലകളിൽ സർക്കാർ വിഹിതം വെട്ടിക്കുറയ്ക്കുകയും ചെയ്യുകയെന്ന സമീപനമാണ് വീണ്ടെടുപ്പിന്റെ കാലത്ത് ഒബാമയുടെ സർക്കാർ സ്വീകരിച്ചത്. അമേരിക്കയിൽ പൊതുമേഖലാ സ്ഥാപനങ്ങളിൽ തൊഴിലെടുക്കുന്നതിൽ 57 ശതമാനം സ്ത്രീകളാണ്. ഈ മേഖലയിൽ 80 ശതമാനം തൊഴിൽനഷ്ടം കഴിഞ്ഞ രണ്ടു വർഷത്തിനിടയിൽ ഉണ്ടായി എന്നതു കൂടി കൂട്ടി വായിച്ചാൽ സ്ത്രീത്തൊഴിലാളികളുടെ മേൽ മാന്ദ്യം വരുത്തിവെച്ച ആഘാതത്തിന്റെയും ഭരണകൂടത്തിന്റെ വഞ്ചനയുടെയും ആഴം വ്യക്തമാകും.

മാന്ദ്യത്തിൽനിന്നുള്ള വീണ്ടെടുപ്പിന്റെ അനുഭവം സ്ത്രീത്തൊഴിലാളികൾക്ക് പ്രതികൂലമാകാൻ ഇതുമാത്രമല്ല കാരണം. സർക്കാരും സ്വകാര്യകമ്പനികളും അടക്കമുള്ള തൊഴിലുടമകളെ ഭരിക്കുന്ന ധാരണ കുടുംബത്തിന്റെ പ്രധാന വരുമാനദായകൻ പുരുഷനായതുകൊണ്ട് തൊഴിൽരഹിതരിൽ മുൻഗണന പുരുഷന്മാർക്കു നൽകണമെന്നാണ്! മാത്രമല്ല, കുടുംബത്തിന്റെ ഉത്തരവാദിത്വം കൂടി ഏറ്റെടുക്കാനുള്ളതുകൊണ്ട് കൂടുതൽ സമയം ജോലി ചെയ്യാനും യാത്ര ചെയ്യാനുമൊന്നും സ്ത്രീകൾക്ക് കഴിയില്ല എന്നും മുതലാളിമാർ ന്യായം കാണുന്നു! തങ്ങൾക്ക് ആവശ്യമുള്ളപ്പോൾ സ്ത്രീകളെ വൻതോതിൽ തൊഴിൽ മേഖലയിലേക്ക് കൊണ്ടുവരികയും (രണ്ടാം ലോകമഹായുദ്ധകാലത്ത്) മാന്ദ്യത്തിന്റെ കാലത്ത് സ്ത്രീകളെ ആദ്യം തൊഴിലിൽനിന്ന് പുറത്താക്കുകയും ചെയ്യുക എന്ന തന്ത്രം കാലങ്ങളായി മുതലാളിത്തം തുടർന്നുവരുന്നതാണ്. ഇങ്ങനെ സ്ത്രീകളെ പറഞ്ഞയക്കേണ്ടിവരുമ്പോൾ പറയുന്ന ന്യായമാകട്ടെ, സ്ത്രീയെ കുടുംബധർമ്മങ്ങൾ നിർവ്വഹിക്കാൻ സഹായകമായി തങ്ങൾ സ്വതന്ത്രയാക്കുന്നു എന്നും! എന്നാൽ അമേരിക്കയിലെ 18 വയസ്സിനു താഴെയുള്ള കുട്ടികളിൽ നാലിലൊന്നിലധികം സ്ത്രീകളുടെ വരുമാനം കൊണ്ടുമാത്രം പുലരുന്ന കുടുംബങ്ങളിലാണ് വളരുന്നത് എന്നതും അമേരിക്കയിലെ തൊഴിലെടുക്കുന്ന സ്ത്രീകളിൽ ഭൂരിപക്ഷവും ചെറിയ വരുമാനത്തിൽ ജീവിക്കുന്നവരാണ് എന്നതും കണക്കിലെടുക്കാൻ ഭരണകൂടംപോലും തയ്യാറല്ല. അല്പമാത്ര വരുമാനംപോലും നഷ്ടപ്പെട്ട് ആത്മഹത്യാ മുനമ്പിലെത്തി നില്ക്കുന്ന, അമേരിക്കയിലെ ഒരു ശരാശരി സ്ത്രീയുടെ മുഖം എപ്പോഴെങ്കിലും സാർവ്വദേശീയ വനിതാദിന പ്രസംഗത്തിനിടയിൽ ഒബാമയുടെ മനസ്സിൽ തെളിഞ്ഞിട്ടുണ്ടാകുമോ? അങ്ങനെ പ്രതീക്ഷിക്കാൻ വയ്യ. കാരണം ഭൂരിപക്ഷത്തെ ചൂഷണം ചെയ്യുന്ന മുതലാളിത്ത താല്പര്യങ്ങളിൽനിന്ന് വേറിട്ടൊരു നിലപാടും നയസമീപനവും അമേരിക്കയിലെ എന്നല്ല, ലോകത്തെ ഒരു മുതലാളിത്ത ഭരണകൂടത്തിൽനിന്നും പ്രതീക്ഷിക്കാനാവില്ല. എന്നിട്ടും മുതലാളിത്തം സ്ത്രീപുരോഗതിയുടെ ചാമ്പ്യന്മാരാണെന്ന അവകാശവാദം തുടരുകയാണ്!

സാർവ്വദേശീയ വനിതാദിനത്തിന് നൂറ്റിരണ്ടു വയസ്സു തികയുന്ന ഈ കാലത്ത് വേദനയോടെയാണെങ്കിലും സംശയമില്ലാതെ പറയാൻ കഴിയുന്ന ഒരു കാര്യം ലോകത്ത് പട്ടിണികിടക്കുന്നവരിൽ ഭൂരിപക്ഷം സ്ത്രീകളും കുഞ്ഞുങ്ങളുമാണ് എന്നതാണ്. ഓരോ മണിക്കൂറിലും മുന്നൂറു കുഞ്ഞുങ്ങൾ വീതം പോഷകാഹാരക്കുറവിനാൽ കൊല്ലപ്പെടുന്ന ലോകത്താണ് നാം ജീവിക്കുന്നത്. ലോകത്തെ കുഞ്ഞുങ്ങളുടെ ജനസംഖ്യയിൽ പകുതിയിലധികം പോഷകാഹാരക്കുറവിന്റെ കടുത്ത ആഘാതത്തിന്റെ ഭീഷണിയിലാണ്. കുഞ്ഞുങ്ങളുടെ ഈ മാരകാവസ്ഥയുടെ മുഖ്യഅടിസ്ഥാനം ആരോഗ്യമില്ലാത്ത അമ്മമാർ ആണ്. യുദ്ധവും ദാരിദ്ര്യവും തൊഴിലില്ലായ്മയും മതമൗലിക – വർഗ്ഗീയ അടിച്ചമർത്തലുകളും പാരിസ്ഥിതിക ഭീഷണികളുംകൊണ്ട് തകർക്കപ്പെട്ട ജീവിതങ്ങൾ കൊണ്ട് ആരോഗ്യമുള്ള ഒരു പുതുതലമുറയ്ക്ക് ജന്മം നല്കാനാവില്ല എന്ന ദുരന്ത സത്യമാണ് ലോകത്തെ കോടിക്കണക്കിന് അമ്മമാർ വിളിച്ചു പറയുന്നത്. തൊഴിലില്ലായ്മയ്ക്കും മനുഷ്യാവകാശ ലംഘനങ്ങൾക്കുമെതിരായി വിവിധ രാജ്യങ്ങളിൽ ആളിപ്പടർന്ന ജനകീയ പോരാട്ടങ്ങളിലെ വമ്പിച്ച സ്ത്രീ സാന്നിദ്ധ്യം അവർ നേരിടേണ്ടിവരുന്ന കഠിനമായ ചൂഷണത്തിനെതിരായ തീവ്രമായ പ്രതികരണം തന്നെയാണ്.

സ്വാതന്ത്ര്യത്തിന്റെ 65–ാം വർഷത്തേക്കു കടക്കുന്ന ഇന്ത്യയിലും സാർവ്വദേശീയ വനിതാ ദിനത്തിൽ നേട്ടങ്ങളുടെ ആശ്വാസത്തേക്കാൾ പ്രതിസന്ധികളുടെ ആശങ്കയാണ് നിറയുന്നത്. 2009 ലെ ദേശീയ ആരോഗ്യ റിപ്പോർട്ട് അനുസരിച്ച് അഞ്ചുവയസ്സിനു താഴെയുള്ള കുഞ്ഞുങ്ങളിൽ 69.5 ശതമാനവും വിളർച്ച രോഗമുള്ളവരാണ്. ഗർഭിണികളിൽ 58 ശതമാനവും വിവാഹിതരായ സ്ത്രീകളിൽ 56 ശതമാനവും വിളർച്ച രോഗമുള്ളവരാണ്. മാതൃമരണനിരക്കും ശിശുമരണനിരക്കും കുറച്ചുകൊണ്ടുവരാനുള്ള പ്രഖ്യാപിത ലക്ഷ്യം 11–ാം പഞ്ചവൽസര പദ്ധതിയിലും കൈവരിക്കാൻ കഴിഞ്ഞിട്ടില്ല. ഏഷ്യയിലെ തന്നെ ഏറ്റവും വിപുലമായ സാമൂഹ്യക്ഷേമ പദ്ധതിയായ ഐ സി ഡി എസ് ആരംഭിച്ചിട്ട് നാലു ദശകത്തോളമായെങ്കിലും ഇപ്പോഴും രാജ്യത്തെ ആറുവയസ്സിനു താഴെയുള്ള കുഞ്ഞുങ്ങളിൽ പകുതിപേർക്കുപോലും അതിന്റെ ആനുകൂല്യങ്ങൾ ലഭ്യമാക്കാൻ കഴിഞ്ഞിട്ടില്ല. പട്ടിണിയും പോഷണക്കുറവും സംബന്ധിച്ച് 2011 ൽ നന്ദി ഫൗണ്ടേഷൻ നടത്തിയ സർവെ സൂചിപ്പിക്കുന്നത് ലോകത്ത് ഏറ്റവും പിന്നോക്കം നില്ക്കുന്ന സബ്സഹാറൻ ആഫ്രിക്കൻ രാജ്യങ്ങളുടേതിനേക്കാൾ ഇരട്ടിയാണ് ഇന്ത്യയിലെ കുഞ്ഞുങ്ങളുടെ പോഷണക്കുറവ് എന്നാണ്. 'രാജ്യത്തിനു തന്നെ അപമാനകരം' എന്നാണ് പ്രധാനമന്ത്രി മൻമോഹൻ സിങ് ഈ അവസ്ഥയെ വിശേഷിപ്പിച്ചതത്രെ! പ്രതികരണം നന്നായി. എന്നാൽ, അതിന്റെ പ്രതിവിധിയാണോ കൂടുതൽ ദരിദ്രരെ ആനുകൂല്യങ്ങളുടെ പരിധിയിൽനിന്നു പുറത്താക്കുന്ന ഭക്ഷ്യസുരക്ഷാ നിയമം! സാർവ്വത്രിക പൊതുവിതരണമെന്ന ഉത്തരവാദിത്വത്തിൽനിന്ന് ഒഴിഞ്ഞുമാറി ദരിദ്രരെ കമ്പോളത്തിന്റെ ആർ

ത്തിയുടെ ഇരകളായി എറിഞ്ഞുകൊടുക്കുന്ന യു പി എ സർക്കാരിൽ നിന്ന് എന്തു സ്ത്രീ സംരക്ഷണമാണ് പ്രതീക്ഷിക്കേണ്ടത്! ഭക്ഷ്യധാന്യത്തിന്റെ സബ്സിഡി ഇല്ലാതാക്കി റേഷൻ സംവിധാനം അട്ടിമറിച്ച് പകരം പാവപ്പെട്ട സ്ത്രീകളുടെ കയ്യിൽ തുച്ഛമായ പണം നല്കുമെന്ന് പ്രഖ്യാപിച്ച് യു പി എ സർക്കാർ ചോദിക്കുന്നു, ഇതിനേക്കാൾ വലിയ സ്ത്രീശാക്തീകരണം ഉണ്ടാകുമോ എന്ന്!

വിശക്കുന്ന മുഴുവൻ ജനങ്ങൾക്കും കുറഞ്ഞ വിലയ്ക്ക് ഭക്ഷണവും മറ്റ് സാമൂഹ്യക്ഷേമ ആനുകൂല്യങ്ങളും ഉറപ്പാക്കാൻ ഭരണാധികാരികൾ തയ്യാറാകുമോ എന്നതാണ് പ്രധാനം. ആരോഗ്യത്തിനും വിദ്യാഭ്യാസത്തിനും സാമൂഹ്യക്ഷേമത്തിനും ഉള്ള പദ്ധതിവിഹിതം വർദ്ധിപ്പിക്കാതെ ഇന്ത്യയിലെ കോടിക്കണക്കായ സ്ത്രീകളുടെയും കുഞ്ഞുങ്ങളുടെയും ഇന്നത്തെ അവസ്ഥയിൽ മാറ്റം വരുത്താനാകില്ല. അഴിമതി ആരോപണങ്ങളിൽ ശ്വാസംമുട്ടി നിൽക്കുന്ന, വിലക്കയറ്റം നിയന്ത്രിക്കുന്നതിൽ പൂർണ്ണമായും പരാജയപ്പെട്ട യു പി എ സർക്കാരിന്റെ പുതിയ വാർഷിക ബജറ്റിലും കൺകെട്ടു വിദ്യകൾ പലതും കാണാനാകും. എന്നാൽ ദാരിദ്ര്യത്തിന്റെയും വിലക്കയറ്റത്തിന്റെയും അതിക്രമങ്ങളുടെയും മറ്റ് പലതരത്തിലുള്ള ചൂഷണങ്ങളുടെയും മുഖ്യ ഇരകളായ സ്ത്രീകൾക്ക് പ്രഖ്യാപനങ്ങൾ ആശ്വാസം നല്കില്ല. സ്ത്രീകൾക്ക് വേണ്ടത് പ്രായോഗിക പ്രവർത്തനങ്ങളാണ്.

കഴിഞ്ഞ ഇടതുപക്ഷ സർക്കാർ ഫലപ്രദമായി നടപ്പാക്കിയ വനിതാഘടകപദ്ധതിയിലെ പരിപാടികൾ മിക്കതും യു ഡി എഫ് സർക്കാർ അട്ടിമറിച്ചതിൽ അമ്പരക്കാനൊന്നുമില്ല. സാമ്രാജ്യത്വ – മുതലാളിത്ത തീട്ടൂരങ്ങളും കുറിപ്പടികളും കൊണ്ട് നിയന്ത്രിക്കപ്പെടുന്ന ഭരണവർഗ്ഗത്തിന് കൂറ് മുതലാളിത്ത നയങ്ങളോട് മാത്രമാണ്. സ്ത്രീകളും കുട്ടികളും ദരിദ്രരും അവർക്കുമുന്നിൽ അപ്രസക്തരാകും, അത് അമേരിക്കയിലായാലും ഇന്ത്യയിലായാലും. ഒരേസമയം വർഗ്ഗചൂഷണത്തിനും പുരുഷാധിപത്യ കയ്യേറ്റങ്ങൾക്കും എല്ലാത്തരം അടിച്ചമർത്തലുകൾക്കുമെതിരായ വമ്പിച്ച രാഷ്ട്രീയ സമരമായി സ്ത്രീ വിമോചനപ്പോരാട്ടങ്ങൾ മാറുന്നതിങ്ങനെയാണ്.

(2012)

അസമത്വം ആയുധമാകുമ്പോൾ

അദ്ധ്വാനത്തിലെ ലിംഗവിഭജനം കുടുംബത്തിനകത്തും തൊഴിലിടങ്ങളിലും ഭരണരംഗത്തുമൊക്കെ സ്ത്രീകൾക്ക് അവസരങ്ങളും അവകാശങ്ങളും അധികാരങ്ങളും നിഷേധിക്കുന്നതിന് അടിസ്ഥാന കാരണമാകുന്നുവെന്നാണ് പത്തൊമ്പതാം നൂറ്റാണ്ടിന്റെ അന്ത്യദശകത്തിൽ ഫ്രെഡറിക് എംഗൽസ് നടത്തിയ നിരീക്ഷണം. വിദ്യാഭ്യാസം, തൊഴിൽ പങ്കാളിത്തം, ഭരണപങ്കാളിത്തം തുടങ്ങിയ കാര്യങ്ങളിൽ സ്ത്രീസമൂഹത്തിന് വലിയ മുന്നേറ്റം നേടാൻ കഴിഞ്ഞ ഇരുപതാം നൂറ്റാണ്ടും കടന്ന് ഇരുപത്തൊന്നാം നൂറ്റാണ്ടിലെത്തി നില്ക്കുന്ന, മുതലാളിത്ത സമൂഹത്തിലെ സ്ത്രീകളുടെ അവസ്ഥയെന്താണ്? തൊഴിലിലെ ലിംഗവിഭജനം (വീടിനകത്തായാലും പുറത്തായാലും) നിർണ്ണയിക്കുന്നത് സാമൂഹ്യവും സാംസ്കാരികവും സാമ്പത്തികവുമായ സാഹചര്യങ്ങളാണെന്നതുകൊണ്ടുതന്നെ സമൂഹത്തിലെ മാറ്റങ്ങൾക്കൊപ്പം സ്ത്രീപുരുഷ തൊഴിൽ വിഭജനത്തിലും മാറ്റങ്ങളുണ്ടാകും. എന്നാൽ ഉല്പാദനരീതികളിലും തൊഴിൽ ഘടനയിലും ഉണ്ടാകുന്ന വൻമാറ്റങ്ങൾ സ്ത്രീകൾക്കെത്ര മാത്രം അനുകൂലമായി ഭവിക്കുന്നുണ്ട് എന്നതാണ് പരിശോധിക്കേണ്ടത്.

സ്ത്രീകളുടെ അദ്ധ്വാനത്തെ മൂല്യമുള്ളതാക്കി മാറ്റണമെങ്കിൽ സ്ത്രീകൾ വീടിനുപുറത്തുള്ള തൊഴിലുകളിലേക്ക് കടന്നുവരിക തന്നെ വേണമെന്നാണ് ലെനിൻ പ്രഖ്യാപിച്ചത്. വീടിനകത്ത് ഉല്പാദന പ്രത്യുല്പാദന പരിപാലന ധർമ്മങ്ങൾ കൂടിക്കുഴഞ്ഞ് സ്ത്രീയുടെമേൽ കാണാപ്പണിയുടെ അമിതഭാരം അടിച്ചേല്പിക്കുന്ന അവസ്ഥയിൽ നിന്നുള്ള ഒരു വലിയ സ്വാതന്ത്ര്യപ്രഖ്യാപനം തന്നെയാണ് തൊഴിൽരംഗത്തേക്കുള്ള സ്ത്രീയുടെ കടന്നുവരവ്. പത്തൊമ്പതാം നൂറ്റാണ്ടിന്റെ അന്ത്യദശകത്തിൽ ആഗസ്റ്റ് ബെബെൽ എന്ന മാർക്സിസ്റ്റ് ചിന്തകൻ

രേഖപ്പെടുത്തിയത് ജർമ്മനിയിൽ സൂക്ഷ്മവും സങ്കീർണ്ണവുമായ ഉപകരണങ്ങളുണ്ടാക്കുന്നതടക്കം 45 ലധികം വ്യവസായ മേഖലകളിൽ വൻതോതിൽ സ്ത്രീകൾ പണിയെടുക്കുന്നു എന്നാണ്. ത്വരിതഗതിയിൽ വ്യാവസായിക വളർച്ച നേടിയ രാജ്യങ്ങളിൽ തുടങ്ങിയ ഈ സ്ത്രീസാന്നിദ്ധ്യം പിന്നീട് മറ്റു രാജ്യങ്ങളിലും വ്യാപകമാകാൻ തുടങ്ങി. ഉല്പാദന ബന്ധങ്ങളിൽ വന്ന മാറ്റം കൃഷി തുടങ്ങിയ പരമ്പരാഗത മേഖലകളിൽനിന്ന് വൻതോതിൽ സ്ത്രീകൾ വ്യവസായശാലകളിലേക്ക് കടന്നുവരാൻ സാഹചര്യമൊരുക്കി. ഇതിനേറ്റവും അനുകൂലമായ സാഹചര്യമാണ് ഇരുപതാം നൂറ്റാണ്ടിൽ മുതലാളിത്തത്തിനുണ്ടായ വളർച്ച സൃഷ്ടിച്ചത്. ഇന്നാകട്ടെ, പുരുഷന്മാർ മാത്രം പണിയെടുത്തിരുന്ന പല തൊഴിൽ മേഖലകളിലും ശ്രദ്ധേയമായ സ്ത്രീസാന്നിദ്ധ്യം ഉണ്ടായിരിക്കുന്നു.

എന്നാൽ ഇതിൽനിന്ന് രൂപംകൊള്ളുന്ന സമവാക്യം മുതലാളിത്തമാണ് സ്ത്രീപുരുഷ തുല്യത സാദ്ധ്യമാക്കുന്നത് എന്നല്ല. മറിച്ച് എല്ലാ അസമത്വങ്ങളെയും തങ്ങൾക്കനുകൂലമായി ഉപയോഗിക്കാൻ പ്രാപ്തിയുള്ള മുതലാളിത്ത ചൂഷണ വ്യവസ്ഥ സമൂഹത്തിൽ നിലനില്ക്കുന്ന അസമമായ ലിംഗപദവി സ്ത്രീകളെ ചൂഷണം ചെയ്യുന്നതിനുള്ള ഏറ്റവും സമർത്ഥമായ ആയുധമാക്കി മാറ്റിയിരിക്കുകയാണ്. പുരുഷന്മാരെ അപേക്ഷിച്ച് കുറഞ്ഞകൂലി കൊടുത്താൽ മതിയെന്നതാണ് സ്ത്രീത്തൊഴിലാളികളെ നിയമിക്കുമ്പോൾ മുതലാളി കാണുന്ന നേട്ടം. മുതലാളിത്തത്തിന്റെ വളർച്ചയോടെ രൂക്ഷമാകുന്ന സാമ്പത്തിക അസമത്വം ദരിദ്രരുടെ വിലപേശൽ കഴിവും തകർക്കുന്നുണ്ട്. ഇതിന്റെ ഫലമായി എത്ര കൂലി കുറച്ചാലും പണിയെടുക്കാൻ തൊഴിലാളികളെ, വിശേഷിച്ച് സ്ത്രീകളെ കിട്ടുമെന്നതും മുതലാളിക്ക് സൗകര്യമാണ്. നൂറ്റാണ്ടുകളായി സ്ത്രീകൾ വീടിനകത്തും പുറത്തുമൊക്കെ അനുഭവിക്കുന്ന താഴ്ന്ന പദവി പ്രകൃതിദത്തവും (ദൈവസൃഷ്ടമോ) അതുകൊണ്ടുതന്നെ സ്വാഭാവികവുമാണെന്ന സങ്കല്പം സ്ത്രീത്തൊഴിലാളികൾ നേരിടുന്ന കൂലി വിവേചനവും അവസരസമത്വനിഷേധവുമൊക്കെ ന്യായീകരിക്കാനുള്ള പിൻബലം മുതലാളിത്തത്തിനു നല്കുന്നുണ്ട്. മുതലാളിത്ത ചൂഷണങ്ങളുടെ പുതിയ പരീക്ഷണശാലയായ ആഗോളവല്ക്കരണ പരിഷ്ക്കാരങ്ങൾ ഇന്ന് ലിംഗവിവേചനത്തെ കൂടുതൽ രൂക്ഷവും സങ്കീർണ്ണവുമാക്കിയിരിക്കുന്നു.

ആഗോളവല്ക്കരണം തൊഴിൽരംഗത്ത് ഒട്ടേറെ അവസരങ്ങൾ ഒരുക്കിയിരിക്കുന്നുവെന്നും ഉയർന്ന സാങ്കേതികവിദ്യയും ആധുനിക യന്ത്രസംവിധാനങ്ങളും തൊഴിലിലെ ആൺപെൺ വ്യത്യാസം ഇല്ലാതാക്കുന്ന തരത്തിൽ സ്ത്രീകൾക്കും തൊഴിൽരംഗത്തു മുന്നേറാനുള്ള സുവർണ്ണാവസരങ്ങൾ സൃഷ്ടിച്ചിരിക്കുന്നു എന്നുമുള്ള വാദങ്ങളെ ഇടതുപക്ഷ ട്രേഡ് യൂണിയനുകളും വനിതാ സംഘടനകളും പൂർണ്ണമായി നിരാകരിക്കുകയാണ്. ഈ വർഷത്തെ തൊഴിലാളിദിനത്തിൽ ആസ്ട്രേലിയയിൽ നടന്ന സമ്മേളനത്തിൽ ഒരു സ്ത്രീ തൊഴിലാളി നിരാശയോടെ

പറഞ്ഞത്, "വീടിനകത്തും പുറത്തും നാനാതരത്തിലുള്ള വിവേചനങ്ങൾ നേരിടുന്ന സ്ത്രീകളോട് നിങ്ങൾക്കിതാ മത്സരത്തിൽ പങ്കെടുക്കാൻ അവസരമൊരുക്കിയിരിക്കുന്നു എന്നു പറഞ്ഞിട്ട് എന്തുകാര്യം" എന്നാണ്. സാങ്കേതിക വൈദഗ്ദ്ധ്യവും ഉയർന്ന വിദ്യാഭ്യാസവും നേടാൻ ഇന്നും ഒട്ടേറെ കടമ്പകൾ നേരിടുന്ന സ്ത്രീകൾ മുതലാളിത്തമൊരുക്കുന്ന പുതിയ മത്സരങ്ങളിൽ പിന്തള്ളപ്പെട്ടു പോകുന്നതാണ് കാണുന്നത്.

ലോകത്തെ തൊഴിൽസേനയുടെ മൂന്നിൽ ഒന്നു വരുന്ന സ്ത്രീകൾ ബഹുഭൂരിപക്ഷവും പുരുഷന്മാരെക്കാൾ കൂലികുറഞ്ഞ തൊഴിലുകളിലാണ് ഏർപ്പെട്ടിരിക്കുന്നതെന്ന് പഠനങ്ങൾ രേഖപ്പെടുത്തുന്നു. ലോകത്തെവിടെയും സ്ത്രീയുടെ വരുമാനം കൊണ്ടുമാത്രം ജീവിക്കുന്ന കുടുംബങ്ങളുടെ എണ്ണം കൂടുന്നുവെന്നത് ഇതോടൊപ്പം കൂട്ടിവായിക്കുമ്പോഴാണ് പ്രശ്നത്തിന്റെ രൂക്ഷത വ്യക്തമാകുന്നത്.

1958 ൽ നടന്ന ലോക തൊഴിൽ സംഘടനയുടെ 111–ാം കൺവെൻഷൻ തൊഴിലവസരങ്ങളിലെ തുല്യത ഉറപ്പാക്കുന്നതു സംബന്ധിച്ച് സുപ്രധാനമായ മാർഗ്ഗനിർദ്ദേശങ്ങൾ അംഗീകരിച്ചു. ഐക്യരാഷ്ട്രസഭയുടെ സീഡോ ഉടമ്പടിയും ലിംഗാടിസ്ഥാനത്തിലുള്ള എല്ലാ വിവേചനങ്ങളെയും ഇല്ലായ്മചെയ്യുകയെന്നതാണ് ലക്ഷ്യം വയ്ക്കുന്നത്. ഒട്ടുമിക്ക രാജ്യങ്ങളും ഇത്തരം ഉടമ്പടികളും മാർഗ്ഗനിർദ്ദേശങ്ങളുമൊക്കെ തത്വത്തിൽ അംഗീകരിച്ചിട്ടുണ്ടെങ്കിലും അത് നടപ്പിലാക്കുന്നതിൽ വേണ്ടത്ര താല്പര്യം കാണിക്കുന്നില്ലെന്നതാണ് വസ്തുത. ഉദാഹരണത്തിന് തുല്യജോലിക്ക് തുല്യവേതനമെന്ന നിയമം ഒട്ടുമിക്ക രാജ്യങ്ങളിലും നിലവിലുണ്ട്. എന്നാൽ അതിന്റെ നഗ്നമായ ലംഘനമാണ് എല്ലായിടത്തും നടക്കുന്നത്. സോഷ്യലിസ്റ്റ് ഭരണം നിലനില്ക്കുന്ന രാജ്യങ്ങളിൽ മാത്രമാണ് ഇതിൽനിന്നും കുറച്ചൊക്കെ വ്യത്യസ്തമായ അനുഭവമുള്ളത്.

തൊഴിൽഘടനയിൽ മാറ്റം വരുത്തി തൊഴിലാളികളെ ചൂഷണം ചെയ്ത് പരമാവധി ലാഭം ഉണ്ടാക്കുക എന്നതാണ് ആഗോളവല്ക്കരണ നയങ്ങൾ ലക്ഷ്യമാക്കുന്നത്. സ്ത്രീത്തൊഴിലാളികളെ ഈ മാറ്റം പ്രധാനമായും രണ്ടുതരത്തിൽ ബാധിക്കുന്നുണ്ട്. ഒന്ന്, ചില പ്രത്യേക തൊഴിൽ മേഖലകളിൽ സ്ത്രീകളുടെ കേന്ദ്രീകരണം ഉണ്ടാവുക (Horizontal Segregation); രണ്ട്, ഒരു തൊഴിൽ മേഖലയിൽത്തന്നെ, അധികാരം കുറവുള്ള, കൂലി കുറഞ്ഞ, സുരക്ഷിതത്വം കുറഞ്ഞ ജോലികൾ സ്ത്രീകൾക്കായി മാറ്റിവെയ്ക്കുന്നു (Vertical Segregation). ഈ രണ്ടു കേന്ദ്രീകരണങ്ങളും സ്ത്രീകളുടെ കൂലിനിരക്ക് വീണ്ടും കുറച്ചുകൊണ്ടുവരാൻ തൊഴിലുടമയ്ക്ക് സഹായകമാകുമെന്ന കെണിയും ഇതിലടങ്ങിയിട്ടുണ്ട്. ടെക്സ്റ്റയിൽസ്, കയറ്റുമതി കേന്ദ്രങ്ങൾ, ഭക്ഷ്യസംസ്കരണ വ്യവസായം, സേവന മേഖല തുടങ്ങിയ പല തുറകളിലും സ്ത്രീകേന്ദ്രീകരണം കാണാനുണ്ട്. ഇതോടൊപ്പം തന്നെ വ്യവസായശാലകളിൽനിന്നും കുടിൽ ഉല്പാദന രീതികളിലേക്കും സ്ഥിരം തൊഴിലാളികൾ എന്നതിൽ നിന്ന് താല്ക്കാലിക തൊഴിലാളികൾ എന്നതിലേക്കും സ്ത്രീകളെ മാറ്റിയും

തൊഴിലുടമകൾ ഉല്പാദനം ലാഭകരമാക്കുന്നു. സ്ത്രീകൾക്ക് അവരുടെ കുടുംബചുമതലകൾ കൂടി നിർവ്വഹിക്കാൻ സഹായകരമായ സാഹചര്യമാണ് ഇതെന്നാണ് ആഗോളവല്ക്കരണ വക്താക്കൾ അവകാശപ്പെടുന്നത്. എന്നാൽ യഥാർത്ഥത്തിൽ ഇത് സ്ത്രീതൊഴിലാളികൾക്ക് തൊഴിലാളി എന്ന അവസ്ഥപോലും നിഷേധിക്കുന്ന തരത്തിലുള്ളതും അതുവഴി ലഭിക്കേണ്ട എല്ലാ ആനുകൂല്യങ്ങളും നഷ്ടപ്പെടുത്തുന്നതുമായ കഠിന ചൂഷണത്തിന്റെ മാർഗ്ഗമാണ്.

ഒരേ തൊഴിലിൽ താഴ്ന്ന പദവിയിലുള്ള ഉദ്യോഗങ്ങളിൽ സ്ത്രീകേന്ദ്രീകരണം നടക്കുന്നത് ഏതാണ്ട് എല്ലാ തൊഴിൽ മേഖലകളിലും ദൃശ്യമാണ്. ഉയർന്ന പദവിയും ശമ്പളവുമുള്ള തൊഴിലുകളിൽ സ്ത്രീകളുടെ എണ്ണം ഇന്നും പുരുഷന്മാരെ അപേക്ഷിച്ച് വളരെ കുറവാണ് എന്നത് സ്ത്രീകൾക്ക് ഏറെ അവസരങ്ങൾ ഒരുക്കുന്നു എന്നവകാശപ്പെടുന്ന രാജ്യങ്ങൾക്കുപോലും ബാധകമാണ്. അമേരിക്ക (യു എസ് എ) യിൽ തൊഴിലെടുക്കുന്ന സ്ത്രീകളിൽ വെറും നാലുശതമാനം മാത്രമാണ് ഉയർന്നശമ്പളമുള്ള തൊഴിലിലേർപ്പെട്ടിരിക്കുന്നത്. മെച്ചപ്പെട്ട സ്ത്രീപദവി നിലനില്ക്കുന്നു എന്നു പറയുന്ന സ്വീഡനിലാകട്ടെ സ്ത്രീ ജീവനക്കാരിൽ ഉയർന്ന ശമ്പളം വാങ്ങുന്നത് 9 ശതമാനം പേരാണ്. പുരുഷന്മാരിൽ 29 ശതമാനവും ഉയർന്ന ശമ്പളമുള്ള തൊഴിലുകളാണ് ചെയ്യുന്നത്. ലോകത്തെ പുരുഷതൊഴിലാളികളുടെ വരുമാനത്തിന്റെ 40 ശതമാനം മാത്രമാണ് സ്ത്രീകൾക്ക് ശരാശരി വരുമാനമായി ലഭിക്കുന്നത് എന്നതാണ് വസ്തുത. ചില രാജ്യങ്ങളിൽ ചില ഏറ്റക്കുറച്ചിലുകൾ കണ്ടേക്കാം എന്നുമാത്രം. കുടുംബപരമായ ചുമതലകൾ പലപ്പോഴും കരിയറിനിടയിൽ ജോലിയിൽനിന്ന് തല്ക്കാലത്തേക്കെങ്കിലും വിട്ടുനില്ക്കാൻ സ്ത്രീകളെ നിർബ്ബന്ധിതരാക്കുന്നതും സ്ത്രീകളുടെ കഴിവുകളെക്കുറിച്ചുള്ള മാനേജ്മെന്റിന്റെ സംശയവും മത്സരത്തിൽ സ്ത്രീകൾ പിന്തള്ളപ്പെടാൻ കാരണമാകുന്നുണ്ട്.

അസ്വസ്ഥജനകമായ മറ്റൊരു സൂചന സാങ്കേതിക വൈദഗ്ദ്ധ്യവും ഉയർന്ന വിദ്യാഭ്യാസവുമൊക്കെയുള്ള സ്ത്രീകളും ഐ ടി അടക്കമുള്ള തൊഴിൽ മേഖലകളിൽ പലതരത്തിലുള്ള ലിംഗവിവേചനം നേരിടുന്നുവെന്നാണ്.

ബ്രിട്ടനിലെ ഹൈടെക് ഇൻഡസ്ട്രി ട്രേഡ് ബോഡി നടത്തിയ ഒരു സർവ്വെയിൽ പങ്കെടുത്ത 60 ശതമാനം സ്ത്രീകളും പറഞ്ഞത് തങ്ങൾ പണിയെടുക്കുന്ന സ്ഥാപനങ്ങളിൽ നിലനില്ക്കുന്ന ശമ്പളഘടന തീരെ സുതാര്യമല്ല എന്നാണ്. അതായത് ഓരോ വിഭാഗത്തിലുംപെട്ട തൊഴിലാളികൾക്കും ലഭിക്കുന്ന ശമ്പളം, ബോണസ്, മറ്റ് ആനുകൂല്യങ്ങൾ എന്നിവ സംബന്ധിച്ച് പരസ്പരം അറിയില്ല. ഭൂരിപക്ഷം സ്ത്രീത്തൊഴിലാളികൾക്കും തങ്ങളോടൊപ്പം പണിയെടുക്കുന്ന പുരുഷത്തൊഴിലാളികൾക്കു കിട്ടുന്ന അത്രയും ശമ്പളം തങ്ങൾക്കുണ്ടോ എന്നുപോലുമറിയില്ല. 2005 ഒക്ടോബറിൽ ബ്രിട്ടീഷ് സർക്കാർ നടത്തിയ ഔദ്യോഗിക

കണക്കെടുപ്പിൽ കണ്ടെത്തിയത് ബ്രിട്ടനിൽ ഐ ടി കമ്പനികളിൽ മാനേജർമാരായി പണിയെടുക്കുന്ന സ്ത്രീകൾക്കുപോലും സഹപ്രവർത്തകരായ പുരുഷന്മാരേക്കാൾ കുറഞ്ഞ ശമ്പളമേ ലഭിക്കുന്നുള്ളൂവെന്നാണ്. എങ്കിലും സർക്കാർ മുന്നോട്ടുവയ്ക്കുന്ന ഒരാശ്വാസം ഈ ശമ്പളവ്യത്യാസത്തിന്റെ തോത് കുറഞ്ഞുവരുന്നുണ്ടെന്നാണ്. ഐ ടി മേഖലയിലുണ്ടാകുന്ന പ്രതിസന്ധികളുടെ ഭാഗമായി പുരുഷന്മാരുടെ ശമ്പളത്തിലും കുറവ് സംഭവിക്കുന്നുണ്ട് എന്നും സർവ്വെ സൂചിപ്പിക്കുന്നുണ്ട്. എങ്കിലും ഒരു സീനിയർ ഓഫീസറായി പണിയെടുക്കുന്ന ഒരു സ്ത്രീയുടെ ശമ്പളത്തിൽ അതേ ജോലി ചെയ്യുന്ന പുരുഷനേക്കാൾ ആഴ്ചയിൽ 170 ഡോളർ വീതം കുറവ് സംഭവിക്കുന്നുണ്ടെന്ന് ഈ സർവ്വെ ചൂണ്ടിക്കാട്ടുന്നു. ബ്രിട്ടനിൽ കഴിഞ്ഞ മുപ്പതുവർഷത്തിനിടയിൽ തുല്യവേതനം നിഷേധിക്കുന്നതിനെതിരായി തൊഴിലാളികൾ നല്കിയ രണ്ടരലക്ഷം കേസുകളിൽ ട്രൈബ്യൂണൽ ഒരു നടപടിയും എടുത്തിട്ടില്ലത്രെ (*ദി ഹെറാൾഡ്*).

ഐ ടി മേഖലയിലെ ഭീമനായ മൈക്രോസോഫ്ടിനെ സംബന്ധിച്ച് കാര്യങ്ങൾ കുറച്ചുകൂടി സങ്കീർണ്ണമാണ്. വിവിധ രാജ്യങ്ങളിലായി മൈക്രോസോഫ്ടിൽ ജോലിയെടുക്കുന്ന താഴെത്തട്ട് തൊഴിലാളികളിൽ ഇരുപത് ശതമാനത്തോളം സ്ത്രീകളാണ് എന്നല്ലാതെ മറ്റ് വിഭാഗങ്ങളിൽപ്പെട്ടവരിൽ സ്ത്രീപുരുഷ വ്യത്യാസം സംബന്ധിച്ച കണക്കുകൾ മൈക്രോസോഫ്ടിന്റെ കൈവശമില്ല. മൈക്രോസോഫ്ട് സെർട്ടിഫൈഡ് സിസ്റ്റം എൻജിനീയേഴ്സ് (MCSE) ആയി പ്രവർത്തിക്കുന്നവരിൽ എത്ര മാത്രം സ്ത്രീകളുണ്ട് എന്ന ചോദ്യത്തിന് മൈക്രോസോഫ്റ്റ് നല്കിയ മറുപടി ഉദ്യോഗസ്ഥരെ സംബന്ധിച്ച വിവരങ്ങൾ രഹസ്യമായി സൂക്ഷിക്കാൻ ഡാറ്റാ പ്രൈവസി നിയമം തങ്ങളെ അനുവദിക്കുന്നുണ്ട് എന്നാണത്രെ. എന്തായാലും 1997 മുതൽ ബ്രിട്ടനിൽ ഐ ടി മേഖലയിൽ പ്രവർത്തിക്കുന്ന സ്ത്രീകളുടെ എണ്ണത്തിൽ 2005 ആയപ്പോൾ നാലിലൊന്ന് കുറവുവന്നിരിക്കുന്നുവെന്നാണ് സൂചന. ആധുനിക മുഖമുണ്ടെന്ന് കൊട്ടിഘോഷിക്കപ്പെടുന്ന തൊഴിൽ മേഖലകളിൽപ്പോലും ലിംഗവിവേചനം ശക്തമാണ് എന്ന് ഈ അറിവുകൾ നമ്മെ ബോദ്ധ്യപ്പെടുത്തുന്നുണ്ട്.

തൊഴിൽരംഗത്തു സ്ത്രീകൾ നേരിടുന്ന ലിംഗവിവേചനവും ചൂഷണവും ഒറ്റപ്പെടുത്തിയല്ല, സമൂഹത്തിൽ സ്ത്രീകൾ അനുഭവിക്കുന്ന രണ്ടാംകിട പദവിയുമായും തൊഴിലാളികളെന്ന നിലയിൽ സ്ത്രീകളും പുരുഷന്മാരും നേരിടുന്ന മുതലാളിത്ത ചൂഷണവുമായും ബന്ധപ്പെടുത്തി മാത്രമേ പരിശോധിക്കാനും പ്രതിരോധിക്കാനും കഴിയൂ എന്ന് വ്യക്തമാണ്. സ്ത്രീത്തൊഴിലാളിക്കുണ്ടാകുന്ന കൂലിക്കുറവ് സ്ത്രീയെ മാത്രമല്ല ബാധിക്കുന്നത്. തൊഴിലാളി സമൂഹത്തിന്റെ ജീവിതനിലവാരം ഇടിച്ചുതാഴ്ത്തി നിർത്തുന്നതിന് മുതലാളിത്തം ഉപയോഗിക്കുന്ന ഏറ്റവും ശക്തമായ ആയുധങ്ങളിലൊന്നാണ് ലിംഗവിവേചനമെന്ന തിരിച്ചറിവ് പ്രധാ

നമാണ്. അതോടൊപ്പം ലിംഗവിവേചനത്തിനെതിരായ സമരം മുതലാളിത്ത ചൂഷണത്തിനെതിരായ സമരത്തിന്റെ ഭാഗമാണെന്നും തിരിച്ചറിയേണ്ടതുണ്ട്. ലിംഗസമത്വം നേടുന്നതിനായുള്ള പോരാട്ടം തൊഴിലാളിവർഗ്ഗ വിമോചനത്തിനായുള്ള പോരാട്ടവുമായി അഭേദ്യമായി ബന്ധപ്പെട്ടിരിക്കുന്നുവെന്ന് സംശയലേശമെന്യേ പറഞ്ഞത് മഹാനായ ലെനിനാണ്. ആ കൂട്ടായ പോരാട്ടത്തിന്റെ അനിവാര്യതയും പ്രാധാന്യവും വീണ്ടും ഓർമ്മിപ്പിച്ചുകൊണ്ടാണ് ഒരു തൊഴിലാളിദിനംകൂടി കടന്നുപോയത്.

(2010)

സ്ത്രീ അടിമയായിരിക്കുന്നിടത്തോളം കാലം പുരുഷന് സ്വതന്ത്രനാകാൻ കഴിയുമോ?

ഇരുന്നൂറു വർഷം മുമ്പ് പ്രശസ്ത ഇംഗ്ലീഷ് കവി പി ബി ഷെല്ലി ഉയർത്തിയതാണ് ഈ ചോദ്യം.* ഇതോടൊപ്പം ഒരു ചോദ്യം കൂടി ചേർത്തുവയ്ക്കണം. ലോകജനതയുടെ ബഹുഭൂരിപക്ഷവും അടിച്ചമർത്തൽ നേരിടുമ്പോൾ സ്ത്രീകൾക്കുമാത്രമായി സ്വാതന്ത്ര്യം നേടാനാകുമോ? പുരുഷാധിപത്യത്തിനും വർഗ്ഗ ചൂഷണത്തിനുമെതിരായി സ്ത്രീപോരാട്ടത്തിന്റെ ഓർമ്മദിനമായി 'മാർച്ച് എട്ട്' മാറിയിട്ട് ഒരു നൂറ്റാണ്ട് പിന്നിടുകയാണ് ഇന്ന്. ഈ രണ്ടു ചോദ്യങ്ങളും ഏറ്റെടുത്തുകൊണ്ടുള്ള അവകാശപ്പോരാട്ടങ്ങളുടെ ചരിത്രമാണ് കഴിഞ്ഞ ഒരു നൂറ്റാണ്ടിന്റെ സംഭാവന. അതിജീവനത്തിന്റെയും പ്രതിരോധത്തിന്റെയും രക്തസാക്ഷിത്വത്തിന്റെയും നിരവധി അനുഭവം ലോകമെങ്ങുമുള്ള വനിതാ പ്രസ്ഥാനങ്ങൾക്കും പോരാളികൾക്കും പങ്കുവയ്ക്കാനുണ്ട്.

1910 ൽ കോപ്പൻഹേഗനിൽ ക്ലാര സെത്കിന്റെയും റോസ ലക്സംബർഗ്ഗിന്റെയും അലക്സാന്ദ്ര കൊലന്തായിയുടെയും നേതൃത്വത്തിൽ സാർവ്വദേശീയ വനിതാദിനമെന്ന ആശയം പിറന്നുവീണപ്പോൾ, അതിന് വ്യാവസായികപ്പോരാട്ടങ്ങളുടെ പിൻബലമുണ്ടായിരുന്നു; ഫ്രഞ്ച് വിപ്ലവം മുതൽ ഉയർത്തപ്പെട്ട സ്ത്രീകളുടെ ജനാധിപത്യ അവകാശങ്ങൾക്കായുള്ള പോരാട്ടങ്ങളുടെ ഊർജ്ജമുണ്ടായിരുന്നു. തൊഴിലെടുക്കുന്ന സ്ത്രീകളുടെ സുരക്ഷിതത്വം, സേവന-വേതന അവകാശങ്ങൾ, പൊതുസമൂഹത്തിൽ പുരുഷനൊപ്പം തിരഞ്ഞെടുപ്പിൽ പങ്കെടുക്കാനായുള്ള

---

* 1817 ൽ പ്രസിദ്ധീകൃതമായ *ഇസ്ലാമിന്റെ കലാപം* (*The Revolt of Islam*) എന്ന കാവ്യത്തിലാണ് ഷെല്ലി ഈ ചോദ്യം ഉയർത്തുന്നത്. മനുഷ്യ മോചനത്തിനായുള്ള പോരാട്ടത്തിന്റെ ആഹ്വാനമായ ഈ കാവ്യത്തിൽ സ്ത്രീകൾ ഉൾപ്പെടെ അടിമകളായവരുടെ ചങ്ങലക്കെട്ടുകൾ പൊട്ടിച്ചെറിഞ്ഞു കൊണ്ടേ സ്വാതന്ത്ര്യം നേടാനാകൂ എന്ന് കവി ഓർമ്മിപ്പിക്കുന്നു.

വോട്ടവകാശം തുടങ്ങിയ മുദ്രാവാക്യങ്ങളാണ് ഒന്നാം സാർവ്വദേശീയ വനിതാ സമ്മേളനം ചർച്ച ചെയ്തത്. തൊഴിലാളിയെന്ന നിലയിലും പൗര എന്ന നിലയിലും സ്ത്രീയുടെ സവിശേഷ സ്വത്വത്തെ സമൂഹത്തിന്റെ മുമ്പിൽ അവതരിപ്പിക്കാനും സ്ഥാപിച്ചെടുക്കാനുമുള്ള സംഘടിത ശ്രമമായിരുന്നു. സാർവ്വദേശീയ വനിതാ സമ്മേളനം. സാർവ്വദേശീയ വനിതാദിനത്തിന്റെ ഏറ്റവും സമരാത്മകമായ രൂപം ഒന്നാംലോക മഹായുദ്ധത്തിന്റെ കാലത്ത് റഷ്യയിൽ കണ്ടു. യുദ്ധരംഗത്തേക്ക് ബലമായി പിടിച്ചുകൊണ്ടുപോയ പുരുഷന്മാരെ തിരിച്ചുതരണമെന്നും തങ്ങൾക്കും കുഞ്ഞുങ്ങൾക്കും ഭക്ഷണം തരണമെന്നും മുദ്രാവാക്യമുയർത്തിക്കൊണ്ട് സാർ ചക്രവർത്തിയുടെ കൊട്ടാരത്തിലേക്ക് സ്ത്രീകൾ നടത്തിയ പ്രകടനം സാർവ്വദേശീയ വനിതാദിനത്തിന്റെ ഉജ്ജ്വല സ്മരണയാണ്. പിന്നീടുള്ള ഒരു നൂറ്റാണ്ടിനിടയിൽ പല രാജ്യത്തും മാർച്ച് എട്ട് സമരദിനമായി മാറി.

സാർവ്വദേശീയ വനിതാദിനത്തോട് ഏറ്റവും ആദരവ് കാണിച്ച് ലോകത്തിന് മാതൃകയായത് സോവിയറ്റ് യൂണിയനാണ്. സാർവ്വദേശീയ വനിതാദിനം പൊതു ഒഴിവുദിനമാക്കുന്നത് ലെനിന്റെയും അലക്സാന്ദ്ര കൊലന്തായിയുടെയും മുൻകൈയിലാണ്. സോവിയറ്റ് യൂണിയൻ രൂപംകൊണ്ട് രണ്ടു വർഷത്തിനകം തന്നെ ഏറ്റവും മാതൃകാപരമായ കുടുംബ നിയമങ്ങൾ അവിടെ അംഗീകരിച്ചു. വിദ്യാഭ്യാസത്തിലും തൊഴിലിലുമെല്ലാം സ്ത്രീകൾക്ക് തുല്യ അവസരം ലഭിക്കുന്നതിനുള്ള സാഹചര്യം സൃഷ്ടിച്ചു. എന്നാൽ, ഇതുകൊണ്ടുമാത്രം സ്ത്രീ പുരുഷ തുല്യത നേടാനാകില്ലെന്നും അതിന് പഴകിയ സദാചാര സങ്കേതങ്ങളുടെയും പരമ്പരാഗതശീലങ്ങളുടെയും അഴിച്ചുപണി ആവശ്യമാണെന്നുമുള്ള ലെനിന്റെ വാക്കുകളുടെ പ്രസക്തി നിലനില്ക്കുമ്പോൾത്തന്നെ സോവിയറ്റ് യൂണിയന്റെ കാലത്തെ അനുഭവം ഒരു കാര്യം അടിവരയിടുന്നുണ്ട്. സോഷ്യലിസത്തിൽ അടിയുറച്ച ഒരു ഭരണസംവിധാനത്തിന് സ്ത്രീകളുടെ മുന്നോട്ടുള്ള പ്രയാണത്തിൽ ചാലകശക്തിയാകാൻ കഴിയും. ചൂഷണവിമുക്തമായ ഒരു ഉല്പാദനവ്യവസ്ഥയിൽ പുരുഷനെപ്പോലെ തൊഴിലെടുക്കാനും സമൂഹത്തിൽ ഇടപെടാനും സ്ത്രീകൾക്കും കഴിയും. സ്ത്രീകളുടെ പിന്നാക്കാവസ്ഥ ഒരു സാമൂഹ്യ നിർമ്മിതിയാണെന്നും അത് രാഷ്ട്രീയ ഇച്ഛാശക്തിയുണ്ടെങ്കിൽ മാറ്റാമെന്നുമാണ് സോവിയറ്റ് യൂണിയൻ നല്കിയ ചരിത്രപാഠം. സ്ത്രീകളുടെ പൗരാവകാശങ്ങൾക്കും തൊഴിലവകാശങ്ങൾക്കും വേണ്ടി സമരം ചെയ്യാനും അവ നേടിയെടുക്കാനും മുതലാളിത്ത രാജ്യങ്ങളിലെ സ്ത്രീകൾക്ക് ആവേശം നല്കുകയെന്ന ചരിത്രദൗത്യം നിർവ്വഹിച്ചത് സോവിയറ്റ് യൂണിയനാണ്. ഇന്നും ക്യൂബയും ചൈനയും വിയറ്റ്നാമും ആ ദൗത്യം തുടരുകയാണ്.

20–ാം നൂറ്റാണ്ട് ഇന്ത്യയടക്കം നിരവധി രാജ്യങ്ങളിലെ ജനാധിപത്യപോരാട്ടങ്ങൾക്ക് സാക്ഷ്യം വഹിച്ചിട്ടുണ്ട്. ഈ പോരാട്ടങ്ങളിലെ സ്ത്രീസാന്നിദ്ധ്യം അഭിമാനകരമായിരുന്നു. ഇതിന്റെ തുടർച്ചയായി വന്ന

ജനാധിപത്യ ഭരണകൂടങ്ങൾ സ്ത്രീകളുടെ പൗരാവകാശ സംരക്ഷണത്തിനായി നിരവധി നിയമങ്ങളും നടപ്പാക്കിയിട്ടുണ്ട്. ഐക്യരാഷ്ട്രസഭ പോലുള്ള അന്താരാഷ്ട്ര സംവിധാനങ്ങൾ മനുഷ്യാവകാശങ്ങൾ ഉറപ്പുവരുത്തുന്നതിനുള്ള വേദികളായും പ്രവർത്തിക്കുന്നു. മുതലാളിത്ത ഉല്പാദനവ്യവസ്ഥയിലെ സ്ത്രീകളുടെ പങ്ക് നിർണ്ണായകമായി മാറുന്നതാണ് 20–ാം നൂറ്റാണ്ടിൽ കണ്ടത്. വിദ്യാഭ്യാസരംഗത്ത് സ്ത്രീകൾക്കുണ്ടായ നേട്ടം അതുവരെയില്ലാത്ത നിരവധി തൊഴിൽ മേഖലകളിലേക്ക് പ്രവേശനം ഉറപ്പാക്കിയിട്ടുണ്ട്. അങ്ങനെയെങ്കിൽ സാർവ്വദേശീയ വനിതാദിനത്തിന്റെ ഈ നൂറുവർഷം സ്ത്രീപോരാട്ടങ്ങളുടെ വിജയാഘോഷത്തിന്റെ വേളയാകേണ്ടതാണ്.

എന്നാൽ, 2011 ലെ സാർവ്വദേശീയ വനിതാദിനവും ആശങ്കയും ആകുലതയുംകൊണ്ട് മുടിക്കെട്ടിയിരിക്കുന്നു. ഐക്യരാഷ്ട്രസഭ ഓരോ വർഷവും പുറത്തിറക്കുന്ന മാനവ വികസന റിപ്പോർട്ട് വർദ്ധിച്ചുകൊണ്ടിരിക്കുന്ന അസമത്വങ്ങളുടെ കണക്കും കഥയുമാണ് പറഞ്ഞുതരുന്നത്. രാജ്യങ്ങൾക്കിടയിൽ, മനുഷ്യർക്കിടയിൽ, സ്ത്രീകൾക്കും പുരുഷന്മാർക്കുമിടയിൽ, നഗരങ്ങൾക്കും ഗ്രാമങ്ങൾക്കുമിടയിൽ വർദ്ധിച്ചുകൊണ്ടിരിക്കുന്ന അസമത്വം നാടകീയമായി കാണിച്ചുതരുന്ന റിപ്പോർട്ടുകളാണിവ. രണ്ടാം ലോകമഹായുദ്ധത്തിനുശേഷം തകർന്ന സമ്പദ്‌വ്യവസ്ഥകളെ പുനരുജ്ജീവിപ്പിക്കുന്നതിന്റെ ഭാഗമായി മുതലാളിത്ത വികസപാതയ്ക്കൊപ്പം ക്ഷേമരാഷ്ട്ര സമീപനംകൂടി സ്വീകരിച്ച നിരവധി പശ്ചിമ യൂറോപ്യൻ രാജ്യങ്ങളുണ്ട്. മനുഷ്യ വികസനസൂചികകളുടെ കാര്യത്തിൽ മുന്നിട്ടുനില്ക്കുന്ന അത്തരം വികസിത മുതലാളിത്തരാജ്യങ്ങളിലടക്കം ഇപ്പോൾ ജീവിതനിലവാരത്തിന്റെ കാര്യത്തിൽ പിന്നോട്ടടിയാണ് കാണുന്നത്. സോവിയറ്റ് യൂണിയനിലെയും കിഴക്കൻ യൂറോപ്യൻ സോഷ്യലിസ്റ്റ് രാജ്യങ്ങളിലേയും സോഷ്യലിസ്റ്റ് ഭരണതകർച്ച പ്രതിരോധത്തിന്റെയും ബദലുകളുടെയും പ്രതീക്ഷകളെത്തന്നെ ദുർബ്ബലമാക്കി. എണ്ണയും പ്രകൃതിവിഭവങ്ങളും മനുഷ്യാദ്ധ്വാനവും കൈയടക്കാനുള്ള ആഗോള കുത്തകകളുടെയും അമേരിക്കയടക്കമുള്ള വൻകിട സമ്പദ്‌വ്യവസ്ഥകളുടെയും ദുരാർത്തിയിൽ നിരവധി രാജ്യങ്ങളുടെ രാഷ്ട്രീയ–സാമ്പത്തിക–സാമൂഹ്യ നില തകർന്നതാണ് കഴിഞ്ഞ മൂന്ന് – നാല് പതിറ്റാണ്ടിന്റെ അനുഭവം. സ്ത്രീകൾ, കുഞ്ഞുങ്ങൾ, ദരിദ്രർ, സാമൂഹ്യമായി പാർശ്വവല്ക്കരിക്കപ്പെട്ടവർ എന്നിവർക്കുമേലാണ് ദുരന്തം ആഞ്ഞടിച്ചിരിക്കുന്നത്. ലോകത്തെ ദരിദ്രരിൽ 70 ശതമാനവും സ്ത്രീകളും കുഞ്ഞുങ്ങളുമാണെന്നും കടുത്ത പട്ടിണി മരണങ്ങളെയാണ് അവർ കാത്തിരിക്കുന്നതെന്നും ഓരോ അന്വേഷണവും നമ്മെ ഓർമ്മിപ്പിക്കുന്നു. കാലാവസ്ഥാവ്യതിയാനവും കടുത്ത വരൾച്ചയും സ്ത്രീകളുടെ ജീവിതഭാരമാണ് വർദ്ധിപ്പിക്കുന്നത്. ആസുരമായ സാമ്രാജ്യത്വ കൊടിയേറ്റത്തിന്റെ കാലത്താണ് നാം ജീവിക്കുന്നതെന്ന് ഇവ അടിവരയിടുന്നു.

കഴിഞ്ഞ ഒന്നു രണ്ടു മാസങ്ങളായി അറബ് രാഷ്ട്രങ്ങളിൽ പൊട്ടിപ്പുറപ്പെട്ടിട്ടുള്ള ജനകീയ കലാപങ്ങൾ കേവല മനുഷ്യാവകാശങ്ങൾക്കായുള്ള പോരാട്ടം മാത്രമായി കാണാനാകില്ല. തകർന്ന സമ്പദ്‌വ്യവസ്ഥയുടെയും അതിന്റെ ഫലമായി നഷ്ടപ്പെടുന്ന തൊഴിൽ സുരക്ഷിതത്വത്തിന്റെയും തകരുന്ന ജീവിത നിലവാരത്തിന്റെയും പ്രതിഫലനം കൂടിയായി ഈ ജനകീയ മുന്നേറ്റങ്ങളെ കാണണം. ഈജിപ്തിലെയും ടുണീഷ്യയിലെയും പ്രതിഷേധറാലികളിൽ സ്ത്രീകൾ നിർണ്ണായക സാന്നിദ്ധ്യമായി എന്നത് ഏകാധിപത്യത്തിനും ചൂഷണത്തിനും എതിരെ യാഥാസ്ഥിതിക സമൂഹത്തിൽനിന്നുയർന്ന സ്ത്രീപോരാട്ടത്തിന്റെ സന്ദേശം എന്ന നിലയിൽ ആവേശം പകരുന്നതാണ്. വികസിത മുതലാളിത്ത രാജ്യങ്ങളിലുൾപ്പെടെ ഉയർന്ന തൊഴിൽപോരാട്ടങ്ങളിൽ സ്ത്രീകൾ മുഖ്യകണ്ണികളായി ചേർന്നിട്ടുണ്ട്. 100 വർഷം മുമ്പ് എട്ടു മണിക്കൂർ തൊഴിൽ, എട്ടു മണിക്കൂർ വിനോദം, എട്ടു മണിക്കൂർ വിശ്രമം എന്ന മുദ്രാവാക്യമാണ് സ്ത്രീകൾ ഉയർത്തിയതെങ്കിൽ ഇന്ന് തൊഴിലും കൂലിയും സംരക്ഷിക്കുക എന്ന അടിസ്ഥാന മുദ്രാവാക്യത്തിലേക്ക് മടങ്ങേണ്ടി വന്നിരിക്കുന്നു. സ്ത്രീകളുടെ അവകാശപ്പോരാട്ടങ്ങൾക്ക് ഇന്ന് രണ്ടു മുഖമുണ്ട്, ഒന്ന്: പോരാട്ടങ്ങളിലൂടെയും ജനാധിപത്യഭരണകൂടങ്ങളുടെ ഇടപെടലുകളിലൂടെയും നേടാൻകഴിഞ്ഞ പരിമിതമായ അവകാശങ്ങളെങ്കിലും നിലനിർത്താനുള്ള പ്രതിരോധസമരം; രണ്ട്: ഇനിയും നേടാനാകാത്ത ലിംഗനീതിക്കും ലിംഗതുല്യതയ്ക്കുമായുള്ള പോരാട്ടം. ഇന്ത്യയടക്കമുള്ള മൂന്നാംലോക രാജ്യങ്ങളിൽ ഈ പോരാട്ടം കടുത്തതും സങ്കീർണ്ണവുമാണ്. ദാരിദ്ര്യത്തെ രൂക്ഷമാക്കുന്ന ഭരണകൂടനയങ്ങൾക്കും സാമൂഹ്യ-സാംസ്കാരിക ജീവിതത്തെ നിർണ്ണയിക്കുന്ന ഫ്യൂഡൽ മേധാവിത്വ അധികാരബന്ധങ്ങൾക്കും സ്ത്രീകളുടെ മാനസിക-ശാരീരിക അവസ്ഥകളെ നിയന്ത്രിക്കുന്ന ആൺകോയ്മാ മൂല്യങ്ങൾക്കുമെതിരെ ഒരേ സമയം സമരംചെയ്യുകയെന്ന ഉത്തരവാദിത്വമാണ് ഇന്ത്യയിൽ വനിതാ വിമോചനപ്രസ്ഥാനങ്ങൾക്ക് ഏറ്റെടുക്കാനുള്ളത്. ഈ പോരാട്ടത്തിന്റെ കൂന്തമുന സാമ്രാജ്യത്വ കൈയേറ്റങ്ങൾക്ക് ചുവപ്പ് പരവതാനി വിരിക്കുന്ന ഭരണകൂടത്തിനെതിരെ തന്നെയാണ്. സ്വാതന്ത്ര്യത്തിന്റെ 60 ദശകം പിന്നിട്ട ഒരു ജനാധിപത്യവ്യവസ്ഥയിൽ 80 ശതമാനത്തിലധികം ജനങ്ങൾ ദിവസം 20 രൂപയിൽ താഴെ വരുമാനംകൊണ്ടാണ് ജീവിക്കുന്നത് എന്നത് എത്ര അപമാനകരമാണ്!

ആകർഷങ്ങളായ പേരുകളും പ്രയോഗങ്ങളും വഴി ദരിദ്രരുടെ പ്രശ്നങ്ങളെ ലളിതവല്ക്കരിക്കുകയും അവരെ കൂടുതൽ ദുരിതത്തിലേക്ക് തള്ളിവിടുകയുമാണ് കേന്ദ്രസർക്കാർ ചെയ്യുന്നത്. വിലക്കയറ്റം തടയുക, അഴിമതിക്കാർക്കെതിരെ കർശന നടപടി സ്വീകരിക്കുക, വനിതാസംവരണ ബിൽ നടപ്പിലാക്കുക തുടങ്ങിയ ആവശ്യങ്ങളുന്നയിച്ച് ലക്ഷക്കണക്കിനു സ്ത്രീകൾ ഇന്ന് രാജ്യത്തിന്റെ നാനാഭാഗങ്ങളിൽ കേന്ദ്രസർക്കാർ ഓഫീസുകളുടെ മുന്നിലേക്ക് പ്രതിഷേധറാലി നടത്തു

കയാണ്. ഒന്നര ദശകങ്ങളായി ഇന്ത്യയിലെ സ്ത്രീകൾ ആവശ്യപ്പെടുന്ന വനിതാസംവരണ ബിൽ രാജ്യസഭ അംഗീകരിച്ചിട്ട് ഒരു വർഷം കഴിഞ്ഞെങ്കിലും ലോക്സഭയിൽ അത് അവതരിപ്പിക്കാനുള്ള ഇച്ഛാശക്തി പോലും കേന്ദ്രസർക്കാരിനില്ല.

സാർവ്വദേശീയ വനിതാദിനത്തിന് ഒരു നൂറ്റാണ്ട് പിന്നിടുമ്പോൾ ഈ ദിനം നല്കുന്നത് വരാൻപോകുന്ന കാലത്തെ പോരാട്ടങ്ങൾക്കായി കൂടുതൽ സജ്ജരാകേണ്ടതിന്റെ ഓർമ്മപ്പെടുത്തലാണ്. സ്ത്രീയും പുരുഷനും സ്വതന്ത്രരാകുന്നതിനുള്ള വിമോചനപോരാട്ടത്തിന്റെ കടുത്ത ഉത്തരവാദിത്വങ്ങളെക്കുറിച്ചുള്ള ജാഗ്രതപ്പെടുത്തൽ കൂടിയാണിത്.

(2011 മാർച്ച് 8)

ഇന്ത്യൻ കാർഷികരംഗത്തെ സ്ത്രീവല്ക്കരണവും തുല്യവേതനവും

രണ്ടായിരത്തി നാലിലെ നാഷണൽ സാമ്പിൾ സർവ്വെ പ്രകാരം ഇന്ത്യയിലെ ഗ്രാമീണ മേഖലയിൽ തൊഴിലെടുക്കുന്ന സ്ത്രീകളിൽ 83.3 ശതമാനവും കൃഷിപ്പണി ചെയ്യുന്നവരാണ്. ഈ സർവ്വെ പ്രകാരം കേരളത്തിൽ ആകെ കൃഷിപ്പണിചെയ്യുന്നവരിൽ 51.7 ശതമാനം സ്ത്രീകളാണ്. ഇന്ത്യയിലെ കർഷകതൊഴിലാളി സ്ത്രീകളിൽ 66.6 ശതമാനവും പട്ടികജാതിയിൽപ്പെട്ടവരാണ്. ആദിവാസികളിലും നല്ലൊരുപങ്ക് കൃഷിപ്പണികളോ അനുബന്ധ ജോലികളോ ചെയ്യുന്നവരാണ്. ഈ വസ്തുതകളെല്ലാം വിരൽ ചൂണ്ടുന്നത് അത്യന്തം ഗൗരവമുള്ള ഒരു വിഷയത്തിലേക്കാണ്. ഇന്ത്യൻ സ്ത്രീസമൂഹത്തിൽ വർഗ്ഗപരവും ജാതിപരവും ലിംഗപരവുമായി ഏറ്റവുമധികം വിവേചനങ്ങൾ നേരിടുന്ന വിഭാഗമാണ് കർഷകതൊഴിലാളി സ്ത്രീകൾ. അതുകൊണ്ടുതന്നെ കാർഷികരംഗത്തെ ബാധിക്കുന്ന പ്രതിസന്ധികളുടെയും ഭരണകൂടങ്ങളുടെ ജനവിരുദ്ധ നയങ്ങളുടെയും പ്രത്യാഘാതങ്ങൾ ഏറ്റവും രൂക്ഷമായി ബാധിക്കുന്നത് ഇവരുടെ ജീവിതത്തെയാണ്.

കഴിഞ്ഞ രണ്ടു സെൻസസ് പ്രകാരവും അഖിലേന്ത്യാ തലത്തിൽ കർഷകതൊഴിലാളി സ്ത്രീകളുടെ എണ്ണം വർദ്ധിക്കുന്നുവെന്നാണ് സൂചന. ചില സംസ്ഥാനങ്ങളിൽ സ്ത്രീതൊഴിലാളികളുടെ എണ്ണം പുരുഷന്മാരെക്കാൾ കൂടുതലാണ്. എന്നാൽ കാർഷികരംഗത്തെ സ്ത്രീകളുടെ വർദ്ധിക്കുന്ന സാന്നിദ്ധ്യം കേന്ദ്രസർക്കാരുകൾ പിന്തുടരുന്ന കാർഷിക നയങ്ങളുടെ സദ്ഫലമാണെന്ന് ആരെങ്കിലും അവകാശപ്പെടുന്നുണ്ടങ്കിൽ അത് പൂർണ്ണമായും അബദ്ധമാണ്. കാരണം ഇത് കർഷകതൊഴിലാളി കുടുംബങ്ങളിൽ വർദ്ധിക്കുന്ന ദാരിദ്ര്യത്തിന്റെ പ്രതിഫലനമാണ്. കാർഷികരംഗത്തെ കരാർ ജോലിയുടെ വ്യാപനവും വിളകളിലും കൃഷിരീതികളിലും വന്ന മാറ്റങ്ങളും പുത്തൻ സാമ്പത്തിക നയങ്ങളുടെ ഫല

മായി കർഷകർ നേരിടുന്ന പ്രതിസന്ധികളും യഥാർത്ഥത്തിൽ കാർഷിക മേഖലയിലെ തൊഴിൽ ദിനങ്ങളുടെ എണ്ണം കുറയ്ക്കുകയാണുണ്ടായി ട്ടുള്ളതെന്ന് റിപ്പോർട്ടുകൾ സൂചിപ്പിക്കുന്നു. ഇങ്ങനെ തൊഴിൽ ദിനം കുറയുമ്പോൾ പുരുഷന്മാർ നഗരങ്ങളിലേക്കും മറ്റ് പ്രദേശങ്ങളിലേക്കും തൊഴിൽ അന്വേഷിച്ച് കുടിയേറുന്ന പ്രവണത വ്യാപകമാവുകയാണ്. സ്ത്രീകൾ നേതൃത്വം കൊടുക്കുന്ന കുടുംബങ്ങളുടെ എണ്ണം ഇന്ത്യൻ ഗ്രാമങ്ങളിൽ വർദ്ധിച്ചുവരുന്നത് ഇതിന്റെ തുടർച്ചയായിക്കാണാം. പുരു ഷന്മാർക്കിടയിലെ തൊഴിലില്ലായ്മ അവർക്കിടയിൽ മദ്യപാനം പോലുള്ള ശീലങ്ങളും അലസ ജീവിതശൈലിയും സൃഷ്ടിക്കുന്നുണ്ടെന്നത് ദരിദ്ര കുടുംബങ്ങൾക്ക് സ്ത്രീകളുടെ വരുമാനത്തിന്മേൽ ആശ്രിതത്വം വർദ്ധി പ്പിക്കുന്നുവെന്നതും സ്ത്രീകളുടെ അവസ്ഥയെ വീണ്ടും ഭീതിദമാക്കുന്നു. ഇതോടൊപ്പം വർദ്ധിക്കുന്ന വിലക്കയറ്റവും മറ്റ് ജീവിത ചിലവുകളും കൂലി കുറഞ്ഞതും അദ്ധ്വാനം കൂടിയതുമായ പണികൾ ചെയ്യാൻ സ്ത്രീകളെ നിർബ്ബന്ധിതരാക്കുന്നു. കൃഷിയിൽ ഇന്നേവരെ പുരുഷന്മാർ മാത്രം ചെയ്തിരുന്ന പല പണികളിലും സ്ത്രീകളെ ഇന്നുകാണുന്നത് തൊഴിൽ ലഭ്യത വർദ്ധിക്കുന്നതിന്റെ തെളിവായി ചിലർ ചൂണ്ടിക്കാണി ക്കുമ്പോൾ ഇത്തരം പണികൾക്ക് പുരുഷന്മാരെ കിട്ടാതെ വരുന്നതി ന്റെയും സ്ത്രീകൾക്ക് കൂലി കുറച്ചുകൊടുത്താൽ മതി എന്നതുകൊണ്ട് ഭൂവുടമകൾക്കുണ്ടാകുന്ന താല്പര്യത്തിന്റെയും കൂടി ഫലമാണിതെന്ന വസ്തുതയും കാണേണ്ടതുണ്ട്.

എന്നാൽ കേരളത്തിൽ കർഷകതൊഴിലാളി സ്ത്രീകളുടെ എണ്ണ ത്തിൽ കുറവു സംഭവിച്ചുകൊണ്ടിരിക്കുന്നതായിട്ടാണ് കാണുന്നത്. 1981 ൽ കേരളത്തിൽ തൊഴിലെടുക്കുന്ന സ്ത്രീകളിൽ 44 ശതമാനം പേരും കർഷകതൊഴിലാളികളായിരുന്നെങ്കിൽ 1991 ആയപ്പോഴേക്കും 36 ശത മാനമായി അവരുടെ പങ്കാളിത്തം കുറഞ്ഞു. കേരളത്തിൽ നെൽകൃഷി യുടെ രംഗത്തുണ്ടായ മുരടിപ്പാണ് സ്ത്രീകളുടെ പങ്കാളിത്തം കുറയാ നുള്ള കാരണമെന്നത് വ്യക്തമാണ്. ഭക്ഷ്യവിളകളിൽ നിന്നും നാണ്യ വിളകളിലേക്കുള്ള മാറ്റം സ്ത്രീകളുടെ തൊഴിൽ പങ്കാളിത്തത്തിൽ ഉണ്ടാക്കുന്ന നാടകീയമായ ഇടിവിന് ഉത്തമ ഉദാഹരണമാണ് കേരളം. ഭേദപ്പെട്ട തൊഴിൽ കിട്ടാനില്ലാത്ത അവസ്ഥ അവകാശങ്ങൾ കുറഞ്ഞതും സുരക്ഷിതത്വം കുറഞ്ഞതുമായ കൂലിപ്പണികളിലേക്കും വീട്ടുപണിക ളിലേക്കും മറ്റുമാണ് കർഷകതൊഴിലാളി സ്ത്രീകളെ കേരളത്തിൽ നയി ക്കുന്നതെന്ന് പ്രശ്നത്തിന്റെ മറ്റൊരു വശം. എന്നാൽ ഭൂമി പാട്ടത്തിനെ ടുത്തുകൊണ്ട് കുടുംബശ്രീ അയൽക്കൂട്ടങ്ങൾ കാർഷിക രംഗത്തേക്ക് പ്രവേശിച്ചത് നല്ലൊരു കാൽവയ്പ്പായി കാണാം. 2005–06 ൽ 914 പഞ്ചാ യത്തുകളിലായി മുപ്പത്തയ്യായിരത്തിലധികം അയൽക്കൂട്ടങ്ങൾ കൃഷി ചെയ്തിട്ടുണ്ട്. മൂന്നരലക്ഷത്തിലധികം കുടുംബങ്ങൾ ഇരുപത്തിമൂവാ യിരത്തിലധികം ഹെക്ടർ ഭൂമി കൃഷിചെയ്യാൻ തയ്യാറായി എന്നത് സ്ത്രീകളുടെ തൊഴിലില്ലായ്മ പരിഹരിക്കുന്നതിൽ മാത്രമല്ല, കേരള

ത്തിലെ കാർഷികോല്പാദനം വർദ്ധിപ്പിക്കുന്നതിലും നിർണ്ണായകമാണ്.

ഇന്ത്യയിലെ കർഷകതൊഴിലാളി സ്ത്രീകളുടെ പൊതു അവസ്ഥ കേരളത്തിലേതിൽ നിന്നും തികച്ചും വ്യത്യസ്തമാണ്. ഇന്ത്യയിലാകെ മൂന്നരക്കോടിയിലധികം കർഷകത്തൊഴിലാളി സ്ത്രീകൾ മിനിമം കൂലി പോലും നിഷേധിക്കപ്പെട്ട് തൊഴിലെടുക്കാൻ നിർബ്ബന്ധിതരാണ്. മിനിമം കൂലിയുടെ പ്രശ്നം പുരുഷന്മാരും നേരിടുന്നുണ്ട്. ഇടതുപക്ഷ പ്രസ്ഥാനവും കർഷകതൊഴിലാളി യൂണിയനുകളും ശക്തമായ ഇടപെടലുകൾ നടത്തുന്ന സംസ്ഥാനങ്ങളിൽ മാത്രമാണ് ഇപ്പോഴും മിനിമം കൂലി നിയമം ഫലപ്രദമായിട്ടുള്ളത്. മഹാരാഷ്ട്രയിൽ മഹിളാ അസോസിയേഷൻ നടത്തിയ ശില്പശാലയിൽ പങ്കെടുത്തുകൊണ്ട് കർഷകതൊഴിലാളി സ്ത്രീകൾ പങ്കുവച്ച അനുഭവങ്ങൾ കുടുംബം പുലർത്താൻ ഇവർ നേരിടുന്ന ദുരിതങ്ങളുടെ നേർചിത്രം തരുന്നുണ്ട്. വെളുപ്പിനെ 4 മണിക്ക് തയ്യാറായി പാസ്സഞ്ചർ ട്രെയിനിൽ മൂന്നുമണിക്കൂർ യാത്ര ചെയ്ത് ദിവസം മുഴുവൻ പണിയെടുത്ത് വൈകുന്നേരം 6 മണിക്ക് തിരിച്ച് ട്രെയിനിൽ മൂന്നുമണിക്കൂർ യാത്രചെയ്ത് 10 മണിക്ക് വീട്ടിലെത്തുന്നവരാണിവർ. പിന്നീട് അർദ്ധരാത്രിവരെ നീളുന്ന വീട്ടുപണികൾ. ശ്വാസംമുട്ടിക്കുന്ന ഈ പതിവു ദിനങ്ങളിൽ കുഞ്ഞുങ്ങളുടെയോ മറ്റു കുടുംബാംഗങ്ങളുടെയോ കൂടെ അല്പനേരം പോലും ചിലവിടാനാവാതെ മാസങ്ങൾ. ഒരു ദിവസം 30 രൂപ കൂലിക്കുവേണ്ടിയാണ് ഈ യാതന മുഴുവനുമെന്നറിയുമ്പോഴാണ് ദുരിതത്തിന്റെ ചിത്രം പൂർണ്ണമാകുന്നത്. ദേശീയ ഗ്രാമീണതൊഴിലുറപ്പു പദ്ധതിയിൽ മെച്ചപ്പെട്ട മിനിമം കൂലിയും തുല്യ കൂലിയും നിയമത്തിൽ ഉറപ്പുവരുത്തിയിട്ടുണ്ടെങ്കിലും ചുരുക്കം സംസ്ഥാനങ്ങളിൽ മാത്രമാണ് സ്ത്രീകൾക്ക് മിനിമം കൂലിയായി 150 രൂപ ലഭിക്കുന്നത്. ഗുജറാത്തിലെ സബർകാന്ത ജില്ലയിൽ ദിവസം 4 രൂപ മുതൽ 7 രൂപ വരെ കൂലിയാണ് തൊഴിലുറപ്പു പദ്ധതിയിൽ സ്ത്രീകൾക്കു ലഭിക്കുന്നത്. ഒറീസയിൽ മിനിമം കൂലി 55 രൂപയായി നിശ്ചയിച്ചു. എന്നാൽ സ്ത്രീകൾക്കു 30 രൂപമാത്രമാണ് ലഭിക്കുന്നത്. മണ്ണിന്റെ ഇനമോ ഭൂമിയുടെ പ്രത്യേകതയോ ഒന്നും പരിഗണിക്കാതെയുള്ള ഈ കുറഞ്ഞ കൂലി നിരക്കിനെപ്പറ്റി ആക്ഷേപം പലയിടത്തുമുണ്ട്.

തുല്യജോലിക്ക് തുല്യവേതനമെന്നത് നിയമപരമായ അവകാശമാണെങ്കിലും ഇന്ത്യയിൽ ഭൂരിപക്ഷം സ്ത്രീകൾക്കും തുല്യവേതനം നിഷേധിക്കപ്പെടുകയാണെന്ന് ഇന്ത്യയിലെ സ്ത്രീതൊഴിലാളികളെക്കുറിച്ചു പഠിച്ച നാഷണൽ കമ്മീഷൻ റിപ്പോർട്ട് ചൂണ്ടിക്കാട്ടുന്നു. (Report of the National Commission on self-employed women in the informal sector) ചെയ്യുന്ന ജോലി ഒരേ സ്വഭാവമുള്ളതാണെങ്കിലും പുരുഷനേക്കാൾ കുറഞ്ഞ കൂലി സ്ത്രീക്ക് നല്കുന്നതിന് നിരവധി ന്യായീകരണങ്ങൾ പറഞ്ഞു കേൾക്കാറുണ്ട്. സ്ത്രീകൾ ചെയ്യുന്ന പണികൾ താരതമ്യേന ലഘുവും വൈദഗ്ദ്ധ്യം ആവശ്യമില്ലാത്തതാണെന്നുമാണ് ഒരു ന്യായം. എന്നാൽ സ്ത്രീകൾ സാധാരണ ചെയ്യാറുള്ള കൊയ്ത്ത്, പറിച്ചുനടീൽ

തുടങ്ങിയ പണികൾ ശ്രമകരവും വൈദഗ്ദ്ധ്യം ആവശ്യമുള്ളതുമാണ്! മുട്ടോളം വെള്ളത്തിൽ ദീർഘനേരം കുനിഞ്ഞുനിന്ന് ചെയ്യേണ്ടിവരുന്ന ഈ പണികൾ സ്ത്രീകൾക്ക് സമ്മാനിക്കുന്നത് സന്ധിവേദനയും വാതവുമാണ്. എന്നാൽ സ്ത്രീകൾ ചെയ്യുന്നതുകൊണ്ടുമാത്രം ഈ പണികളെ അവിദഗ്ദ്ധമെന്നും ലഘുവെന്നും പറഞ്ഞ് തുല്യകൂലി നിഷേധിക്കുകയാണ് ചെയ്യുന്നത്. മറ്റൊരു കാരണം പറയാറുള്ളത് പുരുഷൻ സ്ത്രീയേക്കാൾ കൂടുതൽ പണിയെടുക്കുന്നു എന്നതാണ്. പുരുഷനും സ്ത്രീയും കൊയ്യുമ്പോൾ ആരാണ് കൂടുതൽ കൊയ്യുന്നതെന്ന് അളന്നിട്ടല്ല സ്ത്രീക്ക് കൂലികുറയ്ക്കുന്നത്. ഇതു സ്ത്രീയുടെ അദ്ധ്വാനത്തിന്റെ വില കുറച്ചു കാണുന്ന പിതൃമേധാവിത്വ മൂല്യബോധത്തിന്റെ സൃഷ്ടിയാണ്. കാർഷികരംഗത്ത് മുൻപ് പുരുഷന്മാർ ചെയ്തിരുന്ന പല ജോലികളും ഇന്നു സ്ത്രീകൾ ചെയ്യുന്നുണ്ടെങ്കിലും സ്ത്രീക്ക് കുറഞ്ഞ വേതനം തന്നെയാണ് ലഭിക്കുന്നത്. കേരളത്തിലെ അവിദഗ്ദ്ധ തൊഴിലാളികൾക്കിടയിലെ സ്ത്രീ പുരുഷകൂലി വ്യത്യാസം മറ്റ് നിരവധി തൊഴിലവകാശങ്ങൾ നേടാനായിട്ടുള്ള സമൂഹത്തിൽപ്പോലും അവശേഷിക്കുന്ന ലിംഗവിവേചനത്തിലേക്കാണ് വിരൽചൂണ്ടുന്നത്. കേരളത്തിൽ അവിദഗ്ദ്ധതൊഴിലാളികളുടെ ശരാശരി ദിവസക്കൂലി നിരക്കിന്റെ താരതമ്യം താഴെ കൊടുക്കുന്നു.

വർഷം	കൂലി രൂപയിൽ		വ്യത്യാസം രൂപയിൽ
	പുരുഷൻ	സ്ത്രീ	
1995–96	77.17	51.17	26.00
2004–05	165.58	115.75	49.83

(അവലംബം *ഇക്കണോമിക് റിവ്യൂ* 2006)

കഴിഞ്ഞ പത്തുവർഷത്തിനിടയിൽ സ്ത്രീ പുരുഷ കൂലിയിലുള്ള അന്തരം വർദ്ധിച്ചുകൊണ്ടേയിരിക്കുന്നു എന്നത് കൂലിവ്യത്യാസത്തെക്കാൾ അസ്വസ്ഥജനകമായ വസ്തുതയാണ്. തുല്യജോലിക്ക് തുല്യവേതനം നിഷേധിക്കുന്നത് നിയമ ലംഘനം മാത്രമല്ല, അത് ലിംഗനീതി നിഷേധവും സാമൂഹ്യനീതി നിഷേധവുമാണ്. മിക്ക സംസ്ഥാനങ്ങളിലും പുരുഷന് ലഭിക്കുന്ന വേതനത്തിന്റെ പകുതിയോ മൂന്നിലൊരു ഭാഗമോ മാത്രം കൂലി സ്ത്രീക്ക് നല്കുന്ന അനുഭവമുണ്ട്. സ്ത്രീയോടുള്ള ആ വിവേചനം സമൂഹ മനസ്സിൽ ആഴ്ന്നിറങ്ങിയതാണെന്നതുകൊണ്ടു മാത്രം അത് അംഗീകരിക്കപ്പെടുകയാണ്. എന്നാൽ ഭൂവുടമകൾക്കും കാർഷിക വ്യവസായ മുതലാളിമാർക്കും നിലനില്ക്കുന്ന ലിംഗവിവേചനം തങ്ങളുടെ സാമ്പത്തിക ചൂഷണം കൂടുതൽ ഫലപ്രദമായി നടത്തുന്നതിന് സാഹചര്യമൊരുക്കുന്നുണ്ടെന്നതാണ് പ്രധാനം. അതുകൊണ്ടുതന്നെ സ്ത്രീയുടെ അദ്ധ്വാനത്തെ കുറച്ചുകാണുന്ന പുരുഷാധിപത്യ മൂല്യബോധത്തിനെതിരായ മുദ്രാവാക്യം വർഗ്ഗചൂഷണത്തിനെതിരായ

സമരത്തിന്റെ അവിഭാജ്യഘടകം തന്നെയാണ്.

കൃഷിയുമായി ബന്ധപ്പെട്ട നല്ല പങ്കു പണികൾ സ്ത്രീകൾ ചെയ്യുന്നുണ്ടെങ്കിലും ഭൂമിക്കുമേലുള്ള അവകാശത്തിന്റെ കാര്യത്തിൽ സ്ത്രീയുടെ പങ്ക് വളരെ കുറവാണ്. ഭൂമിക്കുമേലുള്ള സ്ത്രീയുടെ അവകാശങ്ങളെക്കുറിച്ച് നിരവധി പഠനങ്ങൾ നടത്തിയിട്ടുള്ള ബീനാ അഗർവാളിന്റെ കണ്ടെത്തൽ ഇന്ന് ഇന്ത്യയിലെ പകുതിയോളം കൃഷിഭൂമിയിൽ കൃഷിചെയ്യുന്നത് സ്ത്രീകളാണ് എന്നാണ്. മറ്റ് തൊഴിലിനായുള്ള പുരുഷന്മാരുടെ കുടിയേറ്റവും വർദ്ധിക്കുന്ന കർഷക ആത്മഹത്യകളും ഒക്കെ ഇതിനു പ്രേരണയാകാം. കൃഷിക്കാരികളെന്ന നിലയിലും കർഷകതൊഴിലാളികളെന്ന നിലയിലും കാർഷികമേഖലയിലെ വർദ്ധിക്കുന്ന സ്ത്രീസാന്നിദ്ധ്യം ഇന്ത്യൻ കാർഷികമേഖലയുടെ സ്ത്രീത്വവല്ക്കരണം (Feminisation of Agriculture) എന്ന പ്രതിഭാസമാണ് സൃഷ്ടിക്കുന്നതെന്ന് ബീനാ അഗർവാൾ ചൂണ്ടിക്കാട്ടുന്നുണ്ട്. എന്നാൽ കൃഷിക്കാരികളെന്ന് സെൻസസ് രേഖപ്പെടുത്തുന്ന 21 കോടി സ്ത്രീകൾ കൃഷിഭൂമിയിൽ യാതൊരു അവകാശവുമില്ലാത്തവരാണെന്ന് പഠനങ്ങൾ ചൂണ്ടിക്കാട്ടുന്നു.

ഡോ. എം എസ് സ്വാമിനാഥൻ അദ്ധ്യക്ഷനായുള്ള ദേശീയ കർഷക കമ്മീഷൻ ഇന്ത്യയിൽ അടിയന്തര പരിഗണന നല്കി നടപ്പാക്കേണ്ട കാർഷിക നയങ്ങളെക്കുറിച്ച് പറയുമ്പോൾ ഭൂപരിഷ്ക്കരണത്തിന്റെ ഭാഗമായി സ്ത്രീകൾക്ക് ഭൂമിയിൽ അവകാശം ഉറപ്പാക്കുന്നതിന് വലിയ ഊന്നൽ നല്കുന്നുണ്ട്. വീടിനും കൃഷിഭൂമിക്കും മേൽ പുരുഷനൊപ്പം സ്ത്രീക്കും അവകാശം ഉറപ്പാക്കുന്ന തരത്തിൽ സംയുക്തപട്ടയം നല്കണമെന്നും സ്ത്രീകൾക്ക് വായ്പയും മറ്റും ലഭിക്കുന്നതിന് ഇത് അത്യാവശ്യമാണെന്നും കമീഷൻ ചൂണ്ടിക്കാട്ടുന്നുണ്ട്. വാസ്തവത്തിൽ ഇടതുപക്ഷം ഭരണത്തിലെത്തിയ കേരളം, പശ്ചിമബംഗാൾ, ത്രിപുര എന്നീ സംസ്ഥാനങ്ങളൊഴിച്ച് മറ്റിടങ്ങളിൽ സംയുക്തപട്ടയം നല്കുന്നതിന് വേണ്ടത്ര പ്രാധാന്യം ഇനിയും ലഭിച്ചിട്ടില്ല. കേരളത്തിലെ ഇടതുപക്ഷ സർക്കാർ കണ്ണൂരിൽ ആറളം ഫാമിൽ ആദിവാസി കുടുംബങ്ങൾക്ക് വിതരണം ചെയ്ത ഭൂമിയിൽ പുരുഷനും സ്ത്രീക്കും സംയുക്തപട്ടയം നല്കി. സ്ത്രീക്ക് സാമൂഹ്യ നീതിയും ലിംഗനീതിയും ഉറപ്പാക്കുന്നതിനുള്ള ഇടതുപക്ഷ പ്രസ്ഥാനത്തിന്റെ രാഷ്ട്രീയ പ്രതിബദ്ധതയാണ് ഇത് വിളിച്ചറിയിക്കുന്നത്. രാജസ്ഥാനിലും ആന്ധ്രയിലുമെല്ലാം ഭൂമിക്കും അവകാശങ്ങൾക്കുമായി നടക്കുന്ന സമരങ്ങളിൽ ശ്രദ്ധേയമായ സ്ത്രീസാന്നിദ്ധ്യം ഉണ്ടെന്നത് തങ്ങളുടെ അവകാശങ്ങൾ കർഷകതൊഴിലാളി സ്ത്രീകൾ തിരിച്ചറിയുന്നുവെന്ന സൂചനയാണ് നല്കുന്നത്.

കർഷകതൊഴിലാളി സ്ത്രീകൾ നല്ലപങ്ക് പട്ടികജാതി പട്ടികവർഗ്ഗത്തിൽ പെടുന്നവരോ മറ്റ് പിന്നാക്കജാതി വിഭാഗങ്ങളിൽപ്പെടുന്നവരോ ആയതുകൊണ്ടുതന്നെ കേരളമൊഴിച്ച് മറ്റെല്ലാ സംസ്ഥാനങ്ങളിലും ഏറിയും കുറഞ്ഞും തുടരുന്ന ജാതിമേധാവിത്ത ചൂഷണത്തിന്റെ നേരി

ട്ടുള്ള ഇരകളായി ഇവർ മാറേണ്ടിവരുന്നു. ഇവർ അധികംപേരും സ്വന്ത മായി ഭൂമി ഇല്ലാത്തവരാണ്. പട്ടികജാതി-പട്ടികവർഗ്ഗ കോളനികൾ പല പ്പോഴും പ്രാഥമിക ഭൗതിക സൗകര്യങ്ങൾ കൂടി നിഷേധിക്കപ്പെട്ടനില യിൽ ഇല്ലായ്മകളുടെ തുരുത്തുകൾ കൂടിയാണ്. വീട്, കുടിവെള്ളം, റോഡ്, കക്കൂസ് തുടങ്ങിയ ഭൗതിക സൗകര്യങ്ങളുടെ അഭാവം ഏറ്റവും അധികം നേരിടുന്നത് പട്ടികജാതി-പട്ടികവർഗ്ഗ വിഭാഗങ്ങളാണ്. വെള്ള ത്തിനും വിറകിനും വേണ്ടി സ്ത്രീകൾ കടുത്ത യാതനകൾ സഹിക്കേ ണ്ടിവരുന്നു. ഉയർന്ന ജാതിയിൽപ്പെട്ട മേലാളന്മാരുടെ ലൈംഗികാതിക്ര മങ്ങൾക്കും സ്ത്രീകൾക്ക് വിധേയരാകേണ്ടിവരുന്നു. എതിർത്തു നിന്നാൽ കുടുംബമോ ഗ്രാമം മുഴുവനുമോ ചുട്ടുകരിക്കും എന്നതിന്റെ നിരവധി അനുഭവങ്ങൾ ഹരിയാന, ബീഹാർ, മഹാരാഷ്ട്ര, രാജസ്ഥാൻ തുടങ്ങിയ സംസ്ഥാനങ്ങളിലുണ്ട്. മഹാരാഷ്ട്രയിലെ ഭണ്ഡാര ജില്ലയിലെ ഖൈർലാഞ്ചി ഗ്രാമത്തിൽ 2006 സെപ്റ്റംബറിൽ ദളിത് വിഭാഗത്തിൽപ്പെട്ട 47 കാരിയായ സ്ത്രീയേയും 17 കാരിയായ മകളേയും മേൽജാതിയിൽ പ്പെട്ടവർ ചേർന്ന് റോഡിലൂടെ നഗ്നരാക്കി നടത്തിക്കുകയും മുതിർന്ന രണ്ട് ആൺമക്കളുടെ മുന്നിൽവച്ച് രണ്ട് സ്ത്രീകളേയും മാനഭംഗപ്പെടു ത്തുകയും ചെയ്തു. വീട്ടിലില്ലായിരുന്ന ഗൃഹനാഥനൊഴിച്ച് ഈ നാലു പേരെയും പിന്നീട് ചുട്ടുകൊല്ലുകയും ചെയ്തു. കർഷകതൊഴിലാളിക ളായ ഇവർ തങ്ങളുടെ ചെറുഭൂമിയിൽ മേൽജാതിയിൽപ്പെട്ട തൊഴിലാ ളികളെ പണിക്കു നിയോഗിച്ചു എന്നതാണ് മേൽജാതിക്കാരെ പ്രകോ പിപ്പിച്ചത്. ഇത്തരത്തിൽ ദളിതരായ കർഷകതൊഴിലാളി സ്ത്രീകൾ നേരി ടേണ്ടിവരുന്ന ലൈംഗികാതിക്രമങ്ങളുടെയും മറ്റ് ചൂഷണങ്ങളുടെയും വാർത്തകൾ രാജ്യത്ത് പലയിടത്തുനിന്നും റിപ്പോർട്ടു ചെയ്യപ്പെടുന്നുണ്ട്. ജാതിമേധാവിത്തത്തിനെതിരായ സമരം സ്ത്രീകളുടെ അവകാശ ങ്ങൾക്കായുള്ള പോരാട്ടത്തിന്റെ ഭാഗം തന്നെയാണ് എന്ന് ഈ അനുഭ വങ്ങൾ അടിവരയിടുന്നു.

ഇന്ത്യൻ ജനസംഖ്യയുടെ 65 ശതമാനത്തോളം ആശ്രയിക്കുന്ന കാർഷികമേഖല കഴിഞ്ഞ രണ്ടു ദശകമായി നേരിട്ടുകൊണ്ടിരിക്കുന്ന സാമ്പത്തിക പ്രതിസന്ധിയുടെ പ്രത്യാഘാതങ്ങൾ കൂടിച്ചേരുമ്പോൾ രാജ്യത്തെ കർഷകതൊഴിലാളി സ്ത്രീകൾ അകപ്പെട്ടിരിക്കുന്ന വിഷമ വൃത്തം പൂർത്തിയാകും. 1991 മുതൽ കേന്ദ്രസർക്കാരുകൾ നടപ്പാക്കുന്ന ആഗോളവല്ക്കരണ സാമ്പത്തിക നയങ്ങൾ കൃഷിവിളകളെയും കൃഷി രീതികളെയും എല്ലാം അട്ടിമറിച്ചിരിക്കുന്നുവെന്ന് ഇന്നെല്ലാവരും അംഗീ കരിക്കുന്നുണ്ട്. വിത്ത്, വളം, സംഭരണം, വിപണനം തുടങ്ങി എല്ലാ രംഗ ങ്ങളിലും വൻകിട കുത്തകകൾക്ക് യഥേഷ്ടം കടന്നുവരാനുള്ള സാഹ ചര്യങ്ങൾക്കുമുന്നിൽ മണ്ണോടു മണ്ണായി ചേർന്നത് രണ്ടര ലക്ഷത്തില ധികം ജീവിതങ്ങളാണെന്ന് കേന്ദ്രസർക്കാരിന്റെ കണക്കുകൾ തന്നെ കാണിക്കുന്നു. കഴിഞ്ഞ 12 വർഷത്തിലെ കർഷക ആത്മഹത്യകളുടെ കണക്കാണിത്. അതായത് ഒരുദിവസം ശരാശരി 40 എന്ന നിരക്കിൽ,

ഓരോ മുപ്പത്തിയേഴു മിനിറ്റിലും ഒന്ന് എന്ന നിരക്കിൽ കഴിഞ്ഞ ഒരു ദശകമായി ഇന്ത്യയിൽ കർഷകർ ആത്മഹത്യ ചെയ്യുന്നു. ഇതിൽ കർഷകതൊഴിലാളിയായി മറ്റുള്ളവരുടെ ഭൂമിയിൽ പണിയെടുക്കുകയും ഒപ്പം തന്റെ ചെറുഭൂമിയിൽ കൃഷിയിറക്കുകയും ചെയ്തിരുന്നവർ നിരവധിയാണ്. എന്നാൽ ഈ ആത്മഹത്യയുടെ സ്ത്രീമുഖം വേണ്ടത്ര ശ്രദ്ധ ഇനിയും നേടിയിട്ടില്ല. അതിനു പ്രധാനകാരണം കടബാദ്ധ്യതകളുടെ പേരിൽ ആത്മഹത്യ ചെയ്തിട്ടുള്ള സ്ത്രീകൾക്ക് ഭൂമിയിൽ അവകാശമില്ലാതിരുന്നതുകൊണ്ടുതന്നെ സർക്കാരിന്റെ കണക്കെടുപ്പുകളിൽ ഇവരാരും തന്നെ കൃഷിക്കാരെന്ന വകുപ്പിൽ പെടുന്നില്ല എന്നതാണ്. ഇതിനേക്കാൾ ഗുരുതരമായ അവസ്ഥയാണ് കർഷക ആത്മഹത്യ നടന്ന വീടുകളിൽ അവശേഷിക്കുന്ന സ്ത്രീകളുടേത്. ഭർത്തൃഗൃഹത്തിൽ താമസിക്കുന്ന സ്ത്രീകൾക്ക് ഭർത്താവിന്റെ മരണശേഷം കൃഷിഭൂമിയിൽ അവകാശം നിഷേധിക്കുന്ന അനുഭവം പലയിടത്തുനിന്നും റിപ്പോർട്ട് ചെയ്യപ്പെടുന്നുണ്ട്. നിയമപരമായി അവകാശമുണ്ടെങ്കിലും കൃഷി ചെയ്യാൻ ആവശ്യമായ പിന്തുണ ലഭിക്കാത്ത പ്രശ്നം പല സ്ത്രീകളും നേരിടുന്നു. വിധവയെന്ന അത്യന്തം വിഷമകരമായ സാമൂഹ്യാവസ്ഥയുടെ നിയന്ത്രണങ്ങളും കുടുംബം പുലർത്താനും പെൺമക്കളെ വിവാഹം കഴിപ്പിക്കാനും മറ്റുമായി വരുമാനം നേടാനുള്ള കഷ്ടപ്പാടുകളുമാണ് അവരെ കാത്തിരിക്കുന്നത്. കർഷക ആത്മഹത്യകൾക്ക് സർക്കാർ നല്കുന്ന നഷ്ടപരിഹാര പാക്കേജുകളിൽ വിധവകളായ സ്ത്രീകൾ നേരിടുന്ന ദുരന്തങ്ങൾ പരിഗണിക്കപ്പെടുന്നില്ല. ഉദാഹരണത്തിന് ഇന്ത്യയിൽ ഏറ്റവും അധികം കർഷക ആത്മഹത്യകൾ നടന്ന, ഇപ്പോഴും നടക്കുന്ന മഹാരാഷ്ട്രയിൽ സർക്കാർ പ്രഖ്യാപിച്ച നഷ്ടപരിഹാര പാക്കേജിൽ സ്ത്രീകളെ ബന്ധിപ്പിക്കുന്ന ഏകനിർദ്ദേശം സമൂഹവിവാഹത്തിനുള്ള ധനസഹായത്തിന്റേതാണ്. എന്നാൽ വിധവകൾക്ക് പുനർവിവാഹത്തിന് ഈ ആനുകൂല്യം ലഭിക്കില്ല; എന്നുമാത്രമല്ല, ഈ ആനുകൂല്യം ലഭിച്ചവർക്ക് മറ്റ് സർക്കാർ ആനുകൂല്യം ലഭിക്കുകയുമില്ല. കേരളത്തിലെ 2006–2011 ലെ ഇടതു ജനാധിപത്യമുന്നണി സർക്കാർ രൂപം നല്കിയ കാർഷിക കടാശ്വാസകമീഷൻ കൃഷിക്കാർ എന്നതിൽ പാട്ടത്തിനു കൃഷിചെയ്യുന്ന കുടുംബശ്രീ സംഘങ്ങളെയടക്കം ഉൾപ്പെടുത്തിയത് കാർഷികദുരന്തങ്ങളിൽ അകപ്പെടുന്ന സ്ത്രീകളെ പരിഗണിച്ചുകൊണ്ടാണ്.

നിരക്ഷരത, അനാരോഗ്യം, ഭൗതിക സാഹചര്യങ്ങളുടെ നിഷേധം, സാമൂഹ്യക്ഷേമ സംവിധാനങ്ങളുടെ അഭാവം, വിലക്കയറ്റം തുടങ്ങി എല്ലാ വിവേചനങ്ങളുടെയും ആകെത്തുകയാണ് ഇന്ത്യയിലെ കർഷകതൊഴിലാളി സ്ത്രീകളുടെ ജീവിതം. കേരളത്തിലെ കർഷകതൊഴിലാളി സ്ത്രീകളുടെ ജീവിതം താരതമ്യേന മെച്ചപ്പെട്ടിരിക്കുന്നത് അടിസ്ഥാന ജീവിത ഗുണനിലവാരത്തിന്റെ കാര്യത്തിൽ സൃഷ്ടിക്കപ്പെട്ടിട്ടുള്ള നേട്ടങ്ങളുടെ ഫലമാണ്. ഭൂപരിഷ്ക്കരണവും വിദ്യാഭ്യാസവും ആരോഗ്യസം

രക്ഷണവും തൊഴിൽസുരക്ഷാ സംവിധാനങ്ങളും സാമൂഹ്യ സുരക്ഷിതത്വ സംവിധാനങ്ങളും ഒരു സമൂഹത്തെ മുന്നോട്ട് നയിക്കാൻ വേണ്ട അടിസ്ഥാനഘടകങ്ങളാണെന്ന ഇടതുപക്ഷ രാഷ്ട്രീയബോധത്തിന്റെയും ഭരണ ഇടപെടലുകളുടെയും സദ്ഫലമാണ് കേരളത്തിലെ സ്ത്രീകളുടെ മെച്ചപ്പെട്ട ജീവിതം. ഇവിടെത്തന്നെ ഈ പൊതുനേട്ടങ്ങളുടെ പ്രതിഫലനം ആദിവാസി സ്ത്രീകളുടെയും മത്സ്യത്തൊഴിലാളി സ്ത്രീകളുടെയും പാർശ്വവൽക്കരിക്കപ്പെട്ടവരുടെയും ജീവിതത്തിൽ വേണ്ടത്ര ഫലപ്രദമായിട്ടില്ലെന്നതും കാണണം.

വർഗ്ഗചൂഷണത്തിനും ജാതിമേധാവിത്വത്തിനും എതിരായി ഇടതുപക്ഷ രാഷ്ട്രീയ പ്രസ്ഥാനങ്ങളും തൊഴിലാളി പ്രസ്ഥാനങ്ങളും നടത്തിയ ധീരപോരാട്ടങ്ങളും ഒത്തുതീർപ്പില്ലാത്ത രാഷ്ട്രീയ നിലപാടുകളും ആണ് കേരളസമൂഹത്തെ മാറ്റിത്തീർക്കാനുള്ള അന്തരീക്ഷമൊരുക്കിയത് എന്ന് ചരിത്രം അടയാളപ്പെടുത്തുന്നുണ്ട്. കേരളത്തിലെ പരമ്പരാഗതമായ ആൺകോയ്മാ സമൂഹത്തിലെ അധികാരബന്ധങ്ങളുടെ ശേഷിപ്പുകൾക്ക് ഇടർച്ചയുണ്ടാകുന്ന തരത്തിൽ ലിംഗനീതിയുടെ മുദ്രാവാക്യങ്ങൾ ഇതോടൊപ്പം ശക്തമായി കൂട്ടിച്ചേർക്കേണ്ടതുണ്ട്. ഇന്ത്യയിലെ കർഷകതൊഴിലാളി സ്ത്രീകൾ അകപ്പെട്ടിരിക്കുന്ന വർഗ്ഗ–ജാതി–ലിംഗവിവേചനത്തിന്റെ വിഷമവൃത്തം തകർക്കുന്നതിൽ പോരാട്ടത്തിന്റെയും ഭരണപരമായ ഇടപെടലുകളുടേയും ചില പാഠങ്ങൾ കേരളം നല്കുന്നുണ്ട്. ഇന്ത്യയിൽ ശക്തി പ്രാപിക്കുന്ന കർഷകസമരങ്ങൾ നല്കുന്ന സൂചന അവകാശങ്ങൾക്കായി ജീവൻപോലും ബലി നല്കി സമരം ചെയ്യുന്ന ആണും പെണ്ണും അവർക്കു നേതൃത്വം നല്കുന്ന ഇടതുപക്ഷ പ്രസ്ഥാനവും കർഷകതൊഴിലാളി കൂട്ടായ്മകളും പുതിയ പാഠം രചിക്കുകയാണെന്നതാണ്. ഈ സംഘടിത ശക്തിക്കൊപ്പം തന്നെയാണ് തങ്ങളുടെ സ്ഥാനവും എന്ന് കോടിക്കണക്കായ കർഷകതൊഴിലാളി സ്ത്രീകൾ തിരിച്ചറിയാൻ തുടങ്ങിയിരിക്കുന്നു.

ചെറുവായ്പകളുടെ പേരിൽ വൻകൊള്ളകൾ

"**ഷേ**ക്സ്പിയർ ഇപ്പോൾ ജീവിച്ചിരിപ്പുണ്ടായിരുന്നുവെങ്കിൽ അദ്ദേഹം തന്റെ മഹത്തായ കൃതി *വെനീസിലെ കച്ചവടക്കാരന്റെ* രണ്ടാം ഭാഗം എഴുതുമായിരുന്നു." ഇന്ത്യയിലെ മൈക്രോഫിനാൻസ് സ്ഥാപനങ്ങളെ ആധുനിക ഷൈലോക്കുമാർ എന്ന് വിശേഷിപ്പിച്ചുകൊണ്ട് പ്രശസ്ത പത്രപ്രവർത്തകനും സാമൂഹ്യശാസ്ത്ര ഗവേഷകനുമായ ദേവീന്ദർശർമ്മ നടത്തിയ പ്രതികരണമാണിത്. ദരിദ്രരെ സഹായിക്കാനെന്ന പേരിൽ സ്വയം സഹായസംഘങ്ങൾക്കും വ്യക്തികൾക്കും നല്കുന്ന ചെറുവായ്പകളിലൂടെ കോടികളുടെ ലാഭം കൊയ്യുകയും ഓഹരികമ്പോളത്തിൽ വൻപ്രിയം നേടുകയും ചെയ്യുന്ന ഇന്ത്യൻ മൈക്രോഫിനാൻസ് സ്ഥാപനങ്ങളുടെ അത്യാർത്തിക്കെതിരെ രാജ്യത്തിന്റെ വിവിധഭാഗങ്ങളിൽ നിന്നുയരുന്ന പ്രതിഷേധങ്ങളുടെ ഒരു മാതൃക മാത്രമാണ് ദേവീന്ദർശർമ്മയുടെ പ്രതികരണം.

ഈ വിഷയം ഇപ്പോൾ സജീവ ചർച്ചയ്ക്കു വിധേയമാക്കുന്നതിനുള്ള പ്രധാന പ്രേരണ ആന്ധ്രാപ്രദേശ് സർക്കാർ ഒക്ടോബർ 14 ന് അംഗീകരിച്ച, മൈക്രോഫിനാൻസ് സ്ഥാപനങ്ങളെ നിയന്ത്രിക്കുന്നതിനുള്ള ഓർഡിനൻസാണ്. സ്വകാര്യ മൈക്രോഫിനാൻസ് സ്ഥാപനങ്ങളുടെ ചൂഷണത്തിൽ നിന്നും സ്വയംസഹായസംഘങ്ങളെ സംരക്ഷിക്കുകയാണ് ലക്ഷ്യമെന്ന ആമുഖത്തോടെ തയ്യാറാക്കിയിരിക്കുന്ന ഈ ഓർഡിനൻസ് സംസ്ഥാനത്ത് പ്രവർത്തിക്കുന്ന മൈക്രോഫിനാൻസ് സ്ഥാപനങ്ങൾ അടിയന്തരമായി സംസ്ഥാന-ജില്ലാ-പ്രാദേശിക ഭരണകൂടവുമായി ബന്ധപ്പെട്ട് രജിസ്ട്രേഷൻ ചെയ്യണമെന്ന് നിഷ്കർഷിക്കുന്നു. രജിസ്ട്രേഷൻ ലഭിക്കുന്നതുവരെ പ്രവർത്തനം നിർത്തിവയ്ക്കണമെന്നും സർക്കാരിന്റെ അംഗീകാരം കിട്ടിയതിനുശേഷം മാത്രം

പ്രവർത്തനമാരംഭിക്കണമെന്നും ഓർഡിനൻസ് നിർദ്ദേശിക്കുന്നു. ഒന്നിൽ കൂടുതൽ സ്വയം സഹായസംഘങ്ങളിൽ ഒരേസമയത്ത് അംഗത്വം നേടുന്നത് നിയമവിരുദ്ധമാണെന്ന് ഓർഡിനൻസ് പ്രസ്താവിക്കുന്നു. സ്വയം സഹായ സംഘങ്ങളിൽനിന്ന് വായ്പാജാമ്യം നിർബ്ബന്ധിക്കുന്നതും മുതലിനേക്കാൾ കൂടുതൽ പലിശ ഈടാക്കുന്നതും ഓർഡിനൻസ് നിരോധിച്ചിട്ടുണ്ട്. ഇത്തരമൊരു ഓർഡിനൻസ് ഇറക്കുന്നതിലേക്ക് ആന്ധ്രാ സർക്കാരിനെ നിർബ്ബന്ധിക്കുന്ന തരത്തിലുള്ള ജനരോഷമാണ് കഴിഞ്ഞ കുറെമാസങ്ങളായി അവിടെ ഉയർന്നത്.

കഴിഞ്ഞ നാലുമാസത്തിനിടയിൽ 30 സ്ത്രീകളാണ് മൈക്രോഫിനാൻസ് സ്ഥാപനങ്ങളിൽനിന്ന് വാങ്ങിയ വായ്പ തിരിച്ചടയ്ക്കാൻ പറ്റാത്തതിനെത്തുടർന്ന് ആത്മഹത്യ ചെയ്തത്. തിരിച്ചടവ് കുടിശ്ശിക വരുത്തിയതിന്റെ ഭാഗമായി കടുത്ത ശാരീരികവും മാനസികവുമായ പീഡനവും അപമാനവും ധനകാര്യ സ്ഥാപനങ്ങളിൽ നിന്ന് നേരിടേണ്ടിവന്നതാണ് ഈ ആത്മഹത്യകൾക്ക് പ്രേരണയായത് എന്നതാണ് ജനരോഷത്തിന് കാരണം. 36 ശതമാനം തൊട്ട് 100 ശതമാനം വരെ പലിശ ഈടാക്കുന്ന മൈക്രോഫിനാൻസ് സ്ഥാപനങ്ങളെ വായ്പയ്ക്കായി ആശ്രയിക്കുന്ന ലക്ഷക്കണക്കിന് സ്വയംസഹായ സംഘങ്ങളും സ്ത്രീകളുമാണ് ആന്ധ്രയിലുള്ളത്. ഇത്തരം ധനകാര്യസ്ഥാപനങ്ങൾ തിരിച്ചടവിനായി ചെലുത്തുന്ന സമ്മർദ്ദതന്ത്രങ്ങളും ചൂഷണ സമ്പ്രദായങ്ങളും 2005–2006 ൽത്തന്നെ ആന്ധ്രയിൽ വിമർശന വിധേയമായിരുന്നു. അന്ന് കൃഷ്ണജില്ലയിൽ മാത്രം 10 സ്ത്രീകളാണ് വായ്പ തിരിച്ചടയ്ക്കാനാവാതെ അപമാനിക്കപ്പെട്ട് ആത്മഹത്യ ചെയ്തത്. അതിനെത്തുടർന്നു നടന്ന ചർച്ചകളിൽ മൈക്രോഫിനാൻസ് സ്ഥാപനങ്ങൾ സംസ്ഥാന സർക്കാരുമായി ഒത്തുതീർപ്പു ചർച്ച നടത്തുകയും പലിശ കുറയ്ക്കുമെന്നും മറ്റും തീരുമാനമറിയിക്കുകയും ചെയ്തെങ്കിലും സർക്കാരിന്റെ തന്നെ അറിവോടെ ചൂഷണം പൂർവ്വാധികം ശക്തമായി തുടരുകയാണ് ചെയ്തത്. ഇന്ത്യയിലെ മൈക്രോഫിനാൻസ് വ്യവസായത്തിന്റെ മൂന്നിലൊന്നും കേന്ദ്രീകരിച്ചിരിക്കുന്ന ആന്ധ്രയിൽ ഈ ചൂഷണം സൃഷ്ടിച്ച പ്രത്യാഘാതങ്ങൾ രൂക്ഷമാണ്. ആത്മഹത്യാ പരമ്പര സൃഷ്ടിച്ച ജനരോഷത്തോടൊപ്പം തെലങ്കാന പ്രശ്നവും കോൺഗ്രസിലെ ആഭ്യന്തര കലാപവും എല്ലാം ചേർന്നു സൃഷ്ടിച്ച രാഷ്ട്രീയ അനിശ്ചിതത്വവും സംസ്ഥാന സർക്കാരിനെ പ്രതിസന്ധിയിലാക്കിയിരുന്നു. ഇതിൽ നിന്ന് താല്ക്കാലികമായെങ്കിലും രക്ഷപ്പെടുന്നതിനും ജനങ്ങളെ ആശ്വസിപ്പിക്കുന്നതിനുമുള്ള ശ്രമമെന്ന നിലയിലാണ് നേരത്തെപറഞ്ഞ വകുപ്പുകളോടെ ഒരു സംസ്ഥാന ഓർഡിനൻസ് വളരെ പെട്ടെന്നുതന്നെ കൊണ്ടുവന്നത്.

എന്നാൽ മൈക്രോഫിനാൻസ് സ്ഥാപനങ്ങളുടെ ചൂഷണം തടയുന്നതിനുള്ള നടപടികളെ എല്ലാവരും സ്വാഗതം ചെയ്യുന്നുണ്ടെന്ന് കരുതുന്നെങ്കിൽ തെറ്റി. ആന്ധ്രാസർക്കാരിന്റെ ഓർഡിനൻസിനെതിരെ

വൻപ്രതിഷേധമാണ് രാജ്യത്തിനകത്തും പുറത്തുമുള്ള വ്യവസായികളിൽ നിന്നും കമ്പോള വക്താക്കളിൽ നിന്നും ഓഹരി നിക്ഷേപകരിൽ നിന്നുമൊക്കെ ഉയർന്നിരിക്കുന്നത്. ഈ പ്രതിഷേധക്കാരുടെ വേവലാതി ബോദ്ധ്യപ്പെടണമെങ്കിൽ ഇന്ത്യയിലെ മൈക്രോഫിനാൻസ് വ്യവസായത്തിന്റെ ആഴവും വ്യാപ്തിയും മനസ്സിലാക്കേണ്ടതുണ്ട്. ഇന്ത്യയിലേതാണ്ട് 2500 സ്വകാര്യ ധനകാര്യ സ്ഥാപനങ്ങൾ മൈക്രോഫിനാൻസ് രംഗത്ത് പ്രവർത്തിക്കുന്നുണ്ട്. ഇതിൽ 20 എണ്ണം വൻകിട നിക്ഷേപകരുള്ള ഓഹരികമ്പോളത്തിൽ സജീവ സാന്നിദ്ധ്യമുള്ള സ്ഥാപനങ്ങളാണ്. ഇന്ത്യയിലെ മൈക്രോഫിനാൻസ് രംഗത്തെ ഭീമനായ എസ് കെ എസ് മൈക്രോഫിനാൻസ് പ്രൈവറ്റ് ലിമിറ്റഡ്, സ്പന്ദന സ്ഫുർത്തി ഫിനാൻഷ്യൽ ലിമിറ്റഡ്, ബന്ധൻ, ഷെയർ അസ്മിത തുടങ്ങിയ ഇരുപതോളം ധനകാര്യസ്ഥാപനങ്ങൾ കഴിഞ്ഞ അഞ്ചു വർഷത്തിനിടയിൽ കോടികളുടെ ലാഭമാണ് സ്വയം സഹായ സംഘങ്ങൾക്ക് നല്കിയ വായ്പയിലൂടെ നേടിയത്. ഈ സ്ഥാപനങ്ങളുടെ ഓഹരികൾ വാങ്ങിക്കൂട്ടാൻ നിക്ഷേപകർ ഉത്സാഹം കാണിച്ചതിന്റെ ഫലമായി എസ് കെ എസിന്റെ ഓഹരിവില കഴിഞ്ഞ വർഷം ആയിരത്തി ഇരുന്നൂറു വരെയായി ഉയർന്നിരുന്നു. എസ് കെ എസ് തങ്ങളുടെ ഉദ്യോഗസ്ഥരെ ഓഹരിക്കമ്പോളത്തിൽ പങ്കാളികളാകാൻ അനുവദിച്ചതിനെത്തുടർന്ന് അവരിൽ കുറഞ്ഞത് ഇരുപതുപേരെങ്കിലും കോടീശ്വരന്മാരായി മാറിയിട്ടുണ്ടത്രേ! ഓഹരിക്കമ്പോളത്തിൽ വിശ്വാസത്തോടെ നിക്ഷേപിക്കുന്നതിനും സ്വയംതൊഴിലെന്ന നിലയിലും എല്ലാം ലാഭകരമായി ചെയ്യാൻ ആകുന്നതും അനുദിനം പടർന്നു പന്തലിക്കുന്നതുമായ വ്യവസായ മേഖലയാണ് മൈക്രോഫിനാൻസ് എന്നത് ഇന്ത്യയിലേറ്റവും പ്രചാരത്തിലിരിക്കുന്ന ഒരു പരസ്യ വാചകമാണ്. വിദേശ കമ്പനികളടക്കം കണ്ണുവെച്ചിരിക്കുന്ന ഈ മേഖലയെ ആന്ധ്രയിലെ സംഭവവികാസങ്ങൾ തളർത്തുമെന്ന വേവലാതിയാണ് വ്യവസായ ലോകത്തിനുള്ളത്. ആത്മഹത്യകളെ തുടർന്ന് ആരും വായ്പ തിരിച്ചടയ്ക്കാൻ തയ്യാറാകാതെയുള്ള പ്രതിരോധവും സ്വകാര്യ സ്ഥാപനങ്ങളിലെ ജീവനക്കാർക്കു നേരെയുള്ള ശാരീരികാക്രമണങ്ങളും സർക്കാരിന്റെ പുതിയ നിയന്ത്രണവും എല്ലാം മൈക്രോഫിനാൻസ് വ്യവസായത്തിന് വൻഭീഷണി ഉയർത്തുന്നുവെന്ന പരാതിയാണ് ഒരുഭാഗത്ത് നിന്ന് ഉയരുന്നത്.

ആന്ധ്രാദുരന്തത്തിലെ പ്രധാന വില്ലൻ സൂക്ഷ്മ വായ്പകൾക്ക് ധനകാര്യസ്ഥാപനങ്ങൾ ഈടാക്കുന്ന കൊള്ളപ്പലിശയാണ്. ദരിദ്രർക്ക് വായ്പ നല്കുന്നതുവഴി വലിയ സാമൂഹ്യസേവനമാണ് തങ്ങൾ ചെയ്യുന്നതെന്ന അവകാശവാദമാണ് സ്വകാര്യസ്ഥാപനങ്ങൾ ഉയർത്താറുള്ളത്. എന്നാൽ റിസർവ്വ് ബാങ്ക് നിരക്കുപ്രകാരമുള്ള 9 മുതൽ 12.5 ശതമാനം വരെ പലിശയ്ക്ക് ബാങ്കുകളിൽനിന്ന് മൈക്രോഫിനാൻസ് സ്ഥാപനങ്ങൾ എടുക്കുന്ന വായ്പ അതിന്റെ നാലോ അഞ്ചോ അതിലധികമോ ഇരട്ടി പലിശയ്ക്കാണ് പാവപ്പെട്ടവർക്കു നല്കുന്നത്! ഈ പലിശനിര

ക്കിലെ വ്യത്യാസത്തിലൂടെയാണ് ധനകാര്യ സ്ഥാപനങ്ങൾ കൊള്ളലാഭം കൊയ്യുന്നത്. പഴയ ഹുണ്ടിക പലിശക്കാരിൽനിന്നും ബ്ലേഡ് പലിശക്കാരിൽനിന്നും ദരിദ്രരെ തങ്ങൾ രക്ഷിക്കുന്നു എന്നാണ് ഇവരുടെ ഭാവം. 60 മുതൽ 100 ശതമാനം വരെ കഴുത്തറുപ്പൻ പലിശ ഹുണ്ടികകാർക്കു കൊടുക്കേണ്ടിവന്ന പഴയ സാഹചര്യത്തിൽനിന്നും മെച്ചമല്ലേ 36 ശതമാനമോ 40 ശതമാനംവരെയോ ആയാൽ എന്നാണ് വാദം! പഴയ ഹുണ്ടിക്കക്കാരൻ സ്വന്തം പണമാണ് മുതൽമുടക്കുന്നതെങ്കിൽ പുതിയ മൈക്രോ ഫിനാൻസ് മുതലാളിമാർക്ക് പണംമുടക്കിലും ഒരു റിസ്ക്കുമില്ല. കാരണം അത് ബാങ്കുകളിൽനിന്ന് കുറഞ്ഞപലിശയ്ക്ക് എടുക്കുന്ന വായ്പയാണ്. വായ്പയുടെ തിരിച്ചടവിനായി ഗ്രാമങ്ങളിലടക്കം ജീവനക്കാരുള്ള വൻ ഓഫീസ് സംവിധാനമാണ് എസ് കെ എസ് പോലുള്ള ധനകാര്യ സ്ഥാപനങ്ങൾക്കുള്ളത്. ബലം പ്രയോഗിച്ചും ഭീഷണിപ്പെടുത്തിയും പരസ്യമായി അപമാനിച്ചും ജപ്തി ചെയ്തുമൊക്കെ തങ്ങളുടെ തിരിച്ചടവ് ഉറപ്പാക്കുക എന്നതാണ് ഇവരുടെ പൊതുരീതി.

ആന്ധ്രയിൽ സംഭവിച്ചത് ഇന്ത്യയിലെന്നല്ല, ലോകത്തെവിടെയും നടക്കുന്ന മൈക്രോഫിനാൻസ് കൊള്ളയുടെ സ്വാഭാവിക പരിണാമം മാത്രമാണ്. ആരാണ് മൈക്രോഫിനാൻസ് സ്ഥാപനങ്ങളുടെ ഗുണഭോക്താക്കൾ? ഇന്ത്യയിൽ സൂക്ഷ്മതല വായ്പകൾ കൂടുതലായി ആശ്രയിക്കുന്നവർ പ്രധാനമായും 3 വിഭാഗങ്ങളാണ്. ഒന്ന്, ഗ്രാമങ്ങളിലെ ഭൂരഹിത കർഷകതൊഴിലാളികളും കൂലിപ്പണിക്കാരും. ഇവരിൽ നല്ലപങ്കും സീസണലായിട്ടുള്ള പണികളെ ആശ്രയിക്കുന്നവരാണ്. പണിയില്ലാത്ത നാളുകളിൽ വീട്ടുചിലവിനും ചികിത്സയ്ക്കും മറ്റ് താൽക്കാലിക ഉപജീവന മാർഗ്ഗങ്ങൾക്കുമാണ് ഇക്കൂട്ടർ വായ്പ എടുക്കുന്നത്. ദാരിദ്ര്യരേഖയ്ക്കു താഴെ ജീവിക്കുന്ന ഇവർക്ക് വലിയ പലിശയോടെ വായ്പ തിരിച്ചടയ്ക്കുക എന്നത് ദുഷ്ക്കരമാണ്. എന്നാൽ ഇന്നത്തെ സാഹചര്യത്തിൽ വായ്പ ഇല്ലാതെ അവർക്ക് ജീവിക്കാനുമാകില്ല.

രണ്ടാമത്തെ കൂട്ടർ ചെറുകിട–നാമമാത്രകൃഷിക്കാരും പരമ്പരാഗത മേഖലയിൽ പണിയെടുക്കുന്നവരും സ്വയം തൊഴിൽ ചെയ്യുന്നവരുമാണ്. പട്ടണങ്ങളിലെ ചെറിയ കച്ചവടക്കാരും വഴിവാണിഭക്കാരും എല്ലാം ഇതിൽപ്പെടും. തൊഴിൽ മെച്ചപ്പെടുത്താനും ജീവിതചിലവുകൾക്കും വേണ്ടിയാണ് ഇവർ വായ്പ എടുക്കുന്നത്. നവ ഉദാരവൽക്കരണനയങ്ങളും കമ്പോളമത്സരവും ഇത്തരം മേഖലകളുടെ നിലനില്പ് തന്നെ അപകടത്തിലാക്കിയിരിക്കുന്ന സാഹചര്യത്തിൽ വായ്പകൾ കടക്കെണിയിലേക്കാണ് ഇവരെയും നയിക്കുന്നത്. ഇവരിലും നല്ല പങ്ക് ദാരിദ്ര്യരേഖയ്ക്കു താഴെത്തന്നെയാണ്.

മൂന്നാമത്തെ കൂട്ടർ ദാരിദ്ര്യരേഖയ്ക്കു തൊട്ടുമുകളിലുള്ള ചെറുകിട–ഇടത്തരം കൃഷിക്കാരും കച്ചവടക്കാരും ചെറുചിട ഉൽപ്പാദകരുമൊക്കെയാണ്. സർക്കാരിന്റെ നയങ്ങളെയും കമ്പോളത്തിന്റെ ഗതിവിഗതികളെയും ആശ്രയിച്ചുനില്ക്കുന്ന ഇന്നത്തെ സാഹചര്യത്തിൽ ഉയർന്ന

പലിശയ്ക്കുള്ള വായ്പ എടുക്കുക എന്നത് ദാരിദ്ര്യത്തിലേക്കുള്ള വഴിയായിട്ടാണ് മാറുന്നത്.

ആദ്യത്തെ രണ്ടുവിഭാഗത്തിലും ഭൂരിപക്ഷം സ്ത്രീകളാണ് മൈക്രോഫിനാൻസ് വായ്പകളുടെ ഗുണഭോക്താക്കളായി വരുന്നത്. വീട്ടാവശ്യങ്ങൾക്കും ഉപജീവനത്തിനും മറ്റുമായി വായ്പകളെ ആശ്രയിക്കുന്ന നല്ലപങ്കും കൂലിപ്പണിക്കാരോ കർഷകതൊഴിലാളികളോ ഒക്കെയാണ്. കേരളം, പശ്ചിമ ബംഗാൾ, ത്രിപുര എന്നീ മൂന്നു സംസ്ഥാനങ്ങളിലൊഴിച്ച് മറ്റൊരു സംസ്ഥാനത്തെയും ഗ്രാമങ്ങളിൽ 60 രൂപയിൽ കൂടുതൽ മിനിമം കൂലി പുരുഷനുപോലും ലഭിക്കാത്ത സാഹചര്യത്തിൽ സ്ത്രീതൊഴിലാളികളുടെ കൂലി ഊഹിക്കാവുന്നതേയുള്ളൂ. ഇങ്ങനെ കുറഞ്ഞകൂലിക്ക് പണിയെടുക്കുന്നവരോ പണിയില്ലാത്തവരോ ആയ ദരിദ്രരായ സ്ത്രീകളാണ് സൂക്ഷ്മ വായ്പകളുടെ പ്രധാന ഗുണഭോക്താക്കൾ. ഇന്ത്യയിലെ ഗ്രാമീണ നഗര മേഖലകളിൽ ജീവിക്കുന്ന സ്ത്രീകളിൽ 76 ശതമാനവും എളുപ്പം ലഭിക്കാവുന്ന വായ്പകളെ വലിയതോതിൽ ആശ്രയിക്കാൻ തയ്യാറാവുന്നു എന്നതാണ് ധനകാര്യസ്ഥാപനങ്ങളെ ആവേശം കൊള്ളിക്കുന്നത്. ഒരേസമയത്ത് പലസ്ഥാപനങ്ങളിൽ നിന്ന് വായ്പയെടുക്കാനും സ്ത്രീകൾ തയ്യാറാകുന്നു എന്നതും വ്യവസായത്തിന് അനുകൂലമായ സാഹചര്യമായിട്ടാണ് വിലയിരുത്തപ്പെടുന്നത്. ഇന്ത്യയിലെ ജനസംഖ്യയുടെ 42 ശതമാനം പേർക്ക് ഇപ്പോഴും ബാങ്കുകളുടെ സേവനം ലഭ്യമല്ല എന്ന സാഹചര്യത്തെ തങ്ങൾക്കനുകൂലമായിട്ടാണ് മൈക്രോഫിനാൻസ് സ്ഥാപനങ്ങൾ ഉപയോഗിക്കുന്നത്. ദാരിദ്ര്യവും ഇല്ലായ്മയുടെ ഗതികേടുമാണ് ദരിദ്രരെ വായ്പകളിലേക്കും കടക്കെണികളിലേക്കും തള്ളിവിടുന്നത് എന്ന യാഥാർത്ഥ്യം എല്ലാവരും കണ്ടില്ലെന്നു നടിക്കുകയാണ്.

ദേശസാൽകൃത ബാങ്കുകളടക്കമുള്ള ഇന്ത്യയിലെ വിപുലമായ ബാങ്കിങ് ശൃംഖല സാമൂഹ്യമേഖലാ വായ്പകളിൽ നിന്ന് പിന്മാറുന്ന നിരുത്തരവാദപരമായ നിലപാടിന് കേന്ദ്രസർക്കാർ മറുപടി പറയേണ്ടതുണ്ട്. വൻ വ്യവസായികൾക്ക് കുറഞ്ഞ പലിശയ്ക്ക് വായ്പയും കടം എഴുതിത്തള്ളലും അനുവദിക്കുകയും ധനികർക്കും ഇടത്തരക്കാർക്കും വീടിനും വാഹനത്തിനുമൊക്കെ 6–8 ശതമാനം പലിശയ്ക്ക് വായ്പ പുറകെ നടന്നുകൊടുക്കുകയും ചെയ്യുന്ന ഇന്ത്യയിലെ ദേശസാൽകൃത ബാങ്കുകൾ ദരിദ്രർക്കുള്ള ചെറുവായ്പകൾ ഒരു ബാദ്ധ്യതയായിട്ടാണ് കാണുന്നത്. ദരിദ്രരെ ശാക്തീകരിക്കാൻ സർക്കാരിന്റെ ഒത്താശയോടെ 36 ശതമാനം കൊള്ളപ്പലിശയ്ക്ക് വായ്പ ലഭ്യമാക്കുന്നു എന്നത് എത്ര അപഹാസ്യമാണ്.

മൈക്രോഫിനാൻസ് സ്ഥാപനങ്ങളുടെ സാമൂഹ്യ ഉത്തരവാദിത്വവും വിശ്വാസ്യതയും ഒരു പരിശോധനയ്ക്കും വിധേയമാക്കാൻ എന്തുകൊണ്ടാണ് കേന്ദ്രസർക്കാരും റിസർവ് ബാങ്കും തയ്യാറാകാത്തത്? ആന്ധ്രാ ദുരന്തത്തിന്റെ പശ്ചാത്തലത്തിൽ റിസർവ്വ് ബാങ്ക് ബോർഡ് മെമ്പറായി

ട്ടുള്ള വൈ എച്ച് മലേഗാം അദ്ധ്യക്ഷനായിട്ടുള്ള ഒരു സബ് കമ്മറ്റി മൈക്രോഫിനാൻസ് സ്ഥാപനങ്ങളുടെ പ്രവർത്തനങ്ങൾ പഠിക്കാൻ ഇപ്പോൾ നിയോഗിക്കപ്പെട്ടിട്ടുണ്ട്. ഉയർന്ന പലിശനിരക്ക്, തിരിച്ചടവിനായി സ്വീകരിക്കുന്ന ഭീഷണിയും സമ്മർദ്ദ തന്ത്രങ്ങളും, ഒന്നിൽക്കൂടുതൽ സംഘങ്ങളിലെ അംഗത്വം ഇതൊക്കെ ഈ കമ്മറ്റിയുടെ പരിശോധനയ്ക്ക് വിധേയമാകും എന്നാണ് കരുതപ്പെടുന്നത്.

ആന്ധ്രാ സർക്കാർ കൊണ്ടുവന്ന നിയന്ത്രണങ്ങൾ സ്വയം സഹായ സംഘങ്ങൾക്കുമേൽ സർക്കാർ കുത്തക അടിച്ചേൽപ്പിക്കുന്നതാണെന്നാണ് ബി ജെ പി വക്താവ് നിർമ്മല സീതാരാമൻ നടത്തിയ പ്രതികരണം. എന്നാൽ ആന്ധ്രയ്ക്കു പുറമെ ബി ജെ പി ഭരിക്കുന്ന കർണ്ണാടകയും ഒറീസയും മൈക്രോഫിനാൻസ് സ്ഥാപനങ്ങളെ നിയന്ത്രിക്കുന്നതിനുള്ള നിയമത്തിന് ശ്രമം കൊടുക്കാനുള്ള പരിശ്രമത്തിലാണ്. ചന്ദ്രബാബു നായിഡു മുഖ്യമന്ത്രി ആയിരുന്ന കാലത്ത് ലോകബാങ്ക് സഹായത്തോടെ സംഘടിപ്പിക്കപ്പെട്ട സ്വയം സഹായസംഘങ്ങൾ ഇന്ന് പന്ത്രണ്ടു ലക്ഷത്തിലധികമുണ്ട്. എസ് ഇ ആർ പി എന്ന പേരിൽ സംസ്ഥാനതലത്തിൽ പരസ്പരം ഘടിപ്പിക്കപ്പെട്ടിട്ടുള്ള ഈ ശൃംഖലയിലെ സംഘങ്ങളെയും അംഗങ്ങളെയും തങ്ങളുടെ ഗുണഭോക്താക്കളായി മാറ്റുകയെന്ന എളുപ്പവഴിയാണ് എസ് കെ എസ് അടക്കമുള്ള മൈക്രോഫിനാൻസ് സ്ഥാപനങ്ങൾ ചെയ്തത്. ദരിദ്രരെ സഹായിക്കുകയും ശാക്തീകരിക്കുകയുമാണ് ലക്ഷ്യമെങ്കിൽ സ്വയം സഹായസംഘങ്ങൾ ഇല്ലാത്ത പ്രദേശങ്ങളിൽ അതിന് നേതൃത്വം കൊടുക്കുകയല്ലേ ചെയ്യേണ്ടത്? എത്രയോ പിന്നോക്ക സംസ്ഥാനങ്ങളും പ്രദേശങ്ങളും ഇന്ത്യയിലുണ്ട്! പാവപ്പെട്ട സ്ത്രീകളെ സംഘടിപ്പിക്കലോ സാമൂഹ്യ സേവനമോ ഒന്നുമല്ല, തങ്ങളുടെ വായ്പാ വ്യവസായത്തിന് വളക്കൂറുള്ള പ്രദേശം കണ്ടെത്തുകയാണ് എല്ലാ മൈക്രോഫിനാൻസ് സ്ഥാപനങ്ങളുടെയും ലക്ഷ്യം.

ആന്ധ്രയിൽ ഉണ്ടായ മുപ്പതിലധികം ആത്മഹത്യകൾ കടക്കെണി മൂലമോ ധനകാര്യസ്ഥാപനങ്ങളുടെ സമ്മർദ്ദം മൂലമോ അല്ല, കാർഷിക പ്രതിസന്ധിയും തൊഴിലില്ലായ്മയും ദാരിദ്ര്യവും കൊണ്ടാണെന്ന ഒരു വാദവും ഉയരുന്നുണ്ട്. ആ വാദത്തിലും കഴമ്പുണ്ട്. കാരണം തൊഴിലുറപ്പുപദ്ധതിയിൽ കഴിഞ്ഞ ഒരു വർഷത്തിനിടയിൽ ഒരുദിവസം പോലും പണി ലഭിക്കുകയോ ചെയ്ത പണിയുടെ കൂലി കിട്ടുകയോ ചെയ്യാത്ത ലക്ഷക്കണക്കിനുപേർ ആന്ധ്രയിലുണ്ടത്രെ. കർഷക ആത്മഹത്യ ഏറെ നടന്നതും ഇപ്പോഴും നടക്കുന്നതുമായ ഒരു സംസ്ഥാനമാണിത്. വമ്പിച്ച വിലക്കയറ്റം നിയന്ത്രിക്കുന്നതിനോ സാധാരണക്കാർക്ക് ആശ്വാസം പകരുന്നതിനോ അല്ല അധികാരക്കസേര സംരക്ഷിക്കുന്നതിൽ വ്യാപൃതരായിരിക്കുന്ന കോൺഗ്രസുകാരുടെ ഭരണമാണവിടെ നടക്കുന്നത്. ഇത്തരമൊരു സാഹചര്യത്തിൽ പട്ടിണിയും തൊഴിലില്ലായ്മയും രോഗങ്ങളും എല്ലാംചേർന്നാണ് കടക്കെണിയിലേക്കും ആത്മഹത്യയിലേക്കും നയി

ക്കുന്നത്. 2005-06 ലെ ആത്മഹത്യകൾക്കുശേഷം പലിശനിരക്ക് കുറയ്ക്കാമെന്ന വാക്കു ലംഘിച്ചുകൊണ്ട് പാവപ്പെട്ടവരെ കൊള്ളയടിച്ച് ധനകാര്യസ്ഥാപനങ്ങൾ കഴിഞ്ഞ അഞ്ചു വർഷത്തിനിടയിൽ നേടിയ വളർച്ച ദരിദ്രരുടെ നിവൃത്തികേടിന്റെ പ്രതിഫലനമാണ്. 2005 ൽ 1.72 ലക്ഷം ഉണ്ടായിരുന്ന എസ് കെ എസിന്റെ ഗുണഭോക്താക്കൾ 2009 ആയപ്പോഴേക്കും 57 ലക്ഷം ആയിട്ടാണ് വർദ്ധിച്ചത്. സ്പന്ദന, ഷെയർ തുടങ്ങിയ സ്ഥാപനങ്ങൾക്ക് ചുരുങ്ങിയ കാലയളവിൽ ലക്ഷക്കണക്കിന് ഗുണഭോക്താക്കളെയാണ് ലഭിച്ചത്. ദാരിദ്ര്യത്തിൽ ഒരു വൈക്കോൽ തുരുമ്പെന്ന നിലയിൽ വായ്പയ്ക്കായി ധനകാര്യ സ്ഥാപനങ്ങളെ ആശ്രയിച്ച ലക്ഷക്കണക്കിന് സ്ത്രീകളെയാണ് വായ്പാവ്യവസായത്തിന്റെ ചൂഷണം കശക്കിക്കൊണ്ടിരിക്കുന്നത്.

എന്നാൽ ആന്ധ്രാ ഓർഡിനൻസിന്റെ പ്രധാന ദൗർബ്ബല്യം പലിശനിരക്ക് സംബന്ധിച്ച് കർശനമായ നിയന്ത്രണം കൊണ്ടുവരാനുള്ള ആത്മാർത്ഥ ശ്രമം ഇതിലില്ല എന്നതാണ്. ഇടതുപക്ഷ സർക്കാരുകൾ ഭരണത്തിൽ വന്ന കേരളം, പശ്ചിമബംഗാൾ, ത്രിപുര എന്നീ സംസ്ഥാനങ്ങൾ മാത്രമാണ് സ്വയം സഹായസംഘങ്ങൾക്ക് ബാങ്ക് നല്കുന്ന വായ്പയ്ക്കുള്ള പലിശ 4 ശതമാനത്തിൽ കൂടരുതെന്ന നിർബ്ബന്ധത്തിൽ സബ്സിഡി നല്കുന്നത്. ഉദാഹരണത്തിന് കേരളത്തിൽ 9 ശതമാനത്തിന് ബാങ്കുകൾ സ്വയം സഹായസംഘങ്ങൾക്കു നല്കുന്ന വായ്പയ്ക്ക് സർക്കാർ 5 ശതമാനം ഇളവ് നല്കി 4 ശതമാനം പലിശയ്ക്കാണ് കുടുംബശ്രീ സംഘങ്ങൾക്കു നല്കുന്നത്. എന്നാൽ ഇടതുപക്ഷ സർക്കാരുകളുടെ നിരന്തര ഇടപെടലുകൾ ഉണ്ടായിട്ടും ബാങ്കുകളുടെ ഭാഗത്തുനിന്നും പൂർണ്ണസഹകരണം ലഭിക്കാത്തത് വായ്പകളുടെ ലഭ്യതയിൽ പ്രയാസങ്ങളുണ്ടാക്കുന്നുണ്ട്.

നബാർഡിന്റെ വെബ്സൈറ്റ് രേഖപ്പെടുത്തുന്നതുപ്രകാരം ഓരോ ദിവസവും ശരാശരി 400 സ്ത്രീകളെങ്കിലും പുതുതായി സ്വയം സഹായസംഘങ്ങളിൽ അംഗങ്ങളാകുന്നുണ്ട്. മാത്രമല്ല, ദിവസവും ഒരു സന്നദ്ധസംഘടനയെങ്കിലും മൈക്രോഫിനാൻസ് രംഗത്തേക്കു കടന്നുവരുന്നുവെന്നാണ് കണക്ക്. 1970 കളിൽ ആരംഭിച്ച സ്വയം സഹായസംഘങ്ങൾ ഇന്ന് ഇന്ത്യയിലെ എല്ലാ സംസ്ഥാനങ്ങളിലേക്കും, ഏറ്റക്കുറച്ചിലുകളോടെയാണെങ്കിലും, വ്യാപിച്ചിട്ടുണ്ട്. ഒന്നരക്കോടിയിലധികം സ്വയം സഹായ സംഘങ്ങൾ (ശരാശരി 20 സ്ത്രീകൾ ഒരു സംഘത്തിൽ) പ്രവർത്തിക്കുന്ന ഇന്ത്യയിൽ ഈ രംഗത്ത് 4000 ത്തിലധികം സന്നദ്ധ സംഘടനകൾ മൈക്രോഫിനാൻസ് പ്രവർത്തനം നടത്തുന്നുണ്ട്. രാഷ്ട്രീയ മഹിളാകോശ് (ആർ എം കെ), സ്വർണ്ണജയന്തി റോസ്ഗാർ യോജന തുടങ്ങിയ സർക്കാർ പദ്ധതികളിലൂടെ സംഘടിപ്പിക്കപ്പെട്ടവയും സമുദായ സംഘടനകൾ സംഘടിപ്പിച്ചവയും (എസ് എൻ ഡി പിയുടെ മൈക്രോഫിനാൻസ് പ്രവർത്തനവുമായി ബന്ധപ്പെട്ട് 60000 സ്വയം സഹായസംഘങ്ങളുണ്ടെന്നാണ് ശ്രീ വെള്ളാപ്പള്ളി ഒരു അഭിമുഖത്തിൽ അവകാശ

പ്പെട്ടത്. 250 കോടി രൂപ ഇവർക്ക് സമ്പാദ്യമായും ഉണ്ടത്രെ) എല്ലാം ഇതിൽപ്പെടും. കേന്ദ്ര ധനകാര്യവകുപ്പിന്റെ കണക്കുപ്രകാരം ഇതിനകം 23 ലക്ഷം സ്വയം സഹായസംഘങ്ങൾക്കായി 12500 കോടി രൂപ ബാങ്കുകൾ വഴിതന്നെ വായ്പയായി വിതരണം ചെയ്തിട്ടുണ്ട്. സ്വർണ്ണജയന്തി റോസ്ഗാർ യോജന വഴി 7500 കോടി രൂപ വായ്പയായി സംഘങ്ങൾക്ക് നല്കിയിട്ടുണ്ട്. രണ്ടുലക്ഷം കോടി രൂപയുടെ സൂക്ഷ്മതല വായ്പയ്ക്കായുള്ള ആവശ്യം ഇന്ന് ഇന്ത്യയിലുണ്ടെന്നാണ് ബാങ്കിങ് മേഖലയിൽ കണക്കാക്കിയിട്ടുള്ളത്.

പങ്കെടുക്കുന്നവരുടെ എണ്ണംകൊണ്ടും സാമ്പത്തിക ക്രയവിക്രയത്തിന്റെ സജീവതകൊണ്ടും എത്ര വിപുലമായ ഒരു രംഗമാണ് മൈക്രോഫിനാൻസ് ഇന്ന് ഇന്ത്യയിൽ എന്നതിന്റെ ഏകദേശധാരണ ഈ കണക്കുകൾ നല്കുന്നുണ്ട്.

മൈക്രോഫിനാൻസ് കൊള്ളയോടുള്ള യു പി എ സർക്കാരിന്റെ നിലപാടാണ് ഏറ്റവും ആശങ്കാജനകമായിട്ടുള്ളത്. ആന്ധ്രാ ഓർഡിനൻസിനെക്കുറിച്ച് പരാതി പറഞ്ഞ മൈക്രോഫിനാൻസ് വ്യവസായികൾക്ക് കേന്ദ്രധനമന്ത്രി പ്രണബ് മുഖർജി നല്കിയ ഉറപ്പ് ഈ വ്യവസായത്തെ സംരക്ഷിക്കും എന്നാണ്. ആത്മഹത്യാപരമ്പരയ്ക്കും സർക്കാർ നിയന്ത്രണത്തിനും പുറകെ എസ് കെ എസ് അടക്കമുള്ള ധനകാര്യസ്ഥാപനങ്ങളുടെ ഓഹരി ഇടിഞ്ഞതും കളക്ഷൻ കുറഞ്ഞതും തങ്ങൾ ഗൗരവത്തോടെയാണ് കാണുന്നത് എന്ന പ്രതികരണമാണത്രെ ധനമന്ത്രി നടത്തിയത്. എന്നാൽ കടക്കെണിയിൽ പെട്ട് ആത്മഹത്യയിലേക്ക് വലിച്ചെറിയപ്പെടുന്ന ദരിദ്രർക്ക് ധനമന്ത്രിയോട് നേരിട്ട് പരാതി പറയാനാവില്ലല്ലോ. അവർക്കായി ഒരു സാന്ത്വനവും ധനമന്ത്രി പറഞ്ഞതുമില്ല. 2007 ൽ ഒന്നാം യു പി എ സർക്കാർ രൂപംനല്കിയ മൈക്രോഫിനാൻസ് ബില്ലും മൈക്രോഫിനാൻസ് വ്യവസായത്തെ സഹായിക്കാൻ മാത്രമാണെന്ന വിമർശനം അന്നേ ഉയർന്നതാണ്. വായ്പയുടെ പേരിൽ നടക്കുന്ന കൊള്ളതടയുന്നതിനാവശ്യമായ നിയന്ത്രണങ്ങൾ കൊണ്ടുവരുന്നതിനോ പലിശയ്ക്ക് പരിധി നിശ്ചയിക്കുന്നതിനോ ഒരു ഫലപ്രദമായ നിർദ്ദേശവും മൈക്രോഫിനാൻസ് ബില്ലിൽ ഉൾപ്പെടുത്തിയിരുന്നില്ല എന്നത് സർക്കാരിന്റെ ഈ വിഷയത്തിലുള്ള നിലപാട് വ്യക്തമാക്കുന്നതാണ്. 2009 ൽ പാർലമെന്റ് പിരിഞ്ഞപ്പോൾ ആ ബില്ല് ലാപ്സായി.

മൂന്നാം ലോകരാജ്യങ്ങളിലെ ദാരിദ്ര്യവും ദരിദ്രരും അപാര സാദ്ധ്യതകളുള്ള കമ്പോളമാണെന്ന തിരിച്ചറിവിൽ വിദേശ മൂലധനമടക്കം ഒഴുകിയെത്തുന്ന ഒരു വ്യവസായമാണിന്ന് മൈക്രോഫിനാൻസ്. അമേരിക്കയിൽ ഭവന വായ്പാ രംഗത്ത് കുഴപ്പങ്ങൾ സൃഷ്ടിച്ച സബ് പ്രൈം വായ്പകൾപോലെ വായ്പകൾക്കുമേൽ വായ്പകൊണ്ട് തീർക്കുന്ന മൈക്രോഫിനാൻസ് വായ്പാ സൗധവും ചെറിയ ആഘാതത്തിൽത്തന്നെ തകരാവുന്നതാണെന്ന് ആന്ധ്രയിലെ അനുഭവം ബോദ്ധ്യപ്പെടുത്തുന്നു. താരതമ്യേന മെച്ചപ്പെട്ട പ്രകടനം കാഴ്ച വച്ചിട്ടുള്ള ബംഗ്ലാദേശ് ഗ്രാമീൺ

ബാങ്ക് മാതൃകയടക്കം കടുത്ത വിമർശനങ്ങൾക്ക് വിധേയമാകുന്ന തരത്തിൽ കമ്പോളത്തിന്റെ താല്പര്യങ്ങൾക്കനുസരിച്ചുള്ള മൈക്രോഫിനാൻസ് വ്യവസായത്തിന്റെ ദുരാർത്തി ഇന്ന് വിമർശിക്കപ്പെടുന്നുണ്ട്. കഴിഞ്ഞ രണ്ടുവർഷത്തിനിടയിൽ മൊറോക്കോ, ബോസ്നിയ, നിക്കരാഗ്വേ, പാകിസ്ഥാൻ തുടങ്ങിയ രാജ്യങ്ങളിൽ മൈക്രോഫിനാൻസ് വായ്പകൾ തിരിച്ചടയ്ക്കാനാകാതെയുള്ള ദരിദ്രരുടെ ദുരിതങ്ങൾ വൻതോതിൽ വർദ്ധിച്ചിരിക്കുന്നതായാണ് വാർത്തകൾ. ജനങ്ങളുടെ നിവൃത്തികേടുകളെ വ്യവസായ കൊള്ളയ്ക്ക് വളമാക്കാൻ പൂർണ്ണ അനുവാദം നല്കുന്ന ഭരണാധികാരികൾ തന്നെയാണ് ഈ ദുരന്തങ്ങളുടെ മുഖ്യ ഉത്തരവാദികൾ. ദരിദ്രർക്ക് വായ്പ നല്കുമ്പോൾ അത് അവരെ സഹായിക്കുന്നതായിരിക്കണം എന്ന് ഉറപ്പുവരുത്തുന്ന തരത്തിൽ വായ്പാ വ്യവസായ രംഗത്ത് സർക്കാരുകളുടെ നിയന്ത്രണം ഉണ്ടാകണം. ആന്ധ്രയിലെ ആത്മഹത്യകളുടെ തിരിച്ചറിവിലെങ്കിലും ഇന്ത്യയിലെ മൈക്രോഫിനാൻസ് കൊള്ളകളെ നിയന്ത്രിക്കാനും പലിശനിരക്കിൽ 4 ശതമാനം എന്ന് പരിധി നിശ്ചയിക്കാനും കേന്ദ്രസർക്കാർ നിയമം കൊണ്ടുവരാൻ തയ്യാറാകുമോ എന്നതാണ് പ്രധാന ചോദ്യം. ബാങ്കുകളുടെ സാമൂഹ്യ ഉത്തരവാദിത്വം നിറവേറ്റുന്നതിനാവശ്യമായ നിർദ്ദേശങ്ങളും മറ്റു ഇടപെടലുകളും റിസർവ്വ് ബാങ്കിന്റെ ഭാഗത്തു നിന്നുണ്ടാകേണ്ടതുണ്ട്.

കേരളത്തിൽ മൈക്രോഫിനാൻസ് എന്ന ചക്കരക്കുടത്തിൽ കൈയിട്ടുനില്ക്കുന്നവരുടെ എണ്ണം പെരുകുന്നു എന്നത് ഈ സാഹചര്യത്തിൽ ജാഗ്രതയോടെയാണ് കാണേണ്ടത്. സ്ത്രീ ശാക്തീകരണമെന്നാൽ വായ്പ നല്കലാണ് എന്ന ന്യായത്തിൽ പാവപ്പെട്ട സ്ത്രീകളെ വായ്പ കാണിച്ച് പ്രലോഭിപ്പിക്കുകയും കടക്കെണിയിൽ തള്ളിവീഴ്ത്തുകയും ചെയ്യുന്ന വായ്പാ വ്യവസായം കേരളത്തിലും ആഘാതങ്ങൾ സൃഷ്ടിക്കുന്നുണ്ട്. ഒരേസമയം ഒന്നിലധികം വായ്പകൾ പല സ്രോതസ്സിൽനിന്ന് എടുക്കുന്നതിന്റെ ഭാഗമായുള്ള കടക്കെണിയിൽപ്പെടുന്ന സ്ത്രീകളുടെ എണ്ണം വർദ്ധിക്കുന്നുണ്ട്. സ്ത്രീകളെ സാമ്പത്തിക പ്രവർത്തനങ്ങൾക്കൊപ്പം ആരോഗ്യ വിദ്യാഭ്യാസ പ്രവർത്തനങ്ങളിൽ പങ്കാളികളാക്കുകയും പ്രാദേശിക വികസനത്തിൽ മുഖ്യപ്രവർത്തകരായി മാറ്റുകയും ചെയ്യുകയെന്ന ഉത്തരവാദിത്വം ഏറ്റെടുത്തിട്ടുള്ള കുടുംബശ്രീയുടെ സാന്നിദ്ധ്യവും ഇടതുസർക്കാർ നല്കുന്ന പിന്തുണയുമാണ് മറ്റ് സംസ്ഥാനങ്ങളിലെപ്പോലെയുള്ള വായ്പക്കൊള്ളയെ കേരളത്തിൽ പ്രതിരോധിച്ച് നിർത്തുന്നത്. 38 ലക്ഷത്തിലധികം സ്ത്രീകൾ അംഗങ്ങളായിട്ടുള്ള മതേതര ജനാധിപത്യ സംവിധാനമായിട്ടുള്ള കുടുംബശ്രീയെ തകർത്തുകൊണ്ട് തങ്ങളുടെ രാഷ്ട്രീയ സാമുദായിക സ്വാർത്ഥനേട്ടങ്ങൾ ഉറപ്പിക്കുകയെന്ന ലക്ഷ്യംകൂടി കേരളത്തിൽ വേരുറപ്പിക്കാൻ ശ്രമിക്കുന്ന ചില മൈക്രോഫിനാൻസ് സ്ഥാപനങ്ങൾക്കുണ്ട് എന്നത് ഗൗരവത്തോടെ കാണേണ്ടതുണ്ട്. കൊള്ളപ്പലിശയ്ക്ക് വായ്പ ലഭ്യമാക്കലല്ല പാവപ്പെട്ട

വരുടെ ശാക്തീകരണത്തിന് വേണ്ടതെന്നും മെച്ചപ്പെട്ട ജീവിത ഗുണനിലവാരവും വരുമാനവും ഉറപ്പാക്കിക്കൊണ്ട് ജീവിതം നയിക്കുന്നതിനാവശ്യമായ സമഗ്രമായ പിന്തുണയാണ് പ്രധാനമെന്നും അത് സർക്കാരിന്റെ ഉത്തരവാദിത്വമാണെന്നുമുള്ള പാഠമാണ് രാജ്യത്തിനാകെ കേരളം നല്കുന്നത്.

(2011)

ഒരു കൈ പ്രഹരിക്കവേ....

വിദർഭയിലെ ജാൽക്കഗ്രാമത്തിലെ കലാവതി ബന്ദൂർക്കറെ നമുക്ക് പരിചയപ്പെടുത്തിയത് പ്രസിദ്ധ പത്രപ്രവർത്തകനും മഗ്സാസെ അവാർഡ് ജേതാവുമായ പി സായിനാഥാണ്. പത്തംഗങ്ങളുള്ള കുടുംബത്തിന്റെ നാഥ. മറ്റുള്ളവരുടെ കയ്യിൽനിന്ന് പാട്ടത്തിനെടുത്ത ഒമ്പതേക്കർ ഭൂമിയിൽ രാപകൽ പണിചെയ്തിട്ടും കടുത്ത കടബാദ്ധ്യതമൂലം താൻ കൃഷിചെയ്ത പാടത്തുതന്നെ ആത്മഹത്യചെയ്ത പരശുറാമിന്റെ വിധവ. എന്നാൽ, പരശുറാമിന്റെ ആത്മഹത്യ സർക്കാർ രേഖകളിൽ കർഷക ആത്മഹത്യയല്ല, വെറും ആത്മഹത്യയാണ്. കാരണം അവർ സ്വന്തം ഭൂമിയിലല്ല കൃഷിചെയ്തിരുന്നത് എന്നതുതന്നെ. അതുകൊണ്ടുതന്നെ ഒരു പൈസപോലും നഷ്ടപരിഹാരമായി ഇന്നേവരെ കലാവതിയുടെ കുടുംബത്തിന് കിട്ടിയിട്ടില്ല. പരശുറാമിന്റെ ആത്മഹത്യയെത്തുടർന്ന് ഒമ്പതേക്കർ പാട്ടഭൂമിയിൽ കഠിനാദ്ധ്വാനംചെയ്തും മറ്റുള്ളവരുടെ ഭൂമിയിൽ 30 രൂപ ദിവസക്കൂലിക്ക് പണിയെടുത്തും വിറകുശേഖരിച്ച് വിറ്റും ഏക സമ്പത്തായ എരുമയുടെ പാലുവിറ്റും കലാവതി നേരത്തെയുണ്ടായിരുന്ന കടത്തിന്റെ നല്ലപങ്കും അടച്ചുകഴിഞ്ഞു. പക്ഷേ, പോരാട്ടം തുടരുകയാണ്, കർഷകജീവിതമെന്ന കടുത്തസമരം. ഇന്ത്യൻ കർഷകരെ കോരിത്തരിപ്പിക്കാൻ കേന്ദ്രധനമന്ത്രി ചിദംബരം നടത്തിയ ബജറ്റ് പ്രഖ്യാപനങ്ങൾ കലാവതിയുടെ ചെവിയിലെത്തിയിട്ടുണ്ടോ എന്നറിയില്ല. ചെറുകിട-നാമമാത്ര കൃഷിക്കാരുടെ കടം എഴുതിതള്ളുമെന്ന ഉഗ്രപ്രഖ്യാപനംകേട്ട് കലാവതിയുടെ പ്രതികരണമെന്തായിരിക്കും!

കഴിഞ്ഞ പത്തുവർഷത്തിനിടയിൽ കാർഷിക പ്രതിസന്ധിയെ തുടർന്ന് ആത്മഹത്യചെയ്ത രണ്ട് ലക്ഷത്തോളം മനുഷ്യജീവിതങ്ങളെ വിസ്മരിച്ചവർക്ക് ധനമന്ത്രിയുടെ കർഷകപ്രേമം ആഘോഷിക്കാം. എന്നാൽ, കലാവതിയെപ്പോലെ കുടുംബത്തിന്റെ ഭാരം മുഴുവൻ തലയിൽ

ചുമക്കുന്ന പതിനായിരക്കണക്കിന് കർഷക വിധവകൾക്ക് ബാങ്കുകളിൽ നിന്നെടുത്ത വായ്പകൾ മാത്രമല്ല, പെൺമക്കളുടെ വിവാഹം, മക്കളുടെ വിദ്യാഭ്യാസം, വർദ്ധിക്കുന്ന ചികിത്സാചെലവ്, എന്തിന്, അന്നന്നത്തെ ഭക്ഷണംപോലും കടുത്ത ബാദ്ധ്യതയാണെന്ന യാഥാർത്ഥ്യത്തെ നേരിടാൻ മന്ത്രി ചിദംബരത്തിന്റെ പ്രഖ്യാപനങ്ങൾക്കാകുമോ?

ഇന്ത്യയിലെ കൃഷിഭൂമിയിൽ പകുതിയോളം ഇന്ന് കൃഷിചെയ്യുന്നത് സ്ത്രീകളാണ് എന്ന് ഗവേഷകയായ ബീനാ അഗർവാളിന്റെ പഠനം ചൂണ്ടിക്കാട്ടുന്നു. കർഷകവിധവകൾ മാത്രമല്ല, മറ്റ് തൊഴിലിനായി പുരുഷന്മാർ നഗരങ്ങളിലേക്കോ മറ്റ് പ്രദേശങ്ങളിലേക്കോ കുടിയേറിയതിനെത്തുടർന്ന് ഗ്രാമീണമേഖലയിൽ 85 ശതമാനം സ്ത്രീകളും ഇന്ന് കൃഷിക്കാരായി മാറിയിരിക്കുന്നുവെന്നാണ് പഠനം സൂചിപ്പിക്കുന്നത്. എന്നാൽ, കൃഷിഭൂമിക്കുമേലുള്ള അവകാശം വളരെ കുറച്ച് സ്ത്രീകൾക്ക് മാത്രമേ ഉള്ളൂ എന്നതാണവസ്ഥ.. അതുകൊണ്ടുതന്നെ കൃഷി തുടർന്ന് ചെയ്യാനോ മെച്ചപ്പെടുത്താനോ ബാങ്കുകകളിൽ നിന്ന് വായ്പ ലഭിക്കാനാകാത്ത സാഹചര്യത്തിൽ വട്ടിപ്പലിശക്കാർ മാത്രമാണ് ഇവർക്കാശ്രയം. എന്നാൽ, വട്ടിപ്പലിശക്കാരുടെ കയ്യിൽനിന്ന് കടംവാങ്ങിയ കൃഷിക്കാർക്കുവേണ്ടി ഒന്നും ചെയ്യാനാവില്ല എന്ന് ധനമന്ത്രി പ്രഖ്യാപിച്ചുകഴിഞ്ഞു. കലാവതിയെപ്പോലെ ഓരോദിവസവും തള്ളിനീക്കാൻ സംഘർഷത്തിലേർപ്പെട്ടിരിക്കുന്ന ലക്ഷക്കണക്കിന് കുടുംബങ്ങൾക്ക് ആത്മവിശ്വാസം നല്കാൻ ചെറുപിന്തുണപോലും നല്കാൻ മന്ത്രി ചിദംബരത്തിനായിട്ടില്ല എന്നത് നിർഭാഗ്യകരമാണ്.

കടത്തിൽ മുങ്ങിയ കൃഷിക്കാർക്ക് ആശ്വാസം നല്കുന്നതുതന്നെയാണ് കടം എഴുതിത്തള്ളുമെന്ന ബജറ്റ് പ്രഖ്യാപനം. പക്ഷേ, കാർഷിക പ്രതിസന്ധിയെന്ന കടുത്ത രോഗത്തിനുള്ള ഒറ്റമൂലിയാണോ ഇത്തരം നടപടികൾ! യു പി എ സർക്കാരിന്റെ 2008–09 ബജറ്റിന്റെ പ്രധാന ദൗർബല്യം അത് മൂർഛിച്ചിരിക്കുന്ന രോഗത്തെ ചികിത്സിക്കുകയല്ല രോഗലക്ഷണത്തിന് ഒരു മുട്ടുശാന്തി നല്കുകമാത്രമാണ് ചെയ്യുന്നത് എന്നതാണ്. കർഷക ആത്മഹത്യകൾക്ക് കാരണം കടബാദ്ധ്യതയാണ്. എന്നാൽ, കടബാദ്ധ്യതയ്ക്ക് കാരണമോ? കഴിഞ്ഞ പതിനഞ്ച് വർഷത്തിലധികമായി ഇന്ത്യയിൽ നടപ്പാക്കിവരുന്ന ആഗോളവല്ക്കരണ സാമ്പത്തിക നയങ്ങളാണ് കാർഷിക പ്രതിസന്ധിയുടെ അടിസ്ഥാനമെന്ന കാരണം തിരിച്ചറിയാനോ അതിന്റെ ഉത്തരവാദിത്വം ഏറ്റെടുക്കാനോ ഇനിയും കോൺഗ്രസ് തയ്യാറാകുന്നില്ല എന്നതാണ് കൊട്ടിഘോഷിക്കപ്പെടുന്ന ഈ കേന്ദ്രബജറ്റിന്റെ നിറംകെടുത്തുന്നത്.

കേരളത്തിൽ കോൺഗ്രസുകാരുടെ ജനശ്രീ പദ്ധതി ഉദ്ഘാടനം ചെയ്ത ധനമന്ത്രി ചിദംബരം രാജ്യം നേടിയ വളർച്ചയുടെ ഗുണം ദരിദ്രരുടെ ജീവിതത്തിൽ പ്രതിഫലിക്കുന്നില്ല എന്ന് ഖേദിക്കുകയുണ്ടായി. പക്ഷേ, എന്തുകൊണ്ട് പ്രതിഫലിക്കുന്നില്ല എന്ന ചോദ്യത്തിന് മറുപടി നല്കാൻ ചിദംബരവും കോൺഗ്രസുകാരും ഇനിയും തയ്യാറല്ല എന്ന

സൂചനയാണ് കേന്ദ്രബജറ്റ് നല്കുന്നത്. രാജ്യത്ത് സമ്പന്നരും ദരിദ്രരും തമ്മിലുള്ള അസമത്വം നാടകീയമായി വർദ്ധിക്കുന്നതിനിടയാക്കിയ ഭരണനയങ്ങളെക്കുറിച്ച് ഒരു പുനർവിചിന്തനം ആവശ്യമാണെന്ന തോന്നൽ പോലുമില്ലാതെ തെരഞ്ഞെടുപ്പുവർഷത്തിൽ മാത്രം ഉദാരമായി ആനുകൂല്യങ്ങൾ നല്കിയതുകൊണ്ട് എന്ത് പ്രയോജനമാണുള്ളത്? ലോകത്തെ പട്ടിണിയുടെ പട്ടികയിൽ എത്യോപ്യയ്ക്കും പുറകിൽ 94-ാം സ്ഥാനമാണ് ഇന്ത്യക്ക് എന്ന അറിവുപോലും ദാരിദ്ര്യത്തെ കൂടുതൽ ശക്തമായി നേരിടാൻ യു പി എ സർക്കാരിനെ പ്രേരിപ്പിച്ചിട്ടില്ല എന്നതാണ് ബജറ്റ് നല്കുന്ന സൂചന. പൊതുവിതരണ സമ്പ്രദായം ശക്തിപ്പെടുത്തുമെന്ന പൊതുമിനിമം പരിപാടിയിലെ വാഗ്ദാനം അവസാന വർഷംപോലും നടപ്പാക്കാൻ യു പി എ സർക്കാർ തയ്യാറായിട്ടില്ല. ഭക്ഷ്യ സബ്സിഡിക്കായുള്ള വിഹിതത്തിൽ കഴിഞ്ഞവർഷത്തേക്കാൾ ആയിരം കോടി രൂപയുടെ വർദ്ധനവുമാത്രമാണുള്ളത്. പെട്രോൾ-ഡീസൽ വില കൂടി വർദ്ധിച്ചിരിക്കുന്ന സാഹചര്യത്തിൽ കമ്പോളവില നിയന്ത്രിക്കാൻ ശക്തമായ നടപടികളെടുത്തില്ലെങ്കിൽ പട്ടിണിയുടെ പട്ടികയിൽ ഇന്ത്യയുടെ അവസ്ഥ ഇതിലും മോശമാകുമെന്നതിൽ സംശയമില്ല.

ഏറ്റവും ഒടുവിൽ നടന്ന ദേശീയ കുടുംബാരോഗ്യ സർവ്വെ ഇന്ത്യയിലെ സ്ത്രീകളുടെയും കുഞ്ഞുങ്ങളുടെയും വിശേഷിച്ച് പെൺകുഞ്ഞുങ്ങളുടെ പോഷകാഹാരക്കുറവിന്റെ ഗൗരവം ചൂണ്ടിക്കാട്ടുന്നുണ്ട്. ഇടതുപക്ഷപാർട്ടികളും മഹിളാ അസോസിയേഷനും നിരന്തരം ഉയർത്തുന്ന ഭക്ഷ്യസുരക്ഷിതത്വമെന്ന ആവശ്യം കേന്ദ്രബജറ്റിന്റെ പരിഗണനയിലില്ലെന്നത് ആശങ്കയുളവാക്കുന്നുണ്ട്. 30 കോടിയിലധികം ജനങ്ങൾ ദിവസം 20 രൂപയിൽ താഴെ വരുമാനത്തിൽ ജീവിക്കുന്ന ഒരു രാജ്യത്ത് 68 ശതമാനം ഗ്രാമീണർ മാസം ആയിരം രൂപയിൽ താഴെ വരുമാനത്തിൽ ജീവിക്കുന്ന ഒരു രാജ്യത്ത് വികലമായ മാനദണ്ഡങ്ങളടിച്ചേല്പ്പിച്ച് ദരിദ്രരുടെ എണ്ണം വെട്ടിക്കുറയ്ക്കാനാണ് ഇപ്പോഴും യു പി എ സർക്കാർ ശ്രമിച്ചുകൊണ്ടിരിക്കുന്നത്. അതേസമയം പുതിയ കേന്ദ്രബജറ്റ് പ്രഖ്യാപിച്ചിട്ടുള്ള നിരവധി പെൻഷൻ പദ്ധതികളും ഇൻഷുറൻസ് പദ്ധതികളുമാകട്ടെ ദാരിദ്ര്യരേഖയ്ക്ക് താഴെയുള്ളവർക്കു മാത്രമാണ്. അശാസ്ത്രീയമായ ബി പി എൽ മാനദണ്ഡങ്ങൾക്കെതിരെ രാജ്യമാകെ പ്രതിഷേധമുയർന്നിട്ടും ഈ തെരഞ്ഞെടുപ്പ് ബജറ്റിൽപ്പോലും അർഹരായ ലക്ഷക്കണക്കിന് ദരിദ്രർക്ക് ആനുകൂല്യങ്ങൾ നിഷേധിക്കുന്ന സമീപനമാണ് യു പി എ സർക്കാർ സ്വീകരിച്ചിട്ടുള്ളത്. വാർദ്ധക്യകാല പെൻഷൻ കൂടുതൽപേർക്ക് നല്കാൻ തീരുമാനിച്ചെങ്കിലും ഇത് ബി പി എൽ ഗുണഭോക്താക്കൾക്ക് മാത്രമാണെന്നത് നിരാശയുണ്ടാക്കുന്നു. ഇന്ത്യയിൽ ഏറ്റവും കൂടുതൽ സ്ത്രീകൾ പണിയെടുക്കുന്ന അസംഘടിതമേഖലയിൽ രാഷ്ട്രീയസ്വാസ്ഥ്യ ബീമായോജന എന്ന പുതിയ ആരോഗ്യ ഇൻഷുറൻസ് പദ്ധതി ധനമന്ത്രി പ്രഖ്യാപിച്ചിട്ടുണ്ട്. എന്നാൽ, ഇതും ബി പി എൽ ഗുണഭോക്താക്കൾക്ക് മാത്രമായി പരിമിതപ്പെടു

ത്തിയിരിക്കുന്നു. അസംഘടിതമേഖലയിലെ സാമൂഹ്യസുരക്ഷാപദ്ധതികൾ മുഴുവൻ തൊഴിലാളികളെയും ഉൾപ്പെടുത്തിക്കൊണ്ടാണ് നടപ്പാക്കേണ്ടത്.

അങ്കണവാടി ജീവനക്കാരുടെ വേതനമുയർത്താനുള്ള ആവശ്യം മുൻനിർത്തി സി ഐ ടി യുവിന്റെ നേതൃത്വത്തിലുള്ള അങ്കണവാടി വർക്കേഴ്സ് ആന്റ് ഹെൽപ്പേഴ്സ് യൂണിയനും മഹിളാ അസോസിയേഷനും ഇടതുപക്ഷ പാർട്ടികളും പാർലമെന്റിനകത്തും പുറത്തുമായി വർഷങ്ങളായി നിരന്തരപ്രക്ഷോഭങ്ങൾ സംഘടിപ്പിച്ചുവരികയാണ്. ഈ സമ്മർദ്ദത്തിന് യു പി എ സർക്കാരിന്റെ അവസാനവർഷമെങ്കിലും പ്രതികരണമുണ്ടായി എന്നത് നല്ലതുതന്നെ. വർക്കർക്ക് 500 രൂപയുടെയും ഹെൽപ്പർക്ക് 250 രൂപയുടെയും വർദ്ധനവുണ്ടായിട്ടുണ്ടെങ്കിലും ഇതവർ ചെയ്യുന്ന അദ്ധ്വാനവുമായി താരതമ്യപ്പെടുത്തുമ്പോൾ പല സംസ്ഥാനങ്ങളിലും നിലവിലുള്ള മിനിമം കൂലിയുടെ ഒപ്പമായിട്ടില്ല എന്നതാണ് സത്യം. സേവനമെന്ന പേരുപറഞ്ഞ് ലക്ഷക്കണക്കിന് സ്ത്രീകളുടെ അദ്ധ്വാനത്തെ കുറഞ്ഞ വേതനത്തിന് ചൂഷണംചെയ്യുകയാണ് ഐ സി ഡി എസിൽ നടക്കുന്നത് എന്നതിൽ മാറ്റമൊന്നും ഈ വേതനവർദ്ധനവുകൊണ്ടും ഉണ്ടാകുന്നില്ല. എന്നുമാത്രമല്ല, ദീർഘകാലമായി അങ്കണവാടി ജീവനക്കാർ ആവശ്യപ്പെടുന്ന റിട്ടയർമെന്റ് ആനുകൂല്യങ്ങൾ സംബന്ധിച്ച് യാതൊരുറപ്പും നല്കാൻ ഇനിയും കേന്ദ്രസർക്കാർ തയ്യാറായിട്ടില്ല.

ആവശ്യമുള്ള എല്ലാ പ്രദേശങ്ങളിലും നിർബ്ബന്ധമായും അങ്കണവാടികൾ 2008 അവസാനത്തോടെ പ്രവർത്തനമാരംഭിക്കണമെന്ന സുപ്രീംകോടതിവിധി നടപ്പാക്കാനുള്ള വിഹിതമൊന്നും ധനമന്ത്രി ബജറ്റിൽ വകയിരുത്തിയിട്ടില്ല. ലോകത്ത് പോഷകാഹാരക്കുറവുകൊണ്ട് മരിക്കുന്ന കുഞ്ഞുങ്ങളിൽ 40 ശതമാനവും ഇന്ത്യയിലാണെന്നതും സ്വാതന്ത്ര്യത്തിന് 60 വർഷത്തിനുശേഷവും ഇന്ത്യയിലെ ശിശുമരണനിരക്ക് വളരെ ഉയർന്നതാണെന്നതുമൊന്നും ഇനിയും യു പി എ സർക്കാരിന്റെ പരിഗണനയിലില്ലെന്ന് ബജറ്റ് തെളിയിക്കുന്നു. ആരോഗ്യമേഖലയ്ക്ക് ജി ഡി പിയുടെ മൂന്ന് ശതമാനം മാറ്റിവയ്ക്കുമെന്ന പൊതുമിനിമം പരിപാടിയിലെ വാഗ്ദാനം അവസാനവർഷ ബജറ്റിൽപ്പോലും പാലിക്കാൻ കേന്ദ്രസർക്കാരിന് കഴിഞ്ഞിട്ടില്ല.

ജെന്റർ ബജറ്റിങ്ങിനെക്കുറിച്ച് 2004 മുതൽ ധനമന്ത്രി ചിദംബരം നടത്തുന്ന വാചകക്കസർത്തുകൾക്ക് പ്രായോഗിക രൂപം കൈവരിക്കാൻ ഈ അവസാന ബജറ്റിലെങ്കിലും—പൂർണ്ണമായിട്ടല്ലെങ്കിലും—കഴിഞ്ഞുവെന്നത് സ്വാഗതാർഹമാണ്. ചില വകുപ്പുകളൊഴിച്ച് ബാക്കിയെല്ലാം തന്നെ സ്ത്രീകൾക്കായുള്ള പദ്ധതികളുടെ വിലയിരുത്തൽ നടത്തിയിട്ടുണ്ട്. സ്ത്രീകൾക്കു മാത്രമായുള്ള പദ്ധതികൾക്ക് 11,460 കോടി രൂപയും സ്ത്രീകൾക്ക് കുറഞ്ഞത് 30 ശതമാനം വകയിരുത്തിയിട്ടുള്ള പൊതുപദ്ധതികൾക്കായി 16,202 കോടി രൂപയും വകയിരുത്തിയിട്ടുണ്ട്. ശിശുക്കൾ

ക്കായുള്ള പദ്ധതികൾ സംബന്ധിച്ച് പ്രത്യേകമായി ക്രോഡീകരിച്ച് നല്കിയിരിക്കുന്നു എന്ന പ്രത്യേകതയയും ഇത്തവണയുണ്ട്. എന്നാൽ, ജി ഡി പി യുമായി താരതമ്യംചെയ്യുമ്പോൾ കഴിഞ്ഞവർഷം ജി ഡി പിയുടെ 0.50 ശതമാനം സ്ത്രീകൾക്കായി വകയിരുത്തപ്പെട്ടെങ്കിൽ ഈ വർഷം അത് 0.52 ശതമാനമായി എന്ന നേരിയവർദ്ധനവ് മാത്രമാണ് കാണിക്കുന്നത്.

ജെന്റർ ബജറ്റിങ്ങിന്റെ തത്ത്വം പിന്തുടരാൻ സാധിച്ചിട്ടുണ്ടെങ്കിലും പദ്ധതികളുടെ ഉള്ളടക്കത്തിൽ ദൗർബല്യങ്ങൾ പ്രകടനമാണ്. സ്ത്രീകൾക്കായുള്ള മികച്ച പദ്ധതികളും നാളുകളായി നടപ്പാക്കിവരുന്ന പദ്ധതികളുടെ തുടർച്ചയോ തനിയാവർത്തനങ്ങളോ ആണ്. സ്ത്രീകളുടെ സാമ്പത്തിക ശാക്തീകരണം ലക്ഷ്യമാക്കി നടപ്പാക്കുന്ന സ്വയംസിദ്ധ, സ്വാധാർ പദ്ധതികൾ 2001 മുതൽ നടപ്പാക്കിവരുന്നവയാണ്. സ്വയംസഹായസംഘങ്ങൾ രൂപീകരിച്ചുകൊണ്ട് വായ്പ ലഭ്യമാക്കുക എന്ന ലക്ഷ്യത്തോടെ നടപ്പാക്കുന്ന സ്വയംസിദ്ധപോലുള്ള പദ്ധതികളിലൂടെ സ്ത്രീ ശാക്തീകരണം എന്ന മുദ്രാവാക്യം ഉയർത്തുന്നത് എത്രമാത്രം യാഥാർത്ഥ്യത്തെ പ്രതിഫലിപ്പിക്കുന്നുണ്ട് എന്ന് പരിശോധിക്കേണ്ടതാണ്. കൂട്ടായ്മയിലൂടെ സൃഷ്ടിക്കപ്പെടുന്ന ആത്മവിശ്വാസത്തിനപ്പുറത്തേക്ക് സ്വയംതൊഴിലുകളിലേർപ്പെട്ടിരിക്കുന്ന സ്ത്രീകൾക്ക് കമ്പോളത്തിലിടപെടാനുള്ള പ്രാപ്തി ലഭ്യമാക്കാനുള്ള ഫലപ്രദമായ നിർദ്ദേശങ്ങളില്ല എന്നതാണ് പല കേന്ദ്രപദ്ധതികളുടെയും ദൗർബല്യം. ദാരിദ്ര്യനിർമ്മാർജ്ജനത്തിന്റെയും ശാക്തീകരണത്തിന്റെയും അവസാനവാക്കായി സ്വയംസഹായസംഘങ്ങളെ കാണുകയും ഇതിനൊക്കെയുള്ള പ്രധാന സ്രോതസ്സായി വായ്പകളെ അംഗീകരിക്കുകയുംചെയ്യുന്ന സമീപനമാണ് യു പി എ സർക്കാർ സ്വീകരിച്ചിട്ടുള്ളത്. ഇടതുപക്ഷ പാർട്ടികളുടെയും മഹിളാസംഘടനകളുടെയും ശക്തമായ എതിർപ്പിനെത്തുടർന്ന് സെലക്ട് കമ്മിറ്റിക്ക് വിട്ടിരിക്കുന്ന മൈക്രോഫൈനാൻസ് ബില്ലിന്റെ പശ്ചാത്തലത്തിൽ ഇത്തരം സമീപനത്തിന്റെ അപകടം കൂടുതൽ ബോദ്ധ്യമാകുന്നുണ്ട്. ബാങ്കുമായി ഇതിനകംതന്നെ ലിങ്ക് ചെയ്യപ്പെട്ടിട്ടുള്ള സ്വയംസഹായസംഘങ്ങൾക്ക് എൽ ഐ സി യിലൂടെ ജനശ്രീബീമയോജനയിൽപ്പെടുത്തി ഇൻഷുറൻസ് നടപ്പാക്കുമെന്ന പ്രഖ്യാപനവും ബജറ്റിലുണ്ട്. ഇതിനാവശ്യമായ പകുതി പ്രീമിയത്തിനുള്ള വിഹിതമാണ് ബജറ്റിൽ വകയിരുത്തിയിട്ടുള്ളത്.

ഗ്രാമീണമേഖലയിൽ മൂന്നിലൊന്നിലധികം കുടുംബങ്ങൾ സ്ത്രീനേതൃത്വംകൊടുക്കുന്നതായി മാറിയിരിക്കുന്ന ഇന്നത്തെ സാഹചര്യത്തിൽ ബി പി എൽ ലിസ്റ്റ് മാത്രം മാനദണ്ഡമായെടുത്ത് ആവിഷ്കരിക്കുന്ന സാമൂഹ്യക്ഷേമപദ്ധതികൾകൊണ്ട് പരിഹരിക്കാൻ പറ്റുന്നവയല്ല ഇന്ത്യയിലെ കോടിക്കണക്കിന് സ്ത്രീകൾ നേരിടുന്ന ജീവിതപ്രശ്നങ്ങൾ. ഗാർഹികപീഡന നിരോധന നിയമമടക്കമുള്ള സംരക്ഷണ സംവിധാനങ്ങൾ നടപ്പിലാക്കുന്നതിനുള്ള ഉത്തരവാദിത്വം സംസ്ഥാനസർക്കാരുകൾക്കു

മേൽ കെട്ടിയേല്പ്പിച്ചുകൊണ്ട് നാമമാത്രമായ വിഹിതമാണ് ബജറ്റിൽ വകയിരുത്തിയിരിക്കുന്നത്. കഴിഞ്ഞ ഒന്നരദശകമായി കോൺഗ്രസും ബി ജെ പിയും ചേർന്ന് ഇന്ത്യൻ ജനതയ്ക്കുമേൽ അടിച്ചേല്പ്പിച്ച ദുരിതങ്ങളുടെ പ്രത്യാഘാതങ്ങൾ ഏറ്റവുമധികം സഹിക്കുന്ന കോടിക്കണക്കിന് സ്ത്രീകളെ സംബന്ധിച്ചിടത്തോളം ആദായനികുതിയുടെ പരിധി ഉയർത്തുന്നതിനേക്കാൾ വളരെ പ്രധാനമാണ് തൊഴിൽ സുരക്ഷിതത്വവും അതിക്രമങ്ങളിൽനിന്നും ദാരിദ്ര്യത്തിൽനിന്നുമുള്ള മോചനവും.

സാമ്പത്തിക സർവ്വെയുമായി ബന്ധപ്പെട്ട് തൊഴിൽസമയം പത്തുമണിക്കൂറാക്കി ഉയർത്തണമെന്ന ധനമന്ത്രിയുടെ പ്രസ്താവന മൂർച്ഛിച്ചുകഴിഞ്ഞ മറ്റൊരു രോഗത്തിന്റെ സൂചനയാണ് നല്കുന്നത്. ആഗോളവല്ക്കരണ-സ്വകാര്യവല്കരണ നയങ്ങൾ നിലവിലുണ്ടായിരുന്ന തൊഴിൽ സംരക്ഷണ നിയമങ്ങളെ അപ്രസക്തമാക്കിക്കൊണ്ടിരിക്കുന്ന സാഹചര്യത്തിലാണ് ഈ പ്രസ്താവനയെന്നത് യാദൃച്ഛികമാകാൻ വഴിയില്ല. ദൽഹിക്കടുത്തുള്ള 99 റെഡിമെയ്ഡ് ഫാക്ടറികളിൽ നടത്തിയ ഒരു പഠനം ചൂണ്ടിക്കാട്ടുന്നത് ഗാർമെന്റ് കയറ്റുമതി മേഖലയിൽ പണിയെടുക്കുന്ന സ്ത്രീകൾ ഇപ്പോൾ തന്നെ ശരാശരി 10 മുതൽ 15വരെ മണിക്കൂർ പണിയെടുക്കുന്നുണ്ട് എന്നാണ്. സർവ്വെ നടത്തിയ പകുതി കമ്പനികളിൽ ശരാശരി പ്രവൃത്തിസമയം 15 മണിക്കൂറാണ്. 8 മണിക്കൂർ പ്രവൃത്തിസമയം 10 മണിക്കൂറാക്കി ഉയർത്തണമെന്ന് ധനമന്ത്രി പറയുമ്പോൾ 15 മണിക്കൂർ പണിചെയ്യുന്നവരുടെ അവസ്ഥ എന്താകും! അസംഘടിതമേഖലയിലെ ബി പി എൽ ഗുണഭോക്താക്കൾക്കായി ഇൻഷുറൻസ് പദ്ധതി അവതരിപ്പിച്ച് കയ്യടിവാങ്ങിയ ചിദംബരം തന്നെ തൊഴിലവകാശങ്ങൾ അട്ടിമറിക്കാനുള്ള താല്പര്യങ്ങൾക്കും ഒത്താശചെയ്യുന്നു.

രാജ്യമെങ്ങും അഭിനന്ദനങ്ങളേറ്റുവാങ്ങുന്നുവെന്ന് അവകാശപ്പെടുന്ന കേന്ദ്രബജറ്റിന്റെ ലക്ഷ്യം തിരഞ്ഞെടുപ്പാണെന്നതിൽ കോൺഗ്രസുകാർക്കുപോലും രണ്ടുപക്ഷമുണ്ടാകില്ല. തിരഞ്ഞെടുപ്പിന്റെ പടിവാതിൽക്കല് നിന്നുകൊണ്ടാണെങ്കിലും ചില ആശ്വാസ പദ്ധതികൾ പ്രഖ്യാപിച്ചുവെന്നത് നല്ലതുതന്നെ. പക്ഷേ ഈ ബജറ്റിലും പ്രതിഫലിക്കുന്ന കോൺഗ്രസിന്റെ സത്യസന്ധതയില്ലായ്മയെക്കുറിച്ചോർത്ത് നിരാശതോന്നുന്നു. തങ്ങളുടെ വർഗ്ഗരാഷ്ട്രീയത്തിനനുസൃതമായി രാജ്യത്ത് ഒന്നര ദശകത്തിലധികമായി നടപ്പാക്കുന്ന സാമ്പത്തികനയങ്ങളുടെ പ്രത്യാഘാതങ്ങൾ ലക്ഷക്കണക്കിന് മനുഷ്യജീവിതങ്ങളെ തകർക്കുന്നതുകണ്ടിട്ടും രോഗത്തെ ചികിൽസിക്കാതെ രോഗലക്ഷണങ്ങളെ തല്ക്കാലം ശമിപ്പിക്കാനുള്ള ചെപ്പടിവിദ്യകൾ കാട്ടി കൈയടിവാങ്ങാൻ ഉത്തരവാദിത്വമുള്ള ഒരു രാഷ്ട്രീയപാർട്ടിക്ക് എങ്ങനെ കഴിയുന്നു!

(2008)

ജെന്റർ ബജറ്റിങ് കേവലം കണക്കും പ്രഖ്യാപനങ്ങളുമാകുമ്പോൾ

2005-06 സാമ്പത്തിക വർഷത്തെ കേന്ദ്ര ബജറ്റ് കൊട്ടിഘോഷിക്കപ്പെട്ടത് ആദ്യമായി കേന്ദ്രത്തിൽ അവതരിപ്പിക്കപ്പെട്ട ജെന്റർ ബജറ്റിങ്ങിന്റെ പേരിലാണ്. സ്ത്രീകൾക്ക് പ്രത്യക്ഷമായും പരോക്ഷമായും പ്രയോജനം ലഭിക്കുന്ന പദ്ധതികളെ സംബന്ധിച്ച പ്രസ്താവനകളും സ്ത്രീ പദവി സംബന്ധിച്ച ബജറ്റിലെ സൂചനകളും ഒരു പുതിയ പ്രതീക്ഷ സൃഷ്ടിച്ചു. എന്നാൽ 2010-2011 ബജറ്റ് അവതരിപ്പിക്കപ്പെടുമ്പോഴും ജെന്റർ ബജറ്റിങ്ങിനെക്കുറിച്ചുള്ള വാചകക്കസർത്തല്ലാതെ ലിംഗപദവി സംബന്ധിച്ചുള്ള ഗൗരവതരവരുന്ന വിശകലനങ്ങൾക്കോ ഇടപെടലുകൾക്കോ കേന്ദ്ര ധനമന്ത്രി തയ്യാറായില്ല എന്നത് യു പി എ സർക്കാരിന്റെ തനിനിറം തെളിയിക്കുന്നതാണ്. 2005-06 മുതൽ 2010-2011 വരെയുള്ള കേന്ദ്ര ബജറ്റുകൾ പൊതുവായി പരിശോധിച്ചാൽ കാണാൻ കഴിയുന്ന ഒരു കാര്യം ജനസംഖ്യയുടെ പകുതിയായ സ്ത്രീകൾ യു പി എ സർക്കാരിന്റെ മുൻഗണനാവിഷയമേ അല്ല എന്നതാണ്. കേന്ദ്രത്തിൽ സ്വതന്ത്രമായ ഒരു വനിത-ശിശു മന്ത്രാലയം 2006 ൽ ആരംഭിച്ചു എന്ന അവകാശവാദം ഉന്നയിക്കുന്ന യു പി എ സർക്കാർ, ഈ മന്ത്രാലയത്തിന്റെ സ്ഥാപനംകൊണ്ട് ശ്രദ്ധേയമായ ഒരു മാറ്റവും ബജറ്റിന്റെ ലിംഗപരിഗണനയിൽ ഉണ്ടായിട്ടില്ലെന്ന സത്യം മൂടിവെയ്ക്കുന്നു.

പ്രണബ്കുമാർ മുഖർജിയുടെ ബജറ്റിനെക്കുറിച്ച് പിറ്റേദിവസം വന്ന ഒരു വാർത്ത സ്ത്രീകൾക്കും കുട്ടികൾക്കുമായുള്ള പദ്ധതി വിഹിതത്തിൽ 50 ശതമാനത്തിന്റെ വർദ്ധനവ് എന്ന വമ്പൻ തലക്കെട്ടിലാണ്. വാസ്തവത്തിൽ ഇത് താരതമ്യം ചെയ്യേണ്ടത് 2009-2010 ബജറ്റിൽ സ്ത്രീകൾക്കായുള്ള പദ്ധതി വിഹിതത്തിൽ 42 ശതമാനത്തിന്റെ കുറവുണ്ടായിരുന്നു എന്ന വസ്തുതയുമായിട്ടാണ്. ഈ കുറവ് നികത്താൻ ഈ വർഷത്തെ ബജറ്റിൽ കഴിഞ്ഞിട്ടുണ്ടോ എന്ന പരിശോധന നടത്താതെ വർദ്ധ

നവിനെക്കുറിച്ച് പറഞ്ഞിട്ടെന്തുകാര്യം? കേവലം തുകയുടെ വലിപ്പം സംബന്ധിച്ച പ്രസ്താവനകൾകൊണ്ട് അപര്യാപ്തതകളെ മൂടിവെച്ച് ജനങ്ങളുടെ കണ്ണിൽ പൊടിയിടാനുള്ള സ്ഥിരം പ്രവണതയാണിത്. 2004–2005 മുതൽ 2009–2010 (ഒന്നാം യു പി എ സർക്കാർ) വരെയുള്ള കാലയളവിൽ വനിത–ശിശു വികസനപദ്ധതികൾക്കായുള്ള പദ്ധതി വിഹിതത്തിൽ സ്വാഭാവികമായും നേരിയ വർദ്ധനവ് തുകയിൽ കാണാം. എന്നാൽ 2004–05–ൽ പൊതു പദ്ധതിയുടെ 9 ശതമാനമായിരുന്ന ജെന്റർ ബജറ്റ് വിഹിതം 2009–10 ആയപ്പോഴേക്കും 3 ശതമാനമായി കുറഞ്ഞുവെന്നത് എവിടെയും പരിശോധിക്കപ്പെടുന്നില്ല. ഈ വർഷത്തെ ബജറ്റിൽ 2440 കോടി രൂപയുടെ അധിക വിഹിതം വനിത ശിശു മന്ത്രാലയത്തിനു വകയിരുത്തിയിട്ടുണ്ടെന്ന് പ്രഖ്യാപിക്കുമ്പോഴും പൊതു പദ്ധതിയിൽ വന്നിട്ടുള്ള വർദ്ധനവുമായി താരതമ്യപ്പെടുത്തുമ്പോൾ ഇത് തികച്ചും നിസ്സാരമാണ്. കണക്കുകൾകൊണ്ട് സ്ത്രീകളെയാകെ കബളിപ്പിക്കുന്ന അസാമാന്യപാടവമായി കേന്ദ്ര ധനമന്ത്രിയുടെ ജെന്റർ ബജറ്റിംഗ് മാറുന്നതിന് ഇത്തരം ഉദാഹരണങ്ങൾ നിരവധിയാണ്.

വനിത–ശിശു മന്ത്രാലയത്തിനുള്ള വിഹിതത്തിന്റെ 97.2 ശതമാനവും ശിശുവികസന പദ്ധതിയായ ഐ സി ഡി എസിനാണ് (ICDS). എന്നാൽ കഴിഞ്ഞ അഞ്ചുവർഷമായി കണ്ടുവരുന്ന പ്രവണത ബജറ്റിൽ ശിശുവികസനത്തിനായി വകയിരുത്തുന്ന തുകയും യഥാർത്ഥത്തിൽ ചെലവഴിക്കുന്ന തുകയും തമ്മിലുള്ള അന്തരം വൻതോതിൽ വർദ്ധിച്ചുവരുന്നതാണ്. ദേശീയ കുടുംബാരോഗ്യസർവ്വെ (III) പ്രകാരം ഇന്ത്യയിൽ മൂന്നുവയസ്സിനു താഴെയുള്ള നാലുകോടിയോളം കുഞ്ഞുങ്ങൾ ഭാരക്കുറവുള്ളവരാണ്. അഞ്ചുവയസ്സിനു താഴെയുള്ള കുഞ്ഞുങ്ങളിൽ 50 ശതമാനത്തിനും വിളർച്ചയുണ്ട്. 6.9 കോടി കുഞ്ഞുങ്ങൾക്ക് ICDS വഴി പോഷകാഹാരം വിതരണംചെയ്യുന്നുണ്ടെങ്കിലും പ്രീ സ്കൂൾ വിദ്യാഭ്യാസം 3.4 കോടി കുഞ്ഞുങ്ങൾക്കു മാത്രമേ ലഭിക്കുന്നുള്ളൂ. ആയിരം ജനസംഖ്യക്ക് ഒന്ന് എന്ന തോതിൽ അങ്കണവാടികൾ വ്യാപിപ്പിക്കണമെന്ന സുപ്രിംകോടതിയുടെ നിർദ്ദശമുണ്ടായിട്ടും ആവശ്യമുള്ളതിനെ അപേക്ഷിച്ച് 95731 അങ്കണവാടികളുടെ കുറവ് രാജ്യത്തുണ്ടെന്ന് 2009 ലെ വനിതാ ശിശുമന്ത്രാലയത്തിന്റെ കണക്കുകൾ കാണിക്കുന്നു. ഈ കുറവുകളൊന്നും പരിഹരിക്കുകപോയിട്ട് പരിശോധിക്കാൻപോലും ബജറ്റ് തയ്യാറായിട്ടില്ല എന്നത് ഖേദകരംതന്നെയാണ്.

വനിത – ശിശുവികസന പദ്ധതിയുടെ 2.4 ശതമാനം മാത്രമേ സ്ത്രീകൾക്കായുള്ളു എന്നത് ഇന്ത്യയിലെ സ്ത്രീകളുടെ സങ്കീർണ്ണമായ പ്രശ്നങ്ങളും അതിനോടുള്ള കേന്ദ്രസർക്കാരിന്റെ സമീപനവും തമ്മിലുള്ള വൈരുദ്ധ്യം നാടകീയമായി വെളിവാക്കുന്നതാണ്. ഇന്ത്യയിലെ സ്ത്രീകളിൽ 35 ശതമാനത്തോളംപേർ ശാരീരിക പീഡനങ്ങൾക്കും ലൈംഗികാക്രമണങ്ങൾക്കും വിധേയരാകുന്നുണ്ട് എന്ന വസ്തുതയുടെ പശ്ചാത്തലത്തിൽ പോലും ദേശീയ വനിതാ കമീഷന്റെ പ്രവർത്തനങ്ങൾക്ക് ഒരു പരിഗണനയും കേന്ദ്ര സർക്കാർ നല്കുന്നില്ല. ദേശീയ വ

നിതാകമ്മീഷന് കഴിഞ്ഞവർഷം നൽകിയ തുകയിൽ ഏതാണ്ട് 2 കോടിയുടെ വെട്ടിക്കുറവാണ് ഈ വർഷം ഉണ്ടായിട്ടുള്ളത്. ഇതിനേക്കാൾ ആശങ്കാജനകമായിട്ടുള്ളത് ലൈംഗികാക്രമണങ്ങൾക്ക് ഇരകളാകുന്ന സ്ത്രീകളുടെ പുനരധിവാസത്തിനായി വകയിരുത്തിയിട്ടുള്ള തുകയിൽ വന്ന ഇടിവാണ്. കഴിഞ്ഞ ബജറ്റിൽ 53.1 കോടി രൂപയാണ് ഇതിനായി വകയിരുത്തിയത്. ചെലവഴിച്ചതാകട്ടെ കേവലം 16 ലക്ഷം. ഈ ബജറ്റിൽ വകയിരുത്തൽതന്നെ 36 കോടി രൂപയായി വെട്ടിക്കുറച്ചിരിക്കുകയാണ്. വകയിരുത്തുന്നതിലും ചെലവഴിക്കുന്നതിലും വന്നിട്ടുള്ള ഈ ഇടിവും പൊതുപ്രസ്താവനകളുടെ മറവിൽ ഒളിപ്പിക്കപ്പെട്ടിരിക്കുന്നു. ഗാർഹികപീഡനത്തിൽനിന്നുള്ള സംരക്ഷണനിയമത്തിന്റെ നിർവ്വഹണത്തിനായി ഒരു പൈസപോലും 2010–2011ലെ കേന്ദ്ര ബജറ്റിലില്ലെന്നത് തികച്ചും പ്രതിഷേധാർഹമാണ്. കേന്ദ്രസർക്കാർ പാസാക്കുന്ന നിയമങ്ങളുടെ നിർവ്വഹണത്തിനായുള്ള എല്ലാ ബാദ്ധ്യതയും സംസ്ഥാനസർക്കാരുകളുടെമേൽ കെട്ടിവയ്ക്കുന്ന പ്രവണതയുടെ ഭാഗംതന്നെയാണിത്.

സ്ത്രീകളുടെ സാമ്പത്തിക ഉന്നമനത്തിന് എന്നപേരിൽ കൊട്ടിഘോഷിച്ച് ആരംഭിച്ച രാഷ്ട്രീയ മഹിളാകോഷി (RMK) ന്റെ അവസ്ഥയാണെങ്കിൽ ഇതിനേക്കാൾ പരിതാപകരമാണ്. 2009–2010ലെ ബജറ്റ് പ്രസംഗത്തിൽ കേന്ദ്ര ധനമന്ത്രി പ്രഖ്യാപിച്ചത് സാമൂഹ്യ--സാമ്പത്തിക വികസനത്തിൽ സ്ത്രീകളുടെ പങ്ക് നിർണ്ണായകമാണെന്നതിനാൽ രാഷ്ട്രീയ മഹിളാകോഷിനുള്ള പദ്ധതി വിഹിതം വരും വർഷങ്ങളിൽ 100 കോടിയിൽനിന്ന് 500 കോടിയായി ഉയർത്തും എന്നാണ്. എന്നാൽ കഴിഞ്ഞവർഷംതന്നെ ഇതിനായി യഥാർത്ഥത്തിൽ മാറ്റിവെച്ച തുക അതിനുമുമ്പുള്ള വർഷത്തെ 32 കോടിയിൽനിന്ന് 20 കോടിയായി കുറഞ്ഞിരുന്നു. ഈ വർഷമാകട്ടെ 20 കോടിയിൽനിന്ന് 15 കോടിയായി കുറച്ചിരിക്കുന്നു! യു എൻ ഡി പിയുടെ മനുഷ്യവികസന റിപ്പോർട്ടിനെ ഉദ്ധരിച്ചുകൊണ്ട് കേന്ദ്ര പ്ലാനിങ് കമീഷന്റെ ഇക്കണോമിക് സർവ്വെ ഇന്ത്യയുടെ ശോചനീയാവസ്ഥ സംബന്ധിച്ച് ചില ജാഗ്രതപ്പെടുത്തലുകൾ നടത്തുന്നുണ്ട്. മനുഷ്യവികസനത്തിൽ 182 രാജ്യങ്ങളിൽ 134–ാം സ്ഥാനം മാത്രമാണ് ഇന്ത്യയുടേത് എന്നും ലിംഗപദവി വികസനത്തിൽ 155 രാജ്യങ്ങളിൽ 114–ാം സ്ഥാനം മാത്രമേ ഉള്ളുവെന്നതും ചൂണ്ടിക്കാണിച്ചുകൊണ്ട് ഈ അവസ്ഥ മെച്ചപ്പെടുത്താൻ ഊന്നൽ നല്കണം എന്നാണ് പ്ലാനിങ് കമീഷന്റെ ഉപദേശം. എന്നാൽ കേന്ദ്ര സർക്കാരിന്റെ ബജറ്റിൽ ഇന്ത്യയുടെ സമകാലിക യാഥാർത്ഥ്യങ്ങൾ പ്രതിഫലിക്കാതിരിക്കുന്നതിലൂടെ ഇത്തരം ഉപദേശങ്ങൾ അക്കാദമിക് വ്യായാമങ്ങൾ മാത്രമായി ചുരുങ്ങിപ്പോകുന്നു എന്നതാണ് സത്യം.

ജനസംഖ്യയുടെ 77 ശതമാനം ദിവസം 20 രൂപയിൽ കുറഞ്ഞ വരുമാനംകൊണ്ട് ജീവിക്കുന്ന ഒരു രാജ്യത്ത് പെട്രോളിന്റെയും ഡീസലിന്റെയും വില വർദ്ധനവും വില നിയന്ത്രണം എടുത്തുകളയലും മണ്ണെണ്ണയുടെയും പാചകവാതകത്തിന്റെയും വില വർദ്ധിപ്പിക്കാനുള്ള നീക്കങ്ങ

ളും എന്ത് പ്രത്യാഘാതങ്ങളാണ് സൃഷ്ടിക്കുക എന്ന ആശങ്ക കേന്ദ്ര ബജറ്റിന്റെ ഏഴയലത്തുപോലും വരുന്നില്ല. യു പി എ സർക്കാരിന്റെ പുതിയ ഭക്ഷ്യസുരക്ഷ നിയമത്തെക്കുറിച്ച് പല ആശങ്കകൾ നിലവിലിരിക്കുമ്പോൾത്തന്നെ, ഇത് നടപ്പാക്കുന്നതിന് ഒരു പൈസപോലും നീക്കിവെച്ചിട്ടില്ല എന്നത് അപഹാസ്യമാണ്. കൃഷിക്കാരികൾക്ക് 100 കോടി രൂപയുടെ പിന്തുണ എന്നതാണ് ഏറ്റവും വിചിത്രമായ പ്രഖ്യാപനം. ഒരു ഭാഗത്ത് വളത്തിന്റെ സബ്സിഡി എടുത്തുകളയുകയും ദരിദ്ര–ചെറുകിട കൃഷിക്കാരെ അവഗണിക്കുകയും ജീവിതച്ചെലവുകൾ വർദ്ധിപ്പിക്കുകയും ചെയ്യുന്ന സർക്കാർ 100 കോടി രൂപയെന്ന നിസ്സാര തുകകൊണ്ട് കോടിക്കണക്കായ പാവപ്പെട്ട സ്ത്രീകളെ എങ്ങനെ സഹായിക്കുമെന്നാണ്! വലതുകൈ ചെയ്യുന്നത് ഇടതുകൈ അറിയില്ലെന്ന വിചിത്രമായ സമീപനം രണ്ടുലക്ഷത്തിലധികം വരുന്ന, ആത്മഹത്യചെയ്ത കർഷകരുടെ വിധവകളെത്തന്നെ അപമാനിക്കലാണ്. പുതിയ ദേശീയവനിതാ ശാക്തീകരണമിഷൻ ആരംഭിക്കുമെന്ന പ്രഖ്യാപനം ഒരു പ്രതീക്ഷയും സൃഷ്ടിക്കുന്നതല്ല. അതിന്റെ നിർദ്ദേശത്തിൽത്തന്നെ ഉള്ളത് നിലവിലുള്ള വിവിധവകുപ്പുകളുടെ സ്ത്രീ വികസനപദ്ധതികളെ ഒരു മിഷന്റെ കീഴിലാക്കുക എന്നതുമാത്രമാണ്.

വിലക്കയറ്റത്തിന്റെയും പട്ടിണിയുടെയും ഈ കാലത്ത് ഗ്രാമീണ മേഖലയിലെ തൊഴിലില്ലായ്മ പരിഹരിക്കുക എന്ന ലക്ഷ്യത്തോടെ ആവിഷ്കരിച്ച ദേശീയ ഗ്രാമീണ തൊഴിലുറപ്പു പദ്ധതിക്ക് നല്കേണ്ട ഊന്നൽപോലും നൽകാൻ കേന്ദ്ര ധനമന്ത്രി തയ്യാറായിട്ടില്ല. കേരളത്തിലൊഴിച്ച് മറ്റ് സംസ്ഥാനങ്ങളിൽ 80 രൂപയിൽ താഴെ മാത്രമുള്ള മിനിമം കൂലി വർദ്ധിപ്പിക്കാനോ കൂടുതൽ വികസന പ്രവർത്തനങ്ങൾ ഏറ്റെടുക്കുന്നതിനോ കൂടുതൽ തൊഴിലവസരങ്ങൾ സൃഷ്ടിക്കുന്നതിനോ ഒരു നിർദ്ദേശവും തൊഴിലുറപ്പു പദ്ധതി സംബന്ധിച്ച് ബജറ്റിലില്ല. ഇതിനായി വകയിരുത്തിയിരിക്കുന്ന തുകയിൽ കേവലം 2.5 ശതമാനത്തിന്റെ വർദ്ധനവു മാത്രമാണുണ്ടായിരിക്കുന്നത്.

ഇന്ത്യയിൽ സ്ത്രീകൾ നേരിടുന്ന സങ്കീർണ്ണമായ സാമൂഹ്യ–സാമ്പത്തിക അസമത്വങ്ങൾ സംബന്ധിച്ച ആത്മാർത്ഥമായ ഒരു പരിശോധനയും അത് പരിഹരിക്കുന്നതിനുള്ള ഫലപ്രദമായ ഒരു ഇടപെടലും ഇല്ല എന്നതാണ് യു പി എ സർക്കാരിന്റെ 2010–2011 ബജറ്റിന്റെ ദൗർബ്ബല്യം. ഒരു ഭാഗത്ത് കോർപ്പറേറ്റുകൾക്ക് ഉത്തേജനം നല്കുന്ന കേന്ദ്ര ബജറ്റ് മറുഭാഗത്ത് സാമൂഹ്യ സുരക്ഷിതത്വത്തിന് ഊന്നൽ നല്കുന്നുണ്ട് എന്ന വലതുപക്ഷ മാധ്യമങ്ങളുടെ പ്രചാരണം പൂർണ്ണമായും കളവാണെന്ന് വിശകലനങ്ങൾ തെളിയിക്കുന്നു. കേവലം കണക്കിലെ കളികൊണ്ട് എത്രനാൾ സ്ത്രീകളെ കബളിപ്പിക്കാനാകും!

(2010)

സ്ത്രീ പോരാട്ടത്തിന്റെ പുതിയ നൂറ്റാണ്ടിലേക്ക്

'ഒരു രാജ്യത്തിന്റെ വളർച്ച വിലയിരുത്താൻ അവിടത്തെ സ്ത്രീ പദവി നോക്കിയാൽ മതി.' സ്വതന്ത്ര ഇന്ത്യയുടെ ആദ്യ പ്രധാനമന്ത്രിയും ഇന്ത്യൻ നാഷണൽ കോൺഗ്രസിന്റെ നേതാവുമായ ജവഹർലാൽ നെഹ്റുവിന്റെതാണീ വാക്കുകൾ. അഭിപ്രായ വ്യത്യാസം ഒട്ടും വേണ്ട തില്ലാത്ത ഈ പ്രസ്താവനയുടെ അടിസ്ഥാനത്തിൽ ഇന്ത്യൻ സമൂഹത്തെ വിലയിരുത്തിയാൽ കിട്ടുന്ന ചിത്രമെന്തായിരിക്കും? സാർവ്വദേശീയ വനിതാ ദിനത്തിന്റെ ഒരു നൂറ്റാണ്ടു പിന്നിടുന്ന ലോകത്ത്, ഏറ്റവുമധികം ജനസംഖ്യയുള്ള രണ്ടാമത്തെ രാജ്യത്തിലെ സ്ത്രീകളുടെ ജീവിതാവസ്ഥകളെയും പദവിയെയും കുറിച്ചുള്ള പരിശോധനയ്ക്ക് വലിയ പ്രസക്തിയുണ്ട്. നൂറുവർഷം മുമ്പുള്ള ഇന്ത്യയിലെ സ്ത്രീകളുടെ ജീവിതാവസ്ഥയിൽ നിന്ന് ഏറെ മുമ്പോട്ടു പോയിട്ടുണ്ടെന്നുള്ളത് ശരിതന്നെ. ലിംഗ തുല്യത ഭരണഘടനാ വാഗ്ദാനമായി സ്വീകരിച്ചിട്ടുള്ള ഒരു രാജ്യമാണിന്ത്യ. എന്നാൽ സ്വാതന്ത്ര്യത്തിന്റെ ആറു ദശകങ്ങൾ പിന്നിട്ടു കഴിഞ്ഞിട്ടും സ്ത്രീയുടെ ജനാധിപത്യ അവകാശങ്ങൾപോലും നിഷേധിക്കപ്പെടുന്ന ഒരു സമൂഹത്തിൽ ലിംഗതുല്യതയിലേക്ക് ഇനിയുമെത്ര ദൂരമെന്ന ആകുലതയിലേക്ക് സ്ത്രീകളെയാകെ തള്ളിവിടുന്ന സാഹചര്യമാണ് ഇന്ത്യയിൽ നിലനില്ക്കുന്നത്.

ഗ്രാമീണ ഇന്ത്യയിൽ 75 ശതമാനം സ്ത്രീകളും വിളർച്ച നേരിടുന്നവരാണ്. കുഞ്ഞുങ്ങളിൽ 50 ശതമാനത്തോളം പോഷണക്കുറവിന്റെ പ്രയാസങ്ങൾ നേരിടുന്നുണ്ട്. ശിശു മരണനിരക്കിന്റെ കാര്യത്തിൽ ആയിരം ജനങ്ങൾക്ക് 55 എന്ന നിലയിൽ ഉയർന്ന നിരക്കാണ് പതിനൊന്നു പഞ്ചവത്സര പദ്ധതികൾ പൂർത്തിയാകുമ്പോഴും ഉള്ളത് (കേരളത്തിൽ ഇത് 12 മാത്രമാണ്). സ്ത്രീ പുരുഷ അനുപാതത്തിൽ പുരുഷന്മാരെക്കാൾ സ്ത്രീകളുടെ എണ്ണം കുറഞ്ഞുകൊണ്ടേയിരിക്കുന്ന പ്രവണത

യാണ് സാമ്പത്തിക വളർച്ചയിൽ മുന്നിട്ടു നില്ക്കുന്ന പഞ്ചാബിലും ഹരിയാനയിലും കാണുന്നത്. ഇന്ത്യയിലെ സ്ത്രീ ജനസംഖ്യയിൽ പാതിയിയിലേറെ ഇപ്പോഴും നിരക്ഷരരാണ്. ആകെ കുടുംബങ്ങളിൽ മൂന്നിലൊന്നോളം സ്ത്രീകൾ കുടുംബനാഥയായിട്ടുള്ളവയാണ്. ഇന്ത്യയിലെ വിവാഹിതരായ സ്ത്രീകളിൽ മൂന്നിൽ രണ്ടുപേർക്കും കുടുംബത്തിനകത്ത് അതിക്രമങ്ങൾ നേരിടേണ്ടിവരുന്നു. ഇന്ത്യയിലെ ജനസംഖ്യയിൽ എഴുപത്തി ഏഴു ശതമാനം പേർ ഒരുദിവസത്തിൽ ഇരുപതു രൂപയിൽ താഴെ വരുമാനത്തിൽ ജീവിക്കുന്നു എന്ന വസ്തുതകൂടി ഇതോടൊപ്പം കൂട്ടി വാച്ചാലോ! ലോക പട്ടിണി പട്ടികയിൽ (2010) സബ്സഹാറൻ ആഫ്രിക്കൻ രാജ്യങ്ങൾക്കൊപ്പം 67–ാം സ്ഥാനത്താണ് ഇന്ത്യ എന്നതു കൂടിയായാൽ? സ്ത്രീ ജീവിതാവസ്ഥയെക്കുറിച്ചുള്ള ഈ വസ്തുതകൾ നല്കുന്ന സമകാലിക ഇന്ത്യയുടെ ചിത്രമെന്താണ്?

സാമ്രാജ്യത്വ കൊള്ളയ്ക്കായി രാജ്യത്തിന്റെ സമ്പദ്‌വ്യവസ്ഥ ഉദാരമാക്കിക്കൊടുത്ത ഇന്ത്യൻ ബൂർഷ്വാ ഭരണവർഗ്ഗം സ്വാതന്ത്ര്യസമരത്തിലൂടെ ഒരു ജനത നേടാനാഗ്രഹിച്ച സാമൂഹിക നീതിയുടെയും ജീവിത സുരക്ഷയുടെയും പ്രതീക്ഷകളെയാണ് തകർത്തത്. മുകളിൽ ചൂണ്ടിക്കാണിച്ച സ്ത്രീകളുടെ ദുരിതാവസ്ഥകൾ രൂക്ഷമാക്കുന്ന തരത്തിലുള്ള ഉദാരവല്ക്കരണ നടപടികളുമായിത്തന്നെ തങ്ങൾ മുന്നോട്ടു പോകുമെന്ന പ്രഖ്യാപനമാണ് രണ്ടാം യു പി എ സർക്കാർ സാർവ്വദേശീയ വനിതാദിനത്തിന്റെ നൂറാം വർഷത്തിലും ചെയ്തത്. കേന്ദ്ര ധനമന്ത്രി പ്രണബ്മുഖർജി അവതരിപ്പിച്ച 2011–12 ന്റെ ബജറ്റ് കോൺഗ്രസിന്റെ സാമ്രാജ്യത്വ വിധേയത്തത്തിന്റേയും, സാമൂഹികനീതി നിഷേധത്തിന്റെയും അപമാനകരമായ നിലപാടുകളുടെ പ്രഖ്യാപനമാണ്.

1952 ൽ ആരംഭിച്ച പഞ്ചവത്സര പദ്ധതികളിൽ ഒൻപതാം പദ്ധതി മുതൽ സ്ത്രീകൾക്കായുള്ള പദ്ധതികളുടെ ഉള്ളടക്കത്തിൽ കാണുന്ന നിർണ്ണായക മാറ്റം സ്ത്രീശാക്തീകരണത്തെക്കുറിച്ചുള്ള പരിഗണനയാണ്. സ്ത്രീകളെ അമ്മമാരും കുടുംബത്തിലെ സേവനദായകരും മാത്രമായി കണ്ടിരുന്ന എട്ടാം പദ്ധതിവരെയുള്ള സമീപനത്തിൽ നിന്നുള്ള വ്യതിയാനമായിരുന്നു ഇത്. എന്നാൽ സ്ത്രീകളുടെ വരുമാന വർദ്ധനവിനും തൊഴിൽ പരിശീലനത്തിനും മറ്റുമായുള്ള ശാക്തീകരണ പദ്ധതികൾക്കപ്പുറത്തേക്ക് ബജറ്റിനെത്തന്നെ ലിംഗപദവി പരിഗണനയോടെ സമീപിക്കുന്ന ജെന്റർ ബജറ്റിന്റെ പരാമർശങ്ങൾ പത്താം പദ്ധതിയിൽ മാത്രമാണ് കേന്ദ്രബജറ്റിൽ വരുന്നത്. കേരളത്തിൽ ഒൻപതാം പഞ്ചവത്സര പദ്ധതിയിൽ തന്നെ തദ്ദേശ ഭരണസ്ഥാപനങ്ങളുടെ പദ്ധതിയിൽ വനിതാ ഘടക പദ്ധതി സമീപനം സ്വീകരിക്കപ്പെട്ടു എന്നത് ശ്രദ്ധേയമാണ്. കഴിഞ്ഞ മൂന്നു നാലു വർഷമായി ജെന്റർ ബജറ്റിന്റേതായ പ്രസ്താവനകൾ കേന്ദ്ര ധനമന്ത്രിമാർ അവതരിപ്പിക്കുന്ന സാമ്പത്തിക റിപ്പോർട്ടിലും ബജറ്റിലുമുണ്ടാകാറുണ്ട്. എന്നാൽ പ്രഖ്യാപനങ്ങൾക്കപ്പുറത്തേക്ക് ഉള്ളടക്കത്തിന്റെ കാര്യത്തിൽ ലിംഗനീതിയുടെ യഥാർത്ഥ ആവശ്യങ്ങൾ പരിഗണിക്കുന്നതിനായുള്ള ഒരു ശ്രമവും ഉണ്ടാകാറില്ല.

2011–12 ലെ കേന്ദ്ര ബജറ്റാകട്ടെ ഇന്ത്യൻ സ്ത്രീയുടെ അസ്തിത്വത്തെ ത്തന്നെ പൂർണ്ണമായും വിസ്മരിക്കുകയോ അവഗണിക്കുകയോ ചെയ്തിരിക്കുന്നു.

2010–11 ന്റെ ബജറ്റുമായി താരതമ്യപ്പെടുത്തിയാൽ സ്ത്രീകൾക്കായുള്ള പദ്ധതി വിഹിതത്തിൽ നാമമാത്രമായ വർദ്ധനവ് മാത്രമാണ് ഈ വർഷത്തെ പദ്ധതിയിൽ കാണുന്നത്. 2010–11 ൽ ആകെ പദ്ധതി അടങ്കലിന്റെ 6.1 ശതമാനമായിരുന്നു വനിതാ ഘടക പദ്ധതിയെങ്കിൽ 2011–12 ൽ അത് 6.2 ശതമാനം മാത്രമായിട്ടാണ് വർദ്ധിച്ചിരിക്കുന്നത്. കേരള സർക്കാരിന്റെ 2011–12 വാർഷിക പദ്ധതിയുടെ 9.4 ശതമാനമെന്ന നിലയിൽ സംസ്ഥാനങ്ങളിൽ ഏറ്റവും ഉയർന്ന വനിതാ ഘടക പദ്ധതി വിഹിതമാണ് കേരളത്തിന്റേത് എന്നത് ഇവിടെ കൂട്ടിവായിക്കാം. കേന്ദ്ര പ്ലാനിങ് കമീഷൻ പ്രസിദ്ധീകരിച്ച സാമ്പത്തിക സർവ്വെ ഇന്ത്യയിലെ സ്ത്രീകളുടെ അവസ്ഥയെ സമീപിച്ചിരിക്കുന്ന രീതി തന്നെ തികച്ചും സാമ്പ്രദായികമായിട്ടാണ്. പരമ്പരാഗതമായ രീതിയിൽ കുടുംബക്ഷേമവുമായി ബന്ധപ്പെട്ട സ്ത്രീയുടെ ആവശ്യങ്ങൾക്കപ്പുറത്തേക്ക് ലിംഗപദവി പ്രശ്നങ്ങൾ ചർച്ച ചെയ്യാൻ സാമ്പത്തിക സർവ്വെ തന്നെ മെനക്കെടുന്നില്ല എന്നത് യു പി എ സർക്കാരിന്റെ പരിമിതികളെയാണ് സൂചിപ്പിക്കുന്നത്. സ്ത്രീകൾക്കായുള്ള പദ്ധതികളിൽ നല്ല പങ്കും വിദ്യാഭ്യാസത്തിനു വേണ്ടിയാണ് (36.4 ശതമാനം). ആരോഗ്യത്തിനാണ് രണ്ടാം പരിഗണന (27.4 ശതമാനം.) സ്ത്രീകൾക്കായുള്ള പദ്ധതി വിഹിതത്തിന്റെ 20 ശതമാനം മാത്രമാണ് സാമ്പത്തിക വരുമാന വർദ്ധനവിനായുള്ള പദ്ധതികൾക്കുള്ളത്. ഈ വർഷത്തെ ബജറ്റിൽ കേന്ദ്ര ധനമന്ത്രി സ്ത്രീകൾക്കായുള്ള മുഖ്യ പ്രഖ്യാപനമെന്ന നിലയിൽ അവതരിപ്പിച്ചത് സ്വയം സഹായ സംഘങ്ങൾക്കായുള്ള പ്രത്യേക ഫണ്ട് രൂപീകരിക്കുമെന്നുള്ളതാണ്. 500 കോടി രൂപയാണ് ഇതിനായി വകയിരുത്തിയത്. എന്നാൽ ഈ പ്രഖ്യാപനം, മൈക്രോഫിനാൻസ് കൊള്ളയുടെ ഭാഗമായി ആത്മഹത്യകൾ പെരുകുന്ന ഇന്ത്യൻ സാഹചര്യത്തിൽ ഒരാശ്വാസവും നല്കുന്നില്ല. എന്നു മാത്രമല്ല, രാഷ്ട്രീയ മഹിളാകോശ് എന്ന സർക്കാർ സംവിധാനത്തെ ഈ ഫണ്ട് കൈകാര്യം ചെയ്യുന്നതിനുള്ള കോർപ്പറേഷൻ (Non Banking Finance Corporation) ആക്കി മാറ്റുമെന്ന പ്രഖ്യാപനം സർക്കാർ തന്നെ കൊള്ളയ്ക്കു കൂട്ടുനില്ക്കാൻ പോകുന്നുവെന്ന ആശങ്കയാണുണ്ടാക്കുന്നത്. മൈക്രോഫിനാൻസ് സ്ഥാപനങ്ങളെ സംബന്ധിച്ച് റിസർവ്വ് ബാങ്ക് നിയോഗിച്ച മലേഗം കമ്മിറ്റി റിപ്പോർട്ടിനെ സംബന്ധിച്ച് സാമ്പത്തിക സർവ്വെയിൽ സർക്കാർ നല്കുന്ന പ്രതികരണം സ്വയം സഹായസംഘങ്ങൾക്കുമേൽ മൈക്രോഫിനാൻസ് സ്ഥാപനങ്ങൾ ചെലുത്തുന്ന കൊള്ളപ്പലിശയ്ക്ക് പരിധി നിശ്ചയിക്കാൻ തങ്ങൾ തയ്യാറല്ലെന്നു തന്നെയാണ്.

മഹിളാ കിസാൻ ശാക്തീകരൺ പരിയോജന, ഇന്ദിരാഗാന്ധി മാതൃത്വ സഹയോഗ് യോജന, സ്വാധാർ തുടങ്ങിയ നിരവധി ആകർഷകമായ പേരുകളും ആവേശകരമായ പ്രഖ്യാപനങ്ങളും കൊണ്ട്

സമ്പന്നമായിരുന്നു കഴിഞ്ഞ വർഷത്തെ കേന്ദ്ര ബജറ്റ്. പത്തുവർഷത്തിനിടയിൽ 2 ലക്ഷത്തിലധികം കൃഷിക്കാർ ആത്മഹത്യ ചെയ്യുകയും ആ കുടുംബങ്ങളുടെ ഭാരം സ്ത്രീകളുടെ ചുമലിൽ വരികയും ചെയ്ത സാഹചര്യത്തിൽ വിധവകളായ സ്ത്രീകൾക്ക് കൃഷിയിൽ സഹായമെന്ന നിലയിലാണ് മഹിളാ കിസാൻ ശാക്തീകരൺ പരിയോജന പ്രഖ്യാപിച്ചത്. എന്നാൽ കഴിഞ്ഞതവണ അതിനായി വകയിരുത്തിയത് 100 കോടി എന്ന പരിമിതമായ വിഹിതമാണ്. അതിൽ ഒരു രൂപപോലും ഇതേവരെയും ചെലവഴിച്ചിട്ടില്ല. അതുകൊണ്ടുതന്നെ കേന്ദ്ര ധനമന്ത്രി ബുദ്ധിപൂർവ്വം ഒരു തീരുമാനമെടുത്തു. ആ പദ്ധതി ഈ വർഷം പരാമർശിക്കപ്പെടേണ്ടതേയില്ല! ഇപ്പോഴും തങ്ങളുടെ ഉറ്റവരുടെ ആത്മഹത്യ ചെയ്ത ജഡം കണികണ്ടുണരേണ്ടിവരുന്ന സ്ത്രീകളുടെയും കുഞ്ഞുങ്ങളുടെയും വിലാപങ്ങളൊടുങ്ങാത്ത ഇന്ത്യയിലെ കാർഷിക മേഖലയോടുള്ള യു പി എ സർക്കാരിന്റെ 'പ്രതിബദ്ധതയുടെ' ഒന്നാന്തരം ഉദാഹരമാണിത്.

രാഷ്ട്രീയ മഹിളാകോശ്, സ്വാധാർ, സ്വയം സിദ്ധാപ്രിയദർശിനി തുടങ്ങിയ പദ്ധതികളുടെ കഴിഞ്ഞ വർഷത്തെ പദ്ധതി വിഹിതത്തിന്റെ 10 ശതമാനംപോലും ചെലവഴിച്ചിട്ടില്ലാത്ത സാഹചര്യത്തിൽ ഇതിനൊന്നും ഇനി കൂടുതൽ പണം വേണ്ടെന്നാണ് ധനമന്ത്രിയുടെ നിലപാട്. പാവപ്പെട്ട സ്ത്രീകൾകൾക്ക് പ്രസവാനുകൂല്യം നല്കാൻ വേണ്ടി ഉദ്ദേശിച്ച പദ്ധതിക്ക് 390 കോടി രൂപ കഴിഞ്ഞ വർഷം വകയിരുത്തിയതിൽ ഒരു രൂപപോലും ചെലവഴിച്ചിട്ടില്ല. ഏറ്റവും ഞെട്ടിപ്പിക്കുന്ന വസ്തുത മാനഭംഗത്തിനിരകളാകുന്ന സ്ത്രീകൾക്ക് നല്കാനുള്ള ധനസഹായത്തിന്റെ ചെലവ് പൂജ്യമാണ്. ഗാർഹികാതിക്രമ നിരോധന നിയമം നടപ്പാക്കാൻ ഒരു വിഹിതവും ഇത്തവണ നിർദ്ദേശിച്ചിട്ടുമില്ല. ന്യൂനപക്ഷം, ആദിവാസി, മറ്റ് പിന്നോക്കാവസ്ഥ നേരിടുന്ന സ്ത്രീകൾ എന്നിവർക്കായുള്ള പദ്ധതിവിഹിതത്തിന്റെയും ചെറിയൊരു ശതമാനം മാത്രമാണ് ചെലവഴിച്ചിട്ടുള്ളത്. ഈ വിഭാഗങ്ങൾക്കായുള്ള പദ്ധതി വിഹിതമാകട്ടെ ഈ വർഷത്തെ മൊത്തം വനിതാഘടക പദ്ധതിയുടെ 3.5 ശതമാനം മാത്രമാണ് എന്നതും ഒരു വെല്ലുവിളിയാണ്. തൊഴിലെടുക്കുന്നതിനായി വീടിനു പുറത്തു താമസിക്കേണ്ടിവരുന്ന സ്ത്രീകളുടെ എണ്ണം കൂടിവരുന്ന ഈ കാലഘട്ടത്തിൽ വർക്കിങ് വിമൻസ് ഹോസ്റ്റലുകൾക്കായുള്ള വിഹിതം വെട്ടിക്കുറിച്ചുകൊണ്ടാണ് ധനമന്ത്രി തൊഴിലെടുക്കുന്ന സ്ത്രീകളോടുള്ള ഐക്യദാർഢ്യം പ്രഖ്യാപിക്കുന്നത്. അങ്കണവാടി ജീവനക്കാരുടെ പ്രതിഫല വർദ്ധനവ് നല്ലകാര്യം തന്നെ. എന്നാൽ ഇപ്പോഴും ജീവിത ചെലവുകൾക്കനുസരിച്ചുള്ള മിനിമം കൂലി നല്കാനോ പെൻഷൻ പദ്ധതി അംഗീകരിക്കാനോ കേന്ദ്ര സർക്കാർ തയ്യാറായിട്ടില്ല. മാത്രമല്ല, ഇത്തരത്തിൽ സാമൂഹ്യസേവനമെന്ന പേരിൽ സ്ത്രീകളുടെ അദ്ധ്വാനം ചൂഷണം ചെയ്യപ്പെടുന്ന ആശാവർക്കേഴ്സ്, മിഡ് ഡേ മീൽ പദ്ധതിയിലെ പാചകക്കാർ, ക്രഷെ ജീവനക്കാർ തുടങ്ങിയ നിരവധി മേഖലകൾക്ക് കേന്ദ്ര സർക്കാർ പരിഗണനന നല്കിയിട്ടുമില്ല.

അങ്കണവാടികളെ സ്വകാര്യവല്ക്കരിക്കുന്നതിനെതിരെ അവകാശങ്ങൾ നേടിയെടുക്കുന്നതിനുമായി സി ഐ ടി യുവിന്റെയും മറ്റും നേതൃത്വത്തിൽ നടന്നിട്ടുള്ള സംഘടിത പോരാട്ടങ്ങളുടെ അനുഭവം മേൽപ്പറഞ്ഞ മറ്റ് തൊഴിൽ മേഖലകളിലേക്കും സമരം വ്യാപിപ്പിക്കേണ്ടതിനുള്ള ആഹ്വാനമാണ് നടത്തുന്നത്.

വർദ്ധിച്ചുകൊണ്ടേയിരിക്കുന്ന വിലക്കയറ്റത്തിന്റെയും ദാരിദ്ര്യത്തിന്റെയും അവസ്ഥയിൽ പൊതുപദ്ധതികളിൽ സർക്കാർ സ്വീകരിക്കുന്ന സമീപനം സ്ത്രീകളെ സംബന്ധിച്ചിടത്തോളം മുഖ്യമാണ്. ഇന്ത്യയിലെ ഗ്രാമീണ മേഖലയിൽ തൊഴിലില്ലായ്മയ്ക്ക് ഒറ്റമൂലിയെന്ന നിലയിൽ അവതരിപ്പിക്കപ്പെട്ട മഹാത്മാഗാന്ധി ഗ്രാമീണ തൊഴിലുറപ്പ് പദ്ധതിക്ക് നല്ല സ്വീകാര്യത കിട്ടിയിട്ടുള്ളത് ദാരിദ്ര്യത്തിന്റെ കാഠിന്യത്തെയാണ് കാണിക്കുന്നത്. ഇതിൽ പണിയെടുക്കുന്ന തൊഴിലാളികളിൽ 52 ശതമാനം സ്ത്രീകളാണ് (കേരളത്തിൽ ഇത് 90 ശതമാനത്തോളം വരും). ഇവരിൽ 42 ശതമാനവും പട്ടികജാതി–പട്ടികവർഗ്ഗക്കാരാണ്. തൊഴിലുറപ്പു പദ്ധതിയിൽ കേരളത്തിലാണ് ഏറ്റവും ഉയർന്ന 150 രൂപ മിനിമം കൂലി ലഭിക്കുന്നത്. ഈ വർഷത്തെ ബജറ്റിൽ കേന്ദ്ര ധനമന്ത്രി നടത്തിയ ആവേശകരമായ പ്രഖ്യാപനം തൊഴിലുറപ്പു പദ്ധതിയുടെ കൂലി വിലക്കയറ്റവുമായി ബന്ധപ്പെടുത്തിക്കൊണ്ട് നിശ്ചയിക്കും എന്നതാണ്.

എന്നാൽ തൊഴിലുറപ്പ് പദ്ധതിക്ക് കഴിഞ്ഞവർഷത്തിൽ നിന്ന് കുറവ് വിഹിതം മാത്രമാണ് ഈ വർഷം കേന്ദ്രം വകയിരുത്തിയിട്ടുള്ളത്! സംസ്ഥാന സർക്കാരുകൾക്കുമേൽ ഭാരം കെട്ടിവയ്ക്കുന്ന ഇത്തരം പൊള്ള പ്രഖ്യാപനങ്ങൾ സംസ്ഥാന തിരഞ്ഞെടുപ്പുകൾ മുന്നിൽ കണ്ടുകൊണ്ടുള്ളതു മാത്രമാണ്. രാഷ്ട്രപതിയുടെ നയപ്രഖ്യാപന പ്രസംഗത്തിൽ വിലക്കയറ്റത്തിന്റെ ഒരു പ്രധാന കാരണമായി പറഞ്ഞത് തൊഴിലുറപ്പ് പദ്ധതിമൂലവും മറ്റും ഇന്ത്യയിലെ ഗ്രാമീണ മേഖലയിൽ ജനങ്ങളുടെ വാങ്ങൽ കഴിവ് വർദ്ധിച്ചിരിക്കുന്നു എന്നാണ്. അതിനാൽ ഡിമാന്റ് കൂടുകയും എന്നാൽ സാധനങ്ങൾ കമ്പോളത്തിൽ ലഭ്യമല്ലാതാകുകയും ചെയ്തിരിക്കുന്നതാണ് വിലക്കയറ്റത്തിന് കാരണം എന്നാണ്! ഇതേ യുക്തി തന്നെയാകണം തൊഴിലുറപ്പ് പദ്ധതിയുടെ വിഹിതം 40100 കോടി രൂപയിൽ നിന്ന് 40000 കോടി രൂപയാക്കി കുറച്ച ധനമന്ത്രിക്കുമുള്ളത്.

വിലക്കയറ്റം ഒരു ശരാശരി കുടുംബത്തിന്റെ എല്ലാ സാമ്പത്തിക സമവാക്യങ്ങളെയും അടിമുടി തെറ്റിച്ചിരിക്കുകയാണ്. ഊഹക്കച്ചവടവും കരിഞ്ചന്തയും പൂഴ്ത്തിവെയ്പ്പും അവസാനിപ്പിക്കാനും സാർവ്വത്രിക റേഷനിങ് സംവിധാനവും ഫലപ്രദമായ പൊതുവിതരണ സമ്പ്രദായവും നടപ്പിലാക്കാനും ഉള്ള നടപടികൾ കൊണ്ടല്ലാതെ വിലക്കയറ്റം നിയന്ത്രിക്കാനാകില്ലെന്ന് ബോദ്ധ്യപ്പെട്ടിട്ടും അതിനു തങ്ങൾ തയ്യാറല്ലെന്ന് യു പി എ സർക്കാർ വ്യക്തമാക്കിക്കഴിഞ്ഞു. അതിനു പകരം ദരിദ്രർക്കു നേരെ കടുത്ത വെല്ലുവിളിയാണ് ഈ വർഷത്തെ ബജറ്റിലൂടെ ധനമന്ത്രി പ്രണബ് മുഖർജി ഉയർത്തിയത്. ലോകബാങ്കിന്റെ പുതിയ കുറിപ്പടിയായ ദരിദ്രർക്കു നേരിട്ടു പണം നല്കൽ പദ്ധതി നടപ്പാക്കിക്കൊണ്ട്

(Direct Cash Transfer), സബ്സിഡികൾ നിർത്തലാക്കുന്നതിനുള്ള തീരുമാനം പാവപ്പെട്ടവർക്ക് ഗുണകരമായ കാര്യമെന്ന നിലയിലാണ് ബജറ്റിൽ പ്രഖ്യാപിച്ചത്. മണ്ണെണ്ണ, പാചക വാതകം, വളം, എന്നിവയ്ക്കുള്ള സബ്സിഡിക്കു പകരമാണ് നേരിട്ടു പണം കൊടുക്കാൻ തീരുമാനിച്ചത്. എന്നാൽ നിലവിലുള്ള ബി പി എൽ ലിസ്റ്റിൽ തന്നെ ലക്ഷക്കണക്കിന് ദരിദ്രർ ഉൾപ്പെട്ടിട്ടില്ല എന്നതിനാൽ യഥാർത്ഥ ഗുണഭോക്താക്കൾക്ക് ഈ ആനുകൂല്യം ലഭിക്കുമെന്നതിന് ഒരുറപ്പുമില്ല. സബ്സിഡികൾ പിൻവലിക്കുന്നതോടെ മാർക്കറ്റിൽ സാധനങ്ങളുടെ വിലകൂടും. ഇങ്ങനെ വിലകൂടുന്നതിനനുസരിച്ച് പാവപ്പെട്ടവർക്കു നല്കുന്ന പണത്തിൽ വ്യത്യാസം വരില്ല. അതിന്റെ ഫലമായി വാങ്ങുന്ന സാധനങ്ങളിലായിരിക്കും വെട്ടിക്കുറവുണ്ടാക്കുക. ഈ വർഷം മണ്ണെണ്ണയ്ക്കും പാചക വാതകത്തിനും വളത്തിനുമായിട്ടുള്ള വെട്ടിക്കുറവ് വരുംനാളുകളിൽ മറ്റ് ഭക്ഷ്യധാന്യങ്ങളിലേക്കും വ്യാപിപ്പിക്കും എന്നതിൽ സംശയമില്ല. ഇത് പൊതുമാർക്കറ്റിൽ വൻ വിലവർദ്ധനവിനും സാധാരണക്കാരായ ജനങ്ങളെയാകെ പാപ്പരീകരിക്കുന്നതിനുമാകും കാരണമാകുക. സബ്സിഡിക്കു പകരമുള്ള പണം കുടുംബത്തിന്റെ ആവശ്യങ്ങൾക്കായി സ്ത്രീകളുടെ കയ്യിൽത്തന്നെ കിട്ടുമെന്ന ഒരുറപ്പുമില്ലാത്തതിനാൽ സ്ത്രീകൾ ചുമക്കേണ്ടിവരുന്ന ഭാരം വർദ്ധിക്കുകയേ ഉള്ളൂ. സബ്സിഡികളുടെ വെട്ടിക്കുറവിൽ 20000 കോടി രൂപയാണ് യു പി എ സർക്കാർ ലാഭിച്ചിരുന്നത്. സമ്പന്നർക്ക് നികുതി കുടിശ്ശിക എഴുതിത്തള്ളാൻ 1.38 ലക്ഷം കോടിരൂപ നഷ്ടപ്പെടുത്തിയ സർക്കാരാണ് ഇതു ചെയ്തത് എന്നുമോർക്കണം. പൊതു വിതരണത്തിനും ഭക്ഷ്യസുരക്ഷിതത്വത്തിനും കാർഷിക മേഖലയ്ക്കുമുള്ള വിഹിതത്തിൽ കഴിഞ്ഞ തവണത്തേക്കാൾ വരുത്തിയ വെട്ടിക്കുറവ് ജനങ്ങളോടും വിശേഷിച്ച് സ്ത്രീകളോടുമുള്ള പ്രത്യക്ഷമായ വെല്ലുവിളിയാണ്.

രണ്ടാം യു പി എ സർക്കാരിന്റെ ഈ വെല്ലുവിളികൾ യാദൃച്ഛികമല്ല. സാമ്രാജ്യത്വവിധേയത്വവും ഫ്യൂഡൽ അധികാര ബന്ധങ്ങളും നിർണ്ണയിക്കുന്ന സാമ്പത്തിക- രാഷ്ട്രീയ പ്രത്യയശാസ്ത്രമാണ് കേന്ദ്ര സർക്കാരിനെ നയിക്കുന്നത്. സി പി ഐ എമ്മിന്റെ *പാർട്ടി പരിപാടി* ശരിയായി വിലയിരുത്തുന്നതുപോലെ "ഇന്ത്യയിലെ സ്ത്രീകൾ പൗര, തൊഴിലാളി, സ്ത്രീ എന്നീ മൂന്നു നിലകളിൽ വിവേചനം നേരിടുന്നു." നവ ഉദാരവൽക്കരണത്തിന്റെ വർത്തമാന കാലത്ത് സ്വാതന്ത്ര്യസമര കാലത്തേക്കാൾ സങ്കീർണ്ണമായി ഇന്ത്യയിലെ സ്ത്രീകൾ നേരിടുന്ന നാനാവിധമായ വിവേചനങ്ങൾ തുടരുകയാണ്. സാർവ്വദേശീയ വനിതാദിനത്തിന്റെ ഒരു നൂറ്റാണ്ട് ഇന്ത്യയിലെ സ്ത്രീകളെ പഠിപ്പിക്കുന്നത് സാമ്രാജ്യത്വ കയ്യേറ്റങ്ങൾക്കും ജന്മിത്വ അധികാരബന്ധങ്ങൾക്കും പുരുഷ്യാധിപത്യ മൂല്യങ്ങൾക്കുമെതിരായ സമരം കൂടുതൽ ശക്തവും സംഘടിതവുമാക്കണം എന്നതുതന്നെയാണ്.

(2011 മാർച്ച്)

www.ingramcontent.com/pod-product-compliance
Lightning Source LLC
LaVergne TN
LVHW100815051026
849519LV00006B/2088
* 9 7 8 9 3 8 5 0 1 8 3 5 0 *